ರಹಸ್ಯಾಯನ

(ವೈಜ್ಞಾನಿಕ ಮತ್ತು ಪೌರಾಣಿಕ ರಹಸ್ಯ ಕತೆಗಳ ಸಂಕಲನ)

D9900069

ನಾಗೇಶ್ ಕುಮಾರ್ ಸಿಎಸ್

ನ್ಯೂ ವೇವ್ ಬುಕ್ಸ್
NEW WAVE BOOKS

ನ್ಯೂ ವೇವ್ ಬುಕ್ಸ್

ನಂ. 90/3, ಒಂದನೇ ಮಹಡಿ, ಈ.ಎ.ಟಿ. ಸ್ಟ್ರೀಟ್
ಬಸವನಗುಡಿ, ಬೆಂಗಳೂರು – 560 004.

RAHASYAYANA
(A Collection of Stories)

By
Nagesh Kumar CS
Mob: 9840564240

Published by
B.S. Madhu, on behalf of **New Wave Books**,
90/3, 1st Floor, E.A.T. Street, Basavanagudi,
Bangalore - 560 004. Phone : 41691270   M : 9448788222

© Author

First Edition : 2022

Pages : 168 + iv

Price : ₹ 180 ಬೆಲೆ : ರೂ. ೧೮೦

No. of Copies : 1000

70 GSM N.S. Maplitho – 1/8 Demy

Cover Design : **Chandrashekar**

Typeset at : **Page Designers**
Bangalore - 560 004. E-mail : bsmadhu75@gmail.com

Printed at : **Sathyananda Printers**
Pipeline Parallel Road, Cholura Palya,
Bangalore - 560 023.

ಅರ್ಪಣೆ

ಈ ಕತೆಗಳನ್ನು ಪ್ರಕಟಿಸಿದ
ಪ್ರತಿಲಿಪಿ ವೆಬ್‌ತಾಣದ
ಕನ್ನಡ ಸಂಪಾದಕರಾದ ಮಿತ್ರ
ಶ್ರೀ ಅಕ್ಷಯ್ ಬಾಳೆಗೆರೆ
ಅವರಿಗೆ ವಿಶ್ವಾಸದಿಂದ ಅರ್ಪಿಸಿದ್ದೇನೆ.

ಮುನ್ನುಡಿ

ಪ್ರತಿಲಿಪಿ ಕನ್ನಡ ಆನ್ಲೈನ್ ವೇದಿಕೆ ಮತ್ತು ಆಪ್ ಈಗ ಕನ್ನಡ ಅಂತರ್ಜಾಲ ಓದುಗರಿಗೆಲ್ಲಾ ಚಿರಪರಿಚಿತ, ಪ್ರಮುಖ ಹಾಗೂ ಜನಪ್ರಿಯ ಸಾಹಿತ್ಯ ವೇದಿಕೆಯಾಗಿದೆ. ಇದರಲ್ಲಿ ನಾನು 100ಕ್ಕೂ ಹೆಚ್ಚು ಕಥೆ, ಧಾರಾವಾಹಿ ಲೇಖನಗಳು ಅಲ್ಲದೇ ಚಿತ್ರ ವಿಮರ್ಶೆ, ಪ್ರವಾಸ ಕಥನ ಇತ್ಯಾದಿ ಪ್ರಕಟಿಸಿದ್ದು 3000 ಓದುಗರು ನನ್ನನ್ನು ಹಿಂಬಾಲಿಸುತ್ತಿದ್ದಾರೆ. ಅಲ್ಲಿ 5 ಕ್ಕೆ ಸರಾಸರಿ 4.8 ರೇಟಿಂಗ್ ಪಡೆದಿರುತ್ತೇನೆ.

ಅಲ್ಲಿ ನಡೆಯುವ ಹಲವಾರು ವರ್ಗಗಳ ಕಥಾಸ್ಪರ್ಧೆಯಲ್ಲಿ ನಾನು ಭಾಗವಹಿಸಿದಾಗ ಅದರಲ್ಲಿ ಮೊದಲ, ಎರಡನೇ ಬಹುಮಾನ ಗಳಿಸಿದುದಲ್ಲದೇ ಹಲವಾರು ತೀರ್ಪುಗಾರರ ಮೆಚ್ಚುಗೆ ಪಡೆದ ಕಥೆಗಳೂ ಇವೆ. ಇಂತಹಾ ಬಹುಮಾನ ವಿಜೇತ ಆರು ಕಥೆಗಳನ್ನು ನಾನು ಕಲೆಹಾಕಿ ಈ 'ರಹಸ್ಯಾಯನ' ಎಂಬ ಕೌತುಕಮಯ ಶೀರ್ಷಿಕೆಯಿರುವ ಕಥಾಸಂಕಲನವನ್ನು ಹೊರತರುತ್ತಿದ್ದೇನೆ.

ಇದರಲ್ಲಿ ನಾನು ರಹಸ್ಯಮಯ ಮತ್ತು ಅದ್ವಿತೀಯ ಕಥಾವಸ್ತುಗಳಾದ ನಿಧಿಶೋಧ, ಅಂತರರಾಷ್ಟ್ರೀಯ ಮಾಫಿಯಾ ಜಾಲ, ನೇವಿ ಅಧಿಕಾರಿಗಳ ರಹಸ್ಯ ಮಿಷನ್, ಅಲ್ಲದೇ ಅನ್ಯಗ್ರಹಜೀವಿಗಳ ರಹಸ್ಯ ಭೇಟಿ, ಅವುಗಳು ಮಾಡುವ ಮಾನವ ಅಪಹರಣ ಮತ್ತು ಚಿತ್ರವಿಚಿತ್ರ ಮಿಶ್ರತಳಿಯ ಜೈವಿಕ ಪ್ರಯೋಗಗಳು...ಇಂತಹಾ ಹೊಸ ತಂತ್ರಜ್ಞಾನದ ಕಥಾವಸ್ತುಗಳನ್ನು ರೋಚಕವಾಗಿ ನಿರೂಪಿಸಿದ್ದೇನೆ. ಈ ನಿಧಿಶೋಧ ಅಥವಾ ಅನ್ಯಗ್ರಹ ಜೀವಿಗಳ ವಸ್ತುಗಳು ನನ್ನ ಒರಿಜಿನಲ್ ಕಥೆಗಳಾಗಿದ್ದು, ಯಾವುದೇ ಆಂಗ್ಲ ಅಥವಾ ಇತರ ಸಾಹಿತ್ಯದ ಕೃತಿಗಳ ಅನುವಾದವಲ್ಲ.

ಮೊದಲಿಗೆ 'ವಿನಾಶ ಕಾಲೇ' ಒಬ್ಬ ವಿಜ್ಞಾನಿಯ ಅನ್ಯಗ್ರಹಜೀವಿಗಳ ಭೇಟಿ ಮತ್ತು ಅವರು ನಮಗೆ ಭೂಮಿಯ ಪರಿಸರ ದುರಂತ ಹಾಗೂ ಅಣುಸಮರದ ಬಗ್ಗೆ ನೀಡಿದ ಎಚ್ಚರಿಕೆಗಳ ಸುತ್ತ ಹೆಣೆದ ನವೀನ ಕಥಾವಸ್ತು ಉಳ್ಳದಾಗಿದೆ.

'ಆಕಾಶದಾಗೇ ಯಾರೋ ಮಾಯಗಾರನು' ಎಂಬುದು ಅಂತಹದೇ ಅನ್ಯಗ್ರಹ ಜೀವಿಗಳು ದುರುದ್ದೇಶದಿಂದ ಭೂಮಿಗೆ ಬಂದಾಗ ಅವರು ಮಾನವರನ್ನು ಅಪಹರಿಸಿ ಮಿಶ್ರತಳಿ ಯೋಜನೆಗಾಗಿ ದೇಹಗಳ ಮೇಲೆ ನಡೆಸುವ ವಿಚಿತ್ರ ಹಾಗೂ ಕ್ರೂರ ಜೈವಿಕ ಪ್ರಯೋಗಗಳ ಸುತ್ತ ಹೆಣೆದ ಕಥೆ, ಅದರ ಜಾಡು ಹಿಡಿದ ಒಬ್ಬ ಮನೋವಿಜ್ಞಾನಿಯ ಪ್ರತಿಕ್ರಿಯೆ ಸೇರಿದಂತೆ ಕುತೂಹಲಕರ ಅಂತ್ಯ ಹೊಂದಿದ ಹೊಸಬಗೆಯ ಕಥೆಯಾಗಿದೆ.

'ಡಿಸ್ಟೋಪಿಯಾ–ಅನಂತಂಬ್ರಹ್ಮಾ'– ಈ ಕಥೆಯು ಒಂದು ವೈಜ್ಞಾನಿಕ ಪ್ರಯೋಗದಡಿಯಲ್ಲಿ ಸ್ವಯಂಸೇವಕರಾಗಿ ಬಂದಿದ್ದ ಯುವಕ ಯುವತಿಯರು 500 ವರ್ಷಕಾಲದ ಹೈಪರ್ ಸ್ಲೀಪ್ ಅಥವಾ ಕ್ರಯೋಜೆನಿಕ್ ಸ್ಥಿತಿಯಲ್ಲಿದ್ದವರು ನಿದ್ರೆಯಿಂದ ಹೊರಬಂದಾಗ ಭೂಮಿಯ ಪರಿಸ್ಥಿತಿಯೇ ಬದಲಾಗಿ ಸರ್ವನಾಶವಾಗಿರುತ್ತದೆ. ಅವರು

ಜೀವನ್ಮರಣದ ಹೋರಾಟ ಮಾಡಿ ಹೊಸ ಆಧುನಿಕ ನಾಡನ್ನು ತಲುಪುವ ಸಾಹಸದ ಕಥೆ ಇದಾಗಿದೆ.

'ಲೆಮೂರಿಯಾ –ನಿಧಿಯ ವಿಧಿ' ಎಂಬುದು ಕಳೆದುಹೋದ/ಮುಳುಗಿಹೋದ ಭೂಖಂಡ ಕುಮರಿಕಂಡಮ್ ಅಥವಾ ಲೆಮೂರಿಯಾ ಬಗ್ಗೆ ಹೊಸ ಆಸಕ್ತಿ ಬಂದ ಕೆಲವು ದುಷ್ಟ ಸಾಗರ ಗಳ್ಳರು ಆ ಅಪಾರ ಪುರಾತನ ನಿಧಿಯನ್ನು ದೋಚುವ ಯೋಜನೆ ಹಾಕುವುದು ಮತ್ತು ಅದನ್ನು ತಪ್ಪಿಸಲು ಭಾರತೀಯ ನೇವಿಯ ಗೂಡಚಾರಿಗಳ ತಂಡ ಸಾಹಸ ಮಾಡುವ ಬಗ್ಗೆ ಬರೆದ ಒಂದು ಥ್ರಿಲ್ಲರ್ ಪ್ರಬೇಧದ ಕಥೆ.

'ನಡುಗಡಲಿನ ಹಡಗು' –ಇದು ಆಂಗ್ಲ ಸಾಹಿತ್ಯದ ದಾಟಿಯಲ್ಲಿ ಸಾಗುವ ನಿಧಿ ಶೋಧದ ಕಥೆ ಮತ್ತು ಇದರಲ್ಲಿ ಕೆಲವು ಖದೀಮ ಮಾದಕ ದ್ರವ್ಯ ಕಳ್ಳಸಾಗಣಿಕೆಕಾರರು ಮತ್ತು ಒಂದು ನಿಗೂಢ ದ್ವೀಪದಲ್ಲಿ ನಡೆಯುವ ವಿಸ್ಮಯಕಾರಿ ಆಗುಹೋಗುಗಳು ಮತ್ತು ಎಂದಿನಂತೆ ಗುಡ್ ಮತ್ತು ಈವಿಲ್ ನಡುವಿನ ಘರ್ಷಣೆ ಸುತ್ತಲೂ ಹೆಣೆದ ಇನ್ನೊಂದು ರೋಚಕ ಕಥೆ.

ಕೊನೆಯದಾಗಿ 'ಮೈನಾಕ– ಕಲ್ಲಾದೆ ಏಕೆಂದು ಬಲ್ಲೆ' ಇದೊಂದು ಪುರಾತನ ರಾಮಾಯಣ ಕಾಲದ ರಹಸ್ಯ ಚಿನ್ನದ ಬೆಟ್ಟವೊಂದರ ಸುತ್ತ ಹೆಣೆದ ಚಿನ್ನಗಳ್ಳರ ಕಥೆ. ಇದರಲ್ಲಿಯೂ ಅದೇ ಲೆಮೂರಿಯಾದ ನೇವಿ ಸಾಹಸ ತಂಡದ ಇನ್ನೊಂದು ದಿಟ್ಟ ಕಾರ್ಯಾಚರಣೆಯಿದ್ದು ಅವರಿಬ್ಬರ ನಡುವಿನ ರೋಮಾಂಚಕ ಏಟು–ತಿರುಗೇಟು, ಸಾಹಸ, ಅಂತ್ಯಎಲ್ಲವೂ ಕೂಡಿ ಓದುಗರ ಮನರಂಜಿಸಲು ಬರೆದ ಕಥೆಯಾಗಿದೆ.

ಇದನ್ನು ನಾನು ಆಸ್ಥೆಯಿಂದ ಸಂಶೋಧನೆ ಮಾಡಿ ಬರೆದಷ್ಟೇ ಆಸಕ್ತಿಯನ್ನು ತಾವೂ ವಹಿಸಿ ನನ್ನ ಮೆಚ್ಚಿನ, ಜನಪ್ರಿಯ ಹಾಸ್ಯ ಲೇಖಕರೂ ಆದ ಶ್ರೀ ಅಣಕು ರಾಮನಾಥರು ತಮ್ಮ ಬಿಡುವಿಲ್ಲದ ದಿನಚರಿಯಲ್ಲಿಯೂ ಕುಳಿತು ಸಹನೆಯಿಂದ ಓದಿ, ತಿದ್ದುಪಡಿ ಮಾಡಿ ಕಳಿಸಿದ್ದಾರೆ. ನ್ಯೂ ವೇವ್ ಬುಕ್ಸ್ ಮಾಲೀಕರಾದ ಶ್ರೀ ಬಿ ಎಸ್ ಮಧು ಸಹಾ ಕರಡು ತಿದ್ದಿ ಪುಸ್ತಕ ವಿನ್ಯಾಸ ಮಾಡುವಲ್ಲಿ ಕಾಳಜಿ ವಹಿಸಿ ಪರಿಶ್ರಮ ಪಟ್ಟಿದ್ದಾರೆ. ಪ್ರತಿಲಿಪಿ ವೇದಿಕೆಯ ಉತ್ಸಾಹಿ ಸಂಪಾದಕರಾದ ಶ್ರೀ ಅಕ್ಷಯ್ ಬಾಳೆಗೆರೆಯವರಿಗೆ ಈ ಪುಸ್ತಕವನ್ನು ಅರ್ಪಿಸುತ್ತಿದ್ದೇನೆ.

ನನ್ನ ಉದಾಹರಣೆ ಚಿತ್ರವನ್ನು ಬಳಸಿಕೊಂಡು ಉತ್ತಮ ವಿನ್ಯಾಸ ಸೃಷ್ಟಿಸಿ ಕಲಾವಿದ ಶ್ರೀ ಚಂದ್ರಶೇಖರ್ ಅವರು ತಮ್ಮ ಸೇವೆ ಸಲ್ಲಿಸಿದ್ದಾರೆ. ಎಂದಿನಂತೆ ಸತ್ಯಾನಂದ ಮುದ್ರಣಾಲಯದವರು ಅಂದವಾಗಿ ಮುದ್ರಿಸಿ ಕೊಟ್ಟಿದ್ದಾರೆ.

ನ್ಯಾಯಬೆಲೆಯಲ್ಲಿ ಹೊರಬಂದಿರುವ ಈ ಪುಸ್ತಕವನ್ನು ಕೊಂಡು ಆನಂದಿಸಲೆಂದು ಅಭಿಮಾನಿ ಓದುಗರಾದ ನಿಮ್ಮಲ್ಲಿ ಕಳಕಳಿಯ ಮನವಿ ಮಾಡುತ್ತಿದ್ದೇನೆ.

ನಿಮ್ಮ ಅಭಿಪ್ರಾಯ, ವಿಮರ್ಶೆಗಳಿಗೆ ಸದಾ ಸ್ವಾಗತ.

ನಾಗೇಶ್ ಕುಮಾರ್ ಸಿಎಸ್

ಬೆಂಗಳೂರು–74.

nageshkumarcs@gmail.com

ಪರಿವಿಡಿ

ವಿನಾಶ ಕಾಲೇ

1

ಇವರೆಲ್ಲಾ ನನ್ನನ್ನು ಹುಚ್ಚನೆಂದುಕೊಂಡಿದ್ದಾರೆ.

ನಗರದ ಹುಚ್ಚಾಸ್ಪತ್ರೆಗೆ ಸೇರಿಸಿಯೂಬಿಟ್ಟಿದ್ದಾರೆ.

ನನ್ನ ಏಕಾಕಿ ಕೋಣೆಯ ಬಿಳಿ ಗೋಡೆಗಳನ್ನೇ ಒಮ್ಮೆ ದಿಟ್ಟಿಸಿದೆ. ಅವೂ ಅಷ್ಟೇ ನಿರ್ಭಾವುಕವಾಗಿ ನನ್ನತ್ತ ನೋಡಿದವು. ಕೋಣೆಯ ಒಂದು ಮೂಲೆಯಲ್ಲಿತ್ತು ನನ್ನ ಹುಚ್ಚನಲ್ಲದ ಸ್ವಸ್ಥ ಜಗತ್ತಿನ ಸಂಪರ್ಕವೆಂದು ಇವರು ಪರಿಗಣಿಸಿದ ಒಂದು ಕಲರ್ ಟಿವಿ. ಅದರಲ್ಲಿ ಸುದ್ದಿ ವಾಹಿನಿಗಳು ಮಾತ್ರ ಲಭ್ಯವಾಗಿದ್ದವು. ವರ್ತಮಾನ ಮಾತ್ರ, ಯಾವುದೇ ಕಾಲ್ಪನಿಕ ಕಾರ್ಯಕ್ರಮ ಬಾರದಂತೆ! ಅದೇ ತಾನೇ ಇವರ ಪ್ರಕಾರ ನನ್ನ ಹುಚ್ಚಿನ ಮೂಲ?

ಹೀಗೆಲ್ಲಾ ಆಗಲು ಕಾರಣವೇ ಸುಮಾರು ಮೂರು ತಿಂಗಳು ಹಿಂದೆ ನಡೆದ ಒಂದು ಕತೆ.

ಇವರ ಪಾಲಿಗೆ ಅದು ಕಟ್ಟುಕತೆ, ಭ್ರಮೆ ಮತ್ತು ಊಹಾಪೋಹ. ನನ್ನ ಪಾಲಿಗೆ ಮಾತ್ರ ಅದು ಸತ್ಯ ಘಟನೆ ಮತ್ತು ವರದಿ.

ಇನ್ನು ನೀವು ಇದನ್ನು ಏನೆಂದು ಕರೆಯುತ್ತೀರೋ ನಿಮಗೆ ಬಿಟ್ಟಿದ್ದು.

2

ನಾನು ಮೂರು ತಿಂಗಳ ಹಿಂದೆ ದೇಶದ ಪ್ರಖ್ಯಾತ ಇಂಡಿಯನ್ ಸ್ಪೇಸ್ ಏಜೆನ್ಸಿಯಲ್ಲಿ ಡೆಪ್ಯುಟಿ ಡೈರೆಕ್ಟರ್ ಹುದ್ದೆಯಲ್ಲಿ ಕರ್ತವ್ಯ ನಿರ್ವಹಿಸುತ್ತಿದ್ದೆ.

ಅಂದು ಬೆಳಿಗ್ಗೆ ನನ್ನ ಕ್ಯಾಬಿನ್ನಿನ ಬಾಗಿಲು ತೆಗೆದು ನನ್ನ ಸೆಕ್ರೆಟರಿ ಶರ್ಮಿಲಾ ಒಳಬಂದಳು.

ತನ್ನ ಕೈಲಿದ್ದ ಒಂದು ಅನಾಮಧೇಯ ಫೈಲನ್ನು ನನ್ನ ಟೇಬಲ್ ಮೇಲಿಟ್ಟಳು. "ಸರ್, ನೀವು ಹೇಳಿದೆಲ್ಲಾ ಕಲೆಕ್ಟ್ ಮಾಡಿ ಇಟ್ಟಿದ್ದೀನಿ". ವಾಪಸ್ ಹೋಗುವ ಮುನ್ನ ನನ್ನನ್ನು ವಿಚಿತ್ರವಾಗಿ ನೋಡಿದಳು. "ಆದರೆ ನೀವದನ್ನೆಲ್ಲಾ ನಂಬುತ್ತೀರಾ? ಐ ಆಮ್ ಸರ್ಪ್ರೈಸ್ಡ್!"

ಅದು ಅವಳ ತಪ್ಪಲ್ಲ. ಆ ವಿಷಯವೇ ಹಾಗಿತ್ತು.

ಡಾ.ಸ್ಟೀವನ್ ಗ್ರಿಯರ್ ಮತ್ತಿತರ ಅನ್ಯಗ್ರಹ ಜೀವಿಗಳ ತಜ್ಞರು ಇತೀಚೆಗೆ ಯೂಟ್ಯೂಬಿನಲ್ಲಿ ತಮ್ಮ ಸಂಶೋಧನೆ ಮತ್ತು ವಿಚಾರಧಾರೆ ಬಹಿರಂಗ ಪಡಿಸಿ ನಮ್ಮ ವರ್ಗದಲ್ಲಿ ಅದು ಭಾರಿ ಬಿಸಿ ಚರ್ಚೆಗೆ ಗ್ರಾಸವಾಗಿತ್ತು. ಹಾಗೂ ನಾನು ಮಾತ್ರ ಅಂತಹ ಅವೈಜ್ಞಾನಿಕ ವಿಷಯಗಳನ್ನೆಲ್ಲಾ ಎಂದೂ ಗಂಭೀರವಾಗಿ ಪರಿಗಣಿಸಿದವನಲ್ಲ. ಒಂದು ತಾತ್ಸಾರ ಕುಡಿನಗೆ ಬೀರಿ ಮುಂದೆ ಹೋಗುತ್ತಿದ್ದೆ. ಎಷ್ಟಾದರೂ ನಾನು ಅಸ್ಟ್ರೋನಮಿ ಅಂಡ್ ಆಸ್ಟ್ರೋ-ಫಿಸಿಕ್ಸ್ ವಿಭಾಗದಲ್ಲಿ ಎಂ.ಟೆಕ್.ನಲ್ಲಿ ಸ್ವರ್ಣಪದಕ ಗೆದ್ದವನಲ್ಲವೆ?

ಆದರೆ ಇಂದು ಆ ಫೈಲಿನಲ್ಲಿ ನಾನು ಶರ್ಮಿಲಾಗೆ ಹುಡುಕಲು ಹೇಳಿದ್ದ ಅಂತವರ ಮೂಲ ವ್ಯಾಖ್ಯಾನ, ಪ್ರೆಸ್ ರಿಲೀಸ್ ಇತ್ಯಾದಿ ಮಾಹಿತಿ ತುಂಬಿತ್ತು. ಹಾಗಾಗಿ ಆಕೆಯ ಈ ವ್ಯಂಗ್ಯ ನೋಟ! ಆದರೆ ಎರಡು ರಾತ್ರಿ ಹಿಂದೆ ನನಗೆ ನಡೆದ ಘಟನೆಗಳೇನಾದರೂ ಆಕೆಗೆ ಸಂಭವಿಸಿದ್ದರೆ ಅವಳ ವ್ಯಂಗ್ಯ ನೋಟ ಮಾಯವಾಗಿ ಕೆಟ್ಟ ಕುತೂಹಲ ಮತ್ತು ಒಂದು ರೀತಿಯ ಆತಂಕ ಮನೆಮಾಡಿರುತಿತ್ತು. ಈಗ ನನಗಾಗಿದ್ದಂತೆ.

ನಾನಂದು ದಿನಚರಿಗಿಂತ ಮುಂಚೆ ರಾತ್ರಿ 10 ಗಂಟೆಗೇ ಲೈಟ್ ಆರಿಸಿ ಮಲಗಿಬಿಟ್ಟಿದ್ದೆ. ಅದೇಕೋ ರಾತ್ರಿ ಸೇವಿಸುವ ನನ್ನ ನೈಟ್ ಕ್ಯಾಪ್ ಡ್ರಿಂಕ್ ಕೂಡಾ ಅಂದು ಸೇವಿಸಿರಲಿಲ್ಲ.

ಹಾಗಾಗಿ ಇದೆಲ್ಲಾ ಅಮಲಿನ ಕನಸೂ ಅಲ್ಲ.

ನಾನು ಮಲಗಿದ್ದಂತೆಯೇ ಯಾವುದೋ ಮಿಂಚು ಮೈಯಲ್ಲಿ ಸುಳಿದಂತಾಯಿತು.ನನ್ನಿಂದ ನಾನೇ ಬೇರೆಯಾದಂತೆ. ಶೀಘ್ರವೇ ನಾನು ಮೇಲಕ್ಕೆ ತೇಲಾಡಲಾರಂಭಿಸಿದ್ದೆ. ಆದರೆ ಸಾಧಾರಣ ಕನಸಿನಂತೆ ಅಲ್ಲ, ನನ್ನ ಹಾಸಿಗೆ ಮೇಲಿದ್ದ ನನ್ನ ಜಡ ದೇಹವನ್ನೂ ಸ್ಪಷ್ಟವಾಗಿ ನೋಡಬಲ್ಲವನಾಗಿದ್ದೆ.

ನಮ್ಮ ಮನೆಯ ಟೆರೇಸಿನ ಮೇಲಕ್ಕೆ ತಾರಸಿಯ ಮೂಲಕ ಸುಯ್ಯೆಂದು ತೂರಿ ಬಂದಿದ್ದೆ. ನನಗೆ ಕನಸಿನಲ್ಲೂ ಮೈ ಮುಟ್ಟಿನೋಡಿಕೊಳ್ಳುವಷ್ಟು ಅಚ್ಚರಿಯಾಯಿತು.

ಎದುರಿಗೆ ಬೆಳದಿಂಗಳ ರಾತ್ರಿ ಮತ್ತು ಮೋಡವಿಲ್ಲದ ಆಗಸ.ಆದರೆ ನನ್ನ ಕಣ್ಸೆಳೆದಿದ್ದು ಚಂದ್ರನ ಪಕ್ಕದಿಂದ ಚುರುಕಾಗಿ ನನ್ನತ್ತ ಧಿಗ್ಗನೆ ಇಳಿದ ಒಂದು ಬೆಳಕಿನ ಕಂಬ. ಅದರ ಮೇಲೊಬ್ಬ ವಿಚಿತ್ರ ಸವಾರ. ಮನುಷ್ಯನೆಂದರೆ ಮನುಷ್ಯನಲ್ಲ. ಅಥವಾ ಯಾವುದೋ ಕೆಟ್ಟ ಸೈನ್ಸ್ ಫಿಕ್ಷನ್ ಸಿನೆಮಾದಲ್ಲಿ ಕಾಣುವ ಪಿಶಾಚಿಯಂತಹ ಬೂದಿ ಬಣ್ಣದ ಕುಳ್ಳನೂ ಅಲ್ಲ.

ಅವನು ನನ್ನ ಎದುರಿಗೆ ಟೆರೇಸಿನಲ್ಲಿ ಇಳಿದಂತೆ ಆ ಮಿಂಚಿನ ಕಂಬದ ವಾಹನ ಫಕ್ಕನೆ ಮಾಯವಾಗಿತ್ತು.

ನನ್ನ ಮಂದ ಬುದ್ಧಿಗೆ ಆಗ ಹೊಳೆದಿತ್ತು. ಅವನೊಬ್ಬ ಹೋಲೋಗ್ರಾಂ, ಮನುಷ್ಯ ರೂಪದ ಪ್ರತಿಬಿಂಬ, ಛಾಯಾ ವ್ಯಕ್ತಿ!

"ಮಿಸ್ಟರ್ ಗಿರಿಧರ್ ಬಾಳಿಗಾ ನೀನೇ ಅಲ್ಲವೆ?" ಅವನು ಕೇಳಿದ್ದ. ನನ್ನ ಮನಸ್ಸಿಗೆ ನೇರವಾಗಿ ಬಡಿದಂತೆ. ಧ್ವನಿ ಹೊರಡಿಸದೇ. ಅದು ಯಾವ ಭಾಷೆಯೂ ಅಲ್ಲ, ಆದರೆ ನನಗೆ ತಟ್ಟನೆ ಅರ್ಥವಾಗಿತ್ತು.

ನಾನು ಮಾತಿಲ್ಲದೇ ತಲೆಯಾಡಿಸಿದೆ ಅನಿಸುತ್ತೆ, ನೆನಪಿಲ್ಲ. ನಾನು ಈ ಕನಸನ್ನು ಇಲ್ಲೇ ನಿಲ್ಲಿಸಬೇಕೆಂದು ಮೈಯನ್ನು ಒಮ್ಮೆ ಕೊಡವಿಕೊಂಡೆ, ಕೈ ಗಿಲ್ಲಿಕೊಂಡೆ.

"ಅದೆಲ್ಲಾ ಪ್ರಯೋಜನವಿಲ್ಲ, ಗಿರಿಧರ್. ನೀನು ನಿನ್ನ ಸೂಕ್ಷ್ಮ ಶರೀರದಲ್ಲಿ ನನ್ನ ನಿಯಂತ್ರಣದಲ್ಲಿದೀಯೆ. ನಿನ್ನ ಟೈಮ್ ಫ್ರೀಝ್ ಮಾಡಿದ್ದೇನೆ" ಎಂದವನ ದನಿ ಶಾಂತವಾಗಿಯೇ ಇತ್ತು.

ಇವನು ನನ್ನನ್ನು ತೆರೆದ ಪುಸ್ತಕದಂತೆ ಓದಬಲ್ಲ. ಇವನಿಗೆ ಟೆಲಿಪತಿ ಬರುತ್ತೆ, ಆ ಮೂಲಕ ಸಂವಾದ ಮಾಡುತ್ತಿದ್ದಾನೆ.

"ಹೌದು. ಅದು ಬಹಳ ಸಾಮಾನ್ಯ ವಿದ್ಯೆ. ನಿಮ್ಮಲ್ಲೇ ಮನದ ಯೋಚನಾ ತರಂಗಗಳನ್ನು ಹಿಡಿದು ಉತ್ತರಿಸಬಲ್ಲವರಿದ್ದಾರೆ. ನಮಗಿದು ಜನ್ಮತಃ ಬಂದ ಕಲೆ." ಎನ್ನುತ್ತಾನೆ ನನ್ನ ಮನಸ್ಸು ಗ್ರಹಿಸಿ.

"ನೀನು ಯಾರು?" ಬೆಪ್ಪನಾಗಿ ಮಗುವಿನಂತೆ ಕೇಳಿದ್ದೆ. ಅವನು ಮುಗುಳ್ನಕ್ಕ.

ಅವನು ನನ್ನಷ್ಟೇ ಎತ್ತರವಿದ್ದ, ಮೈಗೆ ಅಪ್ಪಿಕೊಂಡಂತಹ ಬಿಳಿ ಬಣ್ಣದ ಸಮವಸ್ತ್ರ ಧರಿಸಿದ್ದ. ನೀಲಿ ಕಂಗಳಲ್ಲಿ ಆತ್ಮ ವಿಶ್ವಾಸ ಮತ್ತು ಶಾಂತಿ ತುಳುಕುತ್ತಿತ್ತು. ಬೆಳ್ಳಿಯಂತಹ ಬ್ಲಾಂಡ್ ಕೂದಲಿತ್ತು. ಅವನ ಕೈಯಲ್ಲಿ ಮಿಂಚಿನ ಬಳ್ಳಿಯಂತೆ ಹೊಳೆಯುವ ಕೋಲಿತ್ತು. ಮಂತ್ರದಂಡದಂತೆ.

"ನನ್ನ ಅಡ್ರೆಸ್ ಹೇಳಿದರೆ ನೀನು ನಂಬಲಾರೆ. ಆದರೂ ನಾನು ಸುಳ್ಳು ಹೇಳಲು ಬಂದಿಲ್ಲವಾದ್ದರಿಂದ. . ನೀವು ನಿಮ್ಮ ಅಂತರಿಕ್ಷ ವಿಜ್ಞಾನದಲ್ಲಿ ಎಂ–45 ಮತ್ತು ಸೆವೆನ್ ಸಿಸ್ಟರ್ಸ್ ಎಂದು ನಮ್ಮ ವಿಳಾಸವನ್ನು ಗುರುತಿಸುತ್ತೀರಿ. ನಾವು ಪ್ಲೇಡೆಸ್ ಎಂದು ನೀವು ಹೆಸರಿಸಿರುವ ತಾರಾಮಂಡಲದವರು. ನಾವು ಪ್ಲೇಡಿಯನ್ನರು ಎನ್ನಬಹುದು." ಅವನ ಧ್ವನಿ ಅಳತೆ ಮಾಡಿ ನುಡಿದಂತೆ ಸ್ಪಷ್ಟವಾಗಿ ನನಗೆ ಕೇಳುತಿತ್ತು.

ಅವನು ಹೇಳಿದ್ದು ಖಗೋಳ ವಿಜ್ಞಾನದ ಪ್ರಕಾರ ನಿಜವೇ. ಅಂತದೊಂದು 444 ಜ್ಯೋತಿವರ್ಷಗಳ ದೂರದ ತಾರಾಮಂಡಲವಿದೆ. ನನಗೆ ಗೊತ್ತಿದ್ದರಿಂದ ಇದು ನನ್ನದೇ ವಿಪರೀತ ಕಲ್ಪನೆಯಾಗಿರಬಹುದೆ?

"ಅದು ಸುಳ್ಳು, ಅಲ್ಲಿ ಯಾರೂ ಇಲ್ಲ!"

"ಇದು ಸತ್ಯ. ನೀವು ಕಲ್ಪಿಸಿಕೊಳ್ಳುತ್ತಿಲ್ಲ. ಈ ನಮ್ಮ ಭೇಟಿ ನಿಮ್ಮ ಸ್ಪೇಸ್–ಟೈಮ್ ಮೀರಿದ ನಾಲ್ಕನೇ ಆಯಾಮದಲ್ಲಿ ನಮ್ಮ ಸಮಯದ ವ್ಯಾಪ್ತಿಯಲ್ಲಿ ನಡೆಯುತ್ತಿದೆ.

ನಿಮಗೆ ಸುಳ್ಳು ಹೇಳಲೆಂದು ನಾನು ಅಲ್ಲಿಂದ ಬರಬೇಕಾಗಿಯೂ ಇಲ್ಲ" ಅವನು ಹೇಗೆ ನನ್ನ ಮನದ ಮಾತನ್ನು ಕೇಳಿ ತಟ್ಟನೆ ಉತ್ತರಿಸಬಲ್ಲ?

"ಹೇಳುತ್ತೇನೆ" ಎಂದವನು ನಾನು ಮುಟ್ಟುವಷ್ಟು ಹತ್ತಿರ ಸರಿದ."ಹೂಂ, ನನ್ನನ್ನು ಮುಟ್ಟಿ, ಶಾಕ್ ಹೊಡೆಯುವುದಿಲ್ಲ, ಖಚಿತ ಪಡಿಸಿಕೋ" ಎಂದನು. ನನ್ನ ಚಾಚಿದ ಕೈ ಆರಾಮವಾಗಿ ಅವನ ಬಿಂಬ ಶರೀರವನ್ನು ಹಾಯ್ದು ಆ ಕಡೆ ಹೊರಬಂದಿತ್ತು. ಅವನು ಏನೂ ಆಗದವನಂತೆ ನಿಂತಿದ್ದ. ಹೊಲೋಗ್ರಾಮ್!

"ನಿನ್ನ ಹೆಸರು?" ಕೇಳಿದ್ದೆ ಏನೂ ತೋಚದೇ.

"ನಿಮ್ಮ ತಿಳುವಳಿಕೆಯ ಪರಿಧಿಯ ಹೆಸರು, ಆಕಾರ, ಸ್ವರೂಪ ಯಾವುದೂ ನಮಗೆ ಇಲ್ಲ. ನಮ್ಮ ಅಸ್ತಿತ್ವವೇ ನಿಮ್ಮ ಸಂಕುಚಿತ ಅರಿವಿಗೆ ಎಟುಕುವುದಿಲ್ಲ. ಅದು ನಿಮ್ಮ ತಪ್ಪೂ ಅಲ್ಲ. ನಮ್ಮ ತಾರಾಮಂಡಲವು ಹಲವಾರು ಲಕ್ಷ ಜ್ಯೋತಿರ್ವರ್ಷ ನಿಮ್ಮ ಸೌರವ್ಯೂಹಕ್ಕಿಂತ ಮುಂಚಿನದು. ನಾವು ಕಾಲಮಾನ ಮತ್ತು ಪ್ರಗತಿಯ ಭವಿಷ್ಯದಲ್ಲಿ ಸಾಗಿ ಹೋಗಿರುವುದು ಸಹಜವೇ. ಆದರೂ ನನ್ನನ್ನು ಹೆಸರಿಂದ ಕರೆಯಲೇಬೇಕೆಂದರೆ ಸುಲಭವಾಗಿ ಪ್ಯಾಲ್ ಎನ್ನು. ನಿಮ್ಮ ಇಂಗ್ಲೀಷ್ ಭಾಷೆಯಲ್ಲಿ ಅದಕ್ಕೆ ಸ್ನೇಹಿತ ಎಂದರ್ಥ ಅಲ್ಲವೇ?"

"ಹೌದು. ನಿನಗೆ ಹೇಗೆ ಇವೆಲ್ಲಾ?"

ಪ್ಯಾಲ್ ನನ್ನ ಪ್ರಶ್ನಾವಳಿಗೆ ಕೈ ತಡೆಹಿಡಿದ

"ಅದೆಲ್ಲಾ ಮುಂದಿನ ಬಾರಿ ಹೇಳುತ್ತೇನೆ. ನಿಮ್ಮ ಭೂಮಿಯಲ್ಲಿ ನಾವು ಭವಿಷ್ಯದ ಬಗ್ಗೆ ಮಾಹಿತಿ ಮತ್ತು ಕೆಲವು ಅವಶ್ಯಕ ಎಚ್ಚರಿಕೆಗಳನ್ನು ಹಲವರ ಬಳಿ ಹೀಗೆ ಭೇಟಿಯಾಗಿ ಹೇಳಿಕೊಟ್ಟಿದ್ದೇವೆ, ನಿಮ್ಮ ಈ ಭೂಮಿ ಒಂದು ಅಮೂಲ್ಯ ಗ್ರಹ, ಇದು ವಿಶ್ವದ ಮಿಕ್ಕವರ ಆಸಕ್ತಿ ಕೆರಳಿಸಿದೆ: ಒಳ್ಳೆಯದು ಮತ್ತು ಕೆಟ್ಟದು, ಎರಡೂ ಬಗೆಯದು. ಯುಎಫ್‌ಓ ಲಾಜಿಸ್ಟ್ಸ್ (ಅನ್ಯಗ್ರಹಜೀವಿ ತಜ್ಞರು) ಏಲಿಯನ್ಸ್ ಬಗ್ಗೆ ಕೊಟ್ಟಿರುವ ಮಾಹಿತಿಯೆಲ್ಲಾ ಸಂಗ್ರಹಿಸಿ ಓದಿಕೊ. ಸ್ವಲ್ಪ ಇದರ ಹಿನ್ನೆಲೆ ತಿಳಿದುಕೊಂಡಿರು. ಆಗ ನಿನ್ನ ಮನಸ್ಸು ನಾನು ಹೇಳುವ ಮುಂದಿನದನ್ನು ಕೇಳಿ ಅರಿತುಕೊಳ್ಳಲು ತಯಾರಾಗುತ್ತದೆ."

"ಅದು ಸರಿ. ಇದು ಕನಸೋ ಅಲ್ಲವೋ? ಇದನ್ನೆಲ್ಲಾ ನಾನು ಯಾರಿಗಾದರೂ ಹೇಳಿದರೆ ನಗುತ್ತಾರೆ ಅಷ್ಟೇ!"

ಪ್ಯಾಲ್ ನನ್ನತ್ತ ಪೆದ್ದ ಶಿಷ್ಯನನ್ನು ಒಬ್ಬ ಗುರು ನೋಡುವಂತೆ ಕನಿಕರದಿಂದ ದಿಟ್ಟಿಸಿದ.

"ನಗಲಿ ಬಿಡು, ನಗುವುದು ನಿಮ್ಮ ಮನುಷ್ಯ ದೇಹಗಳ ಆರೋಗ್ಯಕ್ಕೆ ಒಳ್ಳೆಯದು ಎನ್ನುತ್ತಾರೆ. ನಮಗೆ ಆ ಭಾಗ್ಯವೂ ಇಲ್ಲ!"

ನನಗೆ ಮಾತಾಡಲು ತೋಚಲಿಲ್ಲ.

“ಮುಂದಿನ ಬಾರಿಯೂ ಇಲ್ಲೇ ನಾಲ್ಕು ದಿನದ ನಂತರ ರಾತ್ರಿ ಸಿಗುತ್ತೇನೆ, ನಾನೇ ಕರೆಸಿಕೊಳ್ಳುತ್ತೇನೆ, ನಿನ್ನನ್ನು ನಾವು ಗಮನಿಸುತ್ತಲೇ ಇರುತ್ತೇವೆ. ಈಗ ನಿನ್ನನ್ನು ಜೋಪಾನವಾಗಿ ನಿನ್ನ ಸ್ಥೂಲ ಶರೀರಕ್ಕೆ ಹಿಂತಿರುಗಿಸುತ್ತೇನೆ. ಎದ್ದ ಕೂಡಲೇ ನಿನಗೆಲ್ಲಾ ನೆನಪಿರುತ್ತದೆ. ಕನಸಿನಂತೆ ಅರ್ಥಂಬರ್ಥ ಮರೆತಿರುವುದಿಲ್ಲ. ನಿನ್ನ ಸ್ಮೃತಿಯಲ್ಲಿ ಇವೆಲ್ಲಾ ಪ್ಲಾಂಟ್ ಮಾಡಿದ್ದೇನೆ. ಹೂಂ!” ಎಂದು ನನಗೆ ಅವನ ಕೈಯಲ್ಲಿದ ಮಿಂಚಿನ ಕೋಲನ್ನು ಒಮ್ಮೆ ನನ್ನತ್ತ ತೋರಿಸಿದ ಅಷ್ಟೇ.

ಮರುಕ್ಷಣವೇ ಗಾಬರಿಯಿಂದ ನನ್ನ ಹಾಸಿಗೆಯಲ್ಲಿ ಬೆಚ್ಚಿ ಎಚ್ಚರವಾಗಿ ಎದ್ದು ಕುಳಿತಿದ್ದೆ.

ಕತ್ತಲಲ್ಲಿ ಮುಳುಗಿದ ಕೋಣೆ. ನನ್ನ ಎದೆ ಬಡಿತ ತೀವ್ರವಾಗಿದೆ.

ಚಕ್ಕನೆದ್ದು ಟೆರೇಸ್ ಬಾಗಿಲ ಬಳಿ ಬಂದೆ. ಚಿಲಕ ಒಳಗಿಂದ ಹಾಕಿಯೇ ಇತ್ತು. ತೆರೆದು ಹೊರಗೋಡಿ ನಿಂತು ನೋಡಿದೆ.

ಅದೇ ಮೋಡರಹಿತ ಬೆಳದಿಂಗಳ ರಾತ್ರಿ. ಅಲ್ಲಿ ಯಾರೂ ಇಲ್ಲ. ಮೇಲಿಂದ ಚಂದ್ರ ನನ್ನತ್ತ ನೋಡಿ “ಹುಚ್ಚಪ್ಪಾ” ಎಂದು ನಕ್ಕಂತಾಯಿತೇಕೆ?

ನನಗೆ ಖಾತರಿಯಾಗಿತ್ತು, ಇದು ಬರೇ ಕನಸಲ್ಲ. ಇದೊಂದು ಓ.ಬಿ.ಇ (ಔಟ್-ಆಫ್-ಬಾಡಿ ಎಕ್ಸ್ಪೀರಿಯೆನ್ಸ್). ಇದಕ್ಕೆ ಸಂಬಂಧಿಸಿದಂತೆ ಸ್ಪಿರಿಟ್ಸ್, ಮೀಡಿಯಮ್ಸ್ ಬಗ್ಗೆ ಹಲವು ಬಾರಿ ಇಂಗ್ಲೀಷ್ ಸಾಹಿತ್ಯದಲ್ಲಿ ಓದಿದ್ದೇನೆ, ಚಿತ್ರಗಳಲ್ಲಿ ನೋಡಿದ್ದೇನೆ, ನಕ್ಕಿದ್ದೇನೆ.

ಆದರೆ ನನಗೇ ಹೀಗಾಗಿದ್ದು ಮೈ ತಣ್ಣಗೆ ಬೆವರೊಡೆದಿತ್ತು. ಸ್ವಲ್ಪ ದಣಿವಾದಂತೆ ಕೈ ಕಾಲು ನಡುಗುತ್ತಿತ್ತು.

ಪ್ಯಾಲ್ ಎಂಬ ಈ ಅಂತರಿಕ್ಷದ ಸ್ನೇಹಿತ ಹೇಳಿದಂತೆ ಎಲ್ಲ ವಿವರಗಳೂ ಈಗ ತಾನೇ ಮುಗಿದ ಮೀಟಿಂಗಿನಂತೆ ಸ್ಪಷ್ಟವಾಗಿ ನೆನಪಿನಲ್ಲಿತ್ತು.

3

ನಾನು ಇದನ್ನು ಯಾರಿಗೂ ಹೇಳಲಿಲ್ಲ ಎಂಬುದು ನಿಮಗಾಗಲೇ ಅರಿವಾಗಿರಬೇಕು. ನನ್ನ ಮನಸ್ಸೇ ಎದ್ದ ನಂತರ ಗೊಂದಲದ ಗೂಡಾಗಿತ್ತು. ಈ ಅಂತರಿಕ್ಷದ ಯಾತ್ರಿಯ ಸಂದೇಶ ಯಾವ ಮಟ್ಟದಲ್ಲಿ ನಿಜ? ಇದರ ಕಾರಣವೇನು?

ನನ್ನ ಹೆಸರು ವಿಳಾಸ ಮತ್ತು ನನ್ನ ವೃತ್ತಿಯನ್ನು ಇವನು ಹೇಗೆ ಬಲ್ಲ? ಅವನ ಪ್ರಕಾರ ನಾನು ಉತ್ತಮಆಯ್ಕೆಯೇ ಅಲ್ಲವೆ! ಆದರೆ ನಾನು ಅಂತಹ ಸೋಷಿಯಲ್ ವ್ಯಕ್ತಿಯೂ ಅಲ್ಲ, ನನ್ನ ಬಗ್ಗೆ ತಿಳಿದವರು ನನ್ನ ಕುಟುಂಬದ ಕೆಲವೇ ಸದಸ್ಯರು ಮಾತ್ರ ಅಂತದರಲ್ಲಿ. ನನ್ನನ್ನು ಹೀಗೆ ವಿಶೇಷವಾಗಿ ಆರಿಸಿ ಸೂಕ್ಷ್ಮ ಶರೀರದ ರೂಪದಲ್ಲಿ ನಡುರಾತ್ರಿಯಲ್ಲಿ ಹೊರತರಿಸಿ ಕೊಟ್ಟ ಸಂದೇಶಕ್ಕೆ ಏನು ಮಾನ್ಯತೆ ಕೊಡಲಿ?

ವೈಜ್ಞಾನಿಕವಾಗಿ ನನ್ನ ಬಳಿ ಯಾವ ತಾರ್ಕಿಕವಾಗಿ ಒಪ್ಪಬಲ್ಲ ವಿವರಣೆಯೂ ಇರಲಿಲ್ಲ. ಒಳ್ಳೇ ಹಾಲಿವುಡ್ ಚಿತ್ರಕತೆಯಾಗಬಲ್ಲುದು ಎಂಬುದರ ವಿನಹ.

ನಾನು ತಿಳಿದಂತೆ ಇದೀಗ ವಿಜ್ಞಾನದ ಎಮರ್ಜಿಂಗ್ ಟೆಕ್ನಾಲಜಿಗಳಲ್ಲಿ ಈ ಅನ್ಯಗ್ರಹ ಶಾಸ್ತ್ರವೂ ನಿಧಾನವಾಗಿ ಸೇರ್ಪಡೆಯಾಗುತ್ತಿದೆ. ಆದರೆ ಕಥಾ ಸಾಹಿತ್ಯ, ಪುರಾಣದಲ್ಲಿ ಇದರ ಉಲ್ಲೇಖ ಹೆಚ್ಚಾಗಿ ವರ್ಣರಂಜಿತವಾಗಿ ದಾಖಲಾಗಿದ್ದರಿಂದ ನಾವು ವಿಜ್ಞಾನಿಗಳು ಇವನ್ನೆಲ್ಲಾ ಪರಿಹಾಸ್ಯ ಮಾಡಿದ್ದೇ ಹೆಚ್ಚು. ಅಲ್ಲದೇ ಪೌರಾಣಿಕ ವಿಶ್ವಾಸ ಮತ್ತು ವೈಜ್ಞಾನಿಕ ಸಿದ್ಧಾಂತ ಎರಡು ವಿರುದ್ಧ ಧ್ರುವಗಳಿದ್ದಂತೆ, ಯಾವುದೇ ಸಾಕ್ಷಿ, ಪುರಾವೆ ಅಥವಾ ತರ್ಕದ ತಳಹದಿಯಿಲ್ಲದ್ದನ್ನು ವಿಜ್ಞಾನ ಒಪ್ಪುವಂತೆಯೂ ಇಲ್ಲ.

ಶರ್ಮಿಲಾ ಕೊಟ್ಟ ಫೈಲಿನಲ್ಲಿ ನಾನಾಗಲೇ ಕುತೂಹಲದಿಂದ ಮುಂಚೆಯೇ ಅಂತರ್ಜಾಲ ವಿಡಿಯೋ ಮತ್ತು ವರದಿಗಳಲ್ಲಿ ಓದಿದ್ದರ ಹೆಚ್ಚಿನ ವಿವರಗಳೇ ಇದ್ದವು. ಎಲ್ಲವೂ ನನ್ನನ್ನು ದಂಗುಬಡಿಸಿದ್ದಂತೂ ನಿಜ.

ಆ ತರ್ಕದ ಪ್ರಕಾರ ವಿಜ್ಞಾನವೇ ಕಾಲದಿಂದ ಕಾಲಕ್ಕೆ ಬೆಳೆಯುತ್ತಿರುವ ಶಾಸ್ತ್ರ. ನಿನ್ನೆ ಸಾಧ್ಯವಾಗದ್ದು ಇಂದು ಸರ್ವೇ ಸಾಮಾನ್ಯ. ಮೊನ್ನೆ ನಾವು ಕಲ್ಪಿಸಿಕೊಳ್ಳಲಾಗದ್ದು ಇಂದು ಜನಪ್ರಿಯ ಸೌಲಭ್ಯ. ಉದಾಹರಣೆಗೆ, 1960ರ ದಶಕದ ವ್ಯಕ್ತಿಗೆ ಇಂದಿನ ಮೊಬೈಲ್ ಅಥವಾ ರಿಮೋಟ್ ಕಂಟ್ರೋಲ್ ಬಗ್ಗೆ ಹೇಳಿದ್ದರೆ ಅವನು ಅದನ್ನು ನಂಬುವುದಾದರೂ ಸಾಧ್ಯವಿತ್ತೆ?

ನಾನು ಹಿಂದೆ ಎರಿಕ್ ವಾನ್ ಡ್ಯಾನಿಕೆನ್ ಬರೆದ ಪುರಾತನ ರಹಸ್ಯಗಳ ಪುಸ್ತಕಗಳಲ್ಲಿಯೂ, ಹಲವಾರು ಸಹಸ್ರಾರು ವರ್ಷಗಳಿಂದ ಅಂತರಿಕ್ಷದ ಯಾತ್ರಿಕರು ಭೂಮಿಗೆ ಬಂದು ತಮ್ಮ ವರದಾನವನ್ನು ತಮಗಿಂತ ಹಿಂದುಳಿದ ಮಾನವಜಾತಿಗೆ ಕೊಟ್ಟಿದ್ದೂ, ಅದರಿಂದ ಹಲವು ನಾಗರೀಕತೆಗಳು ಪ್ರವರ್ಧಮಾನಕ್ಕೆ ಬರಲು ಕಾರಣವಾಗಿತ್ತೆಂದೂ ಓದಿದ್ದು ನೆನೆಸಿಕೊಂಡೆ.

ಡಾ.ಸ್ಟೀವನ್ ಗ್ರೀರ್ ಹೇಳುವ ಹಲವು ನಂಬಲರ್ಹ ಮೂಲಗಳ ಪ್ರಕಾರ: ಮಿಂಚಿನಂತೆ ಬಂದು ನಂಬಲಾಗದ ವೇಗದಲ್ಲಿ, ಆಕಾರಗಳಲ್ಲಿ ಕಾಣಿಸಿಕೊಂಡ ಹಾರುವ ತಟ್ಟೆಗಳ ನೂರಾರು ಘಟನೆಗಳು ದಾಖಲಾಗಿವೆ, ಇದನ್ನು ಯಾರೂ ಅಲ್ಲಗೆಳೆಯಲು ಈಗ ಪ್ರಯತ್ನ ಮಾಡುತ್ತಿಲ್ಲ. ನಾವು ಉಂಟು ಮಾಡುತ್ತಿರುವ ಪರಮಾಣು ವಿಕಿರಣ ಇಡೀ ವಿಶ್ವದ ಅಂತರಿಕ್ಷವನ್ನೇ ಮಲಿನಗೊಳಿಸುತ್ತಿದೆಯೆಂದೂ, ಇದನ್ನು ನಿಲ್ಲಿಸಿರೆಂದೂ ಹಲವು ಬಾರಿ ಈ ಅನ್ಯಗ್ರಹ ಜೀವಿಗಳು ಅಮೆರಿಕಾ–ರಷ್ಯಾಗಳಿಗೆ ಸಂದೇಶ ತಲುಪಿಸಿವೆಯಂತೆ. ಎರಡು ಬಾರಿ ಅಣುಬಾಂಬ್ ಪರೀಕ್ಷೆಯಾಗುವಾಗ ಎಲ್ಲಿಂದಲೋ ಪವಾಡಸದೃಶವಾದ ಅನ್ಯಗ್ರಹದ ಶಸ್ತ್ರಗಳು ಕಾಣಿಸಿಕೊಂಡು ಅವನ್ನು ಹಾನಿ ಮಾಡಿ ನಿಷ್ಕ್ರಿಯಗೊಳಿಸಿದ್ದೂ ಇದೆಯಂತೆ. ಆದರೆ ನಮ್ಮ ಶಸ್ತ್ರಾಸ್ತ್ರದ ದುರಾಸೆ ಎಲ್ಲ ಎಚ್ಚರಿಕೆಗಳನ್ನು

ಮೀರಿ ಬೆಳೆದಿದೆಯಂತೆ. ಹ್ಮ್, ಇದನ್ನೆಲ್ಲಾ ನಾನು ಅರಿತುಕೊಂಡು ಏನು ಮಾಡಲು ಪ್ಯಾಲ್ ಹೇಳಬಹುದು ಎಂಬ ಸಂದೇಹ ನನ್ನನ್ನು ಪೀಡಿಸಲಾರಂಭಿಸಿತ್ತು.

ಅಂದು ರಾತ್ರಿ ಆಫೀಸಿನಲ್ಲೊಂದು ಪಾರ್ಟಿಯಿದ್ದುದರಿಂದ ಈ ವಿಷಯದಲ್ಲಿ ಸ್ವಲ್ಪ ಆಸಕ್ತಿಯಿದ್ದ ನನ್ನ ಬಾಸ್ ಸೀನಿಯರ್ ಡೈರೆಕ್ಟರ್ ಅರುಣ್ ದೇಸಾಯರ ಬಳಿ ಡ್ರಿಂಕ್ ಹಿಡಿದುಕೊಂಡು ಕುಳಿತೆ.

“ಯಾಕೀ ಆಸಕ್ತಿ? ಎನಿ ನ್ಯೂ ಪ್ರಾಜೆಕ್ಟ್?” ಎಂದು ಏಲಿಯನ್ಸ್ ಬಗ್ಗೆ ಮಾತೆತ್ತಿದಾಗ ಮೊದಲು ಕೇಳಿದರು.

“ಓಹ್ ಏನಿಲ್ಲ, ನಾನು ಮುಂದಿನ ವಾರ ಕತಾರಿನಲ್ಲಿ ವಿಶ್ವಸಂಸ್ಥೆಯ ವೈಜ್ಞಾನಿಕ ಸೆಮಿನಾರಿಗೆ ಸಿದ್ಧವಾಗುವಾಗ ಹಾಗೇ ಇವೂ ಗಮನಕ್ಕೆ ಬಂದಿತು ಅಷ್ಟೇ! ಆದರೆ ಅದೇ ವಿಷಯವಲ್ಲ” ಎಂದು ತೇಲಿಸಿದೆ. ಅದು ವಾರ್ಷಿಕ ಸೆಮಿನಾರ್ ಆದ್ದರಿಂದ ಪ್ರತಿ ವರ್ಷವೂ ಸರಕಾರದ ಕಡೆಯಿಂದ ನಾನೇ ಹೋಗುತ್ತಿದ್ದೆ.

ಹಾಗೇ ಮುಂದುವರೆದು ನಾನು ದೇಹದ–ಹೊರಗಿನ–ಅನುಭವ, ಅಂತರಿಕ್ಷ ಯಾನದ ಬಗ್ಗೆ ಕೆದಕಿದಾಗ ಅವರು ಸ್ವಲ್ಪ ಹುಬ್ಬೇರಿಸಿದರು.

“ಓಹ್ ಗಿರಿಧರ್, ಇವೆಲ್ಲಾ ವಾಸ್ತವ ಮತ್ತು ಕಲ್ಪನೆಯ ನಡುವಿನ ಸೂಕ್ಷ್ಮ ಸೀಮಾರೇಖೆಯ ಮೇಲೆ ಬೀಳುತ್ತವೆ. ವಿಜ್ಞಾನಿಗಳು ತುಂಬಾ ಗಂಭೀರವಾಗಿ ತೆಗೆದುಕೊಳ್ಳಬಾರದು”ಎಂದು ಗ್ಲಾಸಿನಲ್ಲಿ ಐಸ್ ಕ್ಯೂಬ್ಸ್ ಗಲಗಲ ಆಡಿಸುತ್ತಾ ಹೇಳಿದ್ದರು.

“ಎಲ್ಲವನ್ನೂ ಗಂಭೀರವಾಗಿ ತೆಗೆದುಕೊಳ್ಳಬಾರದು ನಿಜ ಸರ್, ಆದರೆ ಸಾರಾಸಗಟಾಗಿ ತಿರಸ್ಕರಿಸುವುದೂ ಅವೈಜ್ಞಾನಿಕವಲ್ಲವೆ?”

“ಯೂ.ಸೀ, ಪ್ರತಿಯೊಂದು ವೈಜ್ಞಾನಿಕ ಆವಿಷ್ಕಾರವೂ ಆ ಪ್ರತಿಪಾದಕನ ವೈಯಕ್ತಿಕ ಅನುಭವದಿಂದಲೇ ಸಿದ್ಧವಾದದ್ದು. ಆದರೆ ಎಲ್ಲರನ್ನೂ ನಂಬಿಸಲು ಸಾಧ್ಯವಿರಬೇಕು. ಹಾಗಿಲ್ಲದಿದ್ದರೆ!” ಎಂದು ಅವರು ತುಟಿಯುಬ್ಬಿಸಿದರು.

ನನಗೆ ಅದಕ್ಕಿಂತ ಹೆಚ್ಚಿನ ಸುಳಿವು ಬೇಕಾಗಲಿಲ್ಲ.

ನಾನು ಇನ್ನು ಸುಮ್ಮನಿರಲು ಸಾಧ್ಯವೇ ಇರಲಿಲ್ಲ. ಈ ಪ್ಲೇಡಿಯನ್ ಎಂದು ಗುರುತಿಸಿಕೊಂಡ ಛಾಯಾವ್ಯಕ್ತಿಯ ಸಂದೇಶ ಮತ್ತು ಸತ್ಯಾಸತ್ಯತೆಯ ಹಿಂದೆ ಬೀಳಲು ನಿರ್ಧರಿಸಿದೆ. ಅಂದಿನಿಂದ ಪ್ರತಿ ರಾತ್ರಿಯನ್ನೂ ಆತ ಹೇಳಿದ್ದ ನಾಲ್ಕನೇ ರಾತ್ರಿಯೆಂಬಂತೆ ಕಾತರದಿಂದ ಕಾಯಲಾರಂಭಿಸಿದ್ದೆ.

4

ನಾನು ಬೇಕೆಂತಲೇ ಆ ನಿಗದಿತ ನಾಲ್ಕನೆ ರಾತ್ರಿ ನಿದ್ರಿಸಲೇ ಇಲ್ಲ. ನಿದ್ರಿಸಲು ಸಾಧ್ಯವೂ ಆಗದಿದ್ದುದು ಏಕೆಂದರೆ ನಾನು ಮಲಗದಿದ್ದರೆ ಅವರು ನನ್ನ ಸೂಕ್ಷ್ಮ ಶರೀರವನ್ನು ಸ್ಥೂಲ ದೇಹದಿಂದ ಹೇಗೆ ಬಿಡಿಸಬಲ್ಲರು ಎಂಬ ಕುತೂಹಲ.

'ಈ ಬಾರಿ ನಾನು ರೆಡಿಯಿರುತ್ತೇನೆ, ಮಿಸ್ಟರ್ ಪ್ಯಾಲ್!' ಎಂದು ಆತನಿಗೆ ಮನಸ್ಸಿನಲ್ಲೇ ಸವಾಲು ಹಾಕಿದೆ.

ಆದರೆ ಯಾವುದೋ ಗಳಿಗೆಯಲ್ಲಿ ಮತ್ತೆ ಮಿಂಚು ಮೈಯಲ್ಲಿ ಸುಳಿಯಿತು. ತಕ್ಷಣವೇ ಹಾಸಿಗೆಯ ಮೇಲಿನ ಕುಳಿತಿದ್ದ ದೇಹದಿಂದ ನಾನು ಲಘುವಾಗಿ ಹತ್ತಿಯಂತೆ ತೇಲಲಾರಂಭಿಸಿದ್ದೆ.

ನಾನು ಇದಕ್ಕೆ ಸಿದ್ಧನಿದ್ದೆನಾದ್ದರಿಂದ ತಪ್ಪಿಸಿಕೊಳ್ಳಲೆಂದು ಮತ್ತೆ ಮತ್ತೆ ನನ್ನ ದೇಹಕ್ಕೆ ಹೋಗಿ ಸೇರಲು ಪ್ರಯತ್ನ ಪೂರ್ವಕವಾಗಿ ಶ್ರಮಪಟ್ಟೆ. ಆದರೆ ಏನೂ ಪ್ರಯೋಜನವಾಗದೆ ಇನ್ನೂ ಹೆಚ್ಚು ವೇಗವಾಗಿ ಮೇಲೆ ಮೇಲೆ ತೂರುತ್ತಾ ದೊಪ್ಪನೆ ತಾರಸಿಯ ಮೇಲೆ ಬಂದು ಕುಕ್ಕರಿಸಿದ್ದೆ ಅಷ್ಟೇ.

ಕೈಯಲ್ಲಿ ರಂಗುರಂಗಿನ ಮಂತ್ರದಂಡ ಹಿಡಿದ ಪ್ಯಾಲ್ ಛಾಯಾರೂಪದಲ್ಲಿ ಆಗಲೇ ಹಾಜರಿದ್ದ.

ನಾನು ಸೋತ ಕೋಪಕ್ಕೆ, "ನೀನೇನು ವಿಷ್ಣುವಿನ ಅವತಾರ ಎಂದುಕೊಂಡಿದ್ದೀಯಾ, ಹೀಗೆ ಕೈಯಲ್ಲಿ ಸುದರ್ಶನ ಚಕ್ರ ಹಿಡಿದಂತೆ ಆ ಮ್ಯಾಜಿಕ್ ಸ್ಟಿಕ್ ಹಿಡಿಯಲು?" ಎಂದು ಅಬ್ಬರಿಸಿದೆ.

ಅವನಿಗೆ ನನ್ನ ಟೀಕೆಯ ಪ್ರಭಾವವೇನಾಗಲಿಲ್ಲ. ಅದೇ ಭಾವರಹಿತ ದನಿಯಲ್ಲಿ ನನ್ನ ಮನಸ್ಸಿನಲ್ಲಿ ನುಡಿದ:

"ಮುಂದಿನ ಸಲ ಭೇಟಿಗೆ ಬರುವುದಿದ್ದರೆ ಹೀಗೆ ಸೂಕ್ಷ್ಮ ಶರೀರವನ್ನು ಬೇರ್ಪಡಿಸುವಾಗ ಹೆಚ್ಚು ವಿರೋಧಿಸಬೇಡ. ನಾನು ಅದಕ್ಕಿಂತ ಪ್ರಬಲವಾದ ಕಿರಣಗಳನ್ನು ಬಿಡಬೇಕಾಗುತ್ತೆ. ಇದರಿಂದ ಎಚ್ಚರವಾದ ಬಳಿಕ ನೀನೇ ಹೆಚ್ಚು ದಣಿದಿರುತ್ತೀಯೆ. ಇಟ್ಸ್ ನಾಟ್ ಸೇಫ್!"

"ವಾಹ್, ಮಾಡುವುದು ದೇಹಗಳ್ಳತನ, ನನಗೇ ಎಚ್ಚರಿಕೆ ಕೊಡುತ್ತೀಯಲ್ಲಾ! ಹೀಗೆ ಮಾಡಲು ನಿನಗೇನು ಹಕ್ಕು?"

ಒಮ್ಮೆ ದಿಗ್ಭ್ರಮೆಯಾದಂತೆ ಅರೆ ಕ್ಷಣ ಸುಮ್ಮನಾದವನ ತುಟಿಗಳಲ್ಲಿ ಕಿರುನಗೆಯ ಸುಳಿವು ಕಾಣಿಸಿತು ಮೊದಲಬಾರಿಗೆ. ಮುಗುಳ್ನಗುತ್ತಿದ್ದಾನೆ.

"ಇದರಲ್ಲಿ ನಿನ್ನ ತಪ್ಪೂ ಇಲ್ಲ. ನಾವೇಕೆ ನಿನ್ನನ್ನು ಆರಿಸಿದೆವೆಂದು ನೀನಿನ್ನೂ ತಿಳಿದಿಲ್ಲ. ಮುಂದೆ ನಾನು ಹೇಳುವ ಮಾಹಿತಿ ಎಷ್ಟು ಗಂಭೀರವೆಂಬ ಅರಿವೂ ನಿನಗಿಲ್ಲ!"

ಮೊದಲ ಬಾರಿಗೆ ಅವನು ಸಾಧಾರಣ ಮನುಷ್ಯನಂತೆ ಮಾತಾಡಿದುದನ್ನು ಕಂಡು ನಾನು ಸ್ವಲ್ಪ ಮೆತ್ತಗಾದೆ.

"ಸರಿ. ನೀನು ಹೋದಸಲ ಹೇಳಿದಂತೆ ಈ ವಿಚಾರವನ್ನು ಸ್ವಲ್ಪ ಓದಿನೋಡಿದೆ. ನಿಮ್ಮಂತಹ ಅನ್ಯಗ್ರಹ ಜೀವಿಗಳ ಬಗ್ಗೆ ಹಲವಾರು ಬೆರಗುಗೊಳಿಸುವ ಸಂಗತಿಗಳನ್ನು

ವಿವರಿಸಿದ್ದಾರೆ. ಮಿಕ್ಕವರೂ ಹಲವಾರು ಕತೆಗಳನ್ನು ಅದಕ್ಕೆ ತಕ್ಕಂತೆ ಪೋಣಿಸಿದ್ದಾರೆ!" ಎಂದು ವಾದ ಆರಂಭಿಸಿದೆ.

"ಆದರೆ ಅವು ಯಾವುವೂ ಕತೆಯಲ್ಲ. ನೀವುಗಳು ಇನ್ನೂ ಅರಿಯದಿರುವ ಕಟುಸತ್ಯಗಳು ಅಷ್ಟೇ. ಇನ್ನು ಸ್ವಲ್ಪ ಕೇಳಿಸಿಕೊಳ್ಳುವೆಯಾ ಗಿರಿಧರ್?"

"ವಿಧಿಯಿಲ್ಲವಲ್ಲ! ನನ್ನನ್ನು ಕದ್ದೊಯ್ದು ಹೊರತಂದಿದ್ದೀಯೆ, ವಾಪಸ್ ಹೋಗಲು ನನಗೆ ಬರುವುದಿಲ್ಲ. ಅದೇನೇ ಇರಲಿ ಹೇಳಿಬಿಡು, ಪ್ಯಾಲ್!" ಎಂದು ಒಪ್ಪಿದೆ.

"ನಿಮ್ಮ ಸೌರಮಂಡಲದಲ್ಲಿ ಭೂಮಿಯಲ್ಲಿ ನಿಮ್ಮ ಜೀವ ಜಂತುಗಳ ಸೃಷ್ಟಿಯಾದಂತೆ, ವಿಶ್ವದ ಬೇರೆ ಬೇರೆ ಗೆಲಾಕ್ಸಿಗಳಲ್ಲೂ ಹಲವು ಬಗೆಯ ಸೃಷ್ಟಿ, ವಿನಾಶ ಮತ್ತು ಮರುಸೃಷ್ಟಿಯಾಗುತ್ತಲೇ ಇವೆ, ಇರುತ್ತವೆ. ಆದರೆ ಕಾಲವೊಂದೇ ವ್ಯತ್ಯಾಸ. ಕಾಲ ಮತ್ತು ದೇಶ (ಸ್ಪೇಸ್-ಟೈಮ್) ಇವುಗಳ ವ್ಯಾಪ್ತಿಯಲ್ಲಿ ನಾನಾರೀತಿಯ ಜೀವಗಳು ಬಂದುಹೋಗುತ್ತಿರುತ್ತವೆ. ಕೆಲವು ಮುಂಚೆ, ಕೆಲವು ಹಿಂದೆ. ಆದರೆ ನಿರಂತರ" ಎಂದು ನಿಧಾನವಾಗಿ ವಿವರಿಸಹತ್ತಿದ.

"ಎವಲ್ಯೂಷನ್! ನನಗೆ ಗೊತ್ತು" ಎಂದು ಬೀಗಿದೆ. ನಾನೇನೂ ಪೂರ್ತಿ ಹೆಡ್ಡನಲ್ಲ ಎಂದು ಹೇಳಲೇಬೇಕೆನ್ನಿಸಿತು.

"ಆದರೆ ಈ ವಿಕಾಸದಲ್ಲಿ ಮುಂದುವರಿದ ಹಲವು ಜೀವಿಗಳು ವಿಶ್ವದಲ್ಲಿ ತಮ್ಮ ಶಕ್ತಿ ಮತ್ತು ವ್ಯಾಪ್ತಿಯನ್ನು ಹೆಚ್ಚಿಸಿಕೊಳ್ಳಲು ಅನ್ಯಗ್ರಹ ಮತ್ತು ಅನ್ಯ ಸೌರಮಂಡಲವನ್ನು ಅರಸಿಕೊಂಡು ಬರುತಿರುತ್ತವೆ. ಕೆಲವೊಮ್ಮೆ ತಮ್ಮ ಗ್ರಹಗಳ ನೈಸರ್ಗಿಕ ಸಂಪತ್ತಾದ ನೀರು, ವಾಯು, ಖನಿಜಗಳು,ಸಸ್ಯಗಳು ಎಲ್ಲವನ್ನೂ ಅನಿಯಮಿತ ಅಭಿವೃದ್ಧಿಯ ಪ್ರಗತಿಯ ಹೆಸರಲ್ಲಿ ಖಾಲಿ ಮಾಡಿಕೊಂಡುಬಿಟ್ಟಿರುತ್ತವೆ. ಅವರ ನೆಲವೇ ಬರಡಾಗಿ ಬಂಜೆಯಾಗಿ ಬಿಟ್ಟಿರುತ್ತದೆ. ವೈಜ್ಞಾನಿಕವಾಗಿ ಹೋಲಿಸಿದರೆ ನಿಮಗಿಂತ ಅನೂಹ್ಯವಾದ ಬೆಳವಣಿಗೆ ಮತ್ತು ಸೌಲಭ್ಯ ಅವರಲ್ಲಿರುತ್ತದೆ. ಆದರೆ ಈ ಓಟದಲ್ಲಿ ಕೆಲವೊಮ್ಮೆ ಇವುಗಳ ಜೀವರಾಶಿಯೇ ವಿನಾಶದ ಅಂಚಿಗೆ ಬಂದುಬಿಟ್ಟಾಗ ಅವಕ್ಕೆ ಪ್ರಾಣಭಯ ಕಾಡುತ್ತದೆ. ಅವು ತಮ್ಮ ಉಳಿವಿಗಾಗಿ ಗತ್ಯಂತರವಿಲ್ಲದೇ ಹತಾಶರಾಗಿ ಬೇರೆ ನೈಸರ್ಗಿಕ ಸಂಪತ್ತು, ಜೀವರಾಶಿಗಳಿರುವ ಸಮೃದ್ಧ ಸೌರಮಂಡಲವನ್ನು ಹುಡುಕುತ್ತಲೇ ಇರುತ್ತವೆ. ಅಲ್ಲಿ ತಾವು ಹೋಗಿ ನೆಲೆಸಲು ಸಮರ ಮಾಡಿಯೋ, ಸಂಧಿ ಮಾಡಿಯೋ ಗೆಲ್ಲಬೇಕಾಗುತ್ತದೆ. ಅದೆಲ್ಲಾ ಆ ಗ್ರಹದವರು ತಮಗಿಂತ ದುರ್ಬಲರೋ ಅಥವಾ ಪ್ರಬಲರೋ ಎಂಬುದರ ಮೇಲೆ ಅವಲಂಭಿಸಿರುತ್ತವೆ."

"ಇದೆಲ್ಲಾ ಚೆನ್ನಾಗಿರುವ ಕತೆ! ನಮಗೆ ಸ್ಟಾರ್ ವಾರ್ಸ್ ಮತ್ತು ಸ್ಟಾರ್ ಟ್ರೆಕ್ ಸಿನೆಮಾದಲ್ಲಿ ತೋರಿಸುತ್ತಿರುತ್ತಾರೆ." ನಾನು ಕುಹಕವಾಡಿದೆ.

"ಗಿರಿಧರ್, ನೋಡು, ಇಂತಹ ದಾಳಿಕೋರ ಅನ್ಯಗ್ರಹ ಜೀವಿಗಳಲ್ಲಿ ಹಲವರ ಉದ್ದಿಶ್ಯ ಅಲ್ಲಿಯವರನ್ನು ಮಟ್ಟ ಹಾಕಿ ಅಲ್ಲೇ ವಸಾಹತು ಮಾಡಿಕೊಳ್ಳುವುದಿದ್ದರೆ,

ಮಿಕ್ಕವರದು ಸದುದ್ದೇಶಪೂರಿತವಾಗಿದ್ದು. ಅವರಿಗೆ ತಮ್ಮ ಗ್ರಹ ಮತ್ತು ಭೂಮಿಯನ್ನು ಹೇಗೆ ರಕ್ಷಿಸಿಕೊಳ್ಳಬೇಕೆಂದು ಹೇಳಿಕೊಡೋಣವೆಂದು ಬರುತ್ತಿರುತ್ತಾರೆ."

"ಹೌದು, ವಿಶ್ವದಲ್ಲಿ ಒಳ್ಳೆಯವರು ಕೆಟ್ಟವರೂ ಇರುತ್ತಾರೆ, ಸಹಜ. ನೀವು ಒಳ್ಳೆಯವರೆಂದು ಹೇಳಿಕೊಂಡು ಬಂದಿದ್ದೀರೆಂದು ನನಗನಿಸುತ್ತೆ, ಹೌದೆ?" ಎಂದೆ ಕಣ್ಣು ಕಿರುದಾಗಿಸಿ ಅವನ ಮುಖಭಾವದಲ್ಲಿ ಸತ್ಯ ಗ್ರಹಿಸೋಣವೆಂದು.

ಆದರೆ ಅವನು ಯಾವುದೇ ಭಾವೋದ್ವೇಗವಿಲ್ಲದೇ ನುಡಿದನು:

"ಹೌದು. ನಮ್ಮ ಗ್ರಹವಾಸಿಗಳು ಸ್ವಭಾವತಃ ಶಾಂತಿಪ್ರಿಯರು. ಮಿಕ್ಕ ಸಮಾನಮನಸ್ಕ ಜೀವಿಗಳೊಡನೆ ಸೇರಿ ವಿಶ್ವದಲ್ಲಿ ಶಾಂತಿ ಮತ್ತು ಎಲ್ಲರ ಪ್ರಗತಿಗಾಗಿ ಸ್ವಯಂಸೇವಕರಂತೆ ದುಡಿಯುತ್ತಿದ್ದೇವೆ. ನಾವು ಐದು ಆಯಾಮಗಳಲ್ಲಿ ವಿಸ್ತರಿಸಿ ಇರಬಲ್ಲೆವು. ಹಾಗಾಗಿಯೇ ನಮ್ಮ ಗಗನನೌಕೆ ಕೂಡಾ ಈಗಲೂ ನಿಮ್ಮ ಕಣ್ಣಿಗೆ ಕಾಣುವುದಿಲ್ಲ, ನಿಮ್ಮ ರೆಡಾರ್ ಕಣ್ಣಿಗೂ! ಇಲ್ಲಿಗೆ ಬರಲು ಒಂದು ವರ್ಮ್–ಹೋಲ್ ಬಳಸಿ ಕಷ್ಟಪಟ್ಟು ಬಂದಿದ್ದಾಯಿತು. ನಾನು ಸಹ ನಿಮಗೆ ಒಪ್ಪಿಗೆಯಾಗುವಂತಹ ಈ ಆಕಾರವನ್ನು ಆಯ್ದುಕೊಂಡು ಧರಿಸಿ ಇಲ್ಲಿಗೆ ಪ್ರೊಜೆಕ್ಟ್ ಮಾಡಿಕೊಂಡದ್ದೇನೆ."

"ಏಕೆ ಬಂದಿರಿ?"

"ನಿಮ್ಮದು ಇಡೀ ವಿಶ್ವದಲ್ಲೇ ಅನನ್ಯವಾದ ಅಪೂರ್ವ ಗ್ರಹ, ನಿಮ್ಮ ಮಾನವ ಜನ್ಮವೂ ಬಹಳ ಅದೃಷ್ಟಶಾಲಿ!"

"ಇಂಥದನ್ನೆಲ್ಲಾ ನಂಬದವರೇ ಜಾಸ್ತಿ ಈಗ" ಎಂದು ಟೀಕಿಸಿದೆ ನಮ್ಮಲ್ಲಿರುವ ಕೀಳರಿಮೆ ಬಗ್ಗೆ ಚಿಂತಿಸುತ್ತಾ.

"ಅದಕ್ಕೂ ಕಾರಣ ಆನಂತರ ಹೇಳುತ್ತೇನೆ, ಆದರೆ ಹೊರಗಿನವರ ಮಾಪಕದಲ್ಲಿ ಈ ನಿಮ್ಮ ಮಾನವ ತಳಿ ಒಂದು ವಿಶಿಷ್ಟವಾದ ಮಾದರಿ. ನಿಮಗೆ ಸುಂದರ ದೇಹವಿದೆ, ಪಂಚೇಂದ್ರಿಯಗಳಿವೆ, ಇಲ್ಲಿ ಎಲ್ಲ ಬಗೆಯ ನೈಸರ್ಗಿಕ ಸೌಂದರ್ಯವಿದೆ, ಹವಾಮಾನ ಆರೋಗ್ಯಕರವಾಗಿದೆ, ಸಂಪತ್ಭರಿವಾದ ಖನಿಜಗಳು, ಉಪಯುಕ್ತ ಲೋಹಗಳು, ಕುಡಿಯಲು ಯೋಗ್ಯ ನೀರು, ಆಹಾರದ ವೈವಿಧ್ಯತೆ ಎಲ್ಲವೂ. ಒಂದು ಮಾದರಿ ಲೋಕದಂತಿದೆ. ಪುರುಷರೂ ಸ್ತ್ರೀಯರೂ ಸಮಸಂಖ್ಯೆಯಲ್ಲಿದ್ದು ಸಂತಾನಶಕ್ತಿಯಿಂದ ಪೀಳಿಗೆ ಮುಂದುವರೆಸಬಲ್ಲಿರಿ. ಎಲ್ಲಕ್ಕಿಂತ ಹೆಚ್ಚಾಗಿ ನಿಮಗೆ ಭಾವನಾ ಲೋಕವಿದೆ. ನೀವು ಎಲ್ಲ ರೀತಿಯ ಸುಖ–ದುಃಖದ ಭಾವನೆಗಳನ್ನು ಹಂಚಿಕೊಂಡು ಅನುಭವಿಸಬಲ್ಲಿರಿ. ನಮ್ಮಲ್ಲಿ ಹಲವರಿಗೆ ಈ ಎಲ್ಲಾ ಭಾಗ್ಯಗಳು ಇಲ್ಲ. ಇವೆಲ್ಲಾ ಕನಸಿನಂತೆ! ನಮಗೂ ಒಮ್ಮೆ ಇತ್ತೇನೋ? ವಿಕಾಸವಾಗುತ್ತಾ ಮ್ಯುಟೆಂಟ್ ಆಗಿ ಇವನ್ನೆಲ್ಲಾ ಕಳೆದುಕೊಂಡು ನಿರ್ಭಾವುಕ, ವೈಜ್ಞಾನಿಕ ಜೀವಿಗಳಾಗಿಬಿಟ್ಟೆವು.

"ಆದರೆ ನಿಮಗೆ ಹೊರಗಿನವರ ಅಪಾಯಕ್ಕಿಂತ ಆಂತರಿಕ ಸಮಸ್ಯೆಯೇ ಬೃಹದಾಕಾರವಾಗಿ ಬೆಳೆದು ಭೂಮಿಯನ್ನು ನುಂಗಲು ಆರಂಭಿಸಿದೆ ಎಂಬುದರ ಬಗ್ಗೆ ಪರಿವೆಯೇ ಇಲ್ಲ."

ಛೆ! ಇದೆಂತಹ ಅಪಸ್ವರ, ನಾನು 'ಮಾನವ ಜನ್ಮ ದೊಡ್ಡದು' ಎಂದು ದಾಸವಾಣಿಯನ್ನು ಹೆಮ್ಮೆಯಿಂದ ನೆನೆಪಿಸಿಕೊಳ್ಳುತ್ತಿದ್ದಾಗಲೇ?

"ಹೌದು, ಇದನ್ನು ಹಾಳು ಮಾಡಿಕೊಳ್ಳಬೇಡಿ, ಹುಚ್ಚಪ್ಪಗಳಿರಾ ಎಂದು ಎಚ್ಚರಿಸಲೇ ನಾವು ಬಂದಿದ್ದೇವೆ" ಎಂದು ಮಾರ್ಮಿಕವಾಗಿ ನಕ್ಕ., ಓಹ್, ಪ್ಯಾಲ್ ನನ್ನ ಮನಸ್ಸಿನಿಂದ ಸಾಲುಗಳನ್ನು ಕದಿಯುತ್ತಾನೆ!

"ಯಾಕೆ? ನಾವೇನು ಮಾಡಿದೆವೆಂದು ಹೇಳುತ್ತೀಯೆ?"

"ಎಲ್ಲಾ ಜೀವಿಗಳಲ್ಲಿಯೂ ಯುದ್ಧಗಳು ಸಾಮಾನ್ಯವಾಗಿ ಒಂದು ಕೆಳಸ್ತರದ ಜೀವಿಗಳಾಗಿದ್ದಾಗ ನಡೆಯುತ್ತವೆ. ಬರುಬರುತ್ತಾ ಮನಸ್ಸು ಬುದ್ಧಿ ವಿಶಾಲವಾಗಿ ವಿವೇಕ ಅಂತಹ ಅಚಾತುರ್ಯಗಳಿಗೆ ಬ್ರೇಕ್ ಹಾಕುತ್ತವೆ. ಅವು ಪ್ರೌಢವಾಗಿ, ಶಾಂತಿಪ್ರಿಯತೆ ಬೆಳೆಸಿಕೊಂಡು ಸಹಬಾಳ್ವೆ ನಡೆಸಲು ಉದ್ಯುಕ್ತವಾಗುತ್ತವೆ. ಆದರೆ ಮಾನವನಲ್ಲಿ ದುರದೃಷ್ಟವಶಾತ್ ಪರಸ್ಪರ ದ್ವೇಷ, ರಕ್ತದಾಹ ಎಂಬುದು ಎಷ್ಟೇ ಮುಂದುವರೆದರೂ ಕಡಿಮೆಯಾಗುವ ಸಂಕೇತಗಳು ಕಾಣುತ್ತಿಲ್ಲ. ಆಗಲೇ ನೀವು ವೈಜ್ಞಾನಿಕವಾಗಿಯೂ ನಿಮ್ಮ ಕಾಲಮಾನಕ್ಕನುಗುಣವಾಗಿ ಒಳ್ಳೆಯ ಪ್ರಗತಿಯನ್ನೇ ಸಾಧಿಸಿದ್ದೀರಿ. ಆದರೆ ಯುದ್ಧ ಭೀತಿ, ಶಸ್ತ್ರಾಸ್ತ್ರ ಪೇರಿಕೆ ಮಾತ್ರ ದುರಾಸೆಯಿಂದ ಅದೇ ರೀತಿ ದೈತ್ಯಾಕಾರವಾಗಿ ಬೆಳೆಯುತ್ತಲೇ ಇದೆ. ಇನ್ನು ಒಬ್ಬರನ್ನೊಬ್ಬರು ಕೊಲ್ಲಲು ಹಲಬಗೆಯ ಸಂಚುಕೋರರನ್ನು ಬೆಳೆಸುತ್ತಲೇ ಇರುತ್ತೀರಿ. ಇದೊಂದು ಸಮಸ್ಯೆ ಸಾಲದೆಂಬಂತೆ ನಿಮ್ಮ ಗ್ರಹವನ್ನು ಒಂದೇ ಸಮನೆ ಮಲಿನಗೊಳಿಸುತ್ತಿದೀರಿ, ಪರಿಸರ, ಜಲರಾಶಿ, ಸಸ್ಯಗಳು, ಪ್ರಾಣಿಗಳು ಎಲ್ಲವನ್ನೂ! ನೈಸರ್ಗಿಕ ಸಂಪತ್ತನ್ನು ಮನಸೋಯಿಚ್ಚೆ ಲೂಟಿ ಮಾಡಿ ಭೂಮಿಯ ಸಹಜ ಸಮತೋಲನವನ್ನು ಹಾಳುಗೆಡವುತ್ತಿದ್ದೀರಿ, ನಿಮ್ಮ ಮುಂದಿನ ಪೀಳಿಗೆಗೆ ಎಂತಹ ಭಯಂಕರ ಭವಿಷ್ಯ ಕಾದಿದೆ ಎಂಬುದರ ಭಯ ನಿಮಗಿಲ್ಲ. ಮೊದಲು ಮಾನವ ತನ್ನ ಈ ದುಷ್ಟ ಮನೋಭಾವವನ್ನು ತ್ಯಜಿಸಿ ಎಚ್ಚೆತ್ತುಕೊಳ್ಳಬೇಕು. ಒಂದೋ ವಿಶ್ವಸಮರವಾಗಿ ಇಡೀ ಭೂಮಿಯೇ ರಣರಂಗವಾಗಿ ಭಸ್ಮವಾದೀತು, ಇಲ್ಲವೇ ಮಾಲಿನ್ಯದಿಂದ ನಿಧಾನವಾಗಿ ಭೂಮಿ ಉಸಿರು ಕಟ್ಟಿ ಅಕಾಲದಲ್ಲಿ ಸಾಯುತ್ತದೆ. ಹೇಗಾದರೂ ನಮಗೇನಂತೆ? ನಾವು ನಿಮ್ಮ ಬಳಿ ಬಂದು ಬುದ್ಧಿವಾದ ಹೇಳಬೇಕೆಂದೇನೂ ಇರಲಿಲ್ಲ. ನಮ್ಮ ಗ್ರಹದಲ್ಲಿ ನಾವು ತೆಪ್ಪಗೆ ಇರಬಹುದಾಗಿತ್ತಲ್ಲ ಎಂದು ನೀನು ಯೋಚಿಸುತ್ತಿದ್ದೀಯ, ಅಲ್ಲವೆ?"

"ಹೌದು, ನೀವು ಪ್ಲೇಡಿಯನ್ನರು. ಈ ಗ್ರಹದವರಲ್ಲವಲ್ಲ?" ನಾನು ಉಸುರಿದೆ ನೆನೆಪಿಸಿಕೊಂಡು.

"ಹೌದು, ನಾವು ನಿಮಗಿಂತ ಮಾನಸಿಕ ಮತ್ತು ಆಧ್ಯಾತ್ಮಿಕ ಪ್ರಗತಿಯಲ್ಲಿ ಹಲವು ಶತಮಾನಗಳೇ ಮುಂದಿದ್ದೇವೆ. ನಮ್ಮಲ್ಲಿ ಯುದ್ಧಭೀತಿ, ರೋಗಭೀತಿ. ಸ್ವಾರ್ಥ, ವಂಚನೆ, ಅಪರಾಧ ಯಾವುದೂ ಇಲ್ಲ. ಅಷ್ಟರಮಟ್ಟಿಗೆ ವಿಕಾಸವಾಗಿದ್ದೇವೆ. ಇನ್ನು ಯಾವುದೇ ಅಂತರಿಕ್ಷದ ಶತ್ರುಗಳಿಂದ ದಾಳಿಯಾಗುವುದೆಂದೂ ನಾವು ಅಂಜಬೇಕಿಲ್ಲ. ನಮ್ಮ ಆತ್ಮರಕ್ಷಣೆಯಲ್ಲೂ ಅತ್ಯಂತ ಸಮರ್ಥರು. ಆದರೆ ಅಷ್ಟರಲ್ಲಿ, ನೀವು.."

ನಾನು ಮೈಯೆಲ್ಲಾ ಕಿವಿಯಾಗಿ ಆಲಿಸತೊಡಗಿದೆ.

"ಅಣ್ವಸ್ತ್ರಗಳನ್ನು ಹುಟ್ಟುಹಾಕಿದಿರಿ. ಪರಮಾಣು ಬಾಂಬ್ ಪರೀಕ್ಷೆ ಮಾಡಿ ಪರಸ್ಪರ ವಿನಾಶದ ನಕ್ಷೆಯನ್ನು ಕಾರ್ಯರೂಪಕ್ಕೆ ತಂದುಬಿಟ್ಟಿರಿ. ಪ್ರತಿಯೊಂದು ಇಂತಹ ಪರೀಕ್ಷೆ ಮಾಡಿದಾಗಲೂ ಇಡೀ ವಿಶ್ವದ ಪರಿಸರಕ್ಕೂ ದೊಡ್ಡ ಧಕ್ಕೆಯಾಗುತ್ತಿದೆ. ಇಂಥದೇ ಅಣುವಿಕಿರಣದ ಪ್ರಭಾವದಿಂದ ನಾವೆಲ್ಲಾ ನಮ್ಮ ಇತಿಹಾಸದಲ್ಲಿ ಸಂಪೂರ್ಣ ಹಾನಿಯಾಗಿ ಹೇಗೋ ಸತ್ತು ಸತ್ತು ಬದುಕಿದ್ದೇವೆ. ಆದರೆ ಭೂಮಿಯಲ್ಲಿ ನಡೆಯುವ ಈ ಪ್ರಬಲ ಪರೀಕ್ಷೆಗಳು ಸುತ್ತಲಿನ ಸೌರಮಂಡಲಕ್ಕೂ ಹರಡಿ ಅಲ್ಲಿನವರ ಸಹಜ ಸೃಷ್ಟಿ ಮತ್ತು ಆರೋಗ್ಯಕ್ಕೂ ಮುಳುವಾಗುತ್ತಿದೆ. ನೀವು ಎಲ್ಲರ ಭವಿಷ್ಯಕ್ಕೂ ತೊಡಕು ಮಾಡುವುದನ್ನು ನಾವು ಸುಮ್ಮನೆ ನೋಡುತ್ತಿರಲು ಸಾಧ್ಯವೇ ಇಲ್ಲ. ನೀವಿದನ್ನು ನಿಲ್ಲಿಸಲೇಬೇಕು."

"ಪ್ಯಾಲ್, ಇದೆಲ್ಲಾ ವಿಶ್ವ ರಾಜಕೀಯಕ್ಕೆ ಸಂಬಂಧಿತ ಗಹನ ವಿಚಾರಗಳು. ಇದರಲ್ಲಿ ನನ್ನ ಮಾತು ಯಾರು ಕೇಳಿಯಾರು?" ಇವನು ನನ್ನನ್ನೇನೆಂದುಕೊಂಡಿದ್ದಾನೆ?

"ಗಿರಿಧರ್, ನಿನಗೆ ವಿಶ್ವಸಂಸ್ಥೆಯಂತಹ ದೊಡ್ಡ ವೇದಿಕೆಯಲ್ಲಿ ಮಾತಾಡುವ ಅವಕಾಶವಿದೆ ಎಂದು ನಮಗೆ ಗೊತ್ತು. ನೀವು ಇದನ್ನು ತಿಳಿಹೇಳುವ ಪ್ರಯತ್ನ ಮಾಡಲೇಬೇಕು. ಪ್ರತಿ ಗ್ರಹದ ಜೀವಿಗಳಿಗೂ ಅವರವರ ಭವಿಷ್ಯವನ್ನು ರೂಪಿಸಿಕೊಳ್ಳುವ ಅಧಿಕಾರವಿದೆ. ಮಿಕ್ಕವರು ಅದರಲ್ಲಿ ತಲೆ ಹಾಕುವಂತಿಲ್ಲ, ಇದು ವಿಶ್ವದ ಅಘೋಷಿತ ನಿಯಮ. ಹಾಗಾಗಿ ಈ ಭೂಮಿಯ ಪುತ್ರನಾಗಿ ನಿನ್ನ ಕರ್ತವ್ಯ ಮಾಡು" ಎಂದು ಅವನು ಒತ್ತಾಯಪೂರ್ವಕವಾಗಿ ನುಡಿದ.

"ಇದಕ್ಕೆಲ್ಲಾ ಎಲ್ಲಿದೆ ಪ್ರೂಫ್? ನೀವೇನನ್ನು ಕಂಡಿರಿ, ನನಗೆ ತಿಳಿಯದು."

"ನೀನು ಅದನ್ನು ಮೊದಲು ನಂಬುವೆಯಾ ಎಂದು ಖಚಿತಪಡಿಸಿಕೋ. ನಾವು ಸುಲಭವಾಗಿ ನಿಮ್ಮ ಟೈಂ-ಲೈನಿನಲ್ಲಿ ಜಿಗಿದು ಮುಂದಿನದನ್ನು ನೋಡಬಲ್ಲೆವು. ಇದನ್ನು ನೀವು ಕ್ಲೇರ್ವಾಯೆನ್ಸ್ ಎನ್ನುವಿರಿ. ಆದರೆ ಇದೆಲ್ಲಾ ಕಾಲನಿರ್ಮಿತವಾದ್ದರಿಂದ ನಾವು ನಿಮ್ಮ ಕಾಲಮಾನವನ್ನು ಅಳೆಯುವ ಶಕ್ತಿಯನ್ನು ಎಂದೋ ಸಹಜವಾಗಿಯೇ ಸಾಧಿಸಿದೆವು. ಇಗೋ, ಪ್ರೂಫ್ ನೋಡಪ್ಪಾ, ವಿಜ್ಞಾನಿ!" ಎನ್ನುತ್ತಾ ನಿಂತಲ್ಲೇ ಪ್ಯಾಲ್ ಪಕ್ಕಕ್ಕೆ ತಿರುಗಿ ತನ್ನ ಮಿಂಚಿನ ಕೋಲನ್ನು ಚೌಕಾಕಾರವಾಗಿ ಆಡಿಸಿ ಅಲ್ಲೇ ನಮ್ಮ ಮುಂದೆ ಚಿಕ್ಕ ಬೆಳಕಿನ ಪರದೆ ನಿರ್ಮಿಸಿದನು.

ಅದರಲ್ಲಿ ಆಗಸದಿಂದ ಉಪಗ್ರಹದ ಮೂಲಕ ಪ್ರಾಯಶಃ ಅವರೇ ತೆಗೆದ ಬಣ್ಣದ ವಿಡಿಯೋ ಅವು. ಅದರಲ್ಲಿ 2151 ಎಂಬ ಇಸವಿಯನ್ನೂ ನಮೂದಿಸಿದ್ದರು. ಬಾಂಬ್ ದಾಳಿಗಳಿಂದ ನಷ್ಟವಾಗಿರುವ ನೆಲದ ದಾರುಣ ಚಿತ್ರಗಳು. ಅದರ ಮೇಲೆ ಮ್ಯಾಪ್ ಕೂರಿಸಿ ಯಾವ್ಯಾವ ದೇಶ ಖಂಡಗಳು ಎಲ್ಲಿದ್ದವೆಂದು ಅವರು ಹಾಕಿಲ್ಲದಿದ್ದರೆ ನನಗೆ ಗುರುತಿಸಲು ಸಾಧ್ಯವೇ ಇರಲಿಲ್ಲ. ಭಯಂಕರ ಸಾವು, ನೋವು, ಛಿದ್ರ ಛಿದ್ರವಾದ

ಜಗತ್ತು. ನೋಡಿ ನನ್ನಂತಹ ವಿಜ್ಞಾನಿಯ ಎದೆಯೇ ಒಡೆದುಹೋದಂತಾಯಿತು. 'ಇವೆಲ್ಲಾ ನಡೆಯಲಿರುವ ಮಹಾಯುದ್ಧಗಳಿಂದ ಆಗುವ ನಷ್ಟ' ಎಂದು ಪ್ಯಾಲ್ ವಿವರಿಸುತ್ತಾ ಹೋದ.

ಮುಂದಿನ ಚಿತ್ರಣದಲ್ಲಿ ನಮ್ಮ ಹಿಮಶಿಖರಗಳು ಕರಗಿ, ಸಾಗರಗಳು ಉಕ್ಕಿ ನೆಲವನ್ನು ನುಂಗುವುದು, ಸಂಪೂರ್ಣ ದೇಶಖಂಡಗಳನ್ನೇ ನುಂಗಿಹಾಕುವ ಭೂಕಂಪಗಳು, ಸುಡುವ ಜ್ವಾಲಾಮುಖಿಗಳು.. ಎಲ್ಲೆಲ್ಲೂ ಪ್ರವಾಹದಿಂದ ನರಕಸದೃಶವಾದ ಭೀಕರ ಸ್ಥಿತಿಗಳು.

“ಇವೆಲ್ಲಾ ಪರಿಸರ ಮಾಲಿನ್ಯ ಮತ್ತು ನಿರ್ಲಕ್ಷ್ಯದಿಂದಾಗುವ ನೈಸರ್ಗಿಕ ದುರ್ಘಟನೆಗಳು, ಇನ್ನಾದರೂ ನಂಬುವೆಯಾ?” ಪ್ಯಾಲ್ ನನ್ನನ್ನೇ ದಿಟ್ಟಿಸಿ ಕೇಳಿದಾಗ ನಾನು ಬಾಯಿ ಒಣಗಿದವನಾಗಿ ಸುಮ್ಮನೆ ಸಮ್ಮತಿಸಿ ತಲೆಯಾಡಿಸಿದೆ.

“ಈ ಭೂಗ್ರಹ ಹೀಗೇ ಹಾಳಾಗಿ ಹೋಗುವುದೆಂದು ನಿಮಗೆ ಭವಿಷ್ಯ ಕಾಲ ಗೆರೆಯಿಂದ ಖಚಿತವಾಗಿ ತಿಳಿದಿದ್ದ ಮೇಲೆ, ಅದನ್ನು ಉಳಿಸುವ ವ್ಯರ್ಥ ಪ್ರಯತ್ನವನ್ನೇಕೆ ಮಾಡಲು ಹೇಳುತ್ತಿದ್ದೀರಿ?” ನಾನು ಇದು ವಿವೇಕದ ಪ್ರಶ್ನೆ ಎಂದು ಭಾವಿಸಿ ಕೊನೆಗೊಮ್ಮೆ ಕೇಳಿದೆ.

ಪ್ಯಾಲ್ ಮತ್ತೊಮ್ಮೆ ಅಪರೂಪದ ಕಿರುನಗೆ ಬೀರಿದನು: “ಭವಿಷ್ಯ ವಿಧಿಲಿಖಿತವಲ್ಲ. ಪೂರ್ವನಿರ್ಧರಿತವೂ ಅಲ್ಲ. ನಮ್ಮ ವರ್ತಮಾನದ ಆಯ್ಕೆಯ ಮೇಲೆ ನಿಂತಿರುತ್ತದೆ. ಈಗಿನ ನಿಮ್ಮ ಅನಿಯಂತ್ರಿತ ಪ್ರಗತಿ ಮತ್ತು ಬೆಳವಣಿಗೆಯ ದಿಶೆ ನೋಡಿದರೆ ಮುಂದೆ ಧ್ವಂಸ ಮತ್ತು ನಾಶವೇ ಕಾದಿರುತ್ತದೆ ಎಂದು ತೋರುತ್ತಿದೆ. ಆದರೆ ನೀವು ದಿಕ್ಕು ಬದಲಿಸಿ ಮರು ಆಯ್ಕೆ ಮಾಡಿಕೊಂಡರೆ ಆಲ್ಟರ್ನೇಟಿವ್ ಟೈಮ್-ಲೈನ್ ಒಂದು ಅಲ್ಲೇ ಹುಟ್ಟಲಾರಂಭಿಸುತ್ತದೆ. ಆಗ ನಡೆಯುವ ವಿದ್ಯಮಾನಗಳ ಸರಪಳಿಯೇ ಸಂಪೂರ್ಣ ಬೇರೆಯದಾಗಿ ಪರ್ಯಾಯ ಭವಿಷ್ಯದ ಜಗತ್ತು ರೂಪುಗೊಳ್ಳುತ್ತಾ ಹೋಗುತ್ತದೆ. ಅದಕ್ಕೆ ನಾವು ಅವಕಾಶ ಕೊಡೋಣವೆಂದು ನಿನ್ನನ್ನು.”

“ಇದನ್ನು ಮಾಡಲು ನಾನು ಅಶಕ್ತನಾಗಿದ್ದರೆ?” ನನ್ನನ್ನು ಕಾಡುತ್ತಿದ್ದ ಚಿಂತೆಯಿದು.

“ಹಾಗಿದ್ದರೆ ನಾವು ನಿನ್ನನ್ನು ಆಯ್ದುಕೊಳ್ಳುತ್ತಲೇ ಇರಲಿಲ್ಲ. ನಿನಗೆ ಸಾಮರ್ಥ್ಯವಿದೆ, ಆದರೆ ಅಳುಕು; ಆತ್ಮವಿಶ್ವಾಸದ ಕೊರತೆ. ಹೀಗಿದ್ದರೂ ನೀನು ನಿಮ್ಮ ಭೂಮಿಗಾಗಿ ಸರಿಯಾದ್ದನ್ನೇ ಮಾಡುವೆ ಎಂಬ ಕರ್ತವ್ಯನಿಷ್ಠೆಯಿದ್ದರೆ ಸಾಕು. ಹೊಸ ಭವಿಷ್ಯ ರೂಪುಗೊಳ್ಳಲು ನಿನ್ನ ಕೊಡುಗೆಯೆಂದುಕೋ!”

ನಾನು ಮತ್ತೆ ನಿರುತ್ತರನಾದೆ.

ನಂತರ ಒಂದು ಗಂಟೆಯ ಕಾಲ ಇರಬಹುದು, ನನಗೆ ಮುಂದೇನು ಮಾಡಬೇಕೆಂಬ ಯೋಜನೆಯನ್ನು ವಿವರಿಸಿದನು. ಅದನ್ನೆಲ್ಲಾ ನಾನು ವಿಶ್ವಸಂಸ್ಥೆಯ ವಿಜ್ಞಾನ ಸಮಾವೇಶದಲ್ಲಿ ಎಲ್ಲರ ಮುಂದೆ ಬಿಚ್ಚಿಡಬೇಕಿತ್ತು.

5

ಪ್ಯಾಲ್ ಹೇಳಿದ್ದ ಭವಿಷ್ಯದ ವಿಶ್ವಹಾನಿಯ ಭಯಂಕರ ಸತ್ಯಗಳನ್ನು ಬಹಿರಂಗಪಡಿಸಲು ಬೇಕಿದ್ದ ಮಾಹಿತಿಯನ್ನೆಲ್ಲಾ ನನ್ನ ಪ್ರೆಸೆಂಟೇಷನ್ನಿನಲ್ಲಿ ದಾಖಲಿಸುತ್ತಾ ಹೋದೆ. ಇದನ್ನು ನಾನು ನನ್ನ ಮೂಲ ಶೀರ್ಷಿಕೆಯಾದ "ಅಂತರಿಕ್ಷ ವಿಸ್ಮಯದ ಹೊಸ ಆಯಾಮಗಳು" ಎಂಬುದರ ನಡುವಿನಲ್ಲಿ ರಹಸ್ಯವಾಗಿ ಅಳವಡಿಸಿಬಿಟ್ಟಿದ್ದೆ.

ವಿಶ್ವಸಂಸ್ಥೆಯ ವಿಜ್ಞಾನ ಮತ್ತು ತಂತ್ರಜ್ಞಾನ ಆಯೋಗದ ವಾರ್ಷಿಕ ಸೆಮಿನಾರ್‌ಗೆಂದು ನಾನು ಕತಾರ್ ದೇಶದ ರಾಜಧಾನಿ ದೋಹಾಗೆ ಹೊರಡುವ ದಿನ ಬಂದೇಬಿಟ್ಟಿತ್ತು.

ನಾನು ಬೇಕೆಂತಲೇ ನನ್ನ ಬಾಸ್ ಅರುಣ್ ದೇಸಾಯಿಗೆ ಇದ್ಯಾವುದೂ ಇಲ್ಲದ ಒರಿಜಿನಲ್ ಪ್ರೆಸೆಂಟೇಷನ್ ಮಾತ್ರವನ್ನೇ ತೋರಿಸಿದ್ದೆ. ಅದರಲ್ಲಿ ಕಪ್ಪುಕುಳಿ, ಹುಳುಹಾದಿ, ಸೂಪರ್-ನೋವಾ ಮತ್ತಿತರ ಬಹುಚರ್ಚಿತ ಅವಿವಾದಿತ ವಿಷಯಗಳನ್ನೇ ಬರೆದಿದ್ದರಿಂದ ಅವರು ಮೆಚ್ಚಿ ತಲೆಯಾಡಿಸಿದ್ದರು.

ಅಂದು ನಾನು ಎದ್ದು ನಿಂತುಕೊಂಡಾಗ ಪರಿಚಯವಿದ್ದವರೆಲ್ಲಾ ಸ್ವಾಗತದಿಂದ ಚಪ್ಪಾಳೆ ತಟ್ಟಿದರು.

ನಾನು ವಿಶದವಾಗಿ ಈ ಅನ್ಯಗ್ರಹಜೀವಿಗಳ ಭೇಟಿ, ಅವರು ನಮ್ಮ ಪರಿಸರ ಮತ್ತು ವಿನಾಶಕಾರಿ ಪ್ರವೃತ್ತಿಗಳ ಬಗ್ಗೆ ತೋರುವ ಕಳಕಳಿ, ಕೊಟ್ಟಿರುವ ಹಾನಿಯ ಎಚ್ಚರಿಕೆಯ ನನ್ನ ಡೈರಿಯ ಅಂಶಗಳ ಮಂಡಣೆಯನ್ನು ಯಾವಾಗ ಆರಂಭಿಸಿದೆನೋ, ಎಲ್ಲರೂ ಪ್ರತಿಭಟಿಸುತ್ತಾ ಅಲ್ಲೇ ಕೋಲಾಹಲ ಮಾಡಿ ನನ್ನನ್ನು ತಡೆಯಲೆತ್ನಿಸಿದರು. ಇವೆಲ್ಲ ಅವೈಜ್ಞಾನಿಕ ನಾನ್ಸೆನ್ಸ್, ಸುಳ್ಳು, ಪೊಳ್ಳು ಕಟ್ಟುಕತೆ ಎಂದು ಜರಿದರು. ಅವರು ಪ್ರತಿಭಟಿಸಿದಷ್ಟೂ ನಾನು 'ಅನ್ಯಗ್ರಹಜೀವಿಗಳು ನನಗೆ ಕಣ್ಣಾರೆ ಅಂತ್ಯದ ಚಿತ್ರವನ್ನು ತೋರಿಸಿದ್ದಾರೆ' ಎಂದು ಇನ್ನೂ ಗಟ್ಟಿಯಾಗಿ ಸಮರ್ಥಿಸಿಕೊಳ್ಳಬೇಕಾಯಿತು. ಇದರಿಂದ ಅಂದಿನ ಸಮಾವೇಶದಲ್ಲಿ ಉದ್ವಿಗ್ನ ಪರಿಸ್ಥಿತಿ ಉಂಟಾಯಿತು. ನಾನು ನಿರಸ್ತ್ರೀಕರಣದ ಲಾಬಿಯ ಲಂಚ ತಿಂದು ಇಲ್ಲಿ ಹುಯಿಲೆಬ್ಬಿಸುತ್ತಿದ್ದೇನೆಂದು ದೂರಿದರು. ನನಗೆ ಮಾನಸಿಕ ಸ್ಥಿಮಿತ ಹೋಗಿದೆಯೆಂದು ಎಲ್ಲರೂ ಕೂಗಾಡಿದರು. ನನ್ನನ್ನು ಅಲ್ಲೇ ಅರೆಸ್ಟ್ ಮಾಡುವುದೊಂದು ಬಾಕಿ, ಹಾಗೆ ವಿಶ್ವಸಂಸ್ಥೆಯ ಅಧಿಕಾರ ವರ್ಗ ಒರಟಾಗಿ ವರ್ತಿಸಿದರು. ನನ್ನ ಯಾವ ಅಹವಾಲನ್ನೂ ಸ್ವೀಕರಿಸದೆ ಮುಂದಿನ ವಿಮಾನದಲ್ಲೇ ಭಾರತಕ್ಕೆ ರವಾನಿಸಿದರು.

ನಾನು ವಾಪಸ್ ಬಂದ ಮೇಲೆ ನನ್ನ ಕಚೇರಿಯವರು ನನ್ನನ್ನು ಅಂತರರಾಷ್ಟ್ರೀಯ ವೇದಿಕೆಯಲ್ಲಿ ದೇಶಕ್ಕೆ ಅವಮಾನವಾಗುವಂತೆ ಬೇಜವಾಬ್ದಾರಿಯಿಂದ ವರ್ತಿಸಿದೆನೆಂದು ಸಸ್ಪೆಂಡ್ ಮಾಡಿ, ನಂತರ ಮಾನಸಿಕ ತಜ್ಞರ ಬಳಿ ಪರೀಕ್ಷೆಗೆ ಅಟ್ಟಿದರು.

"ಯೂ ಶುಡ್ ನಾಟ್ ಹ್ಯಾವ್ ಗಾನ್ ದಿಸ್ ಫಾರ್!" ಎಂದು ನನ್ನ ಬಳಿ ನಿಂತು ಅರುಣ್ ದೇಸಾಯಿ ಕನಿಕರದಿಂದ ಲೊಚಗುಟ್ಟಿದರು. ಅವರ ಪಾಲಿಗೂ ನಾನು ತಪ್ಪಿತಸ್ಥ.

"ಸರ್, ಇಟ್ ಈಸ್ ಆಲ್ರೆಡಿ ಟೂ ಲೇಟ್ ಫಾರ್ ದಿಸ್ ವರ್ಲ್ಡ್! ನಿಮಗೂ ಗೊತ್ತು." ನಾನು ಅವರ ಕೈ ಹಿಡಿದು ಕೋರಿದ್ದೆ."ನಾನು ಎಂದೂ ಹಾಗೆಲ್ಲಾ ಆಧಾರರಹಿತ ಥಿಯರಿಗಳನ್ನು ಮುಂದಿಟ್ಟವನಲ್ಲ. ನನ್ನ ಬಾಯಿ ಬಡಿದು ಡಿಸ್ಕ್ರೆಡಿಟ್ ಮಾಡಿ ಮೂಲೆಗುಂಪು ಮಾಡುತ್ತಿದ್ದೀರಿ. ಒಮ್ಮೆ ಈ ವಿಚಾರದಲ್ಲಿ ಹುರುಳಿದೆ ಎಂದು ಅಧಿಕೃತವಾಗಿ ಪ್ರಕಟ ಮಾಡಿ. ಆಗ ಅಮೆರಿಕಾದಿಂದ ಹಿಡಿದು ನಮ್ಮ ಸರ್ಕಾರದವರೆಗೂ ಎಲ್ಲರೂ ಎಚ್ಚೆತ್ತುಕೊಳ್ಳುತ್ತಾರೆ."

ಆದರೆ ಅವರು ಮಾತಿಲ್ಲದೇ ನಾನು 'ಹಾಳಾಗಿ ಹೋದೆ' ಎನ್ನುವಂತೆ ಸಪ್ಪೆಯಾಗಿ ತಲೆಯಾಡಿಸಿ ಹೊರಟುಹೋದರು.

ನಂತರ ಸರಕಾರಿ ನೌಕರಿ ಮಾಡುವ ಮೆಳ್ಳಗಣ್ಣಿನ ಮಾನಸಿಕ ವೈದ್ಯ ಡಾ.ಕರುಣಾಕರ್ ಎಂಬವರು ನನ್ನ ಸಮ್ಮುಖ ಕುಳಿತರು. ನಾನು ತೋರಿದ ಚಿತ್ರಗಳು, ದಾಖಲೆಗಳು ಎಲ್ಲವನ್ನೂ ಕುಷ್ಟರೋಗಿಯನ್ನು ನೋಡಿದಂತೆ ಅನುಮಾನದಿಂದ ಮುಟ್ಟಿದರು. ಅವರ ಪ್ರಶ್ನಾವಳಿಯೂ ಪೂರ್ವಾಗ್ರಹ ಪೀಡಿತವಾಗೇ ಇತ್ತು.

"ನಿನಗೆ ಯಾವಾಗಿನಿಂದ ಈ ರೀತಿಯ ಕೆಟ್ಟ ಕನಸುಗಳು ಬೀಳುತ್ತವೆ? ಚೀರಿಕೊಂಡು ಏಳುತ್ತೀಯಾ? ಎದೆ ಢವಗುಟ್ಟುತ್ತಿರುತ್ತದೆಯೆ?"

" ಹಿಂದೆ ಎಂದಾದರೂ ಮನೋವಿಕಲ್ಪಕ್ಕೆಂದು ತಜ್ಞರ ಚಿಕಿತ್ಸೆ ಪಡೆದಿದ್ದೆಯಾ?"

"ಇನ್ನೇನು ಭ್ರಾಂತಿಯ ಚಿತ್ರಗಳು, ಹ್ಯಾಲುಸಿನೇಷನ್ ಇತ್ಯಾದಿ ಆಗುತ್ತೆ, ನೆನಪಿದೆಯೆ? ಹಗಲೋ ರಾತ್ರಿಯೋ? ಒಬ್ಬನೇ ಮಲಗುತ್ತೀಯಾ?"

"ನಿನ್ನ ಕಲ್ಪನೆಗಳನ್ನು ಸಮರ್ಥಿಸಿಕೊಳ್ಳಲು ಫೋಟೋಶಾಪ್, ವಿಡಿಯೋ ಎಡಿಟಿಂಗ್ ಇತ್ಯಾದಿ ವಿದ್ಯೆಯನ್ನು ಅಂತರ್ಜಾಲದಲ್ಲಿ ಕಲಿತೆಯಾ? ಅದನ್ನು ಇಲ್ಲಿ ಬಳಸಿದ್ದೀಯಾ?"

ಹೀಗೇ ವಾರಗಟ್ಟಲೆ ಅವರ ಡಯಾಗ್ನೋಸಿಸ್ ನಡೆಯಿತು. ನಾನೂ ಜಗ್ಗಲಿಲ್ಲ.

ನಾನು ಕೊನೆಗೆ "ಪಾಲಿಗ್ರಾಫ್ ಪರೀಕ್ಷೆ ಮಾಡಿಸಿ, ನೋಡುವಾ, ನಾನು ಸತ್ಯ ಹೇಳುತ್ತಿದ್ದೆನೆಂದು ರುಜುವಾತಾಗುವುದು" ಎಂದು ಅವರಿಗೆ ಸವಾಲು ಹಾಕಿದೆ.

ಕಾನೂನಿನ ಸಬೂಬು ಹೇಳಿ, ನಿನ್ನ ಕೇಸಿನಲ್ಲಿ ಅದು ಅನ್ವಯವಾಗುವುದಿಲ್ಲವೆಂದು ಡಾ. ಕರುಣಾಕರ್ ನಿರಾಕರಿಸಿಬಿಟ್ಟರು.

"ನೀನು ಕರುಣಾಕರ ಅಲ್ಲ, ನಿಷ್ಕರುಣಿ" ಎಂದು ಅಬ್ಬರಿಸಿದೆ.

ಅವರು ಇನ್ನು ತನ್ನಿಂದ ಚಿಕಿತ್ಸೆ ಸಾಧ್ಯವಿಲ್ಲ, ತಾನು ಅಸಹಾಯಕನೆಂಬಂತೆ ತೀರ್ಪು ಕೊಟ್ಟು ನನ್ನನ್ನು ಆಸ್ಪತ್ರೆಗೆ ಅಡ್ಮಿಟ್ ಮಾಡಲು ಸೂಚಿಸಿದರು.

6

ನನ್ನ ಕೋಣೆಯ ಟಿವಿಯಲ್ಲಿ ಇಂಗ್ಲೀಷ್ ವಾರ್ತೆಗಳು ಬರಲಾರಂಭಿಸಿದ್ದವು. ಬಹುಶಃ ಅದನ್ನು 'ವಾರ್'-ತೆಗಳು ಎನ್ನಬೇಕಾದೀತೇನೋ! ಉತ್ತರ ಕೊರಿಯಾ ಮತ್ತು ಅಮೆರಿಕಾ ನಡುವಣ ಪರಮಾಣು ಯುದ್ಧ ಸಂಬಂಧಿತ ಸಂಧಿ ಮಾತುಕತೆಗಳು ಮುರಿದುಬಿದ್ದವಂತೆ, ಅದೂ ನಾಲ್ಕನೆ ಸಲ! ಉ.ಕೊರಿಯಾ ಇನ್ನು ಅಮೆರಿಕಾ ಮೇಲೆ ಯುದ್ಧ ಸಾರಲು ಹೆಚ್ಚು ಕಾಲ ಬೇಕಿಲ್ಲವಂತೆ. ಅಮೆರಿಕಾ ಅಂತಹ ಸಂಧರ್ಭದಲ್ಲಿ ಉ. ಕೊರಿಯಾ ತನ್ನ 'ದುಸ್ಸಾಹಸದ ಸಮ ಪ್ರಮಾಣದ ಪರಿಣಾಮ' ಎದುರಿಸಲು ಸಿದ್ಧವಾಗಲಿ ಎಂದು ಗುಡುಗಿದೆಯಂತೆ. ರಾಜಕೀಯವಾಗಿ ಉ.ಕೊರಿಯಾದ ಮಿತ್ರ ರಾಷ್ಟ್ರವಾದ ಚೀನಾ ತಾನು ಅಮೇರಿಕಾ ಏಷ್ಯಾದಲ್ಲಿ ಯಾವುದೇ ದಾಳಿ ಮಾಡಿದರೆ ಕೈ ಕಟ್ಟಿ ಕೂರುವುದಿಲ್ಲ. ಉ. ಕೊರಿಯಾದ ಕೈಬಲ ಪಡಿಸಲು ಸಿದ್ಧ ಎಂದಿದೆಯಂತೆ. ಈಗ ಜಗತ್ತಿಗೆ ಯುದ್ಧದ ಹುಚ್ಚು ಹಿಡಿದಿದೆ ಎಂದೆಲ್ಲಾ ವರದಿ ಪಟ್ಟಿ ಸಾಗುತ್ತಿತ್ತು.

ಆಗಾಗ ರೂಮಿನ ವೆಂಟಿಲೇಟರ್ ಕಿಟಕಿಯ ಹೊರಗೆ ಕಣ್ಣಾಡಿಸುತ್ತೇನೆ. ಅಲ್ಲೇನಾದರೂ ಪ್ಯಾಲ್ ಕಂಡು ನನ್ನನ್ನು ಇಲ್ಲಿಂದ ರಕ್ಷಿಸುವನೋ ಎಂದು.

ಹ್ಮ್. ಅವನೇಕೆ ಇನ್ನು ಬಂದಾನು? ಒಂದು ವಿಷಣ್ಣ ನಗೆ ಮೂಡಿತು. ತನ್ನ ಕರ್ತವ್ಯವನ್ನು ಅವನು ನನ್ನ ಮೂಲಕ ಮುಗಿಸಿ ಹೋಗಿದ್ದಾನೆ!

ನಾನು ಎದ್ದು ಟಿವಿ ಆರಿಸಿದೆ.

ಇವರೆಲ್ಲಾ ನನ್ನನ್ನು ಹುಚ್ಚನೆಂದುಕೊಂಡಿದ್ದಾರೆ.

(ಮುಗಿಯಿತು)

ಆಕಾಶದಾಗೆ ಯಾರೋ ಮಾಯಗಾರನು

(ವೈಜ್ಞಾನಿಕ ನೀಳ್ಗತೆ)

1

"ಡಾಕ್ಟರ್, ನಿಜ ಹೇಳಿದರೆ ನಮ್ಮನ್ನು ಹುಚ್ಚರೆನ್ನುತ್ತೀರಿ, ಹೇಳದಿದ್ದರೆ ನಾವು ಸುಳ್ಳರಾಗುತ್ತೇವೆ." ಎಂದರು ಗಗನ್ ಪೈ.

ನಾನು ಅವರಿಬ್ಬರನ್ನೂ ಮುಗುಳ್ನಗುತ್ತಾ ದಿಟ್ಟಿಸಿ ನೋಡಿದೆ. ಇಬ್ಬರ ಮುಖದಲ್ಲೂ ಮನೆಮಾಡಿದ್ದ ಆತಂಕ, ಆದರೆ ಏನನ್ನೋ ಹೇಳಿ ಮನಸ್ಸು ಹಗುರ ಮಾಡಿಕೊಳ್ಳಬೇಕೆಂಬ ತವಕ ಎರಡೂ ಸಮವಾಗಿ ಸೆಣಸಾಡುತ್ತಿದ್ದವು.

"ನೋಡಿ, ನೀವು ಹೇಳಲೆಂದೇ ಬಂದಿರುವುದು, ನಾನು ಕೇಳಲೆಂದೇ ಸಿದ್ಧನಾಗಿ ಕುಳಿತಿರುವುದು. ನಿಮಗೆ ಕೊಂಚವೂ ಸಂಕೋಚವಾಗದಂತೆ ನಾನು ಸಮ್ಮೋಹನ ತಂತ್ರ ಬಳಸುತ್ತೇನೆ. ಎಲ್ಲಾ ಸ್ಪಷ್ಟವಾಗುವುದು, ಸರಿಯೆ?" ಎಂದೆ ಶಾಂತ ಸ್ವರದಲ್ಲಿ. ಈ ಶಾಂತ ಸ್ವರದ ಆಶ್ವಾಸನೆ ಕೊಡುವುದು ನನಗೆ ಹೊಸದೇನೂ ಅಲ್ಲ. ಆದರೆ ಅವರಿಗೆ ಮೊತ್ತ ಮೊದಲ ಬಾರಿಗೆ ಕೇಳಿಸಿತ್ತು.

ಡಾ.ಸತ್ಯಪಾಲ್ ಹೆಗಡೆ, ಪಿ.ಎಚ್.ಡಿ ಎಂಬ ನನ್ನ ಹೆಸರಿನ ಬೋರ್ಡ್ ನನ್ನ ಮೇಜಿನ ಮೇಲಿದ್ದುದು ಹೆಚ್ಚು ಆಶಾಭಾವನೆ ಮೂಡಿಸಿತೇನೋ! ಗಗನ್ ಮತ್ತು ಭಾನುಮತಿ ಪೈ ಎಂಬ ಮಂಗಳೂರಿನ ಮಧ್ಯಮವರ್ಗದ ಕೃತ್ರಿಮವರಿಯದಂತೆ ಕಾಣುವ ದಂಪತಿ ನನ್ನೆದುರು ಮೂಕರಂತೆ ತಲೆಯಾಡಿಸಿದರು.

ಕ್ಯಾಲಿಫೋರ್ನಿಯಾದಲ್ಲಿ ನಾನು ಅನ್ಯಗ್ರಹಜೀವಿಗಳು ಮಾಡುತ್ತಿರುವ ಮಾನವ ಅಪಹರಣಗಳ ಬಗ್ಗೆ ಸೆಟಿ (SETI– ಸರ್ಚ್ ಫಾರ್ ಎಕ್ಸ್ಟ್ರಾ ಟೆರೆಸ್ಟ್ರಿಯಲ್ ಇಂಟೆಲಿಜೆನ್ಸ್) ಎಂಬ ಅತಿ ಗುಪ್ತ ಮತ್ತು ವೈಜ್ಞಾನಿಕ ರಹಸ್ಯ ಪತ್ತೆ ಮಾಡುವ ಸಂಸ್ಥೆಯಲ್ಲಿ ಮನೋವೈದ್ಯನಾಗಿ ಎರಡು ವರ್ಷಗಳಿಂದ ಸೇವೆಯಲ್ಲಿದ್ದೆ. ಯುಸಿಎಲ್‌ಎ ವಿಶ್ವವಿದ್ಯಾಲಯದಲ್ಲಿ ಸೈಕಿಯಾಟ್ರಿಯಲ್ಲಿ ಡಾಕ್ಟರೇಟ್ ಮಾಡಿದ ನನಗೆ ಮೊದಲಿಂದ ಬಾಹ್ಯಾಕಾಶ ವಿಜ್ಞಾನ ಮತ್ತು ಮಾನವಾತೀತ ಶಕ್ತಿಗಳ ಬಗ್ಗೆ ಇದ್ದ ಶಕ್ತಿಗಳ ಕುತೂಹಲ ತಣಿಸುವಂತೆ ಸೆಟಿಯವರಿಂದಲೇ ಕರೆ ಬಂದಿತ್ತು. ವಿಶ್ವವಿದ್ಯಾಲಯದ ಚಿನ್ನದ ಪದಕ ಗೆದ್ದವರನ್ನು ಆಹ್ವಾನಿಸುವುದು ಅವರ ಪರಿಪಾಠವೂ ಆಗಿತ್ತು. ನಾನು ಈಗ ಅಲ್ಲಿನ ಮುಖ್ಯ ಮನೋವೈದ್ಯಾಧಿಕಾರಿ.

ಕಳೆದ ಎರಡು ವಾರಗಳ ಕೆಳಗೆ ಮಂಗಳೂರಿನಲ್ಲಿ ಭಾರತವೇ ಬೆರಗಾಗುವಂತಹ ಸುದ್ದಿಸ್ಫೋಟವಾಗಿತ್ತು.

ಸಾಧಾರಣವಾಗಿ ಅನ್ಯಗ್ರಹಜೀವಿಗಳ ಬಗ್ಗೆ ಹೆಚ್ಚು ವಾರ್ತೆಗಳು ಹೊರಬೀಳದ ನನ್ನ ತಾಯ್ನಾಡಿನಲ್ಲಿ 35ರ ವಯಸ್ಸಿನ ಸಮೀಪದ ಪೈ ದಂಪತಿಗಳು ಎಲ್ಲರ ಮುಂದೆ 'ಅನ್ಯಗ್ರಹವಾಸಿಗಳಿಂದ ಪದೇ ಪದೇ ತಮ್ಮ ಅಪಹರಣವಾಗುತ್ತಿದೆ, ಜೈವಿಕ ಪ್ರಯೋಗವಾಗುತ್ತಿದೆ' ಎಂದು ಹೇಳಿಕೆ ಕೊಟ್ಟರು. ಅದರೊಂದಿಗೇ ಅಲ್ಲಿ ನಡೆಯಿತೆನ್ನಲಾದ, ನಂಬಲಸಾಧ್ಯವಾದ ವಿಚಿತ್ರ ಘಟನೆಗಳ ಸರಮಾಲೆಯನ್ನೂ ಅವರು ಪ್ರಾಮಾಣಿಕವೆನ್ನುವಂತೆ ವರದಿಗಾರರ ಮುಂದೆ ಹೇಳಿದ್ದರು. ಆದರೆ ಸುದ್ದಿಹಸಿವಿನ ಟಿಆರ್‌ಪಿ ಮೂಲೋದ್ದೇಶದ ಮಾಧ್ಯಮಗಳು ಅವನ್ನು ಅತಿರಂಜಿತವಾಗಿ ಬಿಂಬಿಸಿ ಅವರಿಬ್ಬರೂ ಒಮ್ಮೆಲೇ ಒಲ್ಲದ ಸೆಲೆಬ್ರಿಟಿಗಳಾಗಿ ಬಿಂಬಿತವಾಗಿದ್ದರು. ಭಾರತದ ಬಾಹ್ಯಾಕಾಶ ಇಲಾಖೆ ಮತ್ತು ಹಲವು ವಿಚಾರವೇದಿಕೆಗಳ ಅಗ್ರಹದ ಮೇಲೆ ನನ್ನ ಸಂಸ್ಥೆ ಭಾರತೀಯನೇ ಆದ ನನ್ನನ್ನು ಅವರ ಪೂರ್ಣ ತನಿಖೆ ಮತ್ತು ಸತ್ಯಶೋಧನೆಗಾಗಿ ಕಳಿಸಿಕೊಟ್ಟಿತ್ತು. ನಾನು ಅಮೆರಿಕಾದಲ್ಲಿ ಹಲವಾರು ನಾಗರೀಕರ ನಿಜಜೀವನದ ಇಂತಹ ಸತ್ಯ ಘಟನೆಗಳನ್ನು ಪರೀಕ್ಷಿಸಿದ್ದ ಅನುಭವವೂ ಇದಕ್ಕೆ ಪೂರಕವಾಗಿತ್ತು.

"ನೋಡಿ ಡಾಕ್ಟರ್ ಹೆಗಡೆ, ಈಗ ಕಳೆದ ಎರಡು ವರ್ಷಗಳಿಂದ ನಮ್ಮಿಬ್ಬರಿಗೂ ಒಂದೇ ತರಹ ಯಾರೋ ಕದ್ದೊಯ್ದು ಪ್ರಯೋಗ ಮಾಡಿದಂತೆ ಅರಿವಾಗುತ್ತಲೇ ಇದೆ. ನಾವೇನೂ ಇದನ್ನೆಲ್ಲಾ ದುಡ್ಡಿನಾಸೆಗೆ ಮಾಡುತ್ತಿಲ್ಲ" ಮೊದಲ ಬಾರಿಗೆ ಮನಸ್ಸಿನಲ್ಲಿದ್ದುದನೆಲ್ಲಾ ಕಕ್ಕುವಂತೆ ಏಕ್ ದಂ ಮಾತಾಡಿದ್ದರು ಆತಂಕದ ದನಿಯಲ್ಲಿ ಭಾನುಮತಿ.

"ಪ್ರಚಾರಕ್ಕಾಗಿಯೋ, ಪ್ರಸಿದ್ಧರಾಗಲೋ ನಮಗಗತ್ಯವೂ ಇರಲಿಲ್ಲ" ಎಂದು ಪತ್ನಿಯ ವಾದವನ್ನು ಸಮರ್ಥಿಸಿದರು ಗಗನ್.

ಅವರಿಗದರ ಅವಶ್ಯಕತೆಯೂ ಇರಲಿಲ್ಲ ಎಂದೂ ನನಗೂ ಗೊತ್ತಿತ್ತು. ಮಂಗಳೂರಿನ ಪ್ರತಿಷ್ಠಿತ ಫೈನ್ಯಾನ್ಸ್ ಕಂಪನಿಯ ಪಾಲುದಾರರಾಗಿ ಸಮಾಜದಲ್ಲಿ ಅವರಿಗಾಗಲೆ ಹೆಸರಿತ್ತು. ಪತ್ನಿ ಅದೇ ಊರಿನ ರೋಟರಿ ಕ್ಲಬ್‌ನಲ್ಲಿ ಮಹಿಳೆಯರ ಮುಖ್ಯಸ್ಥೆಯಾಗಿ ಆಗಾಗ ಸುದ್ದಿಯಲ್ಲಿ ಇರುತ್ತಲೇ ಇದ್ದರು.

"ನೂರಾರು ಜನರನ್ನು ಆ ವಿಚಿತ್ರ ಜೀವಿಗಳು ತಮ್ಮ ಸ್ಪೇಸ್ ಶಿಪ್ಪಿಗೆ ಕದ್ದೊಯ್ದು ದೇಹದ ಮೇಲೆಲ್ಲಾ ಪ್ರಯೋಗಗಳನ್ನು ಮಾಡಿದ್ದಾರೆ, ನಾವು ಹೇಳುವುದರಲ್ಲಿ ಮೊದಲಿರಬಹುದು ಅಷ್ಟೇ!" ಎಂದು ಅವಸರದ ದನಿಯಲ್ಲಿ ವಾದಿಸಿದರು ಗಗನ್.

ಇಬ್ಬರೂ ಸಾಕಷ್ಟು ಒತ್ತಡದಲ್ಲಿದ್ದುದರಿಂದ ಧೀರ್ಘ ಮತ್ತು ಸ್ಪಷ್ಟ ಹೇಳಿಕೆ ಬರಲಾರದೆಂದೆನಿಸಿ ನಾನು ಅವರನ್ನು ಸಮ್ಮೋಹನ ಸ್ಥಿತಿಗೆ ತರುವುದೇ ವಾಸಿ ಎಂದು ಭಾವಿಸಿ ಸಿದ್ಧನಾದೆ.

ನಾನು ಒಬ್ಬೊಬ್ಬರನ್ನಾಗಿ ಆರಾಮದಾಯಕ ಪರೀಕ್ಷಕ ಆಸನದಲ್ಲಿ ಮಲಗಿಸಿ ನನ್ನ ಪೆಂಡ್ಯುಲಮ್ಮನ್ನು ಅವರ ಕಂಗಳ ಮುಂದೆ ಎಡಕ್ಕೂ ಬಲಕ್ಕೂ ಆಡಿಸುತ್ತಾ ನನ್ನ ಕಂಗಳನ್ನೇ ನೋಡುವಂತೆ ಸೂಚನೆ ಕೊಡುತ್ತಾ ನನ್ನ ನಿಯಂತ್ರಣಕ್ಕೆ ಒಳಗಾಗಿಸಲು ಬೇಕಾದ ಪ್ರಯತ್ನವನ್ನೆಲ್ಲಾ ಮಾಡುತ್ತಲೇ ಹೋದೆ.

ಗಗನ್ ಏನೋ ಸುಲಭವಾಗಿ ಸಮ್ಮೋಹನ ಸ್ಥಿತಿಗೆ ತಲುಪಿದರೆಂದು ಭಾಸವಾಯಿತು (ಅದರ ವಿಧಾನವನ್ನು ಇಲ್ಲಿ ಬರೆಯುವುದು ನನ್ನ ವೃತ್ತಿಧರ್ಮವಲ್ಲ). ಆದರೆ ನಾನು ಮೊದಲ ಹೆಜ್ಜೆ ಹಾಕಿದ್ದೆ, ಅವರು ಸುಪ್ತಾವಸ್ಥೆಯಲ್ಲಿ ನನ್ನ ಕೈಲಿದ್ದರು ಎಂದುಕೊಳ್ಳಿ,

ಆದರೆ ಶ್ರೀಮತಿ ಭಾನುಮತಿ, ಶೀ ಈಸ್ ಅ ಟಫ್ ಕುಕೀ! ಅಂದರೆ ತೊಂದರೆ ಕೊಡಬಲ್ಲ ಗಿರಾಕಿ. ಆಕೆಯನ್ನು ಪ್ರತ್ಯೇಕ ಪರೀಕ್ಷೆಗೆ ಒಳಪಡಿಸೋಣ ಎಂದು ಹೊರಗಿನ ನಿರೀಕ್ಷಣಾ ಕೊಠಡಿಯಲ್ಲಿರಲು ಸೂಚಿಸಿದೆ.

ನನ್ನ ಪ್ರಶ್ನಾವಳಿಯನ್ನು ನಿಧಾನವಾಗಿ ಆರಂಭಿಸಿದೆ

"ನನ್ನ ಪ್ರಶ್ನೆಗಳಿಗೆ ಹಾಗೆಯೇ ಸಮಯದಲ್ಲಿ ಹಿಂದೆ ಸರಿಯುತ್ತಾ ಹೇಳಿ. ನಿಮಗೆ ಅನ್ಯಗ್ರಹ ಜೀವಿಗಳು ಅಥವಾ ದೆವ್ವ, ಭೂತ, ಮಾಟ, ಮಂತ್ರ ಇಂತದರಲ್ಲಿ ನಂಬಿಕೆಯಿತ್ತೆ?" ಮಲಗಿದ್ದ ಗಗನ್‌ರಿಗೆ ಕೇಳಿದೆ.

"ಇಲ್ಲ, ಎಂದೂ ಇರಲಿಲ್ಲ, ಈ ಮುಂಚೆ!" ತೊದಲುತ್ತಾ ಉತ್ತರಿಸಿದರು. ವಶೀಕರಣದಲ್ಲಿರುವವರು ಅಂತಹ ದನಿಯಲ್ಲಿ ಮಾತಾಡುವುದು ಸಹಜ.

"ಯಾವ ಮುಂಚೆ?"

"2017ರ ಏಪ್ರಿಲ್‌ಗೂ ಮುಂಚೆ"

"ನಿಮಗೆ ಮಾನಸಿಕ ಅಸ್ಥಿರತೆ ಅಥವಾ ಖಿನ್ನತೆಗೆ ಚಿಕಿತ್ಸೆ ಏನಾದರೂ ಆಗಿತ್ತೆ?"

"ಇಲ್ಲ."

"ಕೆಟ್ಟ ವಿಚಿತ್ರ ಕನಸುಗಳನ್ನು ಕಂಡು ನಡುರಾತ್ರಿಯಲ್ಲಿ ಚೀರುತ್ತಾ ಎದ್ದಿದ್ದು?"

"ಛೆ ಛೆ. ಚಿಕ್ಕ ವಯಸ್ಸಿನಲ್ಲಿ ಡ್ರಾಕುಲಾ ಚಿತ್ರ ನೋಡಿದ್ದಾಗ ಒಂದೇ ರಾತ್ರಿ ಅಂತೆ. 25 ವರ್ಷಗಳ ಹಿಂದೆ."

"ಅದಿರಲಿ, 2017 ಏಪ್ರಿಲ್‌ನಲ್ಲಿ ಏನಾಯಿತು? ನಿಧಾನವಾಗಿ ಯೋಚಿಸುತ್ತಾ, ಯಾವ ಚಿಕ್ಕ ವಿವರವನ್ನೂ ಬಿಡದೇ ಆ ಪೂರ್ತಿ ಸೀನ್ ನನಗೆ ವರ್ಣಿಸಬೇಕು. ಪ್ರಯತ್ನಿಸಿ!" ನೋಟ್ ಬುಕ್ ಒಂದರಲ್ಲಿ ಗುರುತು ಹಾಕಿಕೊಳ್ಳಲು ಸಿದ್ಧನಾದೆ.

ಈ ಪ್ರಶ್ನೆಯನ್ನು ಎರಡು ಮೂರು ಬಾರಿ ತಾಳ್ಮೆಯಿಂದ ರಿಪೀಟ್ ಮಾಡಿದ ಮೇಲೆ ಅವರು ಸಂಕೋಚ ಬಿಟ್ಟು ಹೇಳಲಾರಂಭಿಸಿದರು

"ಅಂದು ಯಾವುದೋ ಸಾಧಾರಣ ಬೇಸಗೆಯ ರಾತ್ರಿ ಅನ್ನಿ. ಸೆಕೆ ವಿಪರೀತ ಇದ್ದುದರಿಂದ ಕಿಟಕಿ ತೆಗೆದು ಚಿಕ್ಕ ನೈಟ್ ಲ್ಯಾಂಪ್ ಮತ್ತು ಫ್ಯಾನ್ ಜೋರಾಗಿ ಹಾಕಿಕೊಂಡು ನಾವಿಬ್ಬರೂ ಬೆಡ್‌ರೂಮಿನಲ್ಲಿ ಮಲಗಿದ್ದೆವು. ಸುಮಾರು 11 ರಿಂದ 12 ಇರಬಹುದು. ನನಗೆ ಇದ್ದಕ್ಕಿದ್ದಂತೆ ಎಚ್ಚರವಾಯಿತು. ನೈಟ್ ಲೈಟ್ ಮತ್ತು ಫ್ಯಾನ್ ಆಫ್ ಆಗಿದ್ದವು. ಪವರ್ ಕಟ್ ಎಂದುಕೊಳ್ಳುತ್ತಿರುವಂತೆಯೇ ಹೊರಗೆ ಬೀದಿ ದೀಪ, ಎದುರುಮನೆಯ ಪೋರ್ಟಿಕೋ ಲೈಟ್ ಆನ್ ಆಗಿಯೇ ಇದ್ದುದನ್ನು ಗಮನಿಸಿ ಅಚ್ಚರಿಯಾಯಿತು. ನನ್ನ ಕಿಟಕಿಯಿಂದ ಒಳಗೆ ಬಂತು ಒಂದು ಚಿಕ್ಕ ಹುಡುಗನಂತಹ ನೆರಳು. . ಅಲ್ಲ ವ್ಯಕ್ತಿ. . ಅಲ್ಲ ಬೊಂಬೆ!" ಅವರು ಉದ್ವಿಗ್ನರಾದರು, ಸ್ವಲ್ಪ ಸಮಯ ಕೊಟ್ಟು ಮತ್ತೆ ಪ್ರೋತ್ಸಾಹಿಸಿದೆ.

"ಕಿಟಕಿಯಿಂದ ಬಂತು ಅಂದರೇನು?ಕಿಟಕಿಯ ಕಂಬಿ ಮುರಿದು ಒಳಗೆ ನುಗ್ಗಿದನೆ?"

"ಅಲ್ಲ, ಅಲ್ಲ!" ಜೋರಾಗಿ ದನಿಯೇರಿ ವಾದಿಸಿದರು ಗಗನ್. ಸದ್ಯ ಅವರಿಗೆ ಎಚ್ಚರವಾಗದಿರಲಿ ಎಂದು ಪ್ರಾರ್ಥಿಸಿದೆ. "ಕಿಟಕಿಯ ಮೂಲಕ ನೆರಳಿನಂತೆ ಯಾವುದೇ ತೊಂದರೆಯಿಲ್ಲದೆ ಆ ಬೊಂಬೆಯಂತಹ ಹುಡುಗ ಒಳಬಂದು ನನ್ನನ್ನು ದೊಡ್ಡ ದೊಡ್ಡ ಕಂಗಳಿಂದ ನೋಡತೊಡಗಿದ. ."

"ನಿಮಗೆ ತಿಳಿದವನೇನು ಆ ಹುಡುಗ?" ನಾನು ಜಗಮೊಂಡ, ಹಾಗೆಲ್ಲ ಬಿಟ್ಟುಕೊಡುವವನಲ್ಲ.

"ಛೆ ಛೇ. ಅರ್ಥ ಮಾಡಿಕೊಳ್ಳಿ ಡಾಕ್ಟರ್! ಅವನು ಮನುಷ್ಯನಲ್ಲ. ನೋಡಲು ನಾಲ್ಕು ಅಡಿ ಎತ್ತರ. ಕುಳ್ಳ ಎನ್ನಿ. ಬೂದಿ ಬಣ್ಣದ ಚರ್ಮ. ಮೈ ತಲೆ ಎಲ್ಲಿಯೂ ಕೂದಲೇ ಇಲ್ಲ. ಮೊಟ್ಟೆಯಾಕಾರದ ದೊಡ್ಡ ತಲೆ, ಆದರೆ ಚಿಕ್ಕ ಕತ್ತಿನ ಕೆಳಗಿನ ದೇಹ.ಅದೆಂತದೋ ಮಬ್ಬು ಬೆಳಕು ಬರುವ ಸೂಟ್ ಹಾಕಿದ್ದ. ಅವನು ನನ್ನತ್ತ ಕೈ ಚಾಚಿದ ಅದರಲ್ಲಿ ನಾಲ್ಕೇ ಉದ್ದನೇ ಬೆರಳಿತ್ತು, ಉಗುರಿಲ್ಲ. ಸಿಗರೇಟಿನ ತರಹ! ನಮ್ಮ ಮನುಷ್ಯನಂತೆ ಎಲ್ಲಿಯೂ ಕಾಣಲಿಲ್ಲ ಅವನು."

"ಆಗ ಪಕ್ಕದಲ್ಲಿ ನಿಮ್ಮ ಪತ್ನಿ ಎದ್ದಿರಲಿಲ್ಲವೆ?"

"ಇಲ್ಲ, ಅವಳು ಆಫ್ ಆಗಿದ್ದಳು."

"ಹಾಗಂದರೇನು?" ಕಣ್ಣು ಕಿರಿದು ಮಾಡಿ ಕೇಳಿದೆ.

"ಅವಳು ಯಾವಾಗಲೂ ನಿದ್ದೆ ಮಾಡುವಾಗ ಗೊರಕೆ ಹೊಡೆಯುತ್ತಾಳೆ, ವಿಸಲ್‌ನಂತೆ. ಈಗ ಶಬ್ದವಿಲ್ಲದೇ ಮಲಗಿದ್ದಾಳೆ. ಆಫ್ ಆದಂತೆ!"

"ನೀವು ಮಾತಾಡಿದಿರಾ?ಎದ್ದಿರಾ?"

"ಇಲ್ಲ. ನಾನು ಏಳಲು ಶತಪ್ರಯತ್ನ ಮಾಡಿದರೂ ಏಳಲಾಗುತ್ತಿರಲಿಲ್ಲ, ಕೈ ಕಾಲು ಕಟ್ಟಿರಲಿಲ್ಲ, ಆದರೆ ಏಳಲಾಗುತ್ತಿರಲಿಲ್ಲ. ನಾನು ಗಾಬರಿಯಾಗಿ ಏನೂ ಎತ್ತ

ಅನ್ನುವ ಮುನ್ನ ಆ ಜೀವಿ ಮಾತಾಡಿದ,"ಸುಮ್ಮನೆ ಕೂರಿ. ನಾನು ನಿಮ್ಮನ್ನು ಯಾವ ತೊಂದರೆಯಿಲ್ಲದೇ ಕರೆದುಕೊಂಡು ಹೋಗುತ್ತೇನೆ. ಶಾಂತರಾಗಿ" ಎಂದು ಅವನ ಕೈ ತೋರಿದ.ಅವನ ಅಗಲವಾದ ಕಪ್ಪು ಕಂಗಳು ನಿರ್ಜೀವವಾದಂತೆ, ಭಾವನೆಗಳೇ ಇಲ್ಲದಂತೆ. ಪಿಳಿಪಿಳಿ ನನ್ನನ್ನು ಗಮನವಿಟ್ಟು ನೋಡುತ್ತಲಿವೆ. ಅವನ ಮಾತು ಸ್ಪಷ್ಟವಾಗಿ ಕೇಳುತ್ತಿದೆ."

"ಅವನು ಯಾವ ಭಾಷೆಯಲ್ಲಿ ಮಾತಾಡಿದ, ಇಂಗ್ಲೀಷ್, ಕನ್ನಡ, ಕೊಂಕಣಿ?" ನನ್ನ ಅಡ್ಡಪ್ರಶ್ನೆ

"ಇಲ್ಲ ಇಲ್ಲ. ಮನದ ಭಾಷೆಯಲ್ಲಿ. ಅವನು ಬಾಯಿ ಬಿಡಲೇ ಇಲ್ಲ. ಆದರೆ ಅವನು ಹೇಳಿದ್ದು ನನ್ನ ಮನಸ್ಸಿಗೆ ಅರ್ಥವಾಯಿತು!"

ಅನ್ಯಗ್ರಹ ಜೀವಿಗಳು ಮಾತ್ರವೇ ಹೀಗೆ ಟೆಲಿಪತಿ ಮಾಡಿ ಸಂವಹಿಸುತ್ತಾರೆ ಎಂದು ನಾನರಿತಿದ್ದೆ.

"ಆಮೇಲೆ?"

"ಅವನ ಮಾತಿನಲ್ಲೇನೋ ಅಲೌಕಿಕ ಶಕ್ತಿಯಿರಬೇಕು. ಕೇಳಿ ನನ್ನ ಮನಸ್ಸು ಒತ್ತಡವಿಲ್ಲದೇ ಶಾಂತವಾಯಿತು. ಅವನು ನನ್ನ ಕೈ ಹಿಡಿದಿಳೆದ. ಅಬ್ಬಾ, ಅವನ ಸ್ಪರ್ಶ! ಹತ್ತಿ, ಪ್ಲಾಸ್ಟಿಕ್, ರಬ್ಬರ್, ಸ್ಟೀಲ್ ಯಾವುದೂ ಅಲ್ಲ, ಅಥವಾ ಎಲ್ಲಾ ಸೇರಿದಂತಿರುವ ಕೈ ಎಂದು ಭಾಸವಾಯಿತು, ನನ್ನ ಮೈ ಗುಗ್ಗುರು ಕಟ್ಟಿತು. ಮರುಕ್ಷಣವೇ ನನ್ನನ್ನು ಅವನು ಹಾರಿಸಿಕೊಂಡು ಹೊರಗೆ ಹೋದ."

"ಹೇಗೆ?"

"ಹೇಗೋ ನನಗ್ಗೊತ್ತಿಲ್ಲ, ಅವನು ಕೈ ಹಿಡಿದೆಳೆದ, ನಾನು ಕಿಟಕಿಯ ಹೊರಗೆ ಬಂದಿದ್ದೆ, ಅವನ ಜತೆ ಹೋಗುತ್ತಿದ್ದೆ. ಹಾರಿಸಿಕೊಂಡು ಹೋದ!" ಮತ್ತೆ ಅದೇ ಪುನರಾವರ್ತನೆ.

"ನೀವೇನು ಸಿನೆಮಾ ನಾಯಕಿಯೆ, ಹಾರಿಸಿಕೊಂಡು ಹೋಗಲು? ಸರಿ, ಯಾವುದರಲ್ಲಿ. ಕಾರಿನಲ್ಲೋ, ಬೈಕಿನಲ್ಲೋ?" ನಾನು ಕೆಲವು ಪೆದ್ದು ಪ್ರಶ್ನೆಗಳನ್ನು ಬೇಕಂತಲೇ ಇಟ್ಟುಕೊಂಡಿದ್ದೇನೆ.

ಅವರು ಹುಬ್ಬುಗಂಟಿಕ್ಕಿ ಸ್ವಲ್ಪ ಚಿಂತಿತರಾದರು, ನನಗೆ ಏನೂ ಗೊತ್ತಿಲ್ಲವಲ್ಲ ಎಂಬಂತೆ. ಅದೇ ನನಗೆ ಲಾಭದಾಯಕ.

"ಅಲ್ಲಾ ಡಾಕ್ಟರ್. ನಾವು ಹಾರುತ್ತಲೇ ಹೋದೆವು. ಮೇಲ ಮೇಲಕ್ಕೆ. ನಮ್ಮ ಮನೆಯ ರಸ್ತೆಯಲ್ಲೇ. ಅಕ್ಕಪಕ್ಕದ ಮನೆಗಳ ನಡುವಿನಿಂದ ಆಗಸದತ್ತ ಅವನು ಕೈ ಹಿಡಿದು ಎಳೆಯುತ್ತಿದ್ದ. ಮೇಲಕ್ಕೆ. . ಆದರೆ ಹೆಚ್ಚು ಶಕ್ತಿ ಬೇಕಾಗುತ್ತಿರಲಿಲ್ಲ ಆಗ."

"ಹೇಗೆ ಗಗನ್? ನಿಮಗೇನು ರೆಕ್ಕೆಗಳು ಬೆಳೆದಿದ್ದವೆ ಹಾರಲು?" ಇದೂ ಜಾಣ ಪ್ರಶ್ನೆಯೇನಲ್ಲ, ಆದರೆ ಗಗನ್ ಮತ್ತೆ ಸ್ವಲ್ಪ ಡಿಸ್ಟರ್ಬ್ ಆದರು.

"ಅರೇ ರಾಮಾ. . ನೀವೇಕೆ ಇಷ್ಟು ಪೆದ್ದು? ನನ್ನನ್ನು ನಂಬುವುದಿಲ್ಲ ಅಲ್ಲವೇ, ಇನ್ನೂ ಹೇಳುತ್ತೇನೆ ತಾಳಿ!"ಎಂದು ನನ್ನನ್ನು ನಂಬಿಸುವುದೇ ಸವಾಲೆಂಬಂತೆ ನುಡಿದರು ಗಗನ್.

"ಕರೆಕ್ಟ್, ನಾನು ದಡ್ಡ ಎಂದೇ ತಿಳಿದು ನಿಧಾನವಾಗಿ ನೆನೆಪಿಸಿಕೊಂಡು ಹೇಳಿ" ಎಂದು ಶಾಂತಸ್ವರದಲ್ಲಿ ಪ್ರೋತ್ಸಾಹಿಸಿದೆ.

"ನಾನು ಹೊರಬಂದಂತೆ ಒಮ್ಮೆ ಹಿಂತಿರುಗಿ ನೋಡಿದೆ. ಮತ್ತೆ ರೂಮಿನಲ್ಲಿ ನೈಟ್ ಲ್ಯಾಂಪ್, ಫ್ಯಾನ್ ಎಲ್ಲಾ ಉರಿಯಹತ್ತಿದೆ. ಇವನೇನೂ ನನಗೆ ಕಾಣುವಂತೇ ಮಾಡಿಯೇ ಇರಲಿಲ್ಲ. ಆದರೂ?"

"ಮತ್ತೆ ನಿಮ್ಮ ಶ್ರೀಮತಿ?"

"ಅವಳು ಅಲ್ಲೇ ಇರಬೇಕು. ನನ್ನ ಜತೆಯಲ್ಲಂತೂ ಇಲ್ಲ!ಹಾಗೇ ನಾವು ಮೇಲಕ್ಕೆ ತೇಲುತ್ತಾ ವೇಗವಾಗಿ ಹಾರುತ್ತಿದ್ದೇವೆ. ತುಂಬಾ ವೇಗ ಅಲ್ಲ. ಕೆಳಗೆ ರಸ್ತೆಯಲ್ಲಿ ಸ್ವಲ್ಪ ಟ್ರಾಫಿಕ್ ಇದೆ. . ಅವರ್ಯಾರಿಗೂ ನಾವು ಕಾಣುತ್ತಿಲ್ಲ, ಐ ಆಮ್ ಶೂರ್!"

"ಅವನೇನಂದ?"

"ನಾನು ಕೇಳಿದರೆ 'ನಿನ್ನ ಜತೆ ಸ್ವಲ್ಪ ಕೆಲಸವಿದೆ. ಸ್ವಲ್ಪ ಸಮಯದಲ್ಲಿ ವಾಪಸ್ ಬಿಡುತ್ತೇವೆ. ಮೇಲೆ ನೋಡು, ನಾವು ಅಲ್ಲಿಗೆ ಹೋಗುತ್ತಿದ್ದೇವೆ' ಎಂದ ಲೋಕಲ್ ಗೈಡಿನಂತೆ."

"ನೀವು ಯಾವ ಭಾಷೆಯಲ್ಲಿ ಕೇಳಿದಿರಿ?"

"ನಾನು ಮಾತಾಡುವ ಮೊದಲೆ ನನ್ನ ಆಲೋಚನೆಗಳನ್ನು ಹಿಡಿದು ಸರಕ್ಕನೆ ಉತ್ತರ ನೀಡಬಲ್ಲವನಾಗಿದ್ದ, ಅದೇ ನೇರವಾಗಿ ಮನಸ್ಸಿಗೆ!"

"ಅವನು ಎಲ್ಲಿ ತೋರಿಸಿದ?"

"ದೂರಗಗನದಲ್ಲಿ ಬಹಳ ಮೇಲೆ ಬೆಳಕಿನ ಚೆಂಡಿನಂತಹ ವಸ್ತು ತೇಲುತ್ತಿದೆ. . ಅಲ್ಲ, ನಿಂತಿದೆ. ಸಾರಿ, ಮಿನುಗುತ್ತಿದೆ. ಓಹ್, ಎಲ್ಲವೂ!" ಎಂದು ವಿವರಿಸಲಾಗದೇ ಬೇಸರಿಸಿಕೊಂಡರು ಗಗನ್.

"ಏನು ಕಂಡಿತು ಹೇಳಿ."

"ಈಗ ಹಳದಿ ಬಣ್ಣದ ಬೆಳಕಿನ ದೀಪಗಳು ಎರಡೂ ಬದಿಯಲ್ಲಿ ಅಲ್ಲಿಗೆ ದಾರಿ ತೋರುತ್ತಿವೆ. ನಾವು ಆ ವಾಹನದ ಹೃದ್ಯಭಾಗಕ್ಕೆ ಕೆಳಗಿನಿಂದ ಹೋಗುತ್ತಿದ್ದೇವೆ. ಅದರ ಆಕಾರ, ಆ ಬೆಳಕು ಕಂಡು ನನಗೆ ಅರಿವಾಯಿತು. ಇದೊಂದು ಸ್ಪೇಸ್ ಶಿಪ್. ಇವರು ಇಲ್ಲಿಯವರಲ್ಲ! ನಾನು ಭಯಪಟ್ಟು ಕೈ ಬಿಡಿಸಿಕೊಳ್ಳಲು ಇನ್ನಿಲ್ಲದ ಪ್ರಯತ್ನ ಮಾಡಿ ಕಿರುಚತೊಡಗಿದೆ, ಬಿಡಯ್ಯಾ ನನ್ನ, ಏಯ್ ಭೂತಾ, ಕಪೀ!" ಎಂದೆಲ್ಲಾ ಬೈದೆ. ಅವನು ನನ್ನತ್ತ ಕರುಣೆಯೆಂಬಂತೆ ನೋಡಿ, "ಹೆಚ್ಚು ತೊಂದರೆ ಕೊಡಬೇಡ,

ನಾನು ಬಲಪ್ರಯೋಗ ಮಾಡಿ ಕರೆದೊಯ್ದರೆ ನಿನಗೇ ತುಂಬಾ ಸುಸ್ತಾಗುವುದು. ಅದು ನಮಗೆ ಉಪಯೋಗವಿರಲ್ಲ' ಎಂದು ತಿಳಿಹೇಳಿದ. ಅವನು ನನ್ನತ್ತ ಕಂಗಳರಳಿಸಿ ನೋಡಿದರೆ ಸಾಕು, ನನ್ನ ಮನಸ್ಸು ತಟಸ್ಥವಾಗಿ ಶಾಂತವಾಗುತ್ತಿತ್ತು. ಈಗ ಹಲವು ಬಾರಿ ಹೋಗಿ ಬಂದ ಮೇಲೆ ತಿಳಿಯುತ್ತಿದೆ, ಅವರು ತುಂಬಾ ಮುಂದುವರೆದ ಬುದ್ಧಿಶಕ್ತಿಯುಳ್ಳವರು. ನಮ್ಮ ಮೈಂಡ್ ಕಂಟ್ರೋಲ್ (ಮನೋ ನಿಯಂತ್ರಣ) ಮಾಡುತ್ತಾರೆ. ಅಲ್ಲದೆ, ಅವನ ಕೈಯಿಂದ ನನ್ನ ಕೈಗೆ ವಿದ್ಯುತ್ ತರಹ ಯಾವುದೋ ಶಕ್ತಿಯ ಸಂಪರ್ಕವಿದೆ.ಅದೇ ನಾವು ಹಾರುತ್ತಿರುವುದಕ್ಕೆ ಇಂಧನ ಎಂದರಿವಾಗುತ್ತಿದೆ. ನನಗೆ ತೀರಾ ಆತಂಕವಾಗುತ್ತಿದೆ. ಆದರೆ ಆ ಗಗನ ನೌಕೆ ಎನ್ನಬಹುದಾದರ ಹೊಟ್ಟೆ ತಾನೇ ತೆರೆಯಿತು. ನಾವು ಪುರ್ರನೆ ಒಳಗೆ ಹಾರಿಹೋದೆವು, ಅದು ಮುಚ್ಚಿಕೊಂಡಿತು."

ನಾನು ನೋಟ್ ಮಾಡಿಕೊಳ್ಳುತ್ತಿದ್ದೇನೆ.

"ನಾವು ಆ ವಾಹನದ ನೆಲ ಮುಟ್ಟಿದ್ದೇವೆ. ಆದರೆ ಈಗ ಅವನು ನನ್ನ ಕೈ ಹಿಡಿದಿಲ್ಲ. ಸುತ್ತಲೂ ಅರಿಶಿನ ಬಣ್ಣದ ಬೆಳಕು ನಮ್ಮನ್ನು ಒಂದು ನಿರ್ದಿಷ್ಟ ದಿಕ್ಕಿನಲ್ಲಿ ಹೋಗಲು ಪ್ರೇರೇಪಿಸುತ್ತಿದೆ. ನಾನು ಅವನ ಜತೆ ಸುಮ್ಮನೆ ಹೋಗುತ್ತಿದ್ದೇನೆ."

ಇದೆಲ್ಲಾ ಗಗನ್ ವರ್ತಮಾನದಲ್ಲಿ ಮರುಕಳಿಸಿದ ನೆನಪಿನಲ್ಲಿ ಹೇಳುತ್ತಿದ್ದಾರೆ.

"ಅಲ್ಲಿ ದೊಡ್ಡ ದೀಪಗಳ ಡೋಮ್ ತರಹದ ವಿಶಾಲವಾದ ಹಾಲ್ ಇದೆ.ಸುತ್ತಲೂ ಎತ್ತೆತ್ತಲೋ ಯಾಂತ್ರಿಕವಾದ ಬೆಳಕು ಚೆಲ್ಲುವ ಪರದೆಗಳಿವೆ. ಅದರ ಮೇಲೇನೋ ಚಿತ್ತಾರ ಮೂಡಿ ಮರೆಯಾಗುತ್ತಿದೆ ಅದರ ಮೇಲೆ ಕೈಆಡಿಸಿ ಅತ್ತಿತ್ತ ತಳ್ಳುತ್ತಿದ್ದಾರೆ. ಕೆಲವರು! ಅಲ್ಲಿ ಈಗ ಅವನ ತರಹ ಬೇರೆಯವರೂ ಇದ್ದಾರೆ. ಮೈ ಗಾಡ್." ಗಗನ್ ಸಾವರಿಸಿಕೊಂಡು ಹೇಳಿದರು

"ಅವರೆಲ್ಲಾ ಒಂದೇ ತರಹ ಇದ್ದಾರೆ, ವ್ಯತ್ಯಾಸವೇ ಇಲ್ಲ, ಬೊಂಬೆಗಳ ತರಹ!"

"ಎಷ್ಟು ಜನ, ಏನು ಮಾಡುತ್ತಿದ್ದಾರೆ?"

"ಸುಮಾರು 50 ಇರಬಹುದು. ಏನೇನೋ ಕೆಲಸ ಮಾಡುತ್ತಾ ಕೈಯಲ್ಲಿ ಏನೇನೋ ಹಿಡಿದು ಸರಕ್ಕನೆ ಚಲಿಸುತ್ತಾರೆ, ಅಲ್ಲೇ ಮತ್ತೊಂದು ಸ್ಥಳ ತಲಪುತ್ತಾರೆ, ಕೆಲವೊಮ್ಮೆ ತೇಲುತ್ತಾರೆ, ಅಥವಾ ಹಾರುತ್ತಾರೆ. ಅಂದರೆ ತಂತಮ್ಮ ಕೆಲಸ ಮಾಡುತ್ತಿದ್ದಾರೆ. ಯಾವುದು ಈ ಬೊಂಬೆಗಳ ಫ್ಯಾಕ್ಟರಿ?"

"ನೀವೇ ಹೇಳಬೇಕು, ಗಗನ್. ಒಳಗೆ ಹವಾ ಹೇಗಿದೆ? ಕಿಟಕಿ ಬಾಗಿಲು ಇಲ್ಲವೆ?"

"ಬಾಗಿಲು ಹೊರಕ್ಕೆ ಇಲ್ಲ, ಗಾಜಿನಂತಹ ಕಿಟಕಿಗಳಿವೆ. ಹೊರಗೆ ಕತ್ತಲು ಮತ್ತು ತಾರೆಗಳು ಕಾಣುತ್ತವೆ. ಸೆಕೆಯೂ ಇಲ್ಲ, ಚಳಿಯೂ ಇಲ್ಲ. ನನಗೆ ಏನೂ ಗೊತ್ತಾಗುತ್ತಿಲ್ಲ. ಅಲ್ಲಿ ಏಸಿ ತರಹ ಏನೂ ಇಲ್ಲ. ಅಲ್ಲಿಂದ ನನ್ನನ್ನು ಇನ್ನೊಂದು ಕೋಣೆಗೆ ಕರೆದೊಯ್ದರು ಅಲ್ಲಿಗೆ ಬಾಗಿಲಿನ ಫ್ರೇಂ ಇದೆ. ಆದರೆ ಒಳಗೆ ಹೋಗಲು ಸಾಧ್ಯವಿಲ್ಲ, ಒಂದು

ಅದೃಶ್ಯ ಬಾಗಿಲಿದೆ. ಅವರು ಹತ್ತಿರ ಹೋದರೆ ನಾನೂ ಹೋಗಬಹುದು ಇಲ್ಲದಿದ್ದರೆ ಇಲ್ಲ!"

"ಅಲ್ಲಿ ಏನಿದೆ?"

"ಅಯ್ಯೋ! ಆಪರೇಷನ್ ಥಿಯೇಟರ್ ತರಹ ಇದೆ" ಗಗನ್ ಆ ನೆನಪಿನಿಂದ ಮತ್ತೆ ಆತಂಕಗೊಂಡರು."ಅಲ್ಲಿ ಆಗಲೇ ಮೊದಲನೆ ಬಾರಿ ನೋಡಿದ್ದು ಆ ಎತ್ತರದ ಜೀವಿಯನ್ನು!"

"ಯಾರವನು?" ನನ್ನ ಕಿವಿ ನಿಮಿರಿತು.

"ಅವನು ಎಲ್ಲರಿಗೂ 'ಅಲ್ಲಿಗೆ ಹೋಗು, ಅದು ಮಾಡು, ಇದು ಮಾಡು' ಎಂದೆಲ್ಲಾ ಸೂಚಿಸುತ್ತಿದ್ದಾನೆ. ಈ ಕುಳ್ಳರೆಲ್ಲಾ ವಿಧೇಯರಂತೆ ಅವನ ಮಾತು ಕೇಳುತ್ತಿದ್ದಾರೆ. ಅಲ್ಲಿ ಒಬ್ಬ ನರ್ಸ್ ತರಹ ಎತ್ತರದ ಹೆಣ್ಣೂ ಇದ್ದಾಳೆ. ಅಯ್ಯೋ ಅವನು ಸರ್ಜನ್ ಇರಬೇಕು!"ಗಗನ್ ಏನೋ ಮಲಗಿದಲ್ಲೇ ಅಸ್ಪಷ್ಟವಾಗಿ ಮಿಸುಕಾಡುತ್ತಾ ಗೊಣಗಿದರು.

ನಾನು ಹತ್ತಿರ ಬಗ್ಗಿ ಕೇಳಿದೆ. "ಯಾರವರು? ಹೇಗಿದ್ದಾರೆ?

"ಸುಮಾರು ಆರು ಅಡಿ ಎತ್ತರ. ಅವನ ತಲೆ ಮಿಕ್ಕವರಷ್ಟು ದೊಡ್ಡದಾಗಿಲ್ಲ, ಗುಂಡಗಿದೆ. ಸ್ವಲ್ಪ ಮೂಗು ಕಿವಿ ಬಾಯಿ ಕಾಣುವಂತಿದೆ. ಆದರೆ ಕಂಗಳು ದೊಡ್ಡದಾಗಿವೆ. ಇವರಿಗೆಲ್ಲ ರೆಪ್ಪೆಯೇ ಇಲ್ಲ. ಅವನಿಗೆ ಚಿಕ್ಕ ರೆಪ್ಪೆಯಿದೆ. ಎಲ್ಲಾ ಹಳದಿ ಬಣ್ಣ. ಮೈ ಬಣ್ಣ, ತಲೆಗೂದಲು ಇವರಿಬ್ಬರದು! ಮತ್ತೆ ಅವನ ಪಕ್ಕ ಆ ಹೆಣ್ಣೂ! ಅವಳು ನೋಡಲು ಮಾತ್ರ ಹೆಣ್ಣಂತಿದ್ದಾಳೆ. ತುಂಬಿದ ಮೈಕಟ್ಟು, ಎದೆ ಮತ್ತು ನಿತಂಬ ನಮ್ಮ ಹೆಂಗಸರಂತೆಯೇ." ಗಗನ್‌ಗೆ ತನ್ನ ವರ್ಣನೆಯಿಂದ ನಗು ಬಂದಂತಿದೆ. "ಆದರೆ ಇವರಿಬ್ಬರೂ ಸಹ ಮನುಷ್ಯರಲ್ಲ. ಬೇರೇ ಯಾವುದೋ ಜಾತಿಯ ಜೀವಿಗಳು."

"ಯಾಕೆ ಹಳದಿ ಹಳದಿ ಎನ್ನುವಿರಿ?" ನನಗಾದ ಸೋಜಿಗ.

"ಹೌದು. ಪೀತವರ್ಣದ ಪಿಶಾಚಿ ಎಂದು ಕನ್ನಡದಲ್ಲಿ ಹಳೇ ಕಾದಂಬರಿ ಓದಿದ್ದೆ. ಹಾಗೇ ಇದ್ದಾರೆ ಇವರು!" ಜಿಂದೆ ನಂಜುಂಡಸ್ವಾಮಿಯ ಪತ್ತೇದಾರಿ ಕತೆಗಳನ್ನೂ ಬೇರೆ ಓದಿದ್ದಾರೆ ಗಗನ್, ನಾನು ಮುಗುಳ್ನಕ್ಕೆ.

"ಅವರು ನನ್ನನ್ನು ಆ ಥಿಯೇಟರಿನ ಮಧ್ಯೆ ದೊಡ್ಡ ಫ್ಲಡ್ ಲೈಟ್ ಇದ್ದ ಟೇಬಲ್ಲಿಗೆ ಸೆಳೆದೊಯ್ದರು. ನಾನು ಬಹಳ ತಡೆಯುತ್ತಿದ್ದೇನೆ, ಸೆಣೆಸುತ್ತಿದ್ದೇನೆ. ಭಯ ಮತ್ತು ಕೋಪದಿಂದ ಹೋಗಲು ಒಪ್ಪುತ್ತಿಲ್ಲ. ಅವರು ನನಗೆ ಏನೋ ಮಾಡಲಿದ್ದಾರೆ ಎಂದು ಗೊತ್ತಾಗುತ್ತಿದೆ."

"ಭಯ ಪಡಬೇಡಿ. ಹೇಳಿ ಏನು ನಡೆಯಿತು. ನಡೆಯುತ್ತಿದೆ?" ಎಂದೆ ನಾನು.

ಇಬ್ಬರು ಕುಳ್ಳರು ನನ್ನನ್ನು ಟೇಬಲಿನತ್ತ ಎಳೆಯುತ್ತಿದ್ದಾರೆ. ನನ್ನ ಪ್ರತಿಭಟನೆ ಕಂಡು ಆ ಸರ್ಜನ್,ಎತ್ತರದವ,ಅವನನ್ನು ಲಂಬೂ ಎಂದು ಕರೆಯಲೆ?"

"ಆಗಲಿ ಹೇಳಿ. ನಿಮ್ಮನ್ನು ಕರೆದುಕೊಂಡು ಬಂದವ ಗಿಡ್ಡ ಅನ್ನಿ."

ಒಂದು ನಿಮಿಷ ನೀರವ ಮೌನ. ನಾನು ಗಗನ್‌ರನ್ನು ಅವಸರಿಸಲಿಲ್ಲ.

"ಲಂಬೂ ನನ್ನ ಬಳಿಗೆ ಬಂದ. ಅವನ ಕಂಗಳಲ್ಲಿ ಯಾವುದೋ ಅತೀಂದ್ರಿಯ ಕಾಂತಿಯಿದೆ. ಅದನ್ನೇ ನೋಡುವಂತೆ ನನ್ನನ್ನು ಬಲವಂತ ಮಾಡುತ್ತಿದ್ದಾನೆ ದೃಷ್ಟಿಯ ಮೂಲಕವೆ." ಗಗನ್ ಉಗುಳು ನುಂಗಿದರು.

"ಅವರು ನನ್ನ ಬಟ್ಟೆಗಳನ್ನು ಬಿಚ್ಚಿ ನಗ್ನಗೊಳಿಸಿದ್ದಾರೆ. ನನ್ನ ಬಟ್ಟೆಗಳನ್ನು ಗಾಳಿಯಲ್ಲಿ ಎದುರುಗೋಡೆಯತ್ತ ತೇಲಿಸಿ ಎಸೆದು ಅವು ಅಲ್ಲೇ ತಗುಲಿ ಹಾಕಿಕೊಂಡಿದೆ. ಮಾಯಾಜಾಲದಂತಿದೆ. ನಾನು ಅಶಕ್ತನಾಗಿ ಪ್ರತಿಭಟನೆ ಮಾಡುತ್ತಲೇ ಇದ್ದೇನೆ. ನಾನು ಈಗ ಟೇಬಲ್ ಮೇಲೆ ಮಲಗಿದ್ದೇನೆ. ಮೇಲೆ ಹೊಳೆಯುವ ಲೈಟ್ ಇದೆ. ಲಂಬೂ ನನ್ನ ಬಳಿಗೆ ಬಂದು ಬಗ್ಗಿದ. ಅವನು ಗಾಳಿಯಲ್ಲೆ ಕೈಯಾಡಿಸಿದ. ಅದು ಯಾವ ಮಾಯವೋ, ಎಲ್ಲಿಂದಲೋ ಯಾವುದೋ ಔಷಧಿಯ ಶವರ್ ಶುರುವಾಯಿತು. ಬಹಳ ತಣ್ಣಗೆ ಮೈಯನ್ನು ತೋಯಿಸಿತು. ನಾನು ನಡುಗಿದೆ. ಹೀಗೆ ಮುಂದಿನ ಪ್ರತಿಸಲವೂ ನನ್ನನ್ನು ಶುಚಿ ಮಾಡಿದ್ದಾರೆ, ಸ್ಯಾನಿಟೈಸ್ ಮಾಡಿರಬೇಕು. ನಾನು ಮತ್ತೆ ಏಳಲು ಯತ್ನಿಸಿದೆ. ಲಂಬೂ ನನ್ನ ಹಣೆಯ ಮೇಲೆ ತನ್ನ ಹಸ್ತವನ್ನಿಟ್ಟ. ಅವನಿಗೆ ಐದು ಬೆರಳುಗಳಿವೆ, ನಮ್ಮ ತರಹ. ಆ ಹಸ್ತದಲ್ಲಿ ಯಾವುದೋ ಅಗೋಚರ ಶಕ್ತಿಯಿದೆ ಅನಿಸುತ್ತಿದೆ, ಅದು ನನ್ನಲ್ಲಿ ಪ್ರವಹಿಸಿ ನಾನು ಮತ್ತೆ ಗೊಂದಲಗಳಿಲ್ಲದೇ ಶಾಂತನಾದೆ. ಅವನು ಏನೋ ಬಟನ್ ಪ್ರೆಸ್ ಮಾಡಿದನೇನೋ, ನನ್ನ ಮೈ ಸುತ್ತಲೂ ಸೆಮಿ-ಪಾರದರ್ಶಕ ಗೌನು ಒಂದು ತನ್ನಂತೆ ತಾನೇ ಸುತ್ತಿಕೊಂಡಿತು. ಒಂದು ವಿಚಿತ್ರವೆಂದರೆ ಅವನು ಅದರ ಮೂಲಕ ತನ್ನ ಕೈ ತೂರಿಸಬಲ್ಲ. ಹಾಗೆಯೇ ನನ್ನ ಕೈ ಬೆರಳು ಹಿಡಿದ. ಅವನ ಉಗುರಿನಿಂದ ಯಾವುದೋ ಸೂಜಿ ಹೊರಬಂದು ನನ್ನನ್ನು ಚುಚ್ಚಿದಂತಾಗಿ ಸ್ವಲ್ಪ ನರಳಿದೆ. ನನ್ನ ರಕ್ತ ಎಲ್ಲಿ ಶೇಖರವಾಯಿತು ನನಗೆ ಗೊತ್ತಾಗುತ್ತಿಲ್ಲ! ಅವನು ಏನೂ ಆಗುವುದಿಲ್ಲ, ಸುಮ್ಮನಿರು ಎಂದು ಧೈರ್ಯ ಹೇಳಿದ."

ಮತ್ತೆ ಟೆಲಿಪತಿಯಲ್ಲಿ ಮಾತಾಡಿರಬಹುದು?

"ಮುಂದೆ ಅವನು ನನ್ನ ಕೈ ಉಗುರು ಮತ್ತು ತಲೆಗೂದಲಿನ ಸ್ಯಾಂಪಲ್ ತೆಗೆದುಕೊಂಡ. ಅವನಿಗೆ ಹಳದಿ ಬೆಳಕಿನ ಕಿರಣದಂತಹ ಕೂದಲಿದೆ. ಅದು ವಿದೇಶಿಯರ ಬ್ಲಾಂಡ್ ಸಹ ಅಲ್ಲ. ನನ್ನ ಕಣ್ಣ ಮುಂದೆಯೇ ಅದು ಮಾತ್ರ ಕಾಣಿಸುತ್ತಿದೆ. ಅವನು ನನ್ನ ದೈಹಿಕ ಸ್ಯಾಂಪಲ್ಸ್ ಹೇಗೆ ಕತ್ತರಿಸಿ ಕಲೆಕ್ಟ್ ಮಾಡುತ್ತಿದ್ದಾನೆ ತಿಳಿಯುತ್ತಿಲ್ಲ, ಅವನ ಕೈಗಳು ತುಂಬಾ ವೇಗವಾಗಿ ಓಡುತ್ತವೆ. ರೋಬೋ ಯಂತ್ರಕ್ಕಿಂತ ವೇಗವಾಗಿ!" ಗಗನ್ ನಿಲ್ಲಿಸಿದರು, ಸುಸ್ತಾಗಿರಬೇಕು. ಇಂತಹ ಭಯಾನಕ ಘಟನೆಯನ್ನು ಮರುನೆನಪು ಮಾಡಿಕೊಳ್ಳುವಾಗ.

"ಆಮೇಲೆ?"

"ಆಮೇಲೆ ನನ್ನ ಬಾಯಿ ತೆರೆಸಿ ನನ್ನ ಜೊಲ್ಲಿನ ಸ್ಯಾಂಪಲ್ ತೆಗೆದುಕೊಂಡ, ಅದಕ್ಕೆ ತಕ್ಕ ಪಿಪೆಟ್ ಮಾದರಿಯ ಸಾಧನದಲ್ಲಿ."

ರಕ್ತ, ಉಗುರು, ಕೂದಲು ಮತ್ತು ಜೊಲ್ಲು. ಜೈವಿಕ ಸ್ಯಾಂಪಲ್ಲುಗಳನ್ನು ಹೀಗೆ ತೆಗೆಯುವುದು ಕ್ಲೋನಿಂಗ್, ಹೈಬ್ರಿಡ್ ತಳಿಗಾಗಿ ಮಾತ್ರ. ನನಗೆ ಕುತೂಹಲ ಕೆರಳಿದೆ

"ಮುಂದೇನು?"

"ನಿನ್ನ ಮೂಗಿನಲ್ಲಿ ಒಂದು ಚಿಪ್ ಅಡಗಿಸಿಡುತ್ತೇವೆ. ಅದು ನಮಗೆ ನಮ್ಮ ಗ್ರಹದಿಂದ ನಿನ್ನ ಇರುವಿಕೆಯ ಸೂಚಿ ಮಾತ್ರ, ಸ್ವಲ್ಪ ನೋವಾಗುತ್ತದೆ, ನಾನು ಕಡಿಮೆ ಮಾಡುತ್ತೇನೆ" ಎಂದು ತಿಳಿಸಿದ ಸರ್ಜನ್ ಲಂಬೂ.ನಾನು ನಿಜಕ್ಕೂ ಗಾಬರಿಯಾದೆ."

"ಮೊದಲ ಬಾರಿಗೆ ನನ್ನ ಮಿದುಳಿನಲಿದ್ದ ಜೇಡರಬಲೆ ಸರಿದು ಪ್ರಶ್ನೆಯೊಂದು ಮೂಡಿತು. "ಹಾಗಾದರೆ ನೀವ್ಯಾರು? ಏಕೆ ಹೀಗೆಲ್ಲಾ?" ನಾನು ಪ್ರಶ್ನೆ ಮುಗಿಸಲೇ ಇಲ್ಲ, ಉತ್ತರ ಕೇಳಿಬಂತು."

"ನಾವು ಜ಼ೀಟಾ ರೆಟಿಕ್ಯುಲಿ ಎಂಬ ಎರಡು ಸೂರ್ಯಗಳಿರುವ ಬಹಳ ದೂರದ ಸೌರಮಂಡಲದವರು. ನೀನು ಸುಮ್ಮನೆ ಸಹಕರಿಸಿದರೆ ಆಮೇಲೆ ಎಲ್ಲಾ ಹೇಳುತ್ತೇನೆ" ಎಂದ ಅವನು ಸಾಂತ್ವನ ಮಾಡುವ ತೆರದಲ್ಲಿ. ನನ್ನ ಹಣೆಯ ಮೇಲೆ ತನ್ನ ಕೈಯನ್ನಿಟ್ಟ. ಮತ್ತೆ ನನ್ನ ಮನಸ್ಸು ಖಾಲಿಯಾಗಿ ಸ್ತಬ್ಧನಾದೆ. ಅವನಿಗೆ ಆಕೆ ಸಹ ಸರಸರನೆ ಮಾತಿಲ್ಲದೆಸಹಾಯ ಮಾಡುತ್ತಿದ್ದಳು.

"ಅವನು ಫ಼ೋರ್ಸೆಪ್ಸ್ ತರಹ ಹಿಡಿದು ನನ್ನ ಮೂಗಿನ ಹೊಳ್ಳೆ ಅರಳಿಸಿ ನನ್ನ ಹಣೆಯವರೆಗೂ ತೂರಿಸಿ ಏನೋ ಹುದುಗಿಸಿಟ್ಟ. ನಾನು ಚಟಪಟನೆ ಹಿಂಸೆಯಿಂದ ಒದ್ದಾಡಿದೆ."

ಗಗನರ ಮೆಡಿಕಲ್ ಪರೀಕ್ಷೆ ದಾಖಲೆಗಳಲ್ಲಿ ಮೂಗಿನ ಮಧ್ಯಭಾಗದಲ್ಲಿ ಹಳೇ ಗಾಯವಾಗಿ ಮಾಗುತ್ತಿರುವುದಂತೂ ಇತ್ತು.

"ಅದೆಲ್ಲಿ ಹೋಯಿತು ಈಗ?"

"ಅದನ್ನು ಮೊನ್ನೆ ಮೂರನೆಯ ಸಲ ತೆಗೆದುಬಿಟ್ಟರು. ನಾನು ಯಾಕೆ ಎಂದು ಕೇಳಿದೆ. ಅವನು ಶಾಂತವಾಗಿ 'ನಿನ್ನ ಪರೀಕ್ಷೆಯೆಲ್ಲಾ ಮುಗಿಯಿತು, ನೀನೆಲ್ಲಿ ಹೋಗುತ್ತೀಯೆ, ಎಲ್ಲಿರುತೀಯೆ ಎಂಬುದು ನಮಗೆ ಇನ್ನು ಬೇಕಾಗಿಲ್ಲ' ಎಂದನು."

"ಪ್ರತಿಸಲವೂ ಆತನೇ ಇರುತ್ತಿದ್ದನೆ?"

"ಹೌದು ಇದುವರೆಗೆ ನನ್ನನ್ನು ಒಬ್ಬನನ್ನೇ ಎರಡು ಸಲ, ಅವಳನ್ನು ಮೂರು ಸಲ, ನಮ್ಮಿಬ್ಬರನ್ನು ಒಟ್ಟಿಗೆ ಒಂದು ಸಲ ಕರೆದೊಯ್ದಿದ್ದಾರೆ!"

"ಅವನೇನು ನಿಮ್ಮ ಕನ್ಸಲ್ಟಿಂಗ್ ಸರ್ಜನ್ನೆ?" ಎಂದು ನಗಾಡಿದೆ. ಪೆಚ್ಚಾಗಿ ನಕ್ಕರು ಗಗನ್,

"ಹಾಗೆ ಅಂದುಕೊಳ್ಳಿ. ಟ್ರ್ಯಾಕಿಂಗ್ ಚಿಪ್ ಇತ್ತಲ್ಲ."

ಇರಬೇಕು, ಅವನೇ ಇವರ ಕೇಸ್ ವರ್ಕರ್ ತರಹ. ಅದು ಅವನಿಗೆ ಯಾವುದೋ ನಿರ್ದಿಷ್ಟ ಸಿಗ್ನಲ್ ಕೊಡುತ್ತಿದ್ದಿರಬೇಕು. ತುಂಬಾ ವ್ಯವಸ್ಥಿತ ಹಾಗಾದರೆ!

"ಸರಿ ವಾಪಸ್ ಬನ್ನಿ, ಮೊದಲನೆಯ ಸಲ ಏನಾಯಿತು?" ವಿಚಾರಣೆ ಮುಂದುವರೆಸಿ ಮುಗಿಸುವುದು ಅಗತ್ಯ.

"ಮುಂದಿನದನ್ನು ಹೇಳಲು ನನಗೆ ತುಂಬಾ ಮುಜುಗುರವಾಗುತ್ತದೆ." ಎಂದು ಬಲವಾಗಿ ತಲೆಯಾಡಿಸಿದರು ಗಗನ್. ಎಚ್ಚರವಾಗದಿರಲಪ್ಪ ಸದ್ಯ! ಎಂದು ಗಾಬರಿಯಾಯಿತು.

"ಪರವಾಗಿಲ್ಲ ಹೇಳಿ. ಎಚ್ಚರವಾಗಿ ಮನೆಗೆ ಹೋದಮೇಲೆ ಯಾಕೆ ಹೇಳಲಿಲ್ಲ ಎಂಬ ಗಿಲ್ಟ್ ಕಾಡೀತು ನಿಮ್ಮನ್ನು." ಮುನ್ನೆಚ್ಚರಿಕೆ, ಧೈರ್ಯ ಎಲ್ಲಾ ತುಂಬಬೇಕು ನನ್ನ ಕೇಸುಗಳಲ್ಲಿ.

"ಅವರು ನನ್ನ ಸೊಂಟದ ಕೆಳಗೆ ಸ್ಯಾಂಪಲ್ ತೆಗೆದುಕೊಂಡರು"ಎಂದು ತೊದಲಿದರು ಗಗನ್. ಹೇಳಲು ಸಂಕೋಚ ಪಡುತ್ತಿದ್ದಾರೆ ಎನಿಸಿತು.

"ಸರಿಯಾಗಿ ಹೇಳಿ."

"ನನ್ನ ಮನಸ್ಸಿನಲ್ಲಿ ಲೈಂಗಿಕ ಆಸೆಯನ್ನು ಅವನು ಬಿತ್ತಿದ. ನಾನು ಉದ್ರಿಕ್ತನಾದೆ. ಆದರೆ ಆಗಲೇ ನಾನು ಮಯಕ ಬಂದು ಜ್ಞಾನ ತಪ್ಪಿಬಿಟ್ಟೆ."

"ಮತ್ತೆ ಹೇಗೆ ಖಾತರಿಯಾಗಿ ಹೇಳುತ್ತೀರಿ?"

"ಅವನು ಟೆಸ್ಟ್ ಟ್ಯೂಬಿನಂತಹ ಶೀಶೆಯಲ್ಲಿ ಅದನ್ನು ಕಲೆಕ್ಟ್ ಮಾಡಿದ್ದನ್ನು ಎಚ್ಚರವಾದಾಗ ನಾನು ನೋಡಿಬಿಟ್ಟೆ."

ಗಗನ್ ಈಗ ಸ್ವಲ್ಪ ಉದ್ವಿಗ್ನರಾದಂತೆ ತೋರಿತು.

"ನೀವು ನನ್ನನ್ನು ನಂಬುವುದಿಲ್ಲ ಅಲ್ಲವೆ? ಪುರುಷನಾಗಿ ಆದರೂ ನಿಮಗೆ ಅರಿವಾಗಿಯೇ ಆಗುತ್ತದೇ ಅಲ್ಲವೆ ಆ ಸ್ಥಿತಿಯಲ್ಲಿ?"

"ಅರ್ಥವಾಯಿತು. ಮುಂದೆ ಹೇಳಿ, ನಂಬಿದ್ದೇನೆ." ಸುಮ್ಮನೆ ಅವರೊಂದಿಗೆ ವಾದಿಸಿ ಈ ರೆಗ್ರೆಷನ್ ಥೆರಪಿ ಸೆಷನ್ ಅರ್ಧಕ್ಕೆ ಮುಗಿಯುವುದು ನನಗೆ ಬೇಕಿರಲಿಲ್ಲ.

ವೀರ್ಯದ ನಮೂನೆ? ಮಿಶ್ರ ತಳಿ, ಕೃತಕ ಸಂತಾನೋತ್ಪತ್ತಿ! ನನ್ನ ಮನಸ್ಸಿನಲ್ಲಿ ನಂಬಿಕೆ ಬಲವಾಗುತ್ತಿದೆ.

"ಆಮೇಲೆ ನನ್ನ ಟೆಸ್ಟ್ ಮುಗಿಸಿ ಬಟ್ಟೆ ಹಾಕಿದರು. ಮತ್ತೆ ನಾನು ಲಂಬೂನತ್ತ ತಿರುಗಿ "ಏನು ನಡೆಯುತ್ತಿದೆ ಇಲ್ಲಿ. ಯಾಕೆ ನೀವು ಹೀಗೆ?" ಎಂದೆ ಮನಸಿನಲ್ಲೇ."

"ಅವನು ನನ್ನನ್ನು ಆ ಕುಳ್ಳರ ಜತೆಯಲ್ಲೇ ಒಂದು ದೊಡ್ಡ ಸ್ಥಳಕ್ಕೆ ಕರೆದೊಯ್ದ. ಅಲ್ಲಿ ಬಾಗಿಲು ಗೋಡೆ, ಪರದೆ ಎಲ್ಲಾ ನಾವು ಹೋಗುತ್ತಿದ್ದಂತೆಯೇ ಕ್ರಿಯೇಟ್ ಆಯಿತು. ಆಗಲೆ ಸೃಷ್ಟಿಯಾಯಿತು!"

ವರ್ಚುಯಲ್ ರಿಯಾಲಿಟಿ? ಆರ್ಟಿಫಿಶಿಯಲ್ ಇಂಟೆಲಿಜೆನ್ಸ್? ಏನಿರಬಹುದು?

ಅವನು ದೊಡ್ಡ ಪರದೆಯ ಮೇಲೆ ಕೈಯಾಡಿಸುತ್ತಲೇ ಅಲ್ಲಿ ಬಾಹ್ಯಾಕಾಶ ಲೈವ್ ನಕ್ಷೆ ಮೂಡಿಬಂತು.

"ನೀವು ಇಲ್ಲಿದ್ದೀರಿ."ಎಂದು ಅವನು ನಮ್ಮೆಲ್ಲರಿಗೂ ತಿಳಿದಿರುವ ನಮ್ಮ ಸೌರವ್ಯೂಹದ ಚಿತ್ರವನ್ನು ತೋರಿದ. ನಾನು ತಲೆಯಾಡಿಸಿದೆ.

ನಾವು ನಿಮ್ಮ ಸೌರವ್ಯೂಹದ ದಕ್ಷಿಣದಲ್ಲಿ 40 ಜ್ಯೋತಿ ವರ್ಷಗಳ ದೂರದಲ್ಲಿ ದ್ವಿ-ಸೂರ್ಯರಿರುವ ಗ್ರಹಮಂಡಲ ಕಾಣುತ್ತದೆಯಲ್ಲಾ. ಅದನ್ನು ನೀವು ಝೀಟಾ ರೇಟಿಕ್ಯುಲಿ ಎನ್ನುತೀರಿ."ಎಂದು ತನ್ನ ಬೆರಳಿನಿಂದ ಒತ್ತಿ ಝೂಂ ಮಾಡಿ ತೋರಿಸಿದನು. ಅಲ್ಲಿನ ಗ್ರಹ ಮತ್ತು ಉಪಗ್ರಹಗಳ ಚಿತ್ರ ಸ್ಪಷ್ಟವಾಗಿತ್ತು."

ಅಮೇರಿಕಾದಲ್ಲೂ ಈ ಜೇಟಾ ರೆಟಿಕ್ಯುಲಿ ಗ್ರಹದ ಗ್ರೇ ಜೀವಿಗಳೆ ಹೊತ್ತೊಯ್ಯುತ್ತಿದ್ದುದು. ಅದು ನಿಜವಾಗಿಯೂ ಇರುವ ಗ್ರಹಮಂಡಲ!

"ನಾವು ಇಲ್ಲಿನವರು. ಹಲವು ಬಿಲಿಯನ್ ವರ್ಷಗಳ ಕೆಳಗೇ ಹುಟ್ಟಿದ್ದೆವು. ನಮಗೂ ಹಲವು ಯುಗಗಳು ಕಳೆದವು, ಭೀಕರ ಯುದ್ಧಗಳು ಜರುಗಿದವು, ಅನ್ಯಗ್ರಹಗಳಿಂದ ವೈರಿಗಳು ಬಂದರು. ಕ್ರಮೇಣ ಪರಿಸರ ಬದಲಾಗಿ ಹೊಸ ವ್ಯವಸ್ಥೆ ಹವಾಮಾನವೂ ಹುಟ್ಟಿಕೊಂಡಿತು. ನಮಗೆಲ್ಲಾ ಹಲವು ಬಾರಿ ಸತ್ತು ನಾಶವಾಗಿ ಮತ್ತೆ ಬದಲಾದ ಯುಗ ಮತ್ತು ಸಂಧರ್ಭಗಳಲ್ಲಿ ಪುನರ್ಜನ್ಮವಾಯಿತು. ದೇಹ, ಆರೋಗ್ಯ, ಜೀವನಶೈಲಿ ಎಲ್ಲಾ ಯುಗದಿಂದ ಯುಗಕ್ಕೆ ಪರಿವರ್ತನೆಯಾದವು."

"ಅಂದರೆ ನಮಗಿಂತ ಹಳಬರು" ಎಂದು ಉದ್ಗರಿಸಿದೆ. ಅವನು ಒಂದು ತರಹ ನಕ್ಕ ಎಂದೇ ಹೇಳಬೇಕು, ಅವನ ಬಾಯಿ ಸೊಟ್ಟವಾಯಿತು ಅಷ್ಟೇ!

"ನಿಮ್ಮ ಕಾಲಗಣನೆಯ ಲೆಕ್ಕದಲ್ಲಿ ಇರಬಹುದು, ನಮ್ಮ ಕಾಲಗಣನೆಯೇ ಬೇರೆ, ಅದು ನಿಮಗರ್ಥವಾಗದ್ದು. ಮೂರು ಆಯಾಮದಲ್ಲಿಲ್ಲ, ಹಗಲು ರಾತ್ರಿಗಳಲ್ಲಿಲ್ಲ. ನಾಲ್ಕನೆ ಮತ್ತು ಐದನೇ ಡೈಮೆನ್ಶನ್‌ನಲ್ಲಿದೆ ಈ ಗಗನನೌಕೆ ಈ ನಮ್ಮ ಕುಳ್ಳರ ಗುಲಾಮ ಸಂತತಿ ಇವೆಲ್ಲಾ." ಎಂದು ಮಾತಾಡದೇ ನಿಂತಿದ್ದ ಕುಳ್ಳರನ್ನು ತೋರಿಸಿದ ಲಂಬೂ.

"ನೀವು ಯಾರು, ಇವರು ಯಾರು?"

"ಇಲ್ಲಿರುವವರಲ್ಲಿ ನಾವೇ ಪ್ಲಯ್ಡಿಯನ್ ಜಾತಿಯ ಮೂಲ ಗ್ರಹವಾಸಿಗಳು, ನಾನು ಮತ್ತು ಇವಳು (ನರ್ಸ್). ಇವರು ನಮ್ಮ ಜೈವಿಕ ತಂತ್ರಜ್ಞಾನದಿಂದ ಕ್ಲೋನ್ ಮಾಡಿದ ಗುಲಾಮ ಸಂತತಿ, ನಮ್ಮ ಸೇವೆಗೆ ನಾವೇ ಸೃಷ್ಟಿಸಿದ್ದು. ನಾವು ಈ ನೂರು ವರ್ಷಗಳಲ್ಲಿ ಪ್ರಾಕೃತಿಕ ವಿನಾಶದಿಂದ ಜನಸಂಖ್ಯೆಯಲ್ಲಿ ಭಾರಿ ಇಳಿಮುಖವಾದೆವು. ನಮಗೆ ಈಗ ಹೆಚ್ಚಿನವರಿಗೆ ಸಂತಾನೋತ್ಪತ್ತಿ ಶಕ್ತಿಯಿಲ್ಲ. ಹಾಗಾಗಿ..."

"ಮತ್ತೆ ಈ ಗ್ರೇ ಬಣ್ಣದ ಗುಲಾಮರು, ಅವರಿಗೆ?"ಎಂದೆ.

ಲಂಬೂ ದುಃಖಿತನಾದಂತೆ ಕಂಡ.

"ದುರದೃಷ್ಟವಶಾತ್ ಅವರಿಗೂ ಆ ಶಕ್ತಿ ಕೊಡಲು ನಮಗಾಗಲಿಲ್ಲ. ಅವರಿಂದು ಅರೆಬೆಂದ ಪ್ರಯೋಗದ ನಮೂನೆಗಳು, ಅಂದರೆ ನಾವು ಪ್ರಕೃತಿಯನ್ನು, ಜಗನಿಯಮವನ್ನೂ ವಂಚಿಸಲು ಆಗಲಿಲ್ಲ. ಇವರೂ ನಪುಂಸಕರು, ಅವರಿಗೆ ಸಂವೇದನೆ, ಭಾವನೆಗಳನ್ನು ಕೊಡಲೂ ನಮಗಾಗಲಿಲ್ಲ. ನಾವೂ ಬರುಬರುತ್ತಾ ಅವನ್ನೆಲ್ಲಾ ಕಳೆದುಕೊಳ್ಳುತ್ತಿದ್ದೇವೆ. ಅವರು ಯಂತ್ರದ ಬೊಂಬೆಯಂತೆ, ನಮ್ಮ ಯಾಂತ್ರಿಕ ಸೂಚನೆಗಳನ್ನು ಮಾಡಿ ತೋರಿಸಬಲ್ಲರು ಅಷ್ಟೇ. ನಿಮ್ಮ ಭೂಮಿಯವರ ಕಣ್ಣಿಗೆ ಅವರೂ ಪವಾಡ ಪುರುಷರೇ! ಅಂದರೆ ನಮ್ಮಲ್ಲಿದ್ದ ಎಲ್ಲಾ ಅತಿಮಾನವನ ಶಕ್ತಿಗಳೂ ಅವರಲ್ಲಿದೆ."

"ಸಂತಾನವೊಂದನ್ನು ಬಿಟ್ಟು? ಅಂದರೆ ನೀವು ಕ್ರಮೇಣ ಅಳಿದು ಹೋಗುತ್ತಿದ್ದೀರಿ! ಅಯ್ಯೋ, ಅದಕ್ಕೇ...!"ಎಂದು ನನಗೆ ಮಿಂಚಿನಂತೆ ಏನೋ ಹೊಳೆದು ಹೌಹಾರಿದೆ.

ಅವನಿಗೆ ನಾನು ತುಂಬಾ ಅರ್ಥ ಮಾಡಿಕೊಂಡು ಅನರ್ಥ ಮಾಡಿಬಿಟ್ಟೆ ಎನಿಸಿತೇನೋ.

ಅವನು ಕೈ ಮೇಲೆತ್ತಿದ. "ಇನ್ನು ನಿನಗೆ ಏನೂ ವಿವರಸಬೇಕಿಲ್ಲ. ವಿವರಿಸುವುದು ಒಳಿತೂ ಅಲ್ಲ, ಭವಿಷ್ಯಕ್ಕೆ."

ನಾನೂ ವಾದಿಸಿದೆ. "ಯಾರ ಭವಿಷ್ಯಕ್ಕೆ. ಎಂಥ ಭವಿಷ್ಯ ನಿಮಗೆ ಗೊತ್ತು?"

"ನಿಮ್ಮ ಭೂಮಿಯಂತಹ ಪುಣ್ಯಭೂಮಿ ಇನ್ನೊಂದಿಲ್ಲ. ಹವೆ, ನೈಸರ್ಗಿಕ ಸಂಪನ್ಮೂಲ, ನೀರು ಬೆಳಕು, ಆಹಾರ ಎಲ್ಲಾ ಇದೆ. ಹೊರಗಿನ ವೈರಿಗಳ ದಾಳಿಯೂ

ಆಗಲಿಲ್ಲ ಆದರೆ ನೀವೇ ನಿಮಗೆ ಶತ್ರುಗಳಾದಿರಿ. ಸ್ವಾರ್ಥ ದ್ವೇಷದಿಂದ ಯುದ್ಧ ಮಾಡಿಕೊಳ್ಳುತ್ತಿರುವಿರಿ. ಭವಿಷ್ಯನ್ನು ಅಂಧಕಾರಕ್ಕೆ ತಳ್ಳುತ್ತಿದ್ದೀರಿ, ನಿಮ್ಮ ಭವಿಷ್ಯ ಭಯಾನಕವಾದ ವಿನಾಶ ತಂದು ಅಳಿದು ಹೋಗುವಿರಿ ಮೊದಲು ನೀವು. ನಮಗಿಂತ ಮೊದಲು!"

ಅವನು ನನ್ನನ್ನು ಹೆದರಿಸಲು ಇದೆಲ್ಲಾ ಬುರುಡೆ ಪುರಾಣ ಹೇಳುತ್ತಿದ್ದಾನೆಂದು ಆಗ ಭಾವಿಸಿದೆ. "ನನ್ನನ್ನು ತಕ್ಷಣ ಮನೆಗೆ ಬಿಡು. ಇನ್ನೊಮ್ಮೆ ಬಂದರೆ ಪೋಲೀಸ್ ಕಂಪ್ಲೇಂಟ್ ಕೊಡುವೆ" ಎಂದು ಮನಸ್ಸಿಗೆ ಬಂದದ್ದನ್ನು ಹೇಳಿ ಬೆದರಿಸಲು ನಾನೂ ನೋಡಿದೆ.

ನನ್ನ ಮಾತು ಕೇಳಿ ಅವನಿಗೆ ನಗಬೇಕೋ, ಸುಮ್ಮನಿರಬೇಕೋ ಎಂದು ಗೊಂದಲವಾಯಿತು.

"ಮುಂದಿನ ಸಲ ನಿನ್ನ ಪತ್ನಿಯನ್ನು ಕರೆತರುವೆವು. ನೀವು ಭವಿಷ್ಯದ ನಮ್ಮೆರಡೂ ಜೀವಕುಲದ ಉದ್ಧಾರಕ್ಕೆ ಸಹಕರಿಸಲೇಬೇಕು" ಎಂದು ಕೊನೆಯದಾಗಿ ಹೇಳಿ, "ಇವರನ್ನು ಮನೆಗೆ ಬಿಡಿ" ಎಂದು ನನ್ನನ್ನು ಕರೆತಂದಿದ್ದ ಗಿಡ್ಡನಿಗೆ ಸೂಚಿಸಿದನು.

"ಈ ಬಾರಿ ವಾಪಸ್ ಬಂದಿದ್ದು ನನಗೆ ನೆನಪಿಲ್ಲ. ಇಂಟರ್ ಡೈಮೆನ್ಷನಲ್ ಟ್ರಾವೆಲ್ (ಬೇರೆ ಆಯಾಮದಲ್ಲಿ) ಮಾಡಿಸಿರಬೇಕು. ನೇರವಾಗಿ ಮನೆಗೆ ತಲುಪಿದಂತಿತ್ತು."

"ನಾನು ಮನೆಯಲ್ಲಿ ಹಾಸಿಗೆಯಲ್ಲಿ ಎದ್ದಾಗ ಬೆಳಿಗ್ಗೆ 5.30 ಆಗಿತ್ತು. ನನ್ನ ಲೆಕ್ಕದಲ್ಲಿ ನಾನು ಕೇವಲ ಮಧ್ಯರಾತ್ರಿಯಿಂದ ಹೆಚ್ಚೆಂದರೆ ಒಂದು-ಎರಡು ಗಂಟೆ ಕಳೆದಿರಬಹುದಷ್ಟೇ. ಹೇಗೆ ಟೈಮ್ ಲಾಸ್ ಆಯಿತೆಂದು ನನಗರಿವಾಗಲಿಲ್ಲ. ಪತ್ನಿ ಇನ್ನೂ ನಿದ್ರಿಸುತ್ತಿದ್ದಳು. ಅವಳನ್ನು ಎಬ್ಬಿಸಿ ಹೇಳಿದಾಗ ಅವಳು ನಂಬಲೇ ಇಲ್ಲ. ನನಗೆ ಕೆಟ್ಟ ಕನಸು ಬಿದ್ದಿರಬೇಕು ಎಂದು ಭಾವಿಸಿದಳು. ಆದರೆ ನನ್ನ ಮೂಗಿನೊಳಗೆ ಗಾಯವಾಗಿದ್ದನ್ನು ತೋರಿಸಿದೆ. ಅವಳು ಸ್ತಂಭೀಭೂತಳಾದಳು. 'ರಾತ್ರಿ ಎದ್ದು ಎಲ್ಲಿಗೆ ಹೋಗಿದ್ದಿರಿ?' ಎಂದಳು."

2

ಗಗನ್ ನಿಲ್ಲಿಸಿದಂತೆ ತೋರಿತು. ಬಹಳ ಆಯಾಸವಾಗಿರಬೇಕು.

"ಸರಿ" ನಾನೆಂದೆ, "ಮುಂದಿನದನ್ನು ಅವರ ಬಾಯಲ್ಲೆ ಕೇಳುತ್ತೇನೆ. ನಿಮಗೀಗ ಎಚ್ಚರ ಮಾಡಿಸುತ್ತೇನೆ" ಎನ್ನುತ್ತಾ ನಾನು ಅವರನ್ನು ನಿಧಾನವಾಗಿ ಜಾಗೃತಾವಸ್ಥೆಗೆ ಮರಳಿಸಿದೆ.

ಗಗನ್ ಎದ್ದು, "ನಾನೆಲ್ಲಾ ಸರಿಯಾಗಿ ಹೇಳಿದೆನೆ?" ಎಂದರು.

"ಹಾಂ. ಸ್ಪಷ್ಟವಾಗಿ ಹೇಳಿದಿರಿ. ನಾನಿನ್ನೂ ಯೋಚಿಸುವುದಿದೆ. ಈಗ ನಿಮ್ಮನ್ನು ಹೊರಗಿನ ರೂಮಿನಲ್ಲಿ ಕಾಯಲು ಹೇಳುತ್ತಿದ್ದೇನೆ. ಅಲ್ಲಿಗೇ ಊಟ ತಿಂಡಿ ತರಿಸಿಕೊಳ್ಳಬಹುದು. ಟಿವಿ ಸೌಕರ್ಯ ಇದೆ. ನೀವು ಮಲಗಲು ಬೆಡ್ ಸಹ ಇದೆ" ಎಂದು ಉಪಚಾರದ ಮಾತಾಡಿದೆ.

"ಹಾಗಾದರೆ ಬಾನುಮತಿಯನ್ನು ಇಲ್ಲಿಗೆ ಬರಹೇಳಲೆ?" ಎನ್ನುತ್ತಾ ಎದ್ದರು

"ಪ್ಲೀಸ್, ಹಾಗೇ ಮಾಡಿ".

ಗಗನ್ ಹೇಳಿದ್ದು ಕೇಳಿ ನನ್ನ ಹಳೇ ಅಧ್ಯಯನಗಳ ನೆನಪು ಬಂದು ಯೂರೋಪಿಯನ್ ಮತ್ತು ಅಮೆರಿಕನ್ ಅಪಹೃತರ ವರದಿಗಳಿಗೆ ಸಾಮ್ಯತೆಯಿದ್ದುದನ್ನು ಗಮನಿಸಿದೆ. ಅಲ್ಲೆಲ್ಲಾ ಮಹಿಳೆಯರ ಅಪಹರಣ ಹೆಚ್ಚು ಹೆಚ್ಚು ಕುತೂಹಲಕಾರಿ ಮತ್ತು ವಿಸ್ಮಯಕಾರಿಯಾಗಿದ್ದುದರಿಂದ ಇಲ್ಲಿಯೂ ಶ್ರೀಮತಿ ಭಾನುಮತಿ ಪೈರವರ ಹೇಳಿಕೆ ಪಡೆಯಲು ಕಾತರನಾಗಿದ್ದೆ.

3

ಭಾನುಮತಿ 32 ಆಸುಪಾಸಿನ ಮಹಿಳೆ, ನೋಡಲು ಆರೋಗ್ಯವಂತೆಯಂತೆ ಕಾಣುತ್ತಾರೆ. ಆಕೆಯ ಬಾಡಿ ಲಾಂಗ್ವೇಜ್ ನೋಡಿದರೆ ದಿಟ್ಟೆ, ಪ್ರಾಮಾಣಿಕರು ಎಂದು ಕಾಣುತ್ತದೆ. ಆದರೆ ನನ್ನನ್ನು ನೋಡಿದಾಗ ಕಣ್ಣಲ್ಲಿ ಏಕೋ ಸ್ವಲ್ಪ ಗೊಂದಲ, ಅಪನಂಬಿಕೆಯ ಛಾಯೆ ಕಾಣುತ್ತಿದೆ. ನಾನು ಮನೋವೈದ್ಯನಾಗಿ ಇದನ್ನೆಲ್ಲಾ ಸೂಕ್ಷ್ಮವಾಗಿ ಗಮನಿಸಬೇಕಾದ್ದು ಕರ್ತವ್ಯ. ಆಕೆ ನನ್ನ ಪರೀಕ್ಷಕ ಆಸನದಲ್ಲಿ ಒರಗಿದರು.

"ಸಹಕರಿಸುವಿರಾ, ಮಿಸೆಸ್ ಪೈ?"

"ಭಾನು ಎಂದು ಕರೆದರೆ ಸಾಕು, ಪರಿಚಯವಾಯಿತಲ್ಲ." ಎಂದು ನಸುನಕ್ಕರು. ರೋಟರಿ ಕ್ಲಬ್ಬಿನಲ್ಲಿ ಸಾಮಾಜಿಕ ಕಾರ್ಯಕರ್ತೆ, ಹಾಗಾಗಿ ಸಂಕೋಚ ಸ್ವಭಾವದವರಲ್ಲ.

ಹೀಗೇ ಎರಡು ನಿಮಿಷ ಲೋಕಾಭಿರಾಮವಾಗಿ ಮಾತನಾಡಿಸಿ ಆಕೆಯನ್ನು ಸಮ್ಮೋಹನ ತಂತ್ರದಡಿ ರೆಗ್ರೆಶನ್ (ಮರುಕಳಿಕೆ ಚಿಕಿತ್ಸೆ) ಥೆರಪಿಗೆ ಒಳಪಡಿಸಲು ಆರಂಭಿಸಿದೆ.

"ಮನಸ್ಸು ಶಾಂತವಾಗಿದೆಯೆ? ನಾನು ಹೇಳುವುದು ಕೇಳಿಸುತ್ತಿದೆಯೆ?"

"ನಿಮಗಿಂತ ಬೇಗ ಆ ಬಾಹ್ಯಾಕಾಶದ ಸರ್ಜನ್ಸ್ ಕ್ಷಣ ಮಾತ್ರದಲ್ಲಿ ನನ್ನನ್ನು ಹಿಪ್ನೋಟೈಸ್ ಮಾಡುತ್ತಿದ್ದರು" ಎಂದು ಚಟಾಕಿ ಹಾರಿಸಿದರು ಆ ಸ್ಥಿತಿಯಲ್ಲೂ.

"ಹಾಗಾದರೆ, ನಾನು ಅವರ ಬಳಿ ಟ್ರೈನಿಂಗ್ ತೆಗೆದುಕೊಳ್ಳಬೇಕಾದೀತು!" ನಾನು ಮರುನುಡಿದೆ.

ನಾನು ಐದು ನಿಮಿಷ ಯತ್ನಿಸಿದ ನಂತರ ಆಕೆ ಸಾಕಷ್ಟು ಸುಪ್ತಾವಸ್ಥೆಗೆ ಇಳಿದರು ಎನಿಸಿದಾಗ ಪ್ರಶ್ನಾವಳಿ ಶುರು ಮಾಡಿದೆ.

"ಮೊದಲ ಬಾರಿಗೆ ನಿಮ್ಮ ಪತಿ ಈ ಬಾಹ್ಯಾಕಾಶ ಅಪಹರಣದ ಬಗ್ಗೆ ಹೇಳಿದಾಗ ಏನನ್ನಿಸಿತು?"

ಆಕೆ ಒಂದು ಕ್ಷಣ ಸುಮ್ಮನಿದ್ದು, "ತುಂಬಾ ಆಶ್ಚರ್ಯವಾಯಿತು. ನಾನು ಹಾಗೆಲ್ಲಾ ಇಂತದನ್ನು ನಂಬುವವಳಲ್ಲ. ಸೈನ್ಸ್ ಸ್ಟೂಡೆಂಟ್" ಎಂದರು. ಅಂದರೆ ಪತಿ ಗಗನ್ ವಿಜ್ಞಾನದ ವಿದ್ಯಾರ್ಥಿಯಲ್ಲ ಎಂದು ನಾನರಿತೆ.

"ಆದರೆ ಅವರು ಮೂಗಿನೊಳಗಿನ ಚಿಪ್ ಹಾಕಿದ ಗಾಯ ತೋರಿಸಿದಾಗ ಮಾತ್ರ ಗೊಂದಲ, ಭಯ ಎರಡೂ ಆಯಿತು. ನಾನಾಗಿಯೇ ಸೂಪರ್ ನ್ಯಾಚುರಲ್, ಭೂತ ಬಂಗಲೆ, ಮಾಟ ಮಂತ್ರದ ಬಗ್ಗೆ ನೆಟ್‌ನಲ್ಲಿ ಓದಿದೆ. ಕ್ಲಬ್ಬಿನಲ್ಲಿ ಸೂಕ್ಷ್ಮವಾಗಿ ಎಲ್ಲ ಗೆಳೆಯರಿಂದ ಗುಪ್ತವಾಗಿ ಅಭಿಪ್ರಾಯ ಸಂಗ್ರಹಿಸಿದೆ. ಪತಿಯನ್ನು ಎಳೆದು ತರಲಿಲ್ಲ."

"ಆ ಚಿಪ್ ಅನ್ನು ಅವರು ತಮ್ಮ ವೈದ್ಯರಿಗೆ ತೋರಿಸಿದರೆ?" ಇಲ್ಲ ಎಂದು ಗೊತ್ತಿದ್ದರೂ ಕೇಳಿದೆ.

"ನಾನೆಷ್ಟು ಹೇಳಿದರೂ ಗಗನ್ ಒಪ್ಪಲಿಲ್ಲ. ಹಾಗೆಲ್ಲಾ ಮಾಡಿ ಅದನ್ನು ಕಿತ್ತುಹಾಕಿದರೆ ಆ ಏಲಿಯನ್ಸ್ ಇನ್ನೇನಾದರೂ ತಾಪತ್ರಯ ಮಾಡಿಯಾರು ಎಂದು. ಈ ಅಪಹರಣಕಾರರು ಪೋಲಿಸರಿಗೆ ಹೇಳಿದರೆ ಪರಿಣಾಮ ನೆಟ್ಟಗಾಗಲ್ಲ ಎಂದು ಬೆದರಿಸುವುದಿಲ್ಲವೆ?ಅದೇ ರೀತಿ ಗಗನ್ ಹಿಂಜರಿದರು. ಅಲ್ಲದೆ ಅದರಿಂದ ಅವರಿಗೆ ಯಾವುದೇ ದೈಹಿಕ ತೊಂದರೆ ಇರಲಿಲ್ಲ. ಹಾಗಾಗಿ..."

"ಆಮೇಲೆ?"

"ನಾವು ನಮಗೆ ಸಂಕೋಚವಾದರೂ ಒಂದು ಕೆಲಸ ಮಾಡಬೇಕಾಯಿತು."

"ಏನದು?"

"ನಮ್ಮ ಬೆಡ್ ರೂಮಿನಲ್ಲಿ ಮಲಗುವಾಗ ವಿಡಿಯೋ ವ್ಯವಸ್ಥೆ ಅಂದರೆ ಸಿ.ಸಿ.ಟಿ.ವಿ ಕ್ಯಾಮೆರಾ ಅಳವಡಿಸಿದೆವು."

ನಾನು ಸುಮ್ಮನಿದ್ದೆ. ಇದು ಬಹಳವೇ ಸೂಕ್ಷ್ಮ ಮತ್ತು ಅರ್ಥಗರ್ಭಿತವಾದ್ದು.

"ಅಂದರೆ ತಪ್ಪು ತಿಳಿಯಬೇಡಿ" ಎಂದು ಮಲಗಿದ್ದಲ್ಲಿಯೇ ಆಕೆ ನಾಚಿಕೆಯಲ್ಲಿ ಪಿಸುನುಡಿದರು, "ಪ್ರತಿರಾತ್ರಿ ಕೊನೆಯಲ್ಲಿ ನಾವು ನಿದ್ದೆ ಮಾಡುವ ಮುನ್ನ ಅದನ್ನು ಆನ್ ಮಾಡಿ ಮಲಗುತ್ತಿದ್ದೆವು. ಅದು ಸರಿಯಾಗಿ ನಮ್ಮಿಬ್ಬರ ಮೇಲೆ ಫೋಕಸ್ ಆಗಿತ್ತು. ನಾವು ಮುಂದಿನ ದಿನ ಚೆಕ್ ಮಾಡುತ್ತಿದ್ದೆವು ರೆಕಾರ್ಡ್ ಆಗಿದೆಯೇ ಎಂದು."

ಅತ್ಯಂತ ಸೂಕ್ತ ಹಾಗೂ ದಿಟ್ಟ ಹೆಜ್ಜೆ!

"ಸರಿ. ಮೊದಲ ಬಾರಿ ನಿಮ್ಮ ಅಪಹರಣವಾಗಿದ್ದು ಯಾವಾಗ?ಅಲ್ಲಿಗೆ ಹೋಗಿ ನೆನಪಿಸಿಕೊಂಡು ಹೇಳಿ."

"ಇದಾಗಿ ಒಂದು ವಾರದಲ್ಲಿ ಅನಿಸತ್ತೆ. ರಾತ್ರಿ ಇದ್ದಕ್ಕಿದಂತೆ ಫ್ಯಾನ್, ನೈಟ್ ಲ್ಯಾಂಪ್ ಹೋಯಿತು, ನಾವು ಯುಪಿಎಸ್ ಹಾಕಿಸಿದ್ದೆವು. ನಾನು ಸೆಕೆಯಿಂದಲೋ, ಯಾರೋ ಹತ್ತಿರಬಂದಂತೆಯೋ ಭಾಸವಾಗಿ ಕಣ್ತೆರೆದೆ. ತಕ್ಷಣ ನನ್ನ ಕಂಗಳು ಸಿಸಿಟಿವಿ ಕ್ಯಾಮೆರಾ ಬೆಡ್ ಪಕ್ಕದಲ್ಲಿದುದರ ಬಳಿ ಹೋಯಿತು. ಅದರ ಇಂಡಿಕೇಟರ್ ಲೈಟ್ ಸಹ ಆಫ್ ಆಗಿತ್ತು. ನಾವು ಆನ್ ಮಾಡಿಯೇ ಮಲಗಿದ್ದೆವು. ಆದರೂ!ಆಗಲೇ ನಾನು ಮೊದಲ ಬಾರಿಗೆ ಆ ಕುಳ್ಳ ಭಯಾನಕ ವ್ಯಕ್ತಿಯನ್ನು ನೋಡಿದ್ದು."

"ಅವನು ಕಿಟಕಿಗೆ ಎದುರಾಗಿ ಒಳಗೇ ಬಂದಿದ್ದಾನೆ. ಕಿಟಕಿ ತೆರೆದಿದ್ದು ಕಬ್ಬಿಣದ ಬಾರ್ಸ್, ಸೊಳ್ಳೆ ಮೆಶ್ ಎಲ್ಲಾ ಹಾಗೇ ಇದೆ. ಆದರೂ ಅವನು ಆ ಮೂಲಕವೇ ಬಂದಿದ್ದಾನೆ. ಅದನ್ನು ಹಾಳು ಮಾಡದೇ!"

"ನಾನು ಏಳಲು, ಕೂಗಲು ಯತ್ನಿಸಿದೆ. ಆದರೆ ನಾನು ಜಡವಾಗಿದ್ದೆ. ರೆಪ್ಪೆಯಿಲ್ಲದ ಪಿಳಿಪಿಳಿ ತೆರೆದ ದೊಡ್ಡಕಂಗಳಿನ ಆ ಕುಳ್ಳ ನನಗೆ 'ಸುಮ್ಮನಿರು, ಹೊರಗೆ ಕರೆದೊಯ್ಯುವೆ' ಎಂದು ಮನದಲ್ಲಿ ಹೇಳಿದ."

ಇನ್ನು ನಾನು ಮತ್ತೆ ಪೂರ್ತಿ ವರದಿ ಹೇಳುವ ಅಗತ್ಯವಿಲ್ಲ. ಥೇಟ್ ಗಗನ್‌ಗೆ ನಡೆದಂತೆಯೇ ಆ ಜೀವಿ ಅಸಹಾಯಕ ಸ್ಥಿತಿಯಲ್ಲಿ ಭಾನು ಅವರನ್ನೂ ಅಪಹರಣ ಮಾಡಿ ಕತ್ತಲಿನ ಆಗಸಕ್ಕೆ ಎಳೆದುಕೊಂಡು ಹೋಯಿತು. ಆಕೆಯ ಸರ್ವಪ್ರಯತ್ನಗಳೂ ಬಿಡಿಸಿಕೊಳ್ಳುವಲ್ಲಿ ನಿಷ್ಫಲವಾದವಂತೆ. ಯಾಕೆಂದರೆ ಮನಸ್ಸು ಮಾತ್ರ ಓಡುತ್ತಿತ್ತು. ದೇಹ ಪೂರ್ತಿ ಅವನ/ಅದರ ಸುಪರ್ದಿನಲ್ಲಿತ್ತು ಎನ್ನುತ್ತಾರೆ. ಈ ಬಾರಿ ಗಗನ್ ಎಚ್ಚರವಿಲ್ಲದೇ ತಟಸ್ಥವಾಗಿ ಮಲಗಿದ್ದರು ಒಬ್ಬರೇ.

ನನಗಂತೂ ಇದು ಇಂಟರ್-ಡೈಮೆನ್ಷನಲ್ ಟ್ರಾವೆಲ್ ಎಂದು ಖಚಿತವಾಯಿತು. ಇದು ನಮ್ಮ ವಿಜ್ಞಾನ ಇದೀಗ ಎಚ್ಚರಗೊಳ್ಳುತ್ತಿರುವ ಹೊಸ ವಿಚಾರ. 3ಡಿ ಅರಿವಿನಾಚೆಯ ಲೋಕ! ನಾಲ್ಕನೇ ಅಥವಾ ಐದನೇ ಆಯಾಮದಲ್ಲಿ ದೇಹವನ್ನು ಸ್ಥಿತ್ಯಂತರ ಮಾಡುವಿಕೆ ಈ ಮುಂದುವರೆದ ಜೀವಿಗಳಿಗೆ ಸುಲಭಸಾಧ್ಯವೆ, ಹಾಗಾದರೆ?. ಅದೂ ಮಿಲಿಯನ್ ಗಟ್ಟಲೆ ಮ್ಯುಟೇಷನ್ (ರೂಪಾಂತರ) ನಂತರ ವಂಶಧಾತುವಿನಲ್ಲೇ ಬದಲಾವಣೆಯಾದಾಗ ಮಾತ್ರ ಈ ಬಗೆಯ ಹೊಸ ಶಕ್ತಿಯ ಜೀವಿಗಳು ಉದಯಿಸಬಲ್ಲರಂತೆ. ಇವರು 6- ಫೇಸ್ ಎಲೆಕ್ಟ್ರಿಸಿಟಿ (ವಿದ್ಯುಚ್ಚಕ್ತಿ) ಬಳಸಬಲ್ಲರು; ಅಗೋಚರವಾದ ಇಂತಹ ಮೀಡಿಯಮ್ಮಿನಲ್ಲಿ ಪಯಣ ಮಾಡುವವರಿರಬಹುದು. ಹಾಗಿದ್ದರೆ ನಮ್ಮ ಮನೆಯ ವಿದ್ಯುಚಕ್ತಿಯನ್ನು/ಯು.ಪಿ.ಎಸ್ ಅನ್ನು ಮಕ್ಕಳಾಟದಂತೆ ಆರಿಸಿ ನಿಷ್ಕ್ರಿಯರಾಗಿಸಬಲ್ಲರು. ಆ ಆಯಾಮದಲ್ಲಿ ನಮ್ಮ ಯಾವ ಇಂದಿನ ತಂತ್ರಜ್ಞಾನವೂ ಕೆಲಸಮಾಡಲಾರದಂತೆ. ನಾನು ಒಂದು ಕಡೆ ಓದಿದ ಹಾಗೆ ರೇಡಾರ್ ಮತ್ತು ಉಪಗ್ರಹ ಚಿತ್ರಗಳು ಸಹ ಇವನ್ನು ಸೆರೆ ಹಿಡಿಯಲಾರದೆನ್ನುತ್ತಾರೆ. ಈಗಿನ ವಿಜ್ಞಾನಿಗಳಿಗೂ 100% ಸತ್ಯ-ಅಸತ್ಯದ ವ್ಯತ್ಯಾಸ ಗೊತ್ತಾಗದ ಅಸ್ಪಷ್ಟ ವಿಷಯ ಇದು.

ಮತ್ತೆ ನಾನು ಭಾನುರ ಬಳಿಗೆ ಹಿಂತಿರುಗಿದೆ. ಅವರು ವಿವರಿಸುತ್ತಿದ್ದರು.

"ಇಬ್ಬರು ಹೆಣ್ಣುಗಳು, ಎತ್ತರದವರು, ಈ ಕುಳ್ಳರಲ್ಲ, ಅವರು ನನ್ನ ಜತೆ ಬಂದರು. ಇವರೇ ಬೇರೆ ತರಹದವರು!" ಇದು ಗಗನ್ ಹೇಳಿದ್ದುಕ್ಕೆ ತಾಳೆಯಾಗುವಂತಿತ್ತು. "ಹೆಣ್ಣುಗಳೇ! ಇನ್ನೇನನ್ನಬೇಕು ಅವನ್ನು? ದೇಹ ಮತ್ತು ವರ್ತನೆಯಲ್ಲಿ ಮಹಿಳೆಯರಂತೆ, ಆದರೆ ಅವರು ಮನುಷ್ಯರಲ್ಲ. ಎಷ್ಟೋ ವ್ಯತ್ಯಾಸಗಳು ಹತ್ತಿರ ಹೋದಾಗ ಕಾಣುತ್ತವೆ. ಚರ್ಮ, ತಲೆ, ಅದರ ವಿನ್ಯಾಸ, ಕಣ್ಣು ತೆರೆದು ಮುಚ್ಚಿಕೊಳ್ಳುವುದು. ಬಾಯಿ ತೆರೆದರೆ ಹಲ್ಲು ಒಂದೇ ಅಗಲವಾಗಿ ಮೇಲೆ ಕೆಳಗೆ ಹಲಗೆಯಂತಿದೆ. ನಾಲಗೆಯ ಆಕಾರ. ಇವರನ್ನು ಹ್ಯುಮನಾಯ್ಡ್ ಎನ್ನಬಹುದು. ಗಗನನೌಕೆಯ ಒಳಗೆ ಬರೇ ಹಳದಿ ಅಥವಾ ನೀಲಿ ಬಣ್ಣ. ಆದರೆ ನನ್ನನ್ನು ಸ್ತ್ರೀಯರ ಕೊಠಡಿಗೆ ಕರೆದೊಯ್ದುರು. ಅಂದರೆಗೋಡೆ, ಬಾಗಿಲುಗಳು ಬೇಕಾದ ಗಳಿಗೆಯಲ್ಲಿ ಬೇಕಾದ ಸ್ಥಳದಲ್ಲಿ ಹುಟ್ಟಿಸಿ ಮತ್ತೆ ಮರೆ ಮಾಡುತ್ತಿರುತ್ತಾರೆ. ಒಳ್ಳೇ ಮಾಯಾಜಾಲದ ತರಹ!"

ಆಕೆ ಶಾಂತರಾದರೂ, ಸ್ವಲ್ಪ ಭಯ ಮತ್ತು ಸಂಕೋಚ ಎರಡನ್ನು ನಾನು ಫೀಲ್ ಮಾಡಿಕೊಂಡೆ.

ಮೊದಲು ಆಕೆಯ ಕೇಶ, ಉಗುರು, ಚರ್ಮದ ಸ್ಯಾಂಪಲ್ ತೆಗೆದುಕೊಂಡರಂತೆ

ನಂತರ ಬಹಳ ಆತಂಕಕಾರಿ ಭಾಗ. ಆಕೆಗೆ ಲೈಂಗಿಕ ಪರೀಕ್ಷೆಗೆ ಒಳಪಡಿಸಿದರಂತೆ. ಅದನ್ನು ಹೇಳುವಾಗ ಭಾನು ನೊಂದು ಬಿಕ್ಕಿದರು. ಆಕೆ ಸುಪ್ತಾವಸ್ಥೆಯಲ್ಲಿಲ್ಲದಿದ್ದರೆ ಅದನ್ನೆಲ್ಲಾ ನನಗೆ ನೇರವಾಗಿ ಹೇಳುತ್ತಿದ್ದರೋ ಇಲ್ಲವೋ.

ಆಕೆ ಹೇಳುವ ಪ್ರಕಾರ ಆಕೆಯ ಅಂಡಾಶಯದಿಂದ ಸ್ಯಾಂಪಲ್ ತೆಗೆದು ಕೃತಕ ಪ್ರನಾಳ ಶಿಶುವನ್ನು ಹುಟ್ಟಿಹಾಕಿದರಂತೆ!

ಇದನ್ನೆಲ್ಲಾ ಒಬ್ಬ ಎತ್ತರದವಳು ಎನ್ನಲಾದ ಹೆಣ್ಣು ಸರ್ಜನ್, ಪ್ರಸೂತಿ ತಜ್ಞೆ ಮಾಡಿದಳಂತೆ.

"ನನಗೆ ಇನ್ನೂ ಓವರಿಯಿಂದ ಸಿರಿಂಜಿನಲ್ಲಿ ಸ್ಯಾಂಪಲ್ ತೆಗೆದುಕೊಂಡಿದ್ದರ ಗುರುತು ಕಿಬ್ಬೊಟ್ಟೆಯ ಭಾಗದಲ್ಲಿದೆ. ಅದನ್ನು ಇಲ್ಲಿ ನಮ್ಮ ಡಾಕ್ಟರ್ ಇದು ಬಹಳ ಚಿಕ್ಕ ಮೈಕ್ರೋ ಇನ್ಸಿಶನ್ ಎಂದರು. ಅದನ್ನು ಮಾಡುವಂತಹ ಸಾಧನ ನಮ್ಮ ಬಳಿಯಲ್ಲಿಲ್ಲವಂತೆ. ಆಗ ಚುಳ್ಳೆಂದು ನೋವು ಆಗೇ ಆಯಿತು. ಆ ಟೇಬಲ್ಲಿನ ಮೇಲೆ ನಾನು ಬಂಧಿಯಾಗಿದ್ದೆ. ಯಾವುದೋ ಶಕ್ತಿ ನನ್ನನು ಹಿಡಿದಿಟ್ಟಿತ್ತು. ಪ್ರತಿಭಟಿಸಿ ತುಂಬಾ ಕೂಗಿದೆ, ಆದರೆ ಏನೂ ಪ್ರಯೋಜನವಾಗಲಿಲ್ಲ. ನನ್ನ ಅಬ್ಬರ ಹೆಚ್ಚಾದರೆ ಆ ಲೇಡಿ ಸರ್ಜನ್ ನನ್ನ ಹಣೆಯ ಮೇಲೆ ಕೈಯಿಟ್ಟಾಗ ನನಗೆ ಯಾವುದೋ ಶಕ್ತಿಯ ತರಂಗ ಪ್ರವಹಿಸಿದಂತಾಗಿ ಶಾಂತಳಾಗುತ್ತಿದ್ದೆ. ನಾನೂ ಮೊದಲು ರೀಕೀ ಚಿಕಿತ್ಸೆ ಪಡೆದಿದ್ದೇನೆ. ಅದೇ ತರಹದ ದೇಹ ಮತ್ತು ಮನವನ್ನು ಪ್ರಶಾಂತಗೊಳಿಸುವ ಪ್ರಕ್ರಿಯೆ ಇದು."

ಆಕೆಯೇ ನಿರರ್ಗಳವಾಗಿ ಹೇಳುತ್ತಿದ್ದರಿಂದ ನಾನು ಮಧ್ಯೆ ಮಾತಾಡಲಿಲ್ಲ.

"ಎಲ್ಲಾ ಪರೀಕ್ಷೆ ಮುಗಿಸಿ ಹತ್ತಿರ ಬಂದಾಗ ಆ ಲೇಡಿ ಸರ್ಜನ್ ಮೇಲೆ ನಾನು ಬಹಳ ಮುನಿಸಿಕೊಂಡು ನಿಂದಿಸಿದೆ. ಅವಳಿಗೆ ನನ್ನ ಭಾವನೆಗಳನ್ನು ಕಂಡು ಅಚ್ಚರಿಯಾಯಿತು ನಿಜ, ಕರುಣೆ ಬಂದಿರಬಹುದು, ಗೊತ್ತಿಲ್ಲ. ಆದರೆ ಆಕೆಗೆ ಅರ್ಥವಂತೂ ಆಗಲಿಲ್ಲ. ಯಾಕೆಂದರೆ ಅವರು ಭಾವನಾಜೀವಿಗಳಲ್ಲ. ಮುಂದುವರಿದ ಪಶುಗಳು!"

"ನಾನು ಮೊದಲೇ ಸ್ವಲ್ಪ ಒರಟಿ. ನಿಮ್ಮ ಈ ದರಿದ್ರ ವೈಜ್ಞಾನಿಕ ಪರೀಕ್ಷೆಗೆ ಯಾಕೆ ನಮ್ಮನ್ನು ಗುರಿ ಮಾಡಿದೀರಾ? ನಿಮ್ಮ ಜನರಿಗೇ ಮಾಡಿಕೊಳ್ಳಿ" ಎಂದೆ.

ಆಕೆ ಅದಕ್ಕೆ ಧೀರ್ಘವಾಗಿ ಉತ್ತರ ಕೊಟ್ಟಳು. ನನ್ನ ಯೋಚನೆಯ ಜಾಡು ಹಿಡಿದು ಹೇಳಿಬಿಡುವಳು: "ನಮಗೆ ಸಾಧ್ಯವಿದ್ದರೆ ನಾವು ಇಲ್ಲಿಗೆ ನಿಮ್ಮನ್ನೇಕೆ ಕರೆತರುತ್ತಿದ್ದೆವು? ನಮ್ಮಲ್ಲಿ ಸಂತಾನ ಅಳಿದುಹೋಗುತ್ತಿದೆ. ಮೂಲವಾಸಿಗಳು ಸಂತಾನಹೀನತೆಯಿಂದ ಬಳಲುತ್ತಿದ್ದೇವೆ. ಈ ಗ್ರೇ ಗುಲಾಮ ಸಂತತಿಯ ಜತೆ ನಮ್ಮ ಸಹಜೀವನ, ಇವಕ್ಕೂ ಲಿಂಗವಿಲ್ಲ. ಆದರೆ ಭೂಮಿಯಲ್ಲಿ. ನಿಮ್ಮಲ್ಲಿ ಈ ಗುಣ ಇನ್ನು ಶಕ್ತಿಯುತವಾಗಿದೆ. ನಿಮ್ಮದು ಸಮೃದ್ಧ ಲೋಕ, ನಿಮ್ಮ ಜನರ ಡಿಎನ್‌ಎ ನಾವು ನಮಗೆ ಬೆರೆಸಿ ಇಲ್ಲಿ "ಹೈಬ್ರಿಡ್" ಜೀವಿಗಳನ್ನು ತಯಾರಿಸುತ್ತಿದ್ದೇವೆ. ಮುಂದೆ ಇಲ್ಲಿನ ಗುಣಗಳೂ, ಅಲ್ಲಿನ ಗುಣಗಳು ಸೇರಿ ಹೊಸ ಸೂಪರ್ ಹ್ಯುಮನ್ ಜಾತಿ ಹುಟ್ಟಿಕೊಳ್ಳುತ್ತದೆ. ಅವರಿಗೆ ಎರಡೂ ಕಡೆ ಬದುಕುವ ಶಕ್ತಿಯಿರುತ್ತದೆ. ನಿಮ್ಮ ಜನರು ಮುಂದೊಮ್ಮೆ ಪ್ರಳಯವಾಗಿ ವಿನಾಶವಾದಾಗ ನಮ್ಮ ಈ ಹೊಸ ಪೀಳಿಗೆ ಇಡೀ ಜಗತ್ತಿಗೇ ಹಬ್ಬುವುದು, ಅವರೇ ಬಾಳುತ್ತಾರೆ. ಅದಕ್ಕಾಗಿ ಈಗಿನಿಂದಲೇ ಮುಂದಿನ ಪೀಳಿಗೆ ಎಂದು ಇವರಂತಹ ಬಲಿಷ್ಠರನ್ನು ಹುಟ್ಟುಹಾಕುತ್ತಿದ್ದೇವೆ. ದೈಹಿಕವಾಗಿ ನಮ್ಮಂತೆ, ಭಾವನಾತ್ಮಕ ಮತ್ತು ಸಂತಾನ ಶಕ್ತಿಯಲ್ಲಿ ನಿಮ್ಮಂತೆ."

ನಾನು "ವಾಟ್, ನಿಮಗೆ ತಲೆ ಕೆಟ್ಟಿದೆಯೆ? ನಮಗೂ ನಿಮಗೂ ಕಸಿ ಮಾಡಿ ಯಾವುದೋ ತರಹದ ರಾಕ್ಷಸರಿಗೆ ಜನ್ಮ ನೀಡುತ್ತೀರಾ?"ಎಂದು ಅಬ್ಬರಿಸಿದೆ.

"ಆಗ ಆಕೆ ನಾನೂ ನಂಬಲೂ ಸಾಧ್ಯವಿಲ್ಲದ ದೃಶ್ಯ ತೋರಿಸಿಬಿಟ್ಟಳು. ಅವರ ಹೆರಿಗೆ ಮನೆ ಮತ್ತು ಪ್ರನಾಳ ಶಿಶುವಿನ ಲ್ಯಾಬ್!

ಅಲ್ಲಿ ಗಾಜಿನ ದೊಡ್ಡ ದೊಡ್ಡ ಶೀಶೆಗಳಿವೆ. ಅದರಿಂದ ಎಲ್ಲೆಲ್ಲಿಗೋ ಬಣ್ಣ ಬಣ್ಣದ ಪೈಪುಗಳು ಮಧ್ಯೆಯ ಚಕ್ರದಂತಹ ಹಬ್ ಒಂದಕ್ಕೆ ಒಳಹೋಗುತ್ತಿವೆ. ಅದರಲ್ಲಿ ಕೆಲವು ದ್ರವಗಳು ಅತ್ತಿಂದಿತ್ತ ಹರಿಯುತ್ತಿವೆ. ಪ್ರಾಯಶಃ ಅವೆಲ್ಲಾ ಜೀವರಸ, ಆಕ್ಸಿಜೆನ್ ಇತ್ಯಾದಿ ವೈದ್ಯಕೀಯ ಸಂಬಂಧಿತ ಇರಬೇಕು. ಗಾಜಿನ ಶೀಶೆಯಲ್ಲಿವೆ ಬೆಳೆಯುತ್ತಿರುವ ಹಲವಾರು ಭ್ರೂಣಗಳು. ಅವು ಅಲ್ಲೇ ನಿಂತಲ್ಲೆ ತೇಲುತ್ತಿವೆ. ಅಯ್ಯೋ ಭಯಂಕರ ದೃಶ್ಯ! ನನಗೆ ಹೆದರಿಕೆ, ಅಸಹ್ಯ ಎಲ್ಲವೂ ಆಗಿ ನಾನು ಚೀರಿದೆ ಆದರೆ ಕೈ ಕಾಲು ಓಡುತ್ತಿಲ್ಲ, ಆಪಾಟಿ ಮಕ್ಕಳ ಭ್ರೂಣಗಳು. ಸುಮಾರು ನೂರು ಭ್ರೂಣಗಳು ಬೆಳೆಯುತ್ತಿವೆ. ಆ ಭ್ರೂಣಗಳೂ ಎದ್ದಿವೆ, ಕಣ್ಣು ಬಿಟ್ಟಿವೆ. ಎಲ್ಲವೂ ನನ್ನ ಕಡೆಗೆ ತಿರುಗಿ! ನನಗೆ ಎದೆ

ಝುಲ್ಲೆಂದಿತು. ಓಹ್‌ಹ್‌ಹ್‌ಹ್!" ಎಂದು ಈಗ ಸುಪ್ತಾವಸ್ಥೆಯಲ್ಲಿದ್ದ ಭಾನು ಎದ್ದುಬಿಡುವಂತಾದರು. ಹಾಗೆ ಅವರು ಸಡನ್ನಾಗಿ ಜಾಗೃತವಾದರೆ ದುಷ್ಪರಿಣಾಮಗಳು ಹೆಚ್ಚು. "ಸ್ವಲ್ಪ ಮಾತು ನಿಲ್ಲಿಸಿ ರೆಸ್ಟ್ ಮಾಡಿ ಹಾಗೇ" ಎಂದು ಸೂಚಿಸಿದೆ.

ಮತ್ತೆ ಐದು ನಿಮಿಷದ ರೆಸ್ಟ್ ಕೊಟ್ಟು ಅವರಿಗೆ "ಹೇಳಿ, ಏನಾಯಿತೆಂದು?" ಎಂದೆ. ಅರ್ಧಕ್ಕೆ ನಿಲ್ಲಿಸಬಾರದು ಎಂಬ ನಿಯಮವಿದೆ.

"ಪಕ್ಕದ ಕೋಣೆಗೆ ಹೋದೆವು. ಅಲ್ಲಿ. ಆ ಲೇಡಿ ಸರ್ಜನ್ ಮತ್ತು ಆಕೆಯ ಪಕ್ಕದವಳ ಕೈಯಲ್ಲಿ ಒಂದು ದೊಡ್ಡ ಬುಟ್ಟಿ ಇದೆ. "ನಿಮ್ಮ ತರಹ ಮಿಶ್ರ ತಳಿಯಿಂದ ಹುಟ್ಟಿದ ಮಗು ಇದು. ಅದಕ್ಕೆ ತಾಯಿಹಾಲು ಸಹ ಸಿಗಲಿಲ್ಲ. ಅದರ ತಾಯಿ ಭೂಮಿಯಲ್ಲಿ ಸತ್ತು ಹೋದಳು. ನಾವು ಕರೆತರಲಾಗಲಿಲ್ಲ. ಈಗ ನೀವು ಮಗುವಿಗೆ ಸ್ಪರ್ಶ ಮಾಡಿ ಅಪ್ಪಿಕೊಳ್ಳಿ ಮುದ್ದಿಸಿ. ಅದಕ್ಕೆ ಒಂದು ತರಹದ ಸಂತಸ ಸಿಕ್ಕು ಹಿಗ್ಗುತ್ತದೆ., ಆರೋಗ್ಯವಂತನಾಗುತ್ತೆ. ಪ್ಲೀಸ್" ಎಂದು ಆ ಮಗುವನ್ನು ನನ್ನತ್ತ ಆಕೆ ನೀಡಿದರು.

ಅಬ್ಬಾ, ನೋಡಲು ಅವರ ತರಹವೂ ಇಲ್ಲ, ನಮ್ಮ ಮಕ್ಕಳ ತರಹವೂ ಇಲ್ಲ. ಯಾವುದೋ ಆದಿಮಾನವನನ್ನು ಹೋಲುವ ಪ್ರಾಣಿಯಂತಿದೆ. ನನಗೆ ಅದನ್ನು ನೋಡಲೂ ಆಗಲಿಲ್ಲ. ಮುದ್ದಿಸಲೂ ಮನಸ್ಸಾಗಲಿಲ್ಲ. ನಮ್ಮ ಬೆಕ್ಕು ನಾಯಿಗಳ ತರಹ ಇದ್ದರೂ ನಾನು ಎತ್ತಿಕೊಳ್ಳುತ್ತಿದ್ದೇನೋ. ಆದರೆ ಈ ಕುರೂಪಿ ಮಗು? ರಾತ್ರಿ ನೆನೆಸಿಕೊಂಡರೆ ಚೀರುವಂತಹ ಪಿಶಾಚಿಯಂತೆ ಕಂಡಿತು.

ಇಂತಹ ಜೀವಿ ಹುಟ್ಟಿ ದೊಡ್ಡದಾದರೆ ಹೇಗಿರಬಹುದು ಎಂದೆನಿಸಿ ಮೈ ಜುಮ್ಮೆಂದಿತು.

ಹಾಗೂ ಆ ಮಗುವನ್ನು ನನ್ನ ಕೈಗೆ ತುರುಕಿದರು. ಅದರ ಚರ್ಮ ಮುಟ್ಟಲು ಪೇಪರಿನಂತಿದೆ, ಒಣಗಿದೆ. ತಲೆಯಲ್ಲಿ ಕೂದಲಿಲ್ಲ. ಮೈ ತಣ್ಣಗೆ ಕೊರೆಯುತ್ತಿದೆ. ನಾನು ಬೇಡ ಎಂದು ಕಿರುಚಿ ಅಲ್ಲಿಯೇ ಮೂರ್ಛೆ ಹೋದೆ ಎನಿಸುತ್ತಿದೆ. ಹೇಗೋ ಗೊತ್ತಿಲ್ಲ.

ನಾನು ಎದ್ದಾಗ ಅವರೆಲ್ಲಾ ಕಳವಳದಿಂದ ನನ್ನ ಟೇಬಲ್ ಸುತ್ತಲೂ ಇದ್ದರು. ಮತ್ತೆ ಆಪರೇಶನ್ ಥಿಯೇಟರಿಗೆ ಕೊಂಡು ತಂದಿದ್ದರು. ಹತ್ತಿರ ಆ ಭ್ರೂಣ, ಮಕ್ಕಳು ಯಾವುದೂ ಇಲ್ಲ! ಅಬ್ಬಾ ಎಂದು ನಿಟ್ಟುಸಿರಿಟ್ಟೆ.

"ಯಾಕಿಂಥ ರಾಕ್ಷಸ ಕುಲವನ್ನು ಹುಟ್ಟು ಹಾಕುತ್ತೀರಾ?"ಎಂದೆ. ಅವರಿಗೆ ಅರ್ಥವೂ ಆಗಲಿಲ್ಲ, ಉತ್ತರವೂ ಇಲ್ಲ.

"ಪ್ರಕೃತಿಗೆ ಮತ್ತೆ ಮತ್ತೆ ವಿರೋಧ ಮಾಡುತ್ತಾ ಹೋಗುತ್ತಿದ್ದೀರಿ. ನಮ್ಮ ಭೂಮಿಯನ್ನು ಈ ಪೀಳಿಗೆಗೆ ಕೊಟ್ಟುಬಿಡಬೇಕೆಂದು ನೀವೇ ಹೇಗೆ ನಿರ್ಧರಿಸಿದಿರಿ, ಹೇಳಿ."

"ನಮ್ಮ ಅನುಮತಿಯಿಲ್ಲದೆ ನಮ್ಮನ್ನು ಕದ್ದು ತಂದು ಹೀಗೆಲ್ಲಾ ಸಂತಾನೋತ್ಪತ್ತಿ ಕ್ರಿಯೆಗೆ ಸಜ್ಜು ಮಾಡಲು ನೀವು ಯಾರು? ನಮ್ಮ ಭೂಮಿಯಲ್ಲಿ ಸರಕಾರವಿದೆ, ನಮಗೆ ಕಾನೂನಿದೆ."ಎಂದು ನಾನೇ ನಂಬದ ಹಲವು ವಿಷಯಗಳನ್ನು ಬಡಬಡಿಸಿದೆ.

"ನೋಡು, ಇದು ಈ ವಿಶ್ವದ ಹಲವು ಗ್ರಹಗಳ ಭವಿಷ್ಯಕ್ಕೆ ಸಂಬಂಧಿಸಿದ ವಿಚಾರ. ನಮ್ಮಂಥ ಮುಂದುವರೆದ ಜನಾಂಗ ಈ ನಿರ್ಧಾರ ತೆಗೆದುಕೊಳ್ಳದೇ ಇನ್ನೇನು, 3–ಡಿ ಪ್ರಪಂಚದಲ್ಲಿ ಅಳಿದಳಿದು ಹುಟ್ಟುತ್ತಾ, ಬರುಬರುತ್ತಾ ಹಾಳಾಗಿ ಹೋಗುತ್ತಿರುವ ನಿಮ್ಮವರ ಕೈಯಲ್ಲಿ ಸಾಧ್ಯವೇನು?" ಎಂದಳು ಲೇಡಿ ಸರ್ಜನ್.

"ನೀವೇನು ಇಡೀ ಜಗತ್ತನ್ನು ಭೋಗ್ಯಕ್ಕೆ ತೆಗೆದುಕೊಂಡಿದ್ದೀರಾ?" ಎಂದು ಕುಪಿತಳಾಗಿ ಕೂಗಿದೆ "ನಮ್ಮನ್ನು ಕೇಳದೇ ಕದ್ದು ತರುವುದು ತಪ್ಪಲ್ಲವೇನು?" ಎಂದು ಜಬರಿಸಿದೆ.

"ಅವಳು ಕೊನೆಯಲ್ಲಿ ಹೇಳಿದ್ದು ಇನ್ನೂ ನೆನಪಿದೆ. ಆ ಗಗನನೌಕೆಯ ಬಾಗಿಲ ಬಳಿ ಬಂದು, "ವಿ ಕ್ಯಾನ್, ಸೋ ವಿ ವಿಲ್" ಎಂದು ಅವಳು ಸೊಟ್ಟಗೆ ನಕ್ಕಂತಾಯಿತು."

ಇಷ್ಟು ಹೇಳಿದ ಭಾನುಮತಿಯವರಿಗೆ ಮತ್ತೆ ಐದು ನಿಮಿಷ ರೆಸ್ಟ್ ಕೊಟ್ಟೆ, ನನ್ನ ತಲೆಯೂ ಧಿಮ್ಮೆನ್ನುತ್ತಿತ್ತು. ನಾನು ಅವಶ್ಯಕ ನೋಟ್ಸ್ ಎಲ್ಲಾ ಮಾಡಿಕೊಂಡೆ.

ಭಾನುಮತಿಗೆ ಮತ್ತೆ ಪ್ರಜ್ಞೆ ಮರಳುವ ಮುನ್ನ ಹೀಗೆ ಅಪೀಲ್ ಮಾಡಿಕೊಂಡರು,

"ನೋಡಿದಿರಾ ಡಾಕ್ಟರ್, ಅವರ ಧಾರ್ಷ್ಟ್ಯ? ಕೈಲಾಗತ್ತೆ, ಮಾಡೇ ಮಾಡುತ್ತೇವೆ ಅಂತೆ. ಅವರ ಹತ್ತಿರ ನಮಗಿಂತ ಮಿಲಿಯನ್ಸ್ ವರ್ಷಗಟ್ಟಲೆ ಮುಂದುವರೆದ ಟೆಕ್ನಾಲಜಿಯಿದೆ. ಆದರೆ ಅವರ ಬಳಿ ಆರೋಗ್ಯಕರ ಗ್ರಹವಿಲ್ಲ, ಭವಿಷ್ಯದ ಪೀಳಿಗೆಯನ್ನು ತಾವೇ ಹುಟ್ಟಿಸುವ ಶಕ್ತಿಯಿಲ್ಲ. ನಮ್ಮ ಮಾನವ ಸಂತತಿಯನ್ನು ದುರುಪಯೋಗ ಮಾಡಿ ಹೆಚ್ಚು ಪ್ರಬಲ ಸೂಪರ್–ಹ್ಯೂಮನ್ ಜನರನ್ನು ಹೀಗೆ ಕಸಿ ಮಾಡಿ ಕೃತಕವಾಗಿ ಹುಟ್ಟಿಸುತ್ತಾರಂತೆ. ಇನ್ನು ಮುಂದೊಂದು ದಿನ ಭೂಮಿಯನ್ನೇ ಆ ಪೀಳಿಗೆಯ ಜನ ಟೇಕ್ ಓವರ್ ಮಾಡಿ ನಮ್ಮನ್ನು ಇಲ್ಲವಾಗಿಸುತ್ತಾರೆ. ಅವರ ಅತಿಮಾನವ ಶಕ್ತಿಯ ಮುಂದೆ ನಾವು ಬಾಳಲಾಗದು."

ಆಕೆಯ ಮಾತು ನನ್ನ ಕಿವಿಯಲ್ಲಿ ಗುಂಯ್ಗುಡಲಾರಂಭಿಸಿದವು.

4

ಇನ್ನೆರಡು ಸಲ ಅವರಿಬರನ್ನೂ ನಾನು ಸ್ಪಷ್ಟೀಕರಣ ಸೆಷನ್ನಿಗಾಗಿ ಕರೆಯಬೇಕಾಯಿತು. ಒಮ್ಮೆಲೇ ಎಲ್ಲವನ್ನೂ ನೆನೆಸಿಕೊಳ್ಳಲು ಸಾಧ್ಯವೂ ಇಲ್ಲ. ಅವರು ಹೇಳಿದ್ದು:

ಇಬ್ಬರಿಗೂ ಮೊದಲ ಬಾರಿ ಅಪಹರಣ ಮಾಡಿಬಂದ ಮೇಲೆ ಪರಸ್ಪರ ಅನುಭವಗಳ ನಂಬಿಕೆ ಹುಟ್ಟಲಾರಂಭಿಸಿತಂತೆ. ಎರಡು ಮೂರು ಸಲ ಹೀಗಾದ

ಮೇಲೆ ಅವರು ಅನ್ಯರ ಬಳಿ ಪ್ರಸ್ತಾಪಿಸಿದರಂತೆ. ಆದರೆ ಪಾರ್ಟಿಗಳಲ್ಲಿ ಗೆಳೆಯರಲ್ಲಿ ಸಂಕ್ಷಿಪ್ತವಾಗಿ ಹೇಳಿಕೊಂಡರೂ ಯಾರೂ ನಂಬದೆ, ಉಲ್ಟಾ ಇವರನ್ನೇ ಅಪಹಾಸ್ಯ ಮಾಡುತ್ತಿದರಂತೆ.

"ಇವರಿಬ್ಬರ ಜತೆ ಕುಳಿತರೆ ಸಾಕು, ಎಂತದೋ ಹುಚ್ಚು ಪುರಾಣ ತೆಗೆಯುತ್ತಾರೆ. ನೀವು ತುಂಬಾ ಸೈನ್ಸ್, ಹಾರರ್ ಫಿಲಂಸ್ ನೋಡಿ, ಕುಡಿದು ಮಲಗುತ್ತೀರಾ?" ಎಂದು ಜೋಕ್ ಮಾಡಿಬಿಡುವರಂತೆ.

"ಇದನ್ನೆಲ್ಲಾ ನಾವು ಸಹಿಸಿಕೊಳ್ಳುತ್ತಲೇ ಬಂದಿದ್ದೇವೆ, ಡಾಕ್ಟರ್! ಗೆಳೆಯರೇ ನಂಬದಿದ್ದ ಮೇಲೆ ಸರಕಾರ, ಪೋಲೀಸರು ನಂಬುವರೆ? ನಮ್ಮನ್ನೇ ವಿಚಾರಣೆ ಮಾಡಿ ತೊಂದರೆ ಕೊಟ್ಟಾರು ಎಂದು ಬೆದರಿದೆವು" ಎಂದರು ದಂಪತಿ. ಇದು ನಂಬುವಂಥದ್ದೆ!

ನಾನು ಕೆಲವು ಪ್ರಶ್ನೆಗಳನ್ನು ಹಾಕಿದೆ.

"ಅದೇಕೆ ನಿಮ್ಮ ಪತಿಯನ್ನು ಗಂಡು ಸರ್ಜನ್, ನಿಮ್ಮನ್ನು ಹೆಣ್ಣು ಸರ್ಜನ್ ನೋಡಿದರೆಂದು ಗೊತ್ತೆ?"

ಭಾನುಮತಿ ಉತ್ತರಿಸಿದರು, "ಹಾ! ಒಮ್ಮೆ ಗಂಡು ಸರ್ಜನ್ ಒಬ್ಬ ಹೆಣ್ಣಿನ ಅಂಡಾಶಯದ ಸ್ಯಾಂಪಲ್ ಎಲ್ಲಾ ತಾನೇ ಕಲೆಕ್ಟ್ ಮಾಡಿದ್ದು ಆಕೆಯ ಮನಸ್ಸಿಗೆ ಆಘಾತವಾಗಿದೆ. ಆಕೆಯಲ್ಲಿ ಆತ್ಮಹತ್ಯಾ ಭಾವನೆಗಳು ಜಾಗೃತವಾಗಿ ಆಕೆ ನಿಜಕ್ಕೂ ನಿದ್ರೆಗುಳಿಗೆ ಸೇವಿಸಿ ತೀರಿಕೊಂಡಳಂತೆ. ಹಾಗಾದುದನ್ನು ಇವರು ಅಬ್ಸರ್ವ್ ಮಾಡಿದ್ದಾರೆ. 'ಆಮೇಲೆ ಈ ರೀತಿ ಆರಂಭಿಸಿದೆವು. ನಮ್ಮಲ್ಲಿ ಈ ತರಹ ಭಾವನೆಗಳಿಗೆ ಅವಕಾಶವಿಲ್ಲ, ನಮಗಿದರ ಅರಿವಿರಲಿಲ್ಲ. ಇದೇ ನಮಗೂ ನಿಮಗೂ ಇರುವ ವ್ಯತ್ಯಾಸ, ಇಂತಹ ಭಾವನಾತ್ಮಕ ಸ್ಪಂದನೆ ಗುಣಗಳುಳ್ಳ ನಿಮ್ಮ ಡಿಎನ್‌ಎ ಸಿಗುವುದರಿಂದ ಹೊಸ ಪೀಳಿಗೆಗಳಲ್ಲಿ ಎಲ್ಲವನ್ನೂ ಅಡಕ ಮಾಡಿ ನಿವಾರಿಸುತ್ತೇವೆ'ಎಂದರು."

"ಈ ಭಾವನೆಗಳ ಅಭಾವದಿಂದಲೇ ಅವರಿಗೆ ಚಿಕ್ಕ ಮಕ್ಕಳನ್ನು ನೋಡಿಕೊಳ್ಳುವ ಅಭ್ಯಾಸ, ಶಕ್ತಿ ಹೊರಟುಹೋಗಿದೆ, ತಾಯ್ತನ ಮರೆತಿದ್ದಾರೆ. ನನ್ನಂತೆ ಹಲವು ತಾಯಂದಿರನ್ನು ಕದ್ದೊಯ್ದು ಮಗು ನೋಡಿಕೊಳ್ಳಿ, ಸ್ಪರ್ಶಿಸಿ, ಮುದ್ದಿಸಿ ಎನ್ನುತ್ತಾರೆ. ಅದು ಮಾನವರಾಗಿ ನಮ್ಮಲ್ಲಿ ಮಾತ್ರ ಕಂಡುಬರುವುದು" ಎಂದು ಭಾನುಮತಿ ದನಿಗೂಡಿಸಿದರು

ಇಷ್ಟಲ್ಲದೇ 'ಮಾನವ ಜನ್ಮ ದೊಡ್ಡದು, ಹಾಳು ಮಾಡಿಕೊಳ್ಳಬೇಡಿ ಹುಚ್ಚಪ್ಪಗಳಿರಾ' ಎಂದು ದಾಸರು ಹಾಡಿದ್ದರೆ? ಎಂದು ನನಗೆ ನೆನಪಿಗೆ ಬಂದಿದ್ದು ಸುಳ್ಳಲ್ಲ.

ಇನ್ನೊಂದು ವಿಷಯ ಗಗನ್ ಹೇಳಿದ್ದೆಂದರೆ– "ಅವರು ನಮ್ಮ ನಾನಾ ದೇಶದ ಜನಾಂಗದವರ ಸ್ಯಾಂಪಲ್ ಮತ್ತು ಹೈಬ್ರಿಡ್ ಕಾರ್ಯ ತಮ್ಮ ಸಂತತಿಗೆ ಮಾಡಲಾರಂಭಿಸಿದ್ದಾರಂತೆ. ಅಂದರೆ ಯುರೋಪಿಯನ್, ಅಂಗ್ಲೋ ಸಾಕ್ಸನ್, ಚೀನೀ,

ಆಫ್ರಿಕನ್, ಭಾರತೀಯ, ಅರಬ್ ಹೀಗೆ. ಒಮ್ಮೆ ಹೊಸ ಜನಾಂಗ ಶುರುವಾಯಿತೆಂದರೆ ಅದರಲ್ಲೂ ವೈವಿಧ್ಯತೆ ಇದ್ದರೆ ತಾನೆ ಆಯಾ ದೇಶದ ಹವೆ ಮತ್ತು ಸಂಧರ್ಭಗಳಿಗೆ ಹೊಂದಿಕೊಂಡು ಬಾಳುವುದು?"

ಇವೆಲ್ಲಾ ಎಂತಹ ಭಯಾನಕ ಮತ್ತು ಆತಂಕಕಾರಿ ಭವಿಷ್ಯದ ಸೂಚನೆಯ ಕತೆಯೋ ಎನಿಸಿದರೂ ಅವನ್ನೆಲ್ಲ ದಾಖಲೆ ಮಾಡಲೇಬೇಕಾದ್ದು ನನ್ನ ಕರ್ತವ್ಯವಾಗಿತ್ತು.

5

"ಡಾ. ಸತ್ಯಪಾಲ್ ಹೆಗ್ಡೆ?" ಎಂದು ಮುಂದಿನ ವಾರ ಕೇಂದ್ರದ ಗೃಹ ಸಚಿವಾಲಯದಿಂದ ಕರೆಬಂದಿತು. ನಾನು ಉತ್ತರಿಸಿದೆ.

"ಏನಾಯಿತು ಡಾಕ್ಟರ್? ಆ ಪೈ ದಂಪತಿಗಳ ಕೇಸು ಪೂರ್ತಿ ವಿಚಾರಿಸಿದಿರಾ?" ಎಂದರು ಸಚಿವರು. ಅವರಿಗೆ ನಡೆದುದನ್ನು ವಿವರಿಸಿ ಮುಂದೆ ಅವರ ಕಚೇರಿಗೆ ರಿಪೋರ್ಟ್ ಕಳಿಸಿಕೊಡುವೆನೆಂದೆ.

"ಡೂ ಯು ಬಿಲೀವ್ ಇಟ್?" ಎಂದರು ಕುತೂಹಲದಿಂದ.

"ಇಟ್ ಬಗ್ಗೆ ಗೊತ್ತಿಲ್ಲ. ಬಟ್ ಐ ಬಿಲೀವ್ ಮೈ ಪೇಷೆಂಟ್ಸ್. ಅವರು ಅಂತಹ ದೊಡ್ಡ ಸುಳ್ಳು ಹೇಳಲು ಯಾವುದೇ ಕಾರಣವೂ ಕಾಣಿಸುತ್ತಿಲ್ಲ" ಎಂದೆ. ಅದು ವಸ್ತುನಿಷ್ಠವಾದ ವಿಚಾರ.

ಇದಾಗಿ ಒಂದು ವಾರಕ್ಕೆ 'ಈ ತರಹದ ಕೇಸುಗಳನ್ನು ಅಮೆರಿಕನ್ ಸರಕಾರದ ಗಮನಕ್ಕೆ ತನ್ನಿ. ಗಂಭೀರವಾಗಿ ವಿಜ್ಞಾನಿಗಳ ಜತೆ ಸೇರಿ ಯೋಜನೆ ಮಾಡಿ. ಹೆಚ್ಚು ಬಲವಾದ ಸಾಕ್ಷ್ಯಗಳು ಬೆಳಕಿಗೆ ಬರುತ್ತಿವೆ. ಎಲ್ಲವನ್ನೂ ತಿಪ್ಪೆ ಸಾರಿಸಿ ತಿರಸ್ಕರಿಸಲಾಗದು" ಎಂಬರ್ಥದಲ್ಲಿ ಬೃಹತ್ ವರದಿ ಬರೆದು ನನ್ನ ಕೇಂದ್ರ ಕಚೇರಿಗೂ, ಭಾರತದ ಗೃಹ ಸಚಿವಾಲಯಕ್ಕೂ ಕಳಿಸಿಕೊಟ್ಟೆ.

ಆ ರಾತ್ರಿ ನಾನು ನನ್ನ ಹೋಟೆಲ್ ರೂಮಿನಲ್ಲಿ ಮಲಗಿದ್ದೆ. ಮಧ್ಯರಾತ್ರಿ 1 ರ ಹೊತ್ತಿಗೆ ನನ್ನ ನೈಟ್ ಲ್ಯಾಂಪ್ ಆರಿತು. ಫ್ಯಾನ್ ನಿಂತುಹೋಯಿತು.

ನನ್ನ ಎದುರಿನ ಕಿಟಕಿಯ ಮೂಲಕ ಯಾರೋ ಒಳಬಂದಂತಾಯಿತು!

(ಮುಗಿಯಿತು)

ಡಿಸ್ಟೋಪಿಯಾ: ಅನಂತಂ ಬ್ರಹ್ಮಾ!

(**ಡಿಸ್‌ಕ್ಲೈಮರ್/ಸ್ಪಷ್ಟನೆ:** ಇದೊಂದು ಕಾಲ್ಪನಿಕ ಕತೆ. ಒಂದು ಭವಿಷ್ಯದ ಲೋಕದ "ಫ್ಯಾಂಟಸಿ" ಸಾಹಸವಾಗಿದ್ದು, ಕೆಲವು ಹೊಸದಾಗಿ ಬೆಳಕಿಗೆ ಬರುತ್ತಿರುವ ವೈಜ್ಞಾನಿಕ ಅನ್ವೇಷಣೆಗಳನ್ನು ಮನದಲ್ಲಿಟ್ಟುಕೊಂಡು ಬರೆಯಲಾಗಿದೆ. ಯಾವುದೇ ಪ್ರಕಟಿತ ಸಾಹಿತ್ಯ/ಅಂಕಣ/ಮಾಹಿತಿಯಿಂದ ನಕಲು ಮಾಡಲಾಗಿಲ್ಲ. ಹೋಲಿಕೆಯಿದ್ದಲ್ಲಿ ಅದು ಕೇವಲ ಕಾಕತಾಳೀಯ ಎಂದು ಭಾವಿಸಬೇಕು)

ಅಧ್ಯಾಯ 1 : ಅಳಿದ ಜಗತ್ತು

ಇಸವಿ 2619, ಒಂದು ಲೆಕ್ಕ ಸಿಗದ ದಿನ.

ಭಾರತದಲ್ಲಿ ಎಲ್ಲೋ 1000 ಅಡಿ ಆಳದಲ್ಲಿ.

1

ಮೊದಲು ಎಚ್ಚರವಾಗಿದ್ದು ಅವಳಿಗೆ.

ಅವಳಿಗನಿಸಿದ್ದು ಯಾವುದೋ ಗಾಜಿನ ಶವಪೆಟ್ಟಿಗೆಯಲ್ಲಿ ತಾನು ನಿಧಾನವಾಗಿ ಕಣ್ಣುಬಿಟ್ಟಂತೆ, ಎಲ್ಲಿ ಎಂದು ಎವೆಯಿಕ್ಕದೆ ನೋಡಿದರೂ ಅರಿವಾಗುತ್ತಿಲ್ಲ.

ಅವಳ ಕೈಗೆ ಹಚ್ಚಿದ್ದ ಟೇಪ್ ಮತ್ತು ರೋಬೋಟಿಕ್ ಸಿರಿಂಜ್ ತಾನಾಗಿಯೇ ಬಿಚ್ಚಿಕೊಂಡು ದೂರ ಸರಿಯಿತು. ಪೆಟ್ಟಿಗೆಗೆ ಆಕ್ಸಿಜೆನ್ ಸರಬರಾಜು ಮಾಡುತ್ತಿದ್ದುದು ನಿಂತು ಗಾಜಿನ ಮುಚ್ಚಳ ಸ್ವಯಂಚಾಲಿತವಾಗಿ ಹಿಂದೆ ಸರಿಯಿತು. ತಾನು ಯಾವುದೋ ಲ್ಯಾಬಿನಲ್ಲಿ ಬಿಳಿಸಮವಸ್ತ್ರ ಧರಿಸಿ ಆಪರೇಶನ್ನಿನಲ್ಲಿ ಮಲಗಿದಂತೆ ಇದ್ದವಳು ಧಡಕ್ಕನೆ ಎದ್ದು ಕುಳಿತಳು. ಆ ಚಲನೆಗೆ ಒಮ್ಮೆಲೇ ಹೊಟ್ಟೆ ತೊಳಸಿ ತಲೆ ಗಿರ್ರನೆ ಸುತ್ತಿದಂತಾಗಿ ಹಾಗೇ ಕಣ್ಮುಚ್ಚಿದಳು, "ಅಮ್ಮಾ...!"

ಪಕ್ಕದಲ್ಲಿದ್ದ ಗಾಜಿನ ಡಬ್ಬಿಯಿಂದ ಗಂಡಿನ ಸ್ವರವೊಂದು ಹೊರಟಿತು,

"ಹಲೋ, ನಿನ್ನ ಹೆಸರು ಶೀತಲ್ ಎಂದೇ?"

ಗಾಬರಿಯಿಂದ ಅತ್ತ ತಿರುಗಿ ನೋಡಿದರೆ ಅಲ್ಲೊಬ್ಬ ಅದೇ ಸ್ಥಿತಿಯಲ್ಲಿ ಕಣ್ಣುಜ್ಜಿಕೊಂಡು ಆಕಳಿಸುತ್ತಿದ್ದ 30 ವರ್ಷ ವಯಸ್ಸಿನ ಯುವಕ. ಅವನ ಗಾಜಿನ ಪೆಟ್ಟಿಗೆಯ ಮೇಲೆ ಉಜ್ವಲ್ ಸಮರ್ಥ್ ಎಂಬ ಹೊಳೆಯುವ ಲೇಬಲ್ ಇದೆ.

"ಹಹ್ಹ್. ಯಾರು? ಹೌದ್ದೌದು. ನಾನು..." ಎಂದು ತೊದಲುತ್ತಾ ತನ್ನ ಪೆಟ್ಟಿಗೆಯ ಮೇಲಿದ್ದ ಅಂತದೇ ನಾಮಫಲಕದಲ್ಲಿ 'ಶೀತಲ್ ಪಾಟೀಲ್' ಎಂದು ನಮೂದಿಸಿರುವುದನ್ನು ಕಂಡಳು. "ನಮಗೇನಾಗಿದೆ?" ಎಂದಳು ಅರ್ಥವಾಗದೇ.

ಉಜ್ವಲ್ ಎಂಬ ಹೆಸರಿನ ಆ ಯುವಕ ಕೈಯಲ್ಲಿದ ಮಾನ್ಯುಯಲ್ ಒಂದನ್ನು ಎತ್ತಿ ತೋರಿದ. "ನಿನ್ನ ಕಾಲ ಬುಡದಲ್ಲಿಯೂ ಇಂಥದ್ದು ಇದೆ. ಇದರ ಪ್ರಕಾರ ನಾವಿಬ್ಬರೂ ಬಹಳ ವರ್ಷಗಳ ಕೆಳಗೆ ಒಂದು ಸೈಂಟಿಫಿಕ್ ಪ್ರಯೋಗಕ್ಕೆ ಸಿಕ್ಕು ನಿದ್ರಾವಶವಾಗಿದ್ದು ಈಗ ತಾನೆ ಎಚ್ಚರಗೊಂಡಿದ್ದೇವೆ ಅನಿಸುತ್ತದೆ."

ಶೀತಲ್ ಗಾಬರಿಯಿಂದ ತಾನೂ ತನ್ನ ಮಾನ್ಯುಯಲ್ ಪುಸ್ತಕ ಹುಡುಕಿ ತೆಗೆದಳು

"ಕ್ರಯೋಜೆನಿಕ್ ಸ್ಲೀಪ್ ಎಕ್ಸ್ಪರಿಮೆಂಟ್, ಇಂಡಿಯನ್ ಅಡ್ವಾನ್ಸ್ಡ ಬಯೋ ರೀಸರ್ಚ್, 2119" ಇತ್ಯಾದಿ ಶೀರ್ಷಿಕೆಯಿದ್ದ ಇಂಗ್ಲೀಷಿನಲ್ಲಿದ್ದ ಹತ್ತು ಪುಟಗಳ ಕಿರುಹೊತ್ತಗೆ ಅದು. ಏನೋ ಅಸ್ಪಷ್ಟವಾಗಿ ಸ್ವಲ್ಪ ಸ್ವಲ್ಪ ನೆನಪು ಮರುಕಳಿಸುತ್ತಿದೆ.

ಉಜ್ವಲ್‌ಗೆ ಸಹ ತಲೆತಿರುಗಿದಂತಾಗಿ ಹಣೆಯನ್ನು ಕೈಯಲ್ಲಿ ಒತ್ತಿಕೊಂಡು ಮುಖ ಸಿಂಡರಿಸಿದ. "ನಮಗೇಕೆ ಹೀಗೆ ತಲೆ ಸುತ್ತಿ ವಾಂತಿ ಸಂಕಟವಾಗುತ್ತಿದೆ?"

ಶೀತಲ್ ನಕಾರದಿಂದ ತಲೆಯಾಡಿಸಿದಳು. ಅವಳಿಗೂ ಆ ವೇದನೆ ನಿಲ್ಲುತ್ತಿಲ್ಲ.

"ಮೊದಲು ಎದ್ದು ನೋಡೋಣ, ಕಮಾನ್!" ಎಂದು ತಾನು ಎದ್ದು ಒಂದು ಕೈ ಆಸರೆ ನೀಡಿ ಅವಳನ್ನೂ ಎಬ್ಬಿಸಿದ ಉಜ್ವಲ್.

ಇಬ್ಬರೂ ಆ ಹವಾನಿಯಂತ್ರಿತ ಲ್ಯಾಬಿನ ಮಂದ ಹಳದಿ ಬೆಳಕಿನಲ್ಲಿ ಸ್ವಲ್ಪ ಸಾವರಿಸಿಕೊಂಡು ಎದುರಿಗಿದ್ದ ಎರಡು ಕುರ್ಚಿಗಳಲ್ಲಿ ಕುಳಿತರು.

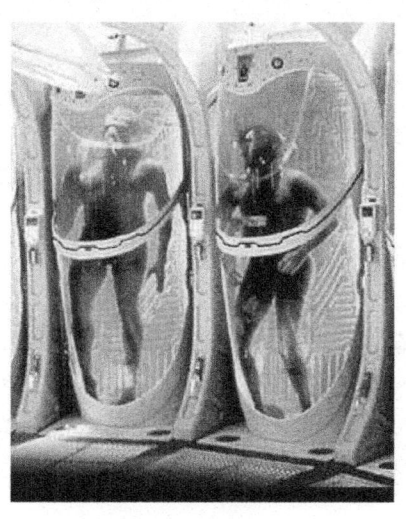

ಟಚ್ ಸೆನ್ಸರ್ ಇದ್ದುದರಿಂದಲೋ ಏನೋ, ಅವರು ಆ ಸೀಟುಗಳಲ್ಲಿ ಕುಳಿತೊಡನೆ ಎದುರಿಗೆ ಗಾಳಿಯಲ್ಲಿ ಒಂದು ಬೆಳಕಿನ ಚಿತ್ರಪರದೆ ತೆರೆದುಕೊಂಡಿತು.

"ಹಲೋ ಉಜ್ವಲ್, ಶೀತಲ್,ಹೇಗಿದ್ದೀರಿ? ಈಗ ಎದ್ದಿರಾ?" ಎಂದಿತು ಆ ಪರದೆಯಲ್ಲಿ ಮೂಡಿಬಂದ ಒಬ್ಬ 70 ವರ್ಷ ವಯಸ್ಸಿನ ಬಿಳಿ ಗಡ್ಡಧಾರಿ, ಫ್ರೇಮ್ ಲೆಸ್ಸ್ ಕನ್ನಡಕಧಾರಿ ವ್ಯಕ್ತಿ ಅವರನ್ನು ಸ್ವಾಗತಿಸುತ್ತಾ. "ನಿಮ್ಮನ್ನು ಈ ಸ್ಥಿತಿಯಲ್ಲಿ ನೋಡಿ ನನಗೆ ಒಂದು ರೀತಿಯ ಖುಶಿ ಮತ್ತು ದುಃಖ ಎರಡೂ ಒಟ್ಟೊಟ್ಟಿಗೇ ಆಗುತ್ತಿದೆ."

"ಸರ್, ನೀವ್ಯಾರು?" ಉಜ್ವಲ್ ಪ್ರಶ್ನಿಸಿದ ಕಾತರದಿಂದ.

"ನಾವ್ಯಾರು?" ಪ್ರಶ್ನಿಸಿದಳು ಶೀತಲ್ ಆತುರದಿಂದ.

"ಪ್ಲೀಸ್ ವೈಟ್! ನಾನು ನಿಮ್ಮ ಪ್ರಶ್ನೆಗಳನ್ನು ಊಹಿಸಿ ಉತ್ತರಿಸುವೆ." ಉಜ್ವಲ್ ಮತ್ತು ಶೀತಲ್ ಎದುರಿನ ಮಾನಿಟರಿನಲ್ಲಿ 3-ಡಿ ಚಿತ್ರದಲ್ಲಿದ್ದ ಆತ ಭಾರವಾದ ದನಿಯಲ್ಲಿ ನುಡಿದರು. ಅವರ ಧೋರಣೆಯೇ ಇಬ್ಬರ ಬೆನ್ನಿನಲ್ಲಿಯೂ ಚಳಿ ಮಿಂಚಿಸಿತ್ತು.

ಆತ ಮುಂದುವರೆಸಿದರು,

"ನಾನು ನಿಮ್ಮನ್ನು ಈ ಮೊದಲು ಈ ಸುಧೀರ್ಘ ನಿದ್ರಾ ಪ್ರಯೋಗಕ್ಕೆ ಒಳಪಡಿಸಿದ 500 ವರ್ಷಗಳ ಹಿಂದೆ, 2119 ಇಸವಿಯಲ್ಲಿ ಇದ್ದ ಇಂಡಿಯನ್ ಅಡ್ವಾನ್ಸ್ಡ್ ಬಯೋ ರೀಸರ್ಚ್ ಸೆಂಟರಿನ ಬಾಸ್ ರಾಮನಾರಾಯಣ್ ಮಾತಾಡುತ್ತಿದ್ದೇನೆ. ನೀವಿಬ್ಬರೂ ಭಾರತದಲ್ಲಿ ಭೂಮಿಯ ಬಹಳ ಆಳವಾದ ನೆಲಮಾಳಿಗೆ ಅಂತಸ್ತಿನಲ್ಲಿ ಕ್ರಯೋಜೆನಿಕ್ ಸ್ಲೀಪಿನಿಂದ ಈ 500 ವರ್ಷಗಳ ನಂತರ ಈಗ ತಾನೇ ಎಚ್ಚರವಾಗಿದ್ದೀರಿ. ನಿಮ್ಮ ಹೃದಯ ಬಡಿತ ಮತ್ತು ಶ್ವಾಸದ ಏರಿಳಿತವನ್ನು, ಜೈವಿಕ ಚಟುವಟಿಕೆಯನ್ನು ಕ್ಷೀಣಗೊಳಿಸಿ, ಅತ್ಯಂತ ಮೈಕ್ರೋ ಲೆವೆಲ್ಲಿಗೆ ಇಳಿಸಿ ನಿಮ್ಮನ್ನು ವೈಜ್ಞಾನಿಕ ನಿದ್ರೆಯಲ್ಲಿ ಜೀವಂತವಾಗಿ ಇಡಲಾಗಿತ್ತು. ಯು ವರ್ ಇನ್ ಹೈಪರ್-ಸ್ಲೀಪ್ ಪಾಡ್ಸ್ ಚೇಂಬರ್ಸ್! ನೀವು ಇದುವರೆಗೂ ಚಿಂತೆಯಿಲ್ಲದೇ ಕುಂಭಕರ್ಣರಂತೆ ನಿದ್ರಾವಶರಾಗಿದ್ದಿರಿ. ನೀವಿಬ್ಬರೂ ಭಾರತೀಯ ಬಯೋ ವಿಜ್ಞಾನಿಗಳು. ಈ ಪರೀಕ್ಷೆಗೆ ಒಡ್ಡಿಕೊಂಡು ನೀವಾಗಿಯೆ ಸ್ವಯಂಸೇವಕರಂತೆ ಸೇರಿದ್ದಿರಿ ಎಂಬ ಒಪ್ಪಂದ ಪತ್ರಗಳು ನಿಮ್ಮ ಸ್ಲೀಪಿಂಗ್ ಪಾಡ್‌ನಲ್ಲಿಯೇ ಇವೆ!"

ಈ ಆಘಾತಕಾರಿ ಸತ್ಯ ಕೇಳಿ ಉಜ್ವಲ್, ಶೀತಲ್ ಇಬ್ಬರ ಎದೆ ನಡುಗಿಹೋಯಿತು. ಬಾಯಿ ಒಣಗಿ ಏನೋ ಹೇಳಹೋದರೆ ಸ್ವರವೇ ಹೊರಡುತ್ತಿಲ್ಲ. ಜತೆಗೆ ಸಿಡಿಯುವ ತಲೆನೋವು, ವಾಂತಿ, ಸಂಕಟ ಬೇರೆ.

"ಉಜ್ವಲ್, ಶೀತಲ್!" ಅವರಿಗೆ ರಾಮನಾರಾಯಣ್ ಎಂದು ಕರೆದುಕೊಳ್ಳುವ ವ್ಯಕ್ತಿಯ ಕ್ಷೀಣ ದ್ವನಿಯಲ್ಲಿ ಗಾಂಭೀರ್ಯದ ಜತೆ ನೋವಿನ ಎಳೆಯಿತ್ತು. ಏಕೆ?

"ದಯವಿಟ್ಟು ಬೇಗ ಅರ್ಥ ಮಾಡಿಕೊಳ್ಳಿ. ನಮಗಿರುವ ಒಂದೇ ಸಂಪರ್ಕ ಸಾಧನದ ಕೊನೆಯುಸಿರಿನಲ್ಲಿ ನಾನು ಈಗ ಸಂಬೋಧಿಸುತ್ತಿದ್ದೇನೆ. ನಾನು ಹೇಳುವುದನ್ನು ಮಧ್ಯೆ ಮಾತಿಲ್ಲದೇ ಕೇಳಿಸಿಕೊಳ್ಳಿ. ಇದನ್ನು ನೀವು ನನ್ನ ಮೊದಲ ಮತ್ತು ಕೊನೆಯ ರೆಕಾರ್ಡೆಡ್ ಸಂದೇಶ ಎಂದು ತಿಳಿಯಿರಿ. ಈ ಸಂದೇಶವನ್ನು ನೀವು ಕೇಳಿಸಿಕೊಳ್ಳುವ ಹೊತ್ತಿಗೆ ನಾನು ಇದನ್ನು ರೆಕಾರ್ಡ್ ಮಾಡಿಯೇ 450 ವರ್ಷ ಆಗಿಹೋಗಿರುತ್ತದೆ."

ಮೊದಲನೆಯದಾಗಿ ನಿಮ್ಮ ಪ್ರಯೋಗ ಯಶಸ್ವಿಯಾಗುವ ಮುನ್ನವೇ ನಾವು ಹೊರಟುಹೋಗಿದ್ದೇವೆ. ನಾವು ಅಲ್ಲಿಂದ ನಿಮ್ಮನ್ನು ರಕ್ಷಿಸಲು ಸಾಧ್ಯವೇ ಇಲ್ಲ ಯಾಕೆಂದರೆ ನಾವೀಗ ಭೂಗ್ರಹದಲ್ಲೇ ಇಲ್ಲ. ನಾವು ಚಂದ್ರನನ್ನೂ ದಾಟಿ ಬಾಹ್ಯಾಕಾಶದಲ್ಲಿ ಈಗ ಜೀವ ಜಗತ್ತಿನ ಉಳಿವಿಗೆ ಕೊನೆಯ ಆಸರೆಯಾದ "ಐಎಸ್‌ಎಸ್ ಲೈಫ್ ಗಿವರ್" ಗಗನ ನೌಕೆಯಲ್ಲಿ ಮಿಶನ್ ಮಾಡ್ಯೂಲ್ ಬಾಹ್ಯಾಕಾಶ ನಿಲ್ದಾಣದಲ್ಲಿ ಇಳಿದಿದ್ದೇವೆ. ಇನ್ನೇನು, ನಾವು ಇಲ್ಲಿಂದ ಟೈಮ್ ವಾರ್ಪ್ (ಸಮಯ ಕುಗ್ಗಿಸುವ) ಪ್ರಯೋಗಾತ್ಮಕ ನೌಕೆಯಲ್ಲಿ ಶನಿಗ್ರಹದ ಉಪಗ್ರಹವಾದ ಟೈಟ್ಯಾನ್‌ನತ್ತ ಸಾಗಿ ಹೋಗುತ್ತೇವೆ. ನಮ್ಮ ಪ್ರಕಾರ ಅಲ್ಲಿ ಭೂಮಿಯಂತ ಆರೋಗ್ಯಕರ ಹವಾಮಾನವಿದೆಯಂತೆ ನಮ್ಮ ಭವಿಷ್ಯಕ್ಕಾಗಿ ಅಲ್ಲಿಗೆ ಹೋಗಿ ನೆಲೆಸಲಿದ್ದೇವೆ, ಈ ನೌಕೆಯ ಸುಮಾರು ಐವತ್ತು ಮಾದರಿಗಳನ್ನು ತಯಾರಿಸಿ ನಾವು ಎಲ್ಲಾ ಮಿತ್ರದೇಶದವರು ಅವನ್ನು ಸಮವಾಗಿ ಹಂಚಿಕೊಂಡು ಭೂಮಿಯನ್ನು ತೊರೆದು ವಲಸೆ ಹೋಗಿಬಿಟ್ಟಿದ್ದೇವೆ. ."

"ವಾಟ್, ನಾವು ಮಾತ್ರ ಇಲ್ಲಿ. ಯಾಕೆ?" ಎಂದು ಇಬ್ಬರೂ ಉದ್ಗರಿಸಿದರು.

ಆದರೆ ರೆಕಾರ್ಡೆಡ್ ಸಂದೇಶ ಓಡುತ್ತಲೇ ಇತ್ತು:-

"ಅದಕ್ಕೆ ಕಾರಣವಿಷ್ಟೇ: ನಿಮ್ಮನ್ನು ಈ ಪ್ರಯೋಗಕ್ಕೊಳಪಡಿಸಿದ ಸುಮಾರು 20 ವರ್ಷಗಳ ನಂತರ ಭೂಮಿಯಲ್ಲಿ ಅತಿ ದೊಡ್ಡ ಪರಮಾಣು ಯುದ್ಧವೇ ನಡೆದುಹೋಯಿತು. ಇದರಲ್ಲಿ ಕೊರಿಯಾ ಜತೆ ಚೀನಾ ಒಂದೆಡೆ, ಅಮೆರಿಕಾ ರಷ್ಯಾ ಮತ್ತು ಯುರೋಪ್ ಇನ್ನೊಂದು ಕಡೆ, ನಿರ್ಲಿಪ್ತ ದೇಶಗಳು ಮೂರನೆಯ ತುದಿ. ಭೂಮಿಯಲ್ಲಿ ಎಲ್ಲೆಲ್ಲಿಯೂ ಅಣುಬಾಂಬು, ಮಿಸ್ಸೈಲುಗಳ ರುದ್ರನರ್ತನ ನಡೆಯಿತು, ಆ ಮಾರಣಹೋಮ ಸತತ ಒಂದು ವರ್ಷ ನಡೆಯಿತು. ಆ ಪ್ರಾಣಾಪಾಯಕಾರಿ ವ್ಯಾಪಕ ಹೊಡೆತಕ್ಕೆ ಭೂಮಿಗೆ ಭೂಮಿಯೇ ಸಸ್ಯ, ಜಲರಾಶಿ ವಾತಾವರಣ ಎಲ್ಲಾ ಕಳೆದುಕೊಂಡು ಸುಟ್ಟು ಕರಕಲಾಯಿತು. ಈ ಮಹಾಕಾಳಗ ನಡೆಯುವ ಸಮಯದಲ್ಲಿ ನಾನು ಸಹ ಕೆಲಸದಿಂದ ನಿವೃತ್ತನಾಗಿದ್ದೆ, ಮತ್ತೆ ವಾಪಸ್ ಕರೆಸಿಕೊಂಡರು. ಅಂದರೆ ಭೂಮಿಗೆ ಅತ್ಯಂತ ಕ್ಲಿಷ್ಟವಾದ ಅಂತ್ಯ ಬಂದೊದಿದಾಗ ನಾವು ಭಾರತೀಯರು ನಮ್ಮ ಈ ಲ್ಯಾಬಿನ ಮೊದಲ ಅಂತಸ್ತಿನ ನೆಲಮಾಳಿಗೆಯಲ್ಲಿ ಅಡಗಿ ಪ್ರೋಟೀನ್ ಮತ್ತು ಕೆಮಿಕಲ್ ಆಧರಿತ ಆಹಾರವನ್ನು ಮಾತ್ರೆ ಮತ್ತು ಇಂಜೆಕ್ಷನ್ ರೂಪದಲ್ಲಿ ಸೇವಿಸುತ್ತಾ ಬದುಕುಳಿಯುವ ಹೋರಾಟ ಮಾಡುತ್ತಿದ್ದೆವು. ಆ ಭಯಾನಕ ಸಮಯವನ್ನು ನಾನು ವಿವರಿಸಿಯೂ ಹೇಳಲಾರೆ, ನಿಮಗರ್ಥವೂ ಆಗದು. ಆ ನಡುವಿನಲ್ಲಿ ನಮ್ಮಲ್ಲಿ ಸಹ

ಸಾವಿರಾರು ನಾಗರೀಕರು ಭೂಗರ್ಭದಲ್ಲಿ ಅಸು ನೀಗಿ ಅಲ್ಲೇ ಸಮಾಧಿಯಾದರು. ಆದರೆ ಕೊನೆಯಲ್ಲಿ ನಾವು ಕೆಲವು ನೂರು ಗಟ್ಟಿಗರು ಮಾತ್ರ ಉಳಿದುಕೊಂಡೆವು."

"ಈಗ ಭೂಮಿಯಲ್ಲಿ ನೀವು ಹೊರಬಂದು ನೋಡಿದಾಗ ಯಾರೂ ಏನೂ ಇರಲಾರರು. ಖಾಲಿ, ನಶಿಸಿಹೋದ ಸುಟ್ಟ ಭೂಮಿ ಮತ್ತು ಪಳೆಯುಳಿಕೆಗಳು ಕಣ್ಣಿಗೆ ರಾಚಿದಂತೆ ನಿಮಗೆ ಎದುರಾಗಬಹುದು ಎಂದು ಮನಸ್ಸು ಗಟ್ಟಿ ಮಾಡಿಕೊಳ್ಳಿ. ಇದರ ಮೇಲೆ ನಾನು ಏನೂ ಹೇಳಲಾರೆ. ಪ್ರಮಾದವಶಾತ್ ನಮಗೆ ನಿಮ್ಮನ್ನೂ ಜತೆಗೆ ಕೊಂಡೊಯ್ಯಲು ಆಗಲೇ ಇಲ್ಲ. ನಮ್ಮ ಮೊದಲನೇ ಅಂತಸ್ತಿನಿಂದ ನಿಮ್ಮ ಮೂರನೆ ಮಾಳಿಗೆಗೆ ಬರುವ ಸಂಚಾರ ಗುಹೆ ವ್ಯವಸ್ಥೆ ಭೂಕಂಪವಾಗಿ ಸಂಪೂರ್ಣ ಕುಸಿದು ನಶಿಸಿಹೋಗಿತ್ತು. ಅಲ್ಲದೆ ನಿಮ್ಮ ತರಹ ಜಡದೇಹಿಗಳಾಗಿದ್ದವರನ್ನು ಮಧ್ಯೆ ಆಗಲೇ ನಿಮ್ಮನ್ನು ಎಬ್ಬಿಸಿದ್ದರೆ ನಾನಾರೀತಿಯ ದೈಹಿಕ ವೈಪರೀತ್ಯಗಳು ನಿಮ್ಮನ್ನು ಕಾಡುವುದು ಮತ್ತು ಅದರಿಂದ ಉಂಟಾಗುವ ಅನಾರೋಗ್ಯದಿಂದ ನಿಮ್ಮ ಸಾವು ನಿಶ್ಚಿತವಾಗಿರುತ್ತಿತ್ತು. ವಿಧಿಯಿಲ್ಲದೆ ನಾವು ನಿಮ್ಮನ್ನು ಒಂಟಿಯಾಗಿ ಬಿಟ್ಟು ಹೊರಟುಹೋಗಿದ್ದೇವೆ."

"ನೀವು ಹೊರಬರಲು ಒಂದೇ ಒಂದು ಭೂಗರ್ಭ ಎಲಿವೇಟರ್ ಮಾರ್ಗ ಇರುತ್ತದೆ. ದಿಕ್ಸೂಚಿ ದೀಪಗಳನ್ನು ಗಮನಿಸುತ್ತಾ ಅತ್ತ ಹೊರಡಿ. ನೀವು. ನಿಮ್ಮ ಮಿಕ್ಕ 1 ಸೆಟ್ ಬಟ್ಟೆ ಮಾತ್ರ ಇದೆ. ಒಂದು ಟೂತ್ ಬ್ರಶ್ ಇತ್ಯಾದಿ ಒಂದು ಬ್ಯಾಕ್ ಪ್ಯಾಕಿನಲ್ಲಿದೆ. ಉಪಯೋಗಿಸಿ ನೋಡಿ.ನಿಮಗಾಗಿ ಫ್ರೋಜನ್ ನೀರು ಮತ್ತು ಕೆಲವು ಪ್ರೋಟೀನ್ ಮತ್ತು ವಿಟಮಿನ್ ಇಂಜೆಕ್ಷನ್ಸ್ ಇಟ್ಟಿರುತ್ತೇವೆ. ಅದನ್ನು ಉಪಯೋಗಿಸಿಕೊಳ್ಳಿ, ಸ್ವಲ್ಪ ಸ್ವಲ್ಪವೇ ರೇಷನ್ ತರಹ."

"ಇನ್ನು ನೀವು ಎಲ್ಲಿ ನಿಭಾಯಿಸುತ್ತೀರೋ, ಹೇಗೆ ಎಷ್ಟು ಕಾಲ ಬದುಕುತ್ತೀರೋ ನನಗೆ ಗೊತ್ತಿಲ್ಲ. ಆದರೆ ನಮ್ಮ ಅಂದಾಜಿನ ಪ್ರಕಾರ ನೀವು ಹೊರಬರುವ ವೇಳೆಗೆ ಪರಮಾಣು ಯುದ್ಧ ಮುಗಿದು 450 ವರ್ಷವಾಗಿದ್ದರಿಂದ ಭೂಪ್ರದೇಶದಲ್ಲಿ ಅಣು ವಿಕಿರಣದ ರೇಡಿಯೇಶನ್ ಪ್ರಭಾವ ತಗ್ಗಿರಬಹುದು, ನಂತರದ ಸ್ವಲ್ಪ ಶತಮಾನಗಳ ಕಾಲ ಮಳೆ, ಮಂಜು, ತೇವ ಸಹ ಭೂಮಿಗೆ ವಾಪಸ್ಸಾಗಿರಬಹುದು. ಭೂಮಿಗೆ ಪ್ರವೇಶಿಸುವ ಮುನ್ನ ಪ್ರವೇಶದ್ವಾರದಲ್ಲಿ ಆಂಟಿ ರೇಡಿಯೇಶನ್ ಸೂಟ್ ಇಟ್ಟಿರುತ್ತೇವೆ, ಅದನ್ನು ಹಾಕಿಕೊಂಡು ಹೊರಹೋಗಿ ನೋಡಿ. ಹೆಚ್ಚು ರೇಡಿಯೇಶನ್ ಏನೂ ಇಲ್ಲದಿದ್ದರೆ ಅದನ್ನು ತೆಗೆಯಬಹುದು. ಅದನ್ನು ರೇಡಿಯೇಶನ್ ಮೀಟರಿನಲ್ಲಿ ನೀವೇ ಕಂಡುಕೊಳ್ಳಬೇಕು. ಮುಕ್ಕಾಲುವಾಸಿ ನಿಮಗೆ ಪ್ರತಿಕೂಲ ವಾತಾವರಣವೇ ಎದುರಾಗುವುದು."

"ಇನ್ಯಾವ ದೇಶದಲ್ಲಿ ಇನ್ನೆಷ್ಟು ಜನ ಹೀಗೆ ಉಳಿದಿದ್ದು ಬದುಕಿದ್ದಾರೋ, ಹೇಗಿದ್ದಾರೋ ಅದನ್ನು ನೀವೇ ಪತ್ತೆಹಚ್ಚಿ ಸಂಪರ್ಕಿಸಬೇಕು. ನಿಮಗಾಗಿ ಲೇಸರ್ ಗನ್, ಮತ್ತಿತರ ಎಲೆಕ್ಟ್ರಾನಿಕ್ ಅಸ್ತ್ರಗಳನ್ನು ಇಟ್ಟಿದ್ದೇವೆ. ನಿಮಗೆ ಈ ಪ್ರಯೋಗಕ್ಕೂ ಮುನ್ನ ಇದೆಲ್ಲದರ ಟ್ರೈನಿಂಗ್ ನೀಡಿರುತ್ತೇವೆ. ನಿಮಗೆ ನೆನಪಿದ್ದರೆ ಒಳ್ಳೆಯದು."

"ಸದ್ಯಕ್ಕೆ ನಾವು ಹೊರಡುವ ಕಾಲದಲ್ಲಿ ಈಗ ನಮಗೆ ಸೂರ್ಯನೇ ಕಾಣದಷ್ಟು ಭೂಮಿಯೆಲ್ಲಾ ಹಗಲಿನಲ್ಲಿ ಮಬ್ಬುಗತ್ತಲೆ ಇದೆ. ಚಂದ್ರ ತಾರೆಯರ ದರ್ಶನವಿಲ್ಲದೆ ಎಷ್ಟೋ ವರ್ಷವಾಯಿತು. ನಮ್ಮ ಸ್ಪೇಸ್ ಸೈನ್ಸ್ ಬಹಳ ಮುಂದುವರೆದಿದ್ದ ಕಾರಣ ಕೆಲವು ದೊಡ್ಡ ಉಪಗ್ರಹಗಳು ಬಾಹ್ಯಾಕಾಶದಲ್ಲಿ ನಮ್ಮ ಮಾರ್ಗದರ್ಶಿಯಾಗಿ ಕೆಲಸ ಮಾಡಿದ್ದರಿಂದ ನಾವು ಈ ನೌಕೆಗಳನ್ನು ಕಟ್ಟಿಕೊಂಡು ಹರಸಾಹಸ ಮಾಡಿ ಹೊರಬರಬಹುದಾಯಿತು."

"ನಿಮಗೆ ಈಗ ಹೊರಗಿನ ಪ್ರಪಂಚದಲ್ಲಿ ಯಾವುದೇ ವ್ಯವಸ್ಥಿತ ಸಮಾಜ ಅಥವಾ ಸರಕಾರವಿರಲಾರದು.ಯಾವ ರೀತಿಯ ಜೀವಿಗಳು ಯಾವ ಮನಸ್ಥಿತಿಯಲ್ಲಿರುವವರಾದರೂ ಸಿಗಬಹುದು. ಅದೂ ಅವರು ಬದುಕಿ ಉಳಿದಿದ್ದರೆ ಮಾತ್ರ! ಸರಿ. ಇನ್ನು ನಾನು ಮುಗಿಸುವೆ. ನಿಮ್ಮನ್ನು ಈ ರೀತಿಯ ಬರಡಾದ ವಿನಾಶಾನಂತರದ ಡಿಸ್ಟೋಪಿಯ ಎಂದು ಕರೆಯಲ್ಪಡುವ ಸ್ಥಿತಿಯ ಭೂಮಿಯಲ್ಲಿ ಬಿಟ್ಟು ಹೋಗಿದ್ದಕ್ಕೆ ನಮಗೆ ಅಪಾರ ಖೇದವಿದೆ, ಕ್ಷಮಿಸಿ. ನಾವಿನ್ನೇನನ್ನೂ ಮಾಡಲು ಸಾಧ್ಯವಿರಲಿಲ್ಲ ಎಂದು ನಂಬಿ. ನಿಮಗೆ ಶುಭವಾಗಲಿ. ಹ್ಯಾವ್ ಎ ಲಾಂಗ್ ಲೈಫ್, ಬೈ!"

ಆ ವಿದ್ಯುನ್ಮಾನ ಬೆಳಕಿನ ಚಿತ್ರ ಪ್ರಸಾರ ಒಂದು ಚಿಕ್ಕ ಬೀಪ್‌ನೊಂದಿಗೆ ಅಂತ್ಯವಾಯಿತು.

ಉಜ್ವಲ್ ಮತ್ತು ಶೀತಲ್ ಪರಸ್ಪರ ಮುಖ ನೋಡಿಕೊಂಡರು.

ಶೀತಲ್ ಗಾಬರಿಯಿಂದ ನುಡಿದಳು, "ಡಿಸ್ಟೋಪಿಯದಂತಹ ಪ್ರಪಂಚ? ಆದರೂ ಅವರು ನಮ್ಮನ್ನು ಇಲ್ಲಿ ಧೀರ್ಘಕಾಲ ಬಾಳಿ ಎಂದರಲ್ಲ? ಹೌ ಫನ್ನಿ!" ಆದರೆ ಅವಳು ನಗಲಿಲ್ಲ, ದನಿ ದುಗುಡದಿಂದ ಕೂಡಿತ್ತು.

"ಹೌದು, ಶೀತಲ್" ತನ್ನ ಹಿಂಗೈಗೆ ಸೂಜಿ ಚುಚ್ಚಿದ್ದ ಗಾಯವನ್ನೊಮ್ಮೆ ಉಜ್ಜಿಕೊಳ್ಳುತ್ತ ಉತ್ತರಿಸಿದ ಉಜ್ವಲ್. "ಯಾವ ಮನುಷ್ಯನೂ ಮಾಡದಷ್ಟು ನಿದ್ದೆಯಾಯಿತು ನಮಗೆ. ಇನ್ನು ಧೀರ್ಘ ಕಾಲ ಬದುಕುವುದು ಮಾತ್ರ ಉಳಿದಿದೆ."

ಇಬ್ಬರೂ ಲ್ಯಾಬಿನ ಬಾಗಿಲು ತಳ್ಳಿಕೊಂಡು ಹೊರಬಂದರೆ ದೀಪ ಮಿನುಗುತ್ತಿದ್ದ ಲಿಫ್ಟ್ ಆ ಕಾರಿಡಾರಿನ ಮೂಲೆಯಲ್ಲಿತ್ತು.

"ಹೇಗೆ ಇಲ್ಲಿ ಇನ್ನೂ ವಿದ್ಯುತ್ ಸರಬರಾಜು ಇದೆ ಅಲ್ಲವೆ?" ಶೀತಲ್ ಲಿಫ್ಟ್ ಕಡೆ ತೋರುತ್ತಾ ಕೇಳಿದಳು.

"ಸೋಲರ್ ಅಥವಾ ಯಾವುದೋ ಪರ್ಯಾಯ ಶಕ್ತಿ ಸರಬರಾಜಿಗೆ ಲಿಂಕ್ ಆಗಿರಬಹುದು, ನಮ್ಮಿಬ್ಬರ ಟೆಕ್ನಾಲಜಿ ಮಾಹಿತಿ ಸ್ವಲ್ಪ ಹಳೆಯದಾಗಿದೆ. ಗೊತ್ತಾಗುತ್ತಿಲ್ಲ." ಎಂದ ಲಿಫ್ಟ್ ಬಟನ್ ಒತ್ತುತ್ತಾ ಉಜ್ವಲ್.

"ಈ ಕಟ್ಟಡ ಮತ್ತು ವ್ಯವಸ್ಥೆ ಸಹ" ಎಂದಳು ಶೀತಲ್ ಯೋಚಿಸುತ್ತಾ.

"ಸ್ವಲ್ಪ ಸ್ವಲ್ಪ ನೆನೆಪಿಗೆ ಬರುತ್ತಿದೆಯೆ?" ಕೇಳಿದ ಉಜ್ವಲ್.

"ಹೂಂ, ನಿನಗೆ?"

"ನನ್ನ ಅಪ್ಪ ಅಮ್ಮ, ಮನೆ. ಈ ಕೆಲಸಕ್ಕೆ ಸೇರಿ ಈ ಪ್ರಯೋಗಕ್ಕೆ ಒಪ್ಪಿದ್ದು ಎಲ್ಲವೂ! ಹೋಗುತ್ತಾ ಹೇಳುತ್ತೇನೆ" ಉಜ್ವಲ್ ಹೊಸ ಉತ್ಸಾಹದಿಂದ ನುಡಿದ

ಇಬ್ಬರೂ ಲಿಫ್ಟ್ ಒಳಗೆ ನಡೆದರು. ಒಳಗೆ ಯಾವುದೋ ಮುಗ್ಗುಲು ವಾಸನೆಯಂತಿತ್ತು.

500 ವರ್ಷ ಹಳೆಯದಲ್ಲವೇ, ಹವಾ ನಿಯಂತ್ರಿತ ಇದ್ದರೂ. ಮೊದಲೇ ಹೊಟ್ಟೆ ತೊಳೆಸುತ್ತಿರುವವರಿಗೆ ಇದೂ ಒಂದು ತೊಂದರೆ ಸೇರಿದಂತಾಯಿತು.

1000'–900'–800'. . .100' ಹೀಗೆ ಲಿಫ್ಟ್ ಮೇಲೆ ಸರಿಯುತ್ತಾ ಹೋಯಿತು

"ನಾಟ್ ಬ್ಯಾಡ್, 500 ವರ್ಷ ಹಳೆಯ ಲಿಫ್ಟಿಗೆ"ಎಂದಳು ಶೀತಲ್.

ಅವರು ದೊಡ್ಡ ಹಾಲೊಂದರ ಮೂಲಕ ಹೊರಬಂದಾಗ ಅಲ್ಲಿದ್ದ ಬಡುವಿನಲ್ಲಿ ಎರಡು ಬ್ಯಾಕ್ ಪ್ಯಾಕ್ ಇದ್ದವು. ತಂತಮ್ಮ ಬಟ್ಟೆಗಳನ್ನು ಬದಲಿಸಿ, ಮೇಲೆ ರೇಡಿಯೇಶನ್ ಕವಚ ಸೂಟ್ ಮತ್ತು ಶೂಸ್ ಧರಿಸಿ, ಮಾಸ್ಕನೊಂದಿಗೆ ದೊಡ್ಡ ಸ್ಟೀಲ್ ಬಾಗಿಲನ್ನು ಮುಟ್ಟಲು ಅದು ತಾನೇ ತೆರೆಯಿತು.

ಕಣ್ಣುಮುಚ್ಚಿಕೊಂಡು ಹೊರನಡೆದವರು ಸ್ವಲ್ಪ ಸ್ವಲ್ಪ ಮಾತ್ರವೆ ಅರೆ ಕಣ್ಣು ಬಿಟ್ಟು ಹೊರಗಿನ ದೃಶ್ಯವನ್ನು ಅವಲೋಕಿಸಿದರು. ಅದೊಂದು ನಾಶವಾದ ನಗರದ ಚಲನಚಿತ್ರದ ಸೆಟ್ಟಿನಂತಿತ್ತು.

ಹಗಲೋ ಸಂಜೆ ಗತ್ತಲೆಯೋ ಹೇಳಲಾಗುತ್ತಿಲ್ಲ. ಆಗಸದಲ್ಲಿ ಅಂತಹ ದಟ್ಟ ಮಶ್ ರೂಮ್ ಕ್ಲೌಡ್ಸ್ ಎನ್ನುವಂಥ ಅಣುವಿಕಿರಣದ ದಟ್ಟ ಮೋಡವೇನೂ ಕವಿದಿಲ್ಲ. ಸ್ವಲ್ಪ ಸಾಧಾರಣ ಬಿಳಿ ಮೋಡಗಳಿವೆ.

ಆದರೆ ಹಾಳು ಸುರಿಯುತ್ತಿರುವ ಆ ನಗರ! ಅಬ್ಬಾ ಎಂತಹ ಭಾರೀ ವಿನಾಶ.

ಎಲ್ಲಾ ಕಟ್ಟಡಗಳು ಆದಿಕಾಲದ ಪಳೆಯುಳಿಕೆಗಳಂತಿವೆ. ಸುತ್ತಲೂ ಕಾರು ಬಸ್ಸುಗಳ ಹಳೇ ಕಾಲದ ಕಳೇಬರಗಳಿವೆ. ರಸ್ತೆಯಲ್ಲಿ ಯಾರೂ ಕಾಣುತ್ತಿಲ್ಲ.

ಸ್ಮಶಾನ ಸದೃಶವಾದ ನಗರ ದಿಗಂತದವರೆಗೂ ಹಾಗೇ ಕಾಣುತ್ತಿದೆ. ಮುರುಕಲು ರಸ್ತೆಗಳು, ಬಿರಿದ ಭೂಮಿ.

ಎಲ್ಲಿಯೂ ಸರಿಯಾದ ವಿದ್ಯುತ್ ಕಂಬಗಳಿಲ್ಲ, ದಾರಿದೀಪಗಳಿಲ್ಲ.

"ಡಿಸ್ಟೋಪಿಯಾ ಎಂದರೆ ಇದೇ. ಅಳಿದ ಜಗತ್ತು. ವಾಸಿಸಲು ಯೋಗ್ಯವಲ್ಲದ್ದು ಎಂದು ಎಲ್ಲರೂ ತೊರೆದು ಹೋದಂತಿದೆ." ಉಜ್ವಲ್ ಖೇದ ಮಿಶ್ರಿತ ಅಚ್ಚರಿಯಿಂದ ಉದ್ಗರಿಸಿದ.

"ಇಲ್ಲ, ಅಲ್ಲಿ ನೋಡು. ಜನರ ಕಾಲೋನಿಯಿದ್ದಂತಿದೆ" ಎಂದು ಮಿಣುಕು ಮಿಣುಕು ದೀಪಗಳು ಹೊಳೆಯುತ್ತಿದ್ದ ದೂರದ ಹಳೇ ಕಟ್ಟಡ ಸಮೂಹದತ್ತ ಕೈ ತೋರಿದಳು ಶೀತಲ್. ಅವಳ ದನಿಯಲ್ಲಿ ಅಚ್ಚರಿಯ ಜತೆ ಆಶಾಭಾವವಿದೆ. ಇಬ್ಬರೂ ಪರಸ್ಪರ ನೋಡಿಕೊಂಡರು. "ಆಕರ್ಷಕ ಯುವತಿ, ಸಂಧರ್ಭಕ್ಕೆ ತಕ್ಕಂತಾ ಜೋಡಿ." ಎಂದು ಉಜ್ವಲ್ ಭಾವಿಸಿದರೆ, "ಪರವಾಗಿಲ್ಲ, ಸಮರ್ಥ ವಿಶ್ವಾಸಿ ಯುವಕ" ಎಂದು ಅವಳು ಅವನ ಬಗ್ಗೆ ತೀರ್ಮಾನಿಸಿದಳು.

"ಅಲ್ಲಿ ಯಾರೋ ವಾಸಿಸುತ್ತಾರೆ" ಎಂದು ಇಬ್ಬರೂ ಆ ಪಳೆಯುಳಿಕೆಗಳ ನಡುವೆ ಜೋಪಾನವಾಗಿ ಹೆಜ್ಜೆಯಿಡುತ್ತಾ ಸಾಗಿದರು.

"ನಾನು ನಮ್ಮ ತಂದೆತಾಯಿಗೆ ಒಬ್ಬನೇ ಮಗ, ಬೆಂಗಳೂರಿನಲ್ಲಿದ್ದೆ. ಅಪ್ಪ ಮಿಲಿಟರಿಯಲ್ಲಿದ್ದರು. ನಾನು 27ನೆಯ ವರುಷಕ್ಕೆ ಬಯೋ–ಟೆಕ್ ರಿಸರ್ಚ್ ಮುಗಿಸಿ ಇಂಡಿಯನ್ ಅಡ್ವಾನ್ಸ್ಡ್ ಬಯೋ ಸೆಂಟರಿಗೆ ಸೇರಿದೆ. ಆಗ ನಮ್ಮ ತಂದೆ ತೀರಿಕೊಂಡಿದ್ದರು, ತಾಯಿ ವೃದ್ಧಾಶ್ರಮ ಸೇರಿದ್ದರು, ನನ್ನ ಕೆಲಸದ ಸಲುವಾಗಿಯೇ ಸರ್ಕಾರ ಮಾಡಿದ್ದ ಏರ್ಪಾಟು. ನಮ್ಮ ಬಾಸ್ ಕೊಟ್ಟ ಟ್ರೈನಿಂಗ್, ಇವೆಲ್ಲಾ ನೆನಪಿಗೆ ಬರುತ್ತಿದೆ."

"ಯೆಸ್. ರಾಮ ನಾರಾಯಣ್ ಸರ್ ನೆನಪಿದೆ. ನಾನು ಪುಣೆಯವಳು ಆಗ 25 ವರ್ಷಕ್ಕೇ ಸೇರಿದ್ದೆ. ಅಮ್ಮ ಕನ್ನಡದವಳು, ಅಪ್ಪ ನನಗೆ ನೆನಪೇ ಇಲ್ಲ. ನಾನು. ಈಗ..." ಅವಳೇಕೋ ಒಮ್ಮೆ ಬಿಕ್ಕಿದಳು, "ತಬ್ಬಲಿ. ನನ್ನ ಅಮ್ಮ ಕ್ಯಾನ್ಸರ್ ಆಗಿ ತೀರಿಕೊಂಡಿದ್ದಳು. ಇನ್ಯಾರೂ ನೆನಪಿಲ್ಲ. ನಾನು ಮುಂಬೈ ವಿ.ವಿ.ನಲ್ಲಿ ಬಯೋಟೆಕ್ ಮತ್ತು ಫ್ಯೂಚರ್ ಟೆಕ್ನಾಲಜೀಸ್ ಬಗ್ಗೆ ರಿಸರ್ಚ್ ಮಾಡಿದ್ದೆ. ನೋಡೋಣ. ಇನ್ನೂ ಏನೇನು ನೆನಪಿಗೆ ಬರುತ್ತಾ ಹೋಗುತ್ತದೆ ಎಂದು."

"ಹಾಗೆ ನೋಡಿದರೆ ನಾವಿಬ್ಬರೂ ಈಗ ಈ ಲೋಕದಲ್ಲಿ ತಬ್ಬಲಿಗಳೇ ಶೀತಲ್. ನಾವು ಈಗ ಸಂಗಾತಿಗಳಂತೆಯೇ ಇರಬೇಕೆಂದುವಿಧಿಲಿಖಿತವಾದಂತಿದೆ." ಉಜ್ವಲ್ ಅವಳ ಕೈ ತಟ್ಟಿ ಸಂತೈಸಿದ.

ಅವರು ಹೋಗುತ್ತಿದ್ದ ರಸ್ತೆಯಲ್ಲಿ ಹಳೆ ಮುರುಕಲು ಕಟ್ಟಡಗಳ ಜಗಲಿಗಳಲ್ಲಿ ಕೆಲವರು ರೋಗಿಷ್ಟ ಹತಭಾಗ್ಯ ವಯಸ್ಕರು ಕಾಣುತ್ತಿದ್ದಾರೆ, ಮೈಮೇಲೆ ಸರಿಯಾದ ವಸ್ತ್ರಗಳಿಲ್ಲ. ಕೆಲವೇ ಬಡಕಲು ಮೂಳೆ ಚಕ್ಕಳ ಕಾಣುವ ಬೀದಿ ನಾಯಿಗಳು ಅಲ್ಲಲ್ಲಿ ಮಲಗಿವೆ.

"ಇದು ಆಗಿನ ಬೆಂಗಳೂರಲ್ಲ..." ಶೀತಲ್ ಉಸುರಿದಳು.

ಆ ನಿರ್ಗತಿಕರು ಇವರತ್ತ ಒಮ್ಮೆ ಅಚ್ಚರಿಯ ದೃಷ್ಟಿ ಬೀರಿ ಮತ್ತೆ ಆಯಾಸವಾದವರಂತೆ ಕಣ್ಣು ಮುಚ್ಚಿಕೊಳ್ಳುತ್ತಿದ್ದಾರೆ. ಇವರನ್ನು ಮಾತಾಡಿಸುವ ಗೊಡವೆಗೂ ಬರುತ್ತಿಲ್ಲ.

"ಇದು ಮುಂಬೈ ಅಥವಾ ಪುಣೆಯ ಸಮೀಪದ ಯಾವುದೋ ಪಟ್ಟಣ ಇರಬೇಕು ಶೀತಲ್. ಹಿಂದಿ-ಮರಾಠಿಯ ಬಣ್ಣ ಮಾಸಿದ ತುಕ್ಕು ಹಿಡಿದ ಬೋರ್ಡ್ಸ್ ಮಸುಕಾಗಿ ಕಾಣುತ್ತಿವೆ. ನಾವು ಇಲ್ಲಿನ ಪಶ್ಚಿಮ ಘಟ್ಟಗಳ ಬುಡದಲ್ಲಿ ಕ್ರಯೋಜೆನಿಕ್ ನಿದ್ರಾವಶರಾಗಿದ್ದೆವು ಹಾಗಾದರೆ" ಉಜ್ವಲ್ ಅಂದಾಜಿಸುತ್ತಾ ನುಡಿದ.

"ಹೌದು. ಕ್ರಯೋಜೆನಿಕ್ ಸ್ಲೀಪಿಗಾಗಿಯೇ ಆ ಕೆಲವು ವರ್ಷಗಳ ಕೆಳಗೆ ಇಲ್ಲಿಗೆ ಬಂದಿದ್ದೆವು. ಆಗ ಅದು ಅದ್ವಿತೀಂಯು ರೋಮಾಂಚಕಾರಿ ವೈಜ್ಞಾನಿಕ ಅನ್ವೇಷಣೆಯಾಗಿತ್ತು." ಎನ್ನುತ್ತಾ ಶೀತಲ್ ತನ್ನ ಹಿಂದೆ ಬಿದ್ದಿದ್ದ ಒಂದು ಬಡಕಲು ನಾಯಿಯನ್ನು ದೂರ ನೂಕುತ್ತಾ ಇವನ ಹಿಂದೆ ಓಡೋಡಿ ಬಂದಳು

"ಹೌದು. ಅಂದರೆ ನಮ್ಮನ್ನು ವಿಟ್ರಿಫಿಕೇಶನ್ ತಂತ್ರದ ಮೂಲಕದ ಆನಾಯಿಂಟ್ ಮಾಡಿಫ್ರೀಜ್ ವಸ್ತುಗಳನ್ನು ಬೆರೆಸಿ ಆ ಪಾಡ್ ಚೇಂಬರುಗಳಲ್ಲಿ ನಮ್ಮ ದೇಹದ ನೀರಿನ ಅಂಶವನ್ನು ತೆರವು ಮಾಡಿದ್ದರು. –220 ಡಿಗ್ರಿ ಫ್ಯಾರನ್ಹೀಟ್ ಶೈತ್ಯಾಂಶಕ್ಕೆ ನಮ್ಮನ್ನು ತಲುಪಿಸಿ ನಮ್ಮ ದೇಹದ ಟಿಷ್ಯೂಗಳನ್ನು ಗಾಜಿನಂತೆ ಮಾರ್ಪಾಡು ಮಾಡಿ ಅವು ಸದಾ ಹೈಬರ್ನೇಶನ್ ಸ್ಥಿತಿಯಲ್ಲಿ ಇರುವಂತೆ ಮಾಡಿದ್ದರು. ಹಾಗಾಗಿಯೇ ನಮಗಿನ್ನೂ ಮೈಕೈ ಚಳಿ ಬಿಟ್ಟು ಬಿಡುಬೀಸಾಗಿಲ್ಲ, ಡಿಸೋರಿಯೆಂಟ್ ಆಗಿದ್ದೇವೆ, ತಲೆನೋವು, ಸಂಕಟ ಇವೆಲ್ಲಾ ಇವೆ. ಇದೆಲ್ಲಾ ತಾತ್ಕಾಲಿಕ ಎಂದಿದ್ದರು ಆಗ" ಉಜ್ವಲ್ ತಾನೆ ನೆನಪು ಬಂದಿದ್ದನ್ನು ವಿವರಿಸುತ್ತಾ ಹೋದಳು.

ಇಬ್ಬರೂ ಮಾರ್ಗಮಧ್ಯೆ ಕುಡಿಯುವ ನೀರಿನ ಕ್ಯಾಪ್ಸುಲ್ಸ್ ತೆರೆದು ನೀರನ್ನು ನುಂಗಿದರು.

"ಇದು ಮಾತ್ರ ನಮ್ಮ ಜೀವಜಲ. ಆರೋಗ್ಯಕರ ಎಂದಿದ್ದರು" ಶೀತಲ್ ಮತ್ತೆ ಹೊರಟು ನಿಂತಳು.ಕೆಲಹೊತ್ತಿನಲ್ಲಿ ಒಂದು ಸ್ಲಮ್ ಕಾಲೋನಿಯ ತರಹದ ರೋಗಿಷ್ಟರ ಊರಿಗೆ ತಲುಪಿದ್ದರು.

ಅಯ್ಯೋ! ಇದೇನು! ಚಿಕ್ಕವರು ದೊಡ್ಡವರು ಎನ್ನದೇ ಎಲ್ಲರೂ ಒಬ್ಬರನ್ನೊಬ್ಬರು ಹೊಡೆಯುತ್ತಾರೆ. ಹಣ, ಬ್ರೆಡ್ ನೀರಿನ ಬಾಟಲ್ ಎಲ್ಲಾ ಕಸಿದುಕೊಳ್ಳುತ್ತಾರೆ. ಅಂಗಡಿಯವರ ಕೈಗಳಲ್ಲಿ ಗನ್ಸ್ ಇವೆ, ನಿರ್ದಯವಾಗಿ ಕಳ್ಳರನ್ನು ಶೂಟ್ ಮಾಡುತ್ತಾರೆ.ಇದನ್ನೆಲ್ಲಾ ನೋಡಿ ಇಬ್ಬರೂ ಚಕಿತರೂ ಭಯಭೀತರೂ ಆದರು.

ಓಡೋಡುತ್ತಾ ಬಂದ ಬಿಸ್ಕೆಟ್ಸ್ ಹಿಡಿದಿದ್ದ ಹರಕಲು ಜೀನ್ಸಿನ ತಲೆ ಕೆದರಿದ ನಿರ್ಗತಿಕ ತರುಣನೊಬ್ಬ ಇವರಿಗೆ ಡಿಕ್ಕಿ ಹೊಡೆಯುವಂತೆ ಸಿಕ್ಕು ದಿಟ್ಟಿಸಿ ನೋಡಿ, "ಆಪ್ ಕೌನ್ ಹೆ?" ಎಂದ ಅಚ್ಚರಿ ಮಿಶ್ರಿತ ಹಿಂದಿಯಲ್ಲಿ.

ಅದನ್ನು ಗಮನಿಸಿ ಸುತ್ತಲಿದ್ದವರೆಲ್ಲ ತಮ್ಮ ನೂಕಾಟ ಹೊಡೆದಾಟ ನಿಲ್ಲಿಸಿ ನಿಧಾನವಾಗಿ ಬೆರಗುಗಂಗಳಿಂದ ಇವರತ್ತ ಸರಿದು ಬಂದರು. ಒಬ್ಬೊಬ್ಬರ ಕೈಯಲ್ಲಿಯೂ ತುಕ್ಕುಹಿಡಿದ ಮಚ್ಚು, ಗನ್, ಎಲೆಕ್ಟ್ರಿಕ್ ವೈರ್ಸ್ ಮುಂತಾದ ಮಾರಕಾಸ್ತ್ರಗಳಿವೆ. 'ಅಯ್ಯೋ!

ಸರಕಾರವಿಲ್ಲದೇ ಇಲ್ಲೆಲ್ಲಾ ಬರೇ ದೊಂಬಿದಾಸರ ಅಟ್ಟಹಾಸ, ಅರಾಜಕತೆ, ಅಪರಾಧ ಮೆರೆಯುತ್ತಿದ್ದಂತಿದೆ' ಎಂದೆನಿಸಿತು ಉಜ್ವಲ್‌ಗೆ

ಶೀತಲ್ ಗಾಬರಿಯಾಗಿ ಬ್ಯಾಗಿಂದ ಲೇಸರ್ ಗನ್ ತೆಗೆದಳು. ಟ್ರೈನಿಂಗ್ ಸಮಯಕ್ಕೆ ನೆನಪಿಗೆ ಬಂದಂತಿದೆ!

"ಬೇಡ ಸುಮ್ಮನಿರು, ಶಾಂತವಾಗಿ ಡೀಲ್ ಮಾಡೋಣ" ಎಂದು ಅವರಲ್ಲಿ ಮುಂದೆ ನುಗ್ಗಿ ಬಂದಿದ್ದ ಗಡ್ಡಧಾರಿ ವಯಸ್ಕನೊಬ್ಬನಿಗೆ ಉಜ್ವಲ್ ಹೇಳಿದನು. ಅವನ್ಯಾರೋ ನಾಯಕನಂತೆ ವರ್ತಿಸುತ್ತಿದ್ದಾನೆ.

"ನೋಡಿ, ನಾವು ನಿಮ್ಮ ಊರಿನವರಲ್ಲ, ಹಳೇ ಯುಗದ ದಾರಿಹೋಕರು. ದಾರಿ ತಪ್ಪಿ ಬಂದಿದ್ದೇವೆ. ನಿಮಗೆ ಬೇಕಾಗುವ ಹಣ, ಆಹಾರ ಯಾವುದೂ ನಮ್ಮ ಬಳಿ ಇಲ್ಲ. ನಮ್ಮನ್ನು ಕೊಂದರೂ ನಿಮಗೆ ಪ್ರಯೋಜನವಿಲ್ಲ. ನಮಗೆ ಸಹಾಯಮಾಡಿ" ಉಜ್ವಲ್ ಕೈಮುಗಿದು ಬೇಡಿದ. ಶೀತಲ್ ಕೂಡಾ ತಲೆ ಬಾಗಿ ನಿಂತಳು.

ಅವರೆಲ್ಲಾ ಸಾಮೂಹಿಕವಾಗಿ ಒಮ್ಮೆ ಓಹ್ ಎಂದರು, ಗದ್ದಲ ಮಾಡಿದರು. ಆ ನಾಯಕ ಕೈಯೆತ್ತಿ ಅವರನ್ನು ಸುಮ್ಮನಾಗಿಸಿದ.

ತನ್ನ ಅಮಲು ಹತ್ತಿದ್ದ ಕೆಂಗಣ್ಣು ಬಿಡುತ್ತಲೇ ಹೇಳಿದ. "ಹಾ, ನೋಡಿದರೆ ಗೊತ್ತಾಗುತ್ತದೆ. ನಿಮ್ಮ ಈ ವೇಷಭೂಷಣ ಯಾವುದೂ ನಮ್ಮದಲ್ಲ. ನೀವು ನಮ್ಮೂರಿನವರಲ್ಲ, ಅತಿಥಿಗಳು ಅನ್ನಿ."

ಶೀತಲ್ ಹೇಳಿದಳು, "ಹೌದು, ನಾವು ಈ ಕಾಲದವರೂ ಅಲ್ಲ. ಬಹಳ ಹಿಂದಿನವರು."

ಉಜ್ವಲ್ ಸಹ ತಮ್ಮ ಸ್ಥಿತಿಯನ್ನು ಅರ್ಥಮಾಡಿಸಲು ಪರಿಪರಿಯಾಗಿ ಯತ್ನಿಸಿದ.ಅವರ್ಯಾರಿಗೂ ಆ ಮಾತುಗಳು ಅರ್ಥವೇ ಆಗದಂತೆ ಪರಸ್ಪರ ಮುಖ ನೋಡಿಕೊಂಡರು.

"ಪುಣೆ? ಬೆಂಗಳೂರು? ಮಹಾನಗರಗಳು, ಸರಕಾರಿ ಕೆಲಸ! ಅದೆಲ್ಲಾ ಯಾವುದೂ ಈಗಿಲ್ಲ. ನೀವ್ಯಾರೋ ಕನಸು ಕಂಡು ಬರುತ್ತಿದ್ದೀರಾ, ಏನಮ್ಮಾ?" ಎಂದಳು ಶೀತಲ್‌ನತ್ತ ದುರುಗುಟ್ಟುತ್ತಾ ಬಂದ ಅವರಲ್ಲಿ ಒಬ್ಬಾಕೆ, ತನ್ನ ಅಳುತ್ತಿದ್ದ ಮಗುವನ್ನು ಕೈಯ್ಯಲ್ಲಿ ಆಡಿಸುತ್ತಾ.

"ನಾವು ನಾಲ್ಕಾರು ಪೀಳಿಗೆಗಳಿಂದ ಈ ಹಾಳಾದ ನಗರಗಳಲ್ಲೇ ವಾಸಿಸುತ್ತಿದ್ದೇವೆ. ಮಕ್ಕಳು, ವಯಸ್ಕರೂ ಎಲ್ಲರೂ. ಅನ್ನ, ನೀರು, ಆರೋಗ್ಯಕರ ಹವಾ, ಕೆಲಸ ಮಾಡುವ ಸರಕಾರ ಯಾವುದೂ ಇಲ್ಲ. ಸರಕಾರ ಬಂದರೂ ಕೆಲವೇ ದಿನಗಳಲ್ಲಿ ದಂಗೆಯಿದ್ದು ಜನರು ಒಬ್ಬರನ್ನೊಬ್ಬರು ಕೊಂದು ಲೂಟಿ ಮಾಡುತ್ತಾರೆ" ನಾಯಕನ ಪಕ್ಕದಲ್ಲಿದ್ದ ವೃದ್ಧನೊಬ್ಬ ವಿವರಿಸಿದ.

"ಎಲ್ಲರೂ ಅನಾರೋಗ್ಯ ಮತ್ತು ಹಸಿವೆಯಿಂದ ಬೇಗ ಬೇಗ ಸಾಯುತ್ತಾರೆ. ನೀವಾರೋ ಅರ್ಥವಾಗುತ್ತಿಲ್ಲ. ಎಲ್ಲಿಂದ ಬಂದಿರಿ, ಹೇಗೆ?" ಆ ನಾಯಕ ಅವರಿಗೆ ಅವಸರದಿಂದ ಪ್ರಶ್ನಿಸಿದ.

ಉಜ್ವಲ್ ಕೈಯೆತ್ತಿ ಹಿಡಿದ. "ನಮಗೆ ಅದಕ್ಕೆಲ್ಲಾ ಸಮಯವಿಲ್ಲ. ನಿಮ್ಮ ಊರಿನ ಹಿರಿಯ ನಾಯಕ ಯಾರು? ಅವರ ಬಳಿ ಕರೆದೊಯ್ಯಿರಿ, ಮಾತಾಡುವುದಿದೆ."

ಶೀತಲ್ ಸಹ ತನ್ನ ದನಿಗೂಡಿಸಿದಳು

"ನಾವು ವಿದ್ಯಾವಂತರು, ವಿಜ್ಞಾನಿಗಳು. ನಮಗೆ ಒಳ್ಳೆಯದು ಮಾಡಿದರೆ. ನಾವು ಊರಿಗೆಲ್ಲಾ ಒಳ್ಳೆಯದಾಗುವ ಕೆಲಸ ಮಾಡುತ್ತೇವೆ. ಪ್ರಾಮಿಸ್!" ಆ ಮಾತು ಕೇಳಿ ಕೆಲಕಾಲ ಸುಮ್ಮನಾಗಿ ಎಲ್ಲರೂ ಕೈಯಲ್ಲಿದ್ದ ಅಸ್ತ್ರಗಳನ್ನು ಇಳಿಸಿದರು.

"ಇವರು ಕಳ್ಳರಂತೆ ಕಾಣುತ್ತಿಲ್ಲ. ನಮ್ಮಂತೆ ಅಂತೂ ಅಲ್ಲ. ಅದು ಖಂಡಿತ" ಎಂದನು ಕೊನೆಗೆ ಆ ನಾಯಕ. ಮಿಕ್ಕವರೂ ಹೂ–ಹೂಂ ಎಂದು ಗೋಣು ಆಡಿಸಿದರು.

"ಅಬ್ಬಾ, ಮನುಷ್ಯತ್ವ ಇನ್ನೂ ಸತ್ತಿಲ್ಲ!ಸಾವಿನ ದವಡೆಯಲ್ಲಿಯೂ ಕರುಣೆ!" ಎಂದುಕೊಂಡರು ಉಜ್ವಲ್ ಮತ್ತು ಶೀತಲ್.

"ನಾನು ನಿಮ್ಮನ್ನು ಅಪ್ಪಾ ನಾಯಕರ ಬಳಿ ಕರೆದೊಯ್ಯುತ್ತೇನೆ. ಅವರೇ ನಮ್ಮ ಅಧ್ಯಕ್ಷರು" ಎಂದನು ಮೊದಲು ಅವರಿಗೆ ಡಿಕ್ಕಿ ಹೊಡೆಯುವಂತೆ ಬಂದಿದ್ದ ಬಡ ತರುಣ ಸಂಭ್ರಮದಿಂದ.

"ಮತ್ತೆ ಸರಕಾರ ಇಲ್ಲ ಅನ್ನುತ್ತಿದ್ದಿರಿ?" ಎಂದು ಇವರಿಬ್ಬರೂ ಕೇಳಲಿಲ್ಲ. ಸದ್ಯ, ಹೇಗೋ!

2

ಅವರು ದೊಡ್ಡ ಹಜಾರವಿದ್ದ ಹಳೆಯ ಬಂಗಲೆಯೊಂದನ್ನು ಪ್ರವೇಸಿದರು, ಅದೂ ಶಿಥಿಲವಾಗಿದ್ದರೂ ಸ್ವಲ್ಪ ಕಟ್ಟಡದ ದುರಸ್ತಿ ರಿಪೇರಿ ಮಾಡಿದಂತಿದೆ. ವಿದ್ಯುತ್ ಇಲ್ಲದಿದ್ದರೂ ಉರಿಯುತ್ತಿರುವ ಪಂಜುಗಳನ್ನು ಗೋಡೆಗೆ ಸಾಲು ಸಾಲಾಗಿ ಕಟ್ಟಿದ್ದಾರೆ.

70ರ ವಯಸ್ಸಿನ ಬಿಳಿ ನಿಲುವಂಗಿ ಧರಿಸಿದ ಬೆಳ್ಳಿ ಗಡ್ಡದ ವೃದ್ಧ ಅಪ್ಪಾ ನಾಯಕರು ಹಳೆಯ ಉಯ್ಯಾಲೆಯ ಮೇಲೆ ಕುಳಿತಿದ್ದವರು ಒಳಬಂದ ಇವರನ್ನು ನಿರುಕಿಸಿ ಕೂರಲು ಹೇಳಿದರು. ಇಬ್ಬರೂ ಅಲ್ಲೇ ನೆಲದ ಮೇಲಿದ್ದ ಚಾಪೆಯ ಮೇಲೆ ಕುಳಿತರು. ಉಜ್ವಲ್ ಮತ್ತು ಶೀತಲ್ ಹೇಳಿದ್ದನ್ನು ಅಪ್ಪಾ ನಾಯಕರು ನಿರಾಕರಿಸಲೇ ಇಲ್ಲ

"ಈ ನಿಮ್ಮ ಸೂಟ್ ಅವಶ್ಯಕತೆ ಇಲ್ಲ, ನೀವು ಈ ರೇಡೀಯೇಶನ್ ಪ್ರೂಫ್ ಕವಚ ತೆಗೆಯಬಹುದು. ಈಗ ಗಾಳಿಯಲ್ಲಿ ಯಾವುದೂ ಅಂತಹ ಪ್ರಭಾವವಿಲ್ಲ.

ಈಗ ಇಲ್ಲಿರುವವರು, ಹುಟ್ಟಿನಿಂದಲೇ ವಂಶಪಾರಂಪರ್ಯವಾಗಿ ಈ ಅನಾರೋಗ್ಯವನ್ನು ಶಾಪವಾಗಿ ಪಡೆದು ಬಂದಿದ್ದಾರೆ. ಈಗ ಕಳೆದ 200 ವರ್ಷಗಳಲ್ಲಿ ಹವಾ ಉತ್ತಮವಾಗಿದೆ, ಆದರೆ ಇಲ್ಲಿ ಇನ್ನೂ ಮಳೆಬೆಳೆ ಆಗಲು ನೆಲ ಸಿದ್ಧವಿಲ್ಲ. ದೂರದಿಂದ ಆಹಾರ ಸ್ವಲ್ಪ ಸ್ವಲ್ಪವೇ ಬರುತ್ತದೆ. ಅದಕ್ಕಾಗಿ ಕಾದಾಟ, ಎಲ್ಲಕ್ಕೂ ಅಭಾವ."

"ನಾಯಕರೇ, ನಾವು ಹೇಳಿದ್ದು..." ನೆನಪಿಸಿದನು ಉಜ್ವಲ್. ಇಬ್ಬರೂ ಕವಚ ತೆಗೆದು ಕುಳಿತರು.

"ಹಾಂ. ನಮ್ಮ ತಾತ ಮುತ್ತಾತ ನಮಗೆ ಹೇಳಿದ್ದ ಆಗಿನ ವಿಶ್ವದ ಸಾಧನೆಗಳು ನಿಮ್ಮದು. ಇಲ್ಲಿಯೂ ಶಾಲೆಗಳು ತೆರೆದಾಗ, ತೆರೆದರೆ, ಹೇಳಿಕೊಡುತ್ತೇವೆ. ಆದರೆ ನಿಮ್ಮನ್ನು ನೋಡಿ ನನಗೆ ಆಶ್ಚರ್ಯವಾಗುತ್ತಿದೆ. ಅಲ್ಲದೆ ನೀವು ಅದೃಷ್ಟವಂತರೂ ಸಹ!" ಎಂದರು ಅವರಿಬ್ಬರಿಗೆ ಹಾಲಿನ ಪುಡಿ ಮಿಶ್ರಿತ ಪೇಯವನ್ನು ನೀಡಿದರು, ತಮ್ಮ ಡಬ್ಬಿಯಲ್ಲಿದ್ದ ಹಳೆಯ ಗೋಡಂಬಿ ದ್ರಾಕ್ಷಿಗಳನ್ನು ತಿನ್ನಲು ಕೊಟ್ಟರು. "ಇದು ಈಗ ಎಲ್ಲಿಯೂ ಸಿಗಲ್ಲ ಅಪರೂಪಕ್ಕೆ ದೊರೆತವು" ಎಂದರು.

"ಅದೃಷ್ಟವಂತರೇ ನಾವು? ಸತ್ತುಹೋಗುತ್ತೇವೆ ಎಂದುಕೊಂಡಿದ್ದೆವು!" ಶೀತಲ್ ಕಣ್ಣರಳಿಸಿ ಹೇಳಿದಳು

ಅಪ್ಪಾ ನಾಯಕರು ಮುಗುಳ್ನಕ್ಕರು. "ಇಲ್ಲ, ಸಾಯಬೇಕೆಂದರೆ ಸಾಯಬಹುದು. ಆದರೆ ಬದುಕಿ ಉತ್ತಮ ಆರೋಗ್ಯಕರ ಜಗತ್ತನ್ನು ಕಾಣಬೇಕಿಂದಿದ್ದರೆ ನೀವೂ ಅಲ್ಲಿಗೆ ಹೋಗಲೂಬಹುದು."

"ಅಲ್ಲಿಗೆ?" ಇಬ್ಬರೂ ಒಟ್ಟಿಗೆ ಉದ್ಗರಿಸಿದ್ದರು.

"ಇಲ್ಲಿಂದ 3000 ಕಿಲೊಮೀಟರ್ ದೂರದಲ್ಲಿ ಭಾರತ-ಅಮೇರಿಕಾ-ರಷ್ಯಾ ಸೇರಿ ನಿಯೋಲ್ಯಾಂಡ್ ಎಂಬ ಯುಟೋಪಿಯನ್ ಜಗತ್ತನ್ನು ಕಟ್ಟಿದ್ದಾರೆ. ಅದೊಂದು ಅದ್ಭುತ ವೈಜ್ಞಾನಿಕ ಲೋಕ.ಅಸಾಧಾರಣವಾದ ಪ್ರಗತಿಯಿರುವ ಮಾಡರ್ನ್ ವರ್ಲ್ಡ್!"

ವಿಜ್ಞಾನಿಗಳಿಬ್ಬರೂ ನಿಬ್ಬೆರಗಾಗಿ ಕೇಳಿಸಿಕೊಳ್ಳಹತ್ತಿದರು.

"ಅಲ್ಲಿಗೆ ಅನಿಯಮಿತ ವಿದ್ಯುತ್ ಸರಬರಾಜು ಉಂಟು. ನೀರು, ಆಹಾರ ಎಲ್ಲಾ ಉಂಟು. ಅಲ್ಲಿಗೆ ಪ್ರತ್ಯೇಕ ಗಾಜಿನ ವಿಶಾಲ ಆಕಾಶಕವಚವಿದ್ದು ಒಳಗೆ ಕೃತಕ ವಾತಾವರಣವುಂಟು. ಸ್ವರ್ಗದಂತಹ ಸೀಮೆ ಕಟ್ಟಿ ಬಾಳುತ್ತಿದ್ದಾರೆ. ಒಂದು ರೀತಿಯ ಸ್ಪೇಸ್ ಕಾಲೋನಿಯ ಮಾದರಿ ಈ ಭೂಮಿಯಲ್ಲೇ."

"ಹಾ, ಅದು ಎಲ್ಲಿದೆ? ನೀವೆಲ್ಲಾ ಯಾಕೆ ಅಲ್ಲಿಗೆ ಹೋಗಿಲ್ಲ?" ಎಂದನು ಆಶ್ಚರ್ಯಚಕಿತನಾಗಿ ಉಜ್ವಲ್.

ಅಪ್ಪಾ ನಾಯಕರು ತಲೆದೂಗಿ ನಕ್ಕರು. "ನನಗೆ ಗೊತ್ತು ಈ ಪ್ರಶ್ನೆ ಬರುತ್ತದೆಂದು. ಆದರೆ ನಮ್ಮವರ್ಯಾರಿಗೂ ಎಲ್ಲಿಗೂ ಹೋಗುವುದರಲ್ಲಿ ಆಸಕ್ತಿಯೇ ಇಲ್ಲ. ಅವರಿಗೆ

ಆಸೆ ಅಭಿಲಾಷೆಗಳೇ ಇಲ್ಲದೆ ನಿಕೃಷ್ಟವಾದ ಅಪರಾಧಿ ಜೀವನ ನಡೆಸುತ್ತಿದ್ದಾರೆ. ಅಲ್ಲದೆ ನಿಯೋಲ್ಯಾಂಡ್ ತಲುಪಲು ಇದ್ದ ಒಂದೇ ಸಂಪರ್ಕಮಾರ್ಗ ಇಂಡೋ ಟಿಬೆಟ್ ಮೆಟ್ರೋ ರೈಲು ಲೈನು. ಅದು ಸಂಚಾರ ನಿಲ್ಲಿಸಿ ಹಲವು ದಶಕಗಳೇ ಆದವು."

"ಮತ್ತೆ ನಮ್ಮನ್ನು ಅದೃಷ್ಟವಂತರು ಎನ್ನುತ್ತೀರಲ್ಲ?" ಶೀತಲ್ ದನಿಯಲ್ಲಿ ನಿರಾಸೆಯ ಎಳೆಯಿತ್ತು.

"ಇತ್ತ ಬನ್ನಿ" ಎಂದು ನಿಗೂಢವಾಗಿ ಮಾತಾಡುತ್ತಾ ಗೋಡೆಯ ಮೇಲಿದ್ದ ಹಳೆಯ ಪ್ರಪಂಚದ ಒಂದು ನಕ್ಷೆ ತೋರಿಸಿದರು ಅಪ್ಪಾ ನಾಯಕ.

ಅಲ್ಲಿ ಭಾರತದ ಪಕ್ಕ ಸ್ವತಂತ್ರವಾದ ಟಿಬೆಟ್ ದೇಶದ ನಕ್ಷೆಯಿದೆ

"ಇದೋ ಇಲ್ಲಿದೆ. ಟಿಬೆಟ್ ದೇಶ ಸ್ವಾತಂತ್ರ್ಯ ಪಡೆದು 400 ವರ್ಷಗಳಾದವು. ಭಾರತ ಅವರಿಗೆ ಇನ್ನಿಲ್ಲದ ಸಹಾಯ ಮಾಡಿತು. ಅದರಲ್ಲಿ ಈ ಮಹಾರಾಷ್ಟ್ರದ ಪುಣೆಯಿಂದ ಅಲ್ಲಿಯವರೆಗಿನ ಮೆಟ್ರೋ ಟ್ಯೂಬ್ ರೈಲು ಒಂದು, ಬಹುಕೋಟಿ ವೆಚ್ಚದ ಮಹತ್ವಾಕಾಂಕ್ಷೆಯ ಯೋಜನೆ. ಅದು ಉಚಿತವಾಗಿಯೂ ಜನರನ್ನು ಅಲ್ಲಿಗೆ ಕೊಂಡೊಯ್ಯುತ್ತಿತ್ತು. ಆದರೆ ಅದನ್ನು ಈಗ ಓಡಿಸಲು ನಮ್ಮಲ್ಲಿ ಯಾರಿಗೂ ಬರುವುದಿಲ್ಲ. ಅದರ ಡ್ರೈವರುಗಳು ಇಲ್ಲೇ ಸತ್ತುಹೋದರು. ಅದೇಕೋ ನಿಯೋಲ್ಯಾಂಡಿನವರು ಈ ಬಡಪ್ರದೇಶದತ್ತ ಮತ್ತೆ ತಿರುಗಿಯೂ ನೋಡಿಲ್ಲ. ರೈಲು ಸಂಚಾರವನ್ನೂ ಆರಂಭಿಸಿಲ್ಲ. ಆದರೆ ರೈಲು ಮಾತ್ರ ಇಲ್ಲೇ ಇದೆ."

"ಹಾಗಾದರೆ..." ಉಜ್ವಲ್ ತಲೆಯಲ್ಲಿ ಐಡಿಯಾ ಒಂದು ಮೊಳಕೆಯೊಡೆಯುತ್ತಿದೆ.

ಅವನ ಮಾತನ್ನು ಥಕ್ಕನೆ ಹಿಡಿದರು ಅಪ್ಪಾ ನಾಯಕ.

"ಹೌದು, ನೀವಿಬ್ಬರೂ ಮೆಟ್ರೋ ರೈಲು ಆಟೋಮೇಟಿಕ್ ಪೈಲೆಟ್ ಉಪಯೋಗಿಸಿ ಓಡಿಸಬಲ್ಲಿರಾ? ನಿಮ್ಮ ಆ ಕಾಲದ ಎಲ್ಲಾ ವಿದ್ಯುತ್ ಬಂಡಿಗಳಂತೆ ಚಾಲನೆಯ ವ್ಯವಸ್ಥೆ ಇರುತ್ತದೆ. ಅದನ್ನು ನೋಡಿಕೊಂಡು ಓಡಿಸಬೇಕು. ಹಾಗಾದರೆ..."ಎಂದು ಮಾರ್ಮಿಕವಾಗಿ ನಿಲ್ಲಿಸಿದರು ವೃದ್ಧ ನಾಯಕ.

ಅರೆಕ್ಷಣದ ಮೌನ ಮುರಿದು ಉಜ್ವಲ್ ಘೋಷಿಸಿಬಿಟ್ಟ. "ಆಟೋ ಪೈಲೆಟ್ ಎಂಜಿನ್? ನಾವು ಓಡಿಸುತ್ತೇವೆ. ನಮಗೆ ದಾರಿ ತೋರಿಸಿ!"

ಅಧ್ಯಾಯ 2 : ಉಳಿದ ಜಗತ್ತು

1

ತನ್ನ ಕೈಗೆ ಅಪರೂಪಕ್ಕೆ ಸಿಕ್ಕ ಅಪ್ಪಾಸಾಹೇಬರ ಫೋರ್ಡ್ ಎಸ್.ಯು.ವಿ.ಯನ್ನು ವೇಗದ ಮಿತಿಯಿಲ್ಲದಂತೆ ಗುರಿ ಮುಟ್ಟುವ ತನಕ ಓಡಿಸುವೆನೆಂದು ಶಪಥ ತೊಟ್ಟಿದ್ದನೇನೋ ಆ ತರುಣ,

ಆ ಕೆಟ್ಟು ಹಾಳಾಗಿದ್ದ ಗತಕಾಲದ ರಸ್ತೆಯಲ್ಲಿ ಒಳಗೇ ನಾಲ್ಕು ಬಾರಿ ಕುಣಿದು ಕುಪ್ಪಳಿಸಿ ತಲೆ ತಾಗಿಸಿಕೊಂಡು ನರಳಿದ ನಂತರ ಶೀತಲ್ ಗೊಣಗಿದಳು, "ನೋಡಪ್ಪಾ ಮಿಸ್ಟರ್..."

"ತರುಣ್ ಅಂತ ನನ್ನ ಹೆಸರು!" ಎಂದ ಉತ್ಸಾಹದಿಂದ ಗೇರ್ ಬದಲಿಸುತ್ತಾ ಆ ತರುಣ.

"ನಿಧಾನಕ್ಕೆ ಓಡಿಸು. ನಾವೇನೂ ಇದರಲ್ಲಿ ನಿಯೋಲ್ಯಾಂಡ್ ತಲುಪಬೇಕಿಲ್ಲ. ಕೇವಲ ಅಂಡರಗ್ರೌಂಡ್ ಮೆಟ್ರೋ ನಿಲ್ದಾಣ ಮಾತ್ರ." ಉಜ್ವಲ್ ಅವನಿಗೆ ಸಾವಧಾನ ಹೇಳಿದ.

ರಸ್ತೆಯಲ್ಲಿ ಒಮ್ಮೆ ನಿಲ್ಲಿಸಿ ಪ್ರೋಟೀನ್ ಪಿಲ್ಸ್ ಮತ್ತು ನೀರಿನ ಕ್ಯಾಪ್ಸುಲ್ಸ್ ಸೇವಿಸಿದರು. ತರುಣ್ ಸಹ ಅದನ್ನು ಸೇವಿಸಿ ಇನ್ನೂ ಹುಚ್ಚು ಹಿಡಿದವನಂತೆ ಉದ್ರಿಕ್ತನಾಗಿ ಗಾಡಿ ಓಡಿಸಿದ ಅಷ್ಟೇ.

ನಾಲ್ಕು ಗಂಟೆಗಳ ಪ್ರಯಾಣದ ನಂತರ ಇಬ್ಬರೂ ಸ್ಟೇಷನ್ ಇದ್ದ ನೆಲಮಾಳಿಗೆಯ ಪ್ರವೇಶದ್ವಾರವನ್ನು ಪತ್ತೆ ಹಚ್ಚಿ ಇಳಿದರು. ಸುತ್ತಲೂ ಪೊದೆ, ಮಣ್ಣು ಕಲ್ಲು ಕಸ ಮುಚ್ಚಿದ್ದರಿಂದ ಸ್ವಚ್ಛಗೊಳಿಸಲು ಬಹಳ ತಿಣುಕಬೇಕಾಯಿತು. ಇವರನ್ನು ಇಳಿಸಿ ತರುಣ್ ಪುರ್ರನೆ ಮಾಯವಾಗಿದ್ದ.

"ಓಹ್, ನಾವಿದನ್ನು ಡ್ರೈವ್ ಮಾಡಬಹುದು!" ಎಂದ ಉಜ್ವಲ್ ಹಳೆ ಕಾಲದ ಮೆಟ್ರೋ ರೈಲನ್ನು ಕಂಡು ಆಶಾಭಾವದಿಂದ.

ಪ್ಲಾಟ್‌ಫಾರಂ, ಸ್ಟೇಷನ್ ಗೋಡೆಗಳೆಲ್ಲಾ ಈಗ ಶಿಥಿಲಾವಸ್ಥೆಯಲ್ಲಿದ್ದರೂ ಫ್ಯೂಚರಿಸ್ಟಿಕ್ ಡಿಸೈನ್ ಎಂದು ಹೊಸಬಗೆಯ ಆಸ್ಟೆನಿಕ್ಟಿಕ್ ಸ್ಟೈನ್ಲೆಸ್ ಸ್ಟೀಲ್ ಉಕ್ಕಿನ ಮೇಲ್ಪದರ ಇರುವ ರೈಲು ಎಂಜಿನ್ ಕೋಚುಗಳು ಸ್ವಲ್ಪವೂ ತುಕ್ಕು ಹಿಡಿಯದಿದ್ದುದು ಆ ಕಾಲದವರ ಅಪೂರ್ವ ಸಾಧನೆ ಎಂದೆನಿಸಿತು ಉಜ್ವಲ್-ಶೀತಲರಿಗೆ.

"ಜೋಪಾನ, ಬೀಳದೆ ನನ್ನ ಕೈ ಹಿಡಿದು ಬಾ." ಎಂದು ಶೀತಲಳ ಕೈ ಹಿಡಿದು ಪಾಚಿ, ಪೊದೆ ಗಟ್ಟಿದ ನೆಲದ ಮೇಲೆ ಜಾಗ್ರತೆಯಾಗಿ ಹೆಜ್ಜೆಹಾಕುತ್ತಾ ಎಂಜಿನ್ ಬಳಿ ನಡೆದ ಉಜ್ವಲ್.

"ಇದರ ಪವರ್ ಸಪ್ಲೈ ಉಜ್ವಲ್? ಸ್ಟೇಷನ್ನಿನದಂತೂ ಯಾವುದೋ ಕಾಲದಲ್ಲಿ ಹಾಳಾಗಿಹೋಗಿದೆ." ರೈಲಿನ ಕೋಚುಗಳ ಮಂದ ದೀಪಗಳ ಬೆಳಕಷ್ಟೇ ಅವರಿಗೆ ಲಭ್ಯವಿತ್ತು.

ಎಂಜಿನ್ ಬಾಗಿಲು ಲಾಕ್ ಆಗಿತ್ತು. ಅದರ ಕೀ ಯಾರ ಬಳಿ ಇತ್ತೋ ಈಗ ಯಾರಿಗೆಗೊತ್ತು? ಹಾಗಾಗಿ ಅದೃಷ್ಟವಶಾತ್ ಅಲ್ಲೇ ಮಾನ್ಯುಯಲ್ ಓವರ್ ರೈಡ್ ಎಂಬ ಸ್ವಿಚ್ ಇತ್ತು. ಅದನ್ನು ಉಪಯೋಗಿಸಿದಾಗ 'ಪಾಸ್ ವರ್ಡ್?' ಎಂದು ಮಿನುಗತೊಡಗಿತು

"ಓಹ್ ಹೆಲ್!" ಎಂದು ಉದ್ಗರಿಸಿದಳು ಶೀತಲ್. ಅದು ಸಹ ಯಾರಿಗೆ ಗೊತ್ತು?

"ಉಜ್ವಲ್ ತನ್ನ ಬುದ್ಧಿಯೆಲ್ಲಾ ಉಪಯೋಗಿಸಿ 911, 100, 1234 ಹೀಗೆ ವಿವಿಧ ಸಂಖ್ಯೆಗಳನ್ನು ಬಳಸಿ ನೋಡಿದನು. ಬಾಗಿಲು ತೆರೆಯುತ್ತಿಲ್ಲ. ಕೆಂಪು ದೀಪ ಕಾಣುತ್ತಿದೆ ಅಲ್ಲಿ.

"ಬಾಗಿಲು ತೆರೆಯೇ ಶೇಷಮ್ಮ." (ಓಪನ್ ಸೆಸೇಂ ಕನ್ನಡದಲ್ಲಿ) ಎಂದು ಗೊಣಗಿದನು ಉಜ್ವಲ್ ಹತಾಶನಾಗಿ.

ಶೀತಲ್ ಇದ್ದಕ್ಕಿದ್ದಂತೆ ಚಿಟಿಕೆ ಹೊಡೆದು ಎಂಜಿನ್ನಿನ ಮುಂಭಾಗಕ್ಕೆ ಹೋಗಿ ಓಡಿ ಬಂದಳು, "ಟ್ರೈ 2619". ಅದನ್ನು ಬಳಸಿದಾಗ ಹೈಡ್ರಾಲಿಕ್ ಬಾಗಿಲು ಸುಯ್ಯನೆ ತೆರೆದೇಬಿಟ್ಟಿತು.

ಇಬ್ಬರೂ ಓಹ್ ಎಂದು ಖುಶಿಯಿಂದ ಕೂಗಿ ಒಬ್ಬರನ್ನೊಬ್ಬರು ಬಿಗಿಯಾಗಿ ಅಪ್ಪಿದರು. ತಕ್ಷಣವೆ ಮೈಮರೆತೆವೆಂದು ಅರಿವಾಗಿ ಬೇರ್ಪಟ್ಟು ಎಂಜಿನ್ ಒಳಗೆ ನುಗ್ಗಿದರು.

"ಏನದು 2619? ಈ ವರ್ಷವೆ?" ಉಜ್ವಲ್ ಬೆರಗಾಗಿ ಕೇಳಿದನು.

"ಅಲ್ಲ" ಶೀತಲ್ ಜಂಬವನ್ನು ನಟಿಸುತ್ತಾ, "ಇದರ ರೂಟ್ ನಂಬರ್! ಬೋರ್ಡ್ ಬರೆದಿದೆ ಮುಂದೆ. ಡ್ರೈವರಿಗೆ ಎಷ್ಟು ಸುಲಭ ಅಲ್ಲವೆ?"

"ಶಬಾಷ್, ಜಾಣೆ!"

ಅವರು ಈಗ ಡ್ರೈವಿಂಗ್ ಪ್ಯಾನೆಲ್ ಮುಂದೆ ಬಂದು ಮೈನ್ ಸ್ವಿಚ್ ಆನ್ ಮಾಡಿದರು. ಅಲ್ಲಿನ ಸುರಂಗದಿಂದ ರಿಮೋಟ್ ಸರ್ವರ್ ಮತ್ತು ಉಪಗ್ರಹದ ಮೂಲಕ ಸೋಲಾರ್ ಪವರ್ ಶೇಖರಿಸಿ ಹರಿಯಿತು. ಫಕ್ಕನೆ ಎಲ್ಲಾ ದೀಪಗಳೂ ಹೊತ್ತಿಕೊಂಡವು.

"ಇಟ್ಸ್ ವರ್ಕಿಂಗ್!" ಉಜ್ವಲ್ ಸಂತಸದಿಂದ ಕೈಯುಜ್ಜಿಕೊಂಡನು.

ಸ್ವಲ್ಪ ಕಾಲ ಇಬ್ಬರೂ ಅಲ್ಲಿನ ವಿದ್ಯುನ್ಮಾನ ಮಾನಿಟರಿನಲ್ಲಿ ಹೆಲ್ಪ್ ಗೈಡ್ ಲೈನ್ಸ್ ಪೂರ್ತಿ ಓದಿ, ಎಲ್ಲಾ ಕಂಟ್ರೋಲ್ ಲೀವರ್ಸ್ ಫಲಕಗಳನ್ನು ಓದುತ್ತಾ, ಮುಟ್ಟಿ, ಆನ್+ಆಫ್ ಮಾಡಿ ಪರೀಕ್ಷೆ ಮಾಡಿಕೊಂಡರು. ಅವರಿಗೆ ಅರ್ಧಗಂಟೆಯೇ ಹಿಡಿಯಿತು.

"ಇದು ಹೊರಗಿನ ವಿದ್ಯುಚ್ಛಕ್ತಿಯಲ್ಲೇ ನಡೆಯುವ ಎಂಜಿನ್-ಲೆಸ್ ಟ್ರೈನ್" ಉಜ್ವಲ್ ಮುಗುಳ್ನಕ್ಕನು.

"ಸದ್ಯ, ಮೋಟಾರ್ ಟ್ರಬಲ್ ಅಂತ ಬರುವುದಿಲ್ಲ" ಶೀತಲ್ ತಲೆದೂಗಿದಳು

ಕೊನೆಗೆ ಹೊರಡುವ ಮಾಡುವ ಮುನ್ನ ಶೀತಲ್ ಸೂಚಿಸಿದಳು, "ಈಗ ನಾವಿಬ್ಬರೇ ತಾನೇ? ಎಲ್ಲಾ ಹಿಂದಿನ ಕೋಚುಗಳನ್ನು ಬಿಟ್ಟು ಹೋಗೋಣ. ಲೋಡ್ ಕಡಿಮೆಯಾಗುತ್ತೆ."

"ಕರೆಕ್ಟ್, ಯೂ ಆರ್ ಸ್ಮಾರ್ಟ್. ಆಗ ನಾವು ಪವರ್ ಸೇವ್ ಮಾಡಿ, ಹೆಚ್ಚು ವೇಗವಾಗಿಯೂ ಹೋಗಬಹುದು."

ತಮ್ಮ ಕಂಟ್ರೋಲ್ ಕೋಚ್ ಮಾತ್ರ ಇಟ್ಟುಕೊಂಡು ಮಿಕ್ಕಿದ್ದನ್ನು ಡಿಸ್-ಎಂಗೇಜ್ ಮಾಡಿದ ಉಜ್ವಲ್.ಆಟೋ-ಪೈಲೆಟ್ ಮೋಡ್ ಆನ್ ಮಾಡಿದಳು ಶೀತಲ್. ಆ ಚಿಕ್ಕ ಟ್ರೈನ್ ನಿಧಾನವಾಗಿ ಮುಂದಕ್ಕೆ ಹೊರಳಿತು, ಒಂದು ಜರ್ಕ್ ಕೊಟ್ಟು.

"ಅಬ್ಬಾ, ಇಷ್ಟು ವರ್ಷದ ನಂತರವೂ ಕೆಲಸ ಮಾಡುತ್ತಿದೆ.ಎಂತಹ ವಂಡರ್!" ಎಂದಳು ಶೀತಲ್."

"ದಾರಿಯಲ್ಲಿ ಸುರಂಗದಲ್ಲಿ ಯಾವುದಾದರೂ ಕಲ್ಲು, ಪೊದೆ ಮುಂತಾದ ಅಡೆತಡೆಗಳಿದ್ದರೆ ವಾರ್ನ್ ಮಾಡುತ್ತದೆ ಈ ಸೆನ್ಸರ್. ಆಗ ನಿಲ್ಲಿಸಿ ಅದನ್ನು ಕ್ಲಿಯರ್ ಮಾಡಬೇಕು" ಎಂದ ಉಜ್ವಲ್ ಮುಂದಿನ ಗಾಜಿನಲ್ಲಿ ನಿರುಕಿಸಿ ನೋಡುತ್ತಾ. ಸೆನ್ಸರ್ ಪರದೆಯಲ್ಲಿ ಮುಂದಿನ ಹಲವು ಕಿಮೀ ದೂರದ ಚಿತ್ರಗಳು ಮೂಡುತ್ತಿದ್ದವು. "ಇದೊಳ್ಳೆ ಗೇಮಿಂಗ್ ಸ್ಕ್ರೀನ್ ತರಹ ಇದೆ." ಶೀತಲ್ ಅದನ್ನು ಎವೆಯಿಕ್ಕದೇ ನೋಡುತ್ತಿದ್ದಳು.

"ಇದರ ಕೌ ಕ್ಯಾಚರ್ ಆನ್ ಮಾಡುತ್ತೇನೆ. ಚಿಕ್ಕ ಪುಟ್ಟ ಅಡ್ಡಿಗಳನ್ನು ಎತ್ತೆಸೆಯುತ್ತದೆ ಪಕ್ಕಕ್ಕೆ!" ಎಂದನು ಉಜ್ವಲ್.

ರೈಲಿನ ವೇಗ ಪಿಕಪ್ ಆಗಿ ಗಂಟೆಗೆ 500 ಕಿಮಿ ತಲುಪಿತು.

"ನಮ್ಮ ಅಂತಿಮ ನಿಲ್ದಾಣ 3500 ಕಿಮಿ ಲ್ಹಾಸಾ ನಿಯೋ ಲ್ಯಾಂಡ್ ಆಗಿದೆ.ಅದಕ್ಕೆ 7 ಗಂಟೆ ಸಾಕು. ನಾವು ಇಲ್ಲಿ ಕುಳಿತು ನೋಡಿಕೊಳ್ಳುತ್ತಿರಬಹುದು." ಉಜ್ವಲ್ ತೋರಿಸಿದ. ಅಲ್ಲಿದ್ದ ಕುಶನ್ ಬೆಂಚಿನ ಮೇಲೆ ಆಸೀನರಾದರು ಇಬ್ಬರೂ.

"ಅದಕ್ಕೆ ಮುನ್ನ 6 –7 ಸ್ಟೇಷನ್ ಬರುತ್ತದೆ. ಅವುಗಳ ಇಂಡಿಕೇಟರ್ ಲೈಟ್ಸ್ ಎಲ್ಲಾ ಆಫ್ ಆಗಿದೆ" ಉಜ್ವಲ್ ಗಮನಿಸುತ್ತಾ ಹೇಳಿದ."ಸೂರತ್– ಅಹ್ಮದಾಬಾದ್–

ಕೋಟಾ– ಆಗ್ರ ಡೆಲ್ಲಿ– ಕಾಟ್ಮಂಡು– ಲ್ಹಾಸಾ. ಇದರಲ್ಲಿ ಕೊನೆಯ ನಮ್ಮ ಸ್ಟೇಷನ್ನಿಗೆ ಮಾತ್ರ ದೀಪ ಹೊತ್ತಿದೆ."

"ಅಂದರೆ ಇನ್ಯಾವ ಸ್ಟೇಷನ್ನೂ ಕೆಲಸಮಾಡುತ್ತಿಲ್ಲ. ಆ ಊರುಗಳೆಲ್ಲಾ ನಾಶವಾಗಿ ಹೋದವ್ವೋ?" ಶೀತಲ್ ನೊಂದ ದನಿಯಲ್ಲಿ ಅರ್ಥಮಾಡಿಕೊಂಡವಳಂತೆ ನುಡಿದಳು.

"ಇರಬೇಕು ಶೀತಲ್. ಒಟ್ಟಿನಲ್ಲಿ ಜಗತ್ತೇ ಹಾಳಾದ ಮೇಲೆ ಇನ್ನೇನು? ಮನುಷ್ಯ ತನ್ನ ಸ್ವಾರ್ಥ, ದ್ವೇಷ, ಶತ್ರುತ್ವಕ್ಕಾಗಿ ತಂತ್ರಜ್ಞಾನ ಮತ್ತು ವಿಜ್ಞಾನವನ್ನು ಬಳಸಿಕೊಂಡಾಗ ಹೀಗೇ ಆಗುವುದು. ಸರ್ವನಾಶ!" ಎಂದನು ಉಜ್ವಲ್ ಮುಗಿದುಹೋದ ಅವರ ಹಳೆಯ ಜಗತ್ತನ್ನು ನೆನೆಸಿಕೊಂಡು. ಅವನನ್ನು ಸಂತೈಸುತ್ತಾ ಶೀತಲ್ ಕೈಯೊತ್ತಿ ನುಡಿದಳು

"ಆದರೆ ನಿಯೋಲ್ಯಾಂಡ್ ಎಂಬ ಪ್ರಗತಿಶೀಲ ಶಾಂತಿಪ್ರಿಯ ನಾಡನ್ನು ಮತ್ತೆ ಕಟ್ಟಿದರು. ಸೃಷ್ಟಿ ಅಂತ್ಯವಾಗಲು ದೈವ ಬಿಡಲಿಲ್ಲ. ಅಲ್ಲವೆ ಉಜ್ವಲ್?" ಅವಳ ಮಾತನ್ನು ಕೇಳಿ ಅವನ ವಿಕ್ಷಿಪ್ತವಾಗಿದ್ದ ಮನಸ್ಸು ಪ್ರಸನ್ನವಾಯಿತು.

ರೈಲು ಓಡುತ್ತಾ ಮುಂದೆ ಸಾಗುತ್ತಿದೆ. ಒಂದು ಗಂಟೆಯ ನಂತರ ಎರಡು ಸಲ ರೈಲುಕಂಬಿಗಳ ಮೇಲೆ ಕಲ್ಲು ಬಂಡೆ, ಮಣ್ಣಿನ ರಾಶಿ ಬಿದ್ದಿದ್ದಾಗ ನಿಲ್ಲಿಸಬೇಕಾಯಿತು. ಕಲ್ಲುಬಂಡೆ ಹರಸಾಹಸ ಮಾಡಿದರೂ ತಳ್ಳಲಾಗಲಿಲ್ಲ. ಅದನ್ನು ರೈಲಿನಲ್ಲಿದ್ದ ಟೂಲ್ಸ್ ಕಿಟ್‌ನಿಂದ ಲೇಸರ್ ಕಟ್ಟರ್ ಗನ್ ಬಳಸಿ ಛಿದ್ರಛಿದ್ರಗೊಳಿಸಿದರು. ಮಣ್ಣನ್ನು ಗುಡಿಸಿ ಹಾಕಿ ಕ್ಲಿಯರ್ ಮಾಡಿ ಆಯಾಸವಾಗಿ ಬಂದು ಎರಡೆರಡು ಬಾರಿ ಫುಡ್ ಪಿಲ್ಸ್, ನೀರು ಸೇವಿಸಬೇಕಾಯಿತು. ಒಟ್ಟಿನಲ್ಲಿ ಒಂದು ಗಂಟೆ ತಡವೂ ಆಯಿತು.

"ನಿಯೋಲ್ಯಾಂಡ್ ತಲುಪುವವರೆಗೂ ಇದು ಸಾಕಾದೀತು ಅಂದುಕೊಳ್ಳೋಣ" ಎಂದು ಮಿಕ್ಕಿದ್ದನ್ನು ಎತ್ತಿಟ್ಟಳು ಶೀತಲ್.

ಮಧ್ಯೆ ಸ್ಟೇಷನ್ನುಗಳು, ಅಂದರೆ ಅವುಗಳ ಕಳೇಬರಗಳು, ಸರಿದುಹೋಗುತ್ತಿವೆ, ಪಾಳುಬಿದ್ದ ಗೂಡುಗಳಂತೆ. ನೀರವ, ನಿರ್ಜನ. ಇಡೀ ಮೆಟ್ರೋಜಗತ್ತಿನಲ್ಲೆಲ್ಲಾ ತಾವಿಬ್ಬರೇ ಎಂಬ ಒಂಟಿ ಭಾವ ಆವರಿಸಿ ಖಿನ್ನರಾದರೂ, ರೈಲು ಮಾತ್ರ ಸಾಗುತ್ತಿತ್ತು, ಅವರೂ ಅಂತಿಮ ಘಟ್ಟಕ್ಕೆ ತಲುಪುತ್ತಿದ್ದರು.

8 ಗಂಟೆಯ ಪಯಣದ ನಂತರ ಯಾವುದೋ ಸ್ವರ್ಗದಂತಹ ಗಾಜಿನ ಪಾರದರ್ಶಕ ಮಹಲುಗಳ ಕಟ್ಟಡದ ಕೆಳಗೆ ಎಲ್ಲೆಲ್ಲೂ ಬ್ರೈಟ್ ದೀಪಗಳ ಫಲಕಗಳಿದ್ದ ನಿಲ್ದಾಣವನ್ನು ಸಮೀಪಿಸಿದ್ದು ಅರಿವಾಯಿತು. ಅವರ ರೈಲಿನ ಕ್ಯಾಬಿನ್ನಲ್ಲಿ ತಕ್ಷಣ ಇಂಗ್ಲೀಷಿನಲ್ಲಿ ಒಂದು ಧ್ವನಿ ಉದ್ದೇಶಿಸಿ ವಿಚಾರಿಸಿತು, ಅದೊಂದು ರೋಬೋಟಿಕ್ ಯಾಂತ್ರಿಕ ದನಿಯಾಗಿತ್ತು

"ಟ್ರಿಪ್ 2619? ನೀವು ಹೇಗೆ ಬಂದಿರಿ? ಅಲ್ಲಿ ಯಾರೂ ಇರಲಿಲ್ಲ, ನಿಮ್ಮ ಪರಿಚಯ ಮಾಡಿಕೊಳ್ಳಿ. ನಿಮ್ಮ 16 ಡಿಜಿಟ್ ಡ್ರೈವರ್ ಐಡಿ ಹೇಳಿ!"

"ನಾವು ನಿಮ್ಮ ನಾಡಿನವರಲ್ಲ, ನಿಯೋಲ್ಯಾಂಡ್! ನಾವು ಹಿಂದಿನ ಕಾಲದ ಬದುಕುಳಿದ ವಿಜ್ಞಾನಿಗಳು. ಆತ್ಮರಕ್ಷಣೆಗಾಗಿ ನಿಮ್ಮಲ್ಲಿ ಶರಣಾಗಿ ಅಲ್ಲಿಂದ ಇಬ್ಬರು ಮಾತ್ರ ರೈಲು ನಡೆಸಿಕೊಂಡು ಬಂದಿದ್ದೇವೆ."

"ಮ್ಯಾನುಯಲ್ ಸೂಪರ್ವಿಶನ್! ರೆಸ್ಕ್ಯೂ ಟೀಂ ಕಮಿನ್!" ಎಂದು ಆ ರೊಬೋಟ್ ಮಾನವ ಮೇಲ್ವಿಚಾರಕರನ್ನು ಕೂಗಿತು.

"ಹೇಲೋ, ಹೂ ಇಸ್ ದಿಸ್? ನಾನು ನಂಬರ್ ಓಐ2223334445556. ಸಾರಿ, ನಿಮಗರ್ಥವಾಗದು. ನನ್ನ ಜೈವಿಕ ಹೆಸರು ರಾಜರ್ಸ್. ನೀವು ಯಾರು, ಯಾವ ಸ್ಥಿತಿಯಲ್ಲಿದ್ದೀರಿ ಎಂದು ಹೇಳಿದರೆ ಮಾತ್ರ ಇಲ್ಲಿಂದ ಮುಂದಕ್ಕೆ ಪ್ರವೇಶ!" ಎಂದಿತೊಂದು ಹೊಸ ದನಿ

"ಉಜ್ವಲ್ ಮತ್ತು ಶೀತಲ್ ನಮ್ಮ ಹೆಸರು, ಪುಣೆಯಲ್ಲಿ ಕ್ರಯೋಜೆನಿಕ್ ಸ್ಲೀಪ್ ಪ್ರಯೋಗದಲ್ಲಿ 500 ವರ್ಷಗಳ ಹಿಂದೆ ಇದ್ದವರು. ಅದರಿಂದ ಎಚ್ಚೆತ್ತು, ಆ ಡಿಸ್ಟೋಪಿಯನ್ ಲೋಕದಿಂದ ಒಬ್ಬರ ಸಹಾಯದ ಬಲದ ಮೇಲೆ ನಾವಾಗಿಯೇ ರೈಲು ಕೋಚ್ ನಡೆಸಿಕೊಂಡು ಬಂದಿದ್ದೇವೆ. ನಮ್ಮನ್ನು ರಕ್ಷಿಸಿ ಆಸರೆ ನೀಡಿ."

"ಓಕೆ, ನಾನು ನಿಮ್ಮನ್ನು ಮೆಡಿಕಲ್ ಟೀಮ್ ಜತೆ ಪ್ಲಾಟ್‌ಫಾರಮ್ಮಿನಲ್ಲಿ ಎದುರು ನೋಡುವೆ, ನಿಮ್ಮನ್ನು ವಿಚಾರಿಸುವೆ, ಕಾಪಿ?"

"ಕಾಪಿ, ಓವರ್ ಅಂಡ್ ಔಟ್!" ಉಜ್ವಲ್ ಉತ್ತರಿಸಿ ಆಟೋ ಪೈಲೆಟ್ಟಿನಲ್ಲಿ ಸ್ಟೇಷನ್ ಎಂಬ ಬಟನ್ ಒತ್ತಿದಾಗ ಯಾವುದೋ ಪೂರ್ವನಿರ್ಧರಿತ ಪ್ಲಾಟ್ಫಾರಮ್ಮಿಗೆ ಅವರನ್ನು ಆ ಸಿಸ್ಟಮ್ ಸ್ವಯಂಚಾಲಿತವಾಗಿ ಕರೆದೊಯ್ದಿತು.

ಖಾಲಿಯಾದ ಒಂದು ಪ್ಲಾಟ್‌ಫಾರಮ್ಮಿನಲ್ಲಿ ರೈಲು ನಿಧಾನವಾಗಿ ನಿಲ್ಲುತ್ತಿದ್ದಂತೆ ಇವರಿಬ್ಬರೂ ಬೆರಗಾಗಿ ಮುಂದಿನ ಶತಮಾನವೊಂದರ ಅದ್ಭುತಲೋಕವೊಂದಕ್ಕೆ ಬಂದ ಅನುಭವವಾಗತೊಡಗಿತು.

ಸುತ್ತಲೂ ಝಗಮಗಿಸುವ ಬೆಳಕಿನ ನಡುವೆ ಸ್ವಯಂಚಾಲಿತ ಬಾಗಿಲುಗಳು ಘೋಷಣೆಗಳನ್ನು ಬೇರೆ ಬೇರೆ ವಿದೇಶಿ ಭಾಷೆಗಳಲ್ಲಿ ಬಿತ್ತರಿಸುತ್ತಿರುವ ಗಾಳಿಯಲ್ಲಿ ನಿಂತ ಫ್ರೇಂಲೆಸ್ ವಿದ್ಯುನ್ಮಾನ ಮಾನಿಟರ್ ಪರದೆಗಳು. ಅದರ ನಡುವೆ ನೀಲಿ ಫುಲ್ ಸೂಟ್ ಧರಿಸಿದ ಒಂದು ಸ್ವಾಗತ ತಂಡ ಇವರಿಗಾಗಿ ಕಾದಿತ್ತು.

ಮೊದಲಿಗೆ ಇವರನ್ನು ಬರಮಾಡಿಕೊಂಡವನೇ ರಾಜರ್ಸ್. ಅವನೊಬ್ಬ ಮಿಶ್ರಸಂಜಾತ ಯುವಕ. ಕಪ್ಪುಕೂದಲು, ಆದರೆ ಆಂಗ್ಲೋಸ್ಯಾಕ್ಸನ್ ರಂಗಿನವನು.

ಉಜ್ವಲ್ ಮತ್ತು ಶೀತಲ್ ಇಬ್ಬರಿಗೂ ಇಂಗ್ಲೀಷಿನಲ್ಲಿ "ವೆಲ್ಕಮ್ ಟು ಯು ಬೋತ್" ಎಂದು ಕೈ ನೀಡಿ ಕುಲುಕಿದ." ನಿಮಗೆ ಇಂಗ್ಲೀಷ್ ಅರ್ಥವಾಗುತ್ತೆ ತಾನೆ?"

ಇಬ್ಬರೂ ಅಲ್ಲಿನ ಮಾಯಾಲೋಕದಂತಹ ಪ್ರಪಂಚವನ್ನು ಕಂಡು. ಮೂಕವಿಸ್ಮಿತರಾಗಿದ್ದವರು; ಸಮ್ಮತಿಸುತ್ತಾ ತಲೆಯಾಡಿಸಿದರು. ಅವನ ಹಿಂದೆ 2

ರೋಬೋಟುಗಳು ಮಾನವರಂತೆಯೇ ಕಾಣುತ್ತಿವೆ. ಸೆಕ್ಯುರಿಟಿಗಾಗಿ ಕೈಯಲ್ಲಿ ತಾನಾಗಿಯೇ ಮಿನುಗುವ ಗನ್ಸ್ ಹಿಡಿದಿವೆ. ಅವೇ ಹೊಸಬಗೆಯ ಹ್ಯುಮನಾಯ್ಡ್ ಆಂಡ್ರಾಯ್ಡುಗಳಿರಬೇಕು.

ಆ ತಂಡದಲ್ಲಿ ಇಬ್ಬರು ಬಿಳಿ ಕೋಟಿನ ಡಾಕ್ಟರುಗಳು ಇದ್ದಾರೆ. ಒಬ್ಬರು ಚೀನೀಯರಂತೆ, ಇನ್ನೊಬ್ಬರು ಭಾರತೀಯರಂತಿದ್ದಾರೆ.

"ನಾವು ನಿಮ್ಮನ್ನು ಆಂಟಿ-ರೇಡಿಯೇಶನ್ ಸ್ವೀಪಿಂಗ್ ಮಾಡುತ್ತೇವೆ. ನಂತರ ಪೂರ್ಣ ಚೆಕಪ್ ಮಾಡಿ ಒಳಬಿಡುತ್ತೇವೆ" ಎಂದು ಹತ್ತಿರ ಬಂದರು ಭಾರತೀಯ ವೈದ್ಯ.

ಇವರು ಆತನ ಸ್ಪಷ್ಟ ಹಿಂದಿ ಕೇಳಿ ಅಚ್ಚರಿಪಡುತ್ತಿರಲು ರಾಜರ್ಸ್ ನಕ್ಕು ಹೇಳಿದ

"ಹೌದು, ನೀವು ಕೇಳಿಸಿಕೊಂಡಿದ್ದು ಸರಿ. ನಮ್ಮಲ್ಲಿ ಹಲವಾರು ಭಾಷೆಯ ಜನರಿದ್ದಾರೆ. ಎಲ್ಲಾ ಭಾರತೀಯ ಭಾಷೆಗಳು, ರಷ್ಯನ್, ಫ್ರೆಂಚ್, ಜಪಾನೀಸ್,ಇತ್ಯಾದಿ"

ವೈದ್ಯರಿಬ್ಬರೂ ಒಬ್ಬೊಬ್ಬರಾಗಿ ಉಜ್ವಲ್ ಮತ್ತು ಶೀತಲರ ಸುತ್ತಲೂ ಕ್ಷಣಮಾತ್ರದಲ್ಲಿ ಎಲೆಕ್ಟ್ರಾನಿಕ್ ಹೊದಿಕೆಯನ್ನು ಸೃಷ್ಟಿ ಮಾಡಿ ಕೈಯಲ್ಲಿದ್ದ ಚಿಕ್ಕ ಡಿವೈಸುಗಳಿಂದ ರೀಡಿಂಗ್ ನೊಡಹತ್ತಿದರು. ನೀಲಿಬಣ್ಣದ ಬೆಳಕಿನ ಬೀಮ್ ಒಂದು ಇವರನ್ನು ಆಪಾದಮಸ್ತಕ ಹಾದುಹೋಯಿತು.

"ಚೆಕ್ಡ್ ಓಕೆ" ಎಂದು ಅವರು ಅದನ್ನು ನಿಲ್ಲಿಸಿದರು.

ರಾಜರ್ಸ್ ನುಡಿದನು, "ಉಜ್ವಲ್ ಮತ್ತು ಶೀತಲ್, ನಾನು ಸದ್ಯಕ್ಕೆ ನಿಮ್ಮ ಸಂಗಾತಿಯಾಗಿ ಎಲ್ಲಾ ಪ್ರಕ್ರಿಯೆಗಳನ್ನೂ ನಡೆಸಿಕೊಂಡು ಹೋಗುತ್ತೇನೆ. ಇದೇ ಮೊದಲ ಬಾರಿಗೆ ನೂರಾರು ವರ್ಷಗಳ ನಂತರ ನಾವು ನಿಮ್ಮ ಕಾಲದ ಜನರ ನಮೂನೆಯನ್ನು ನೋಡುತ್ತಿದ್ದೇವೆ, ಕುತೂಹಲಿಗಳಾಗಿದ್ದೇವೆ. ನೀವು ನನ್ನ ಮೇಲಧಿಕಾರಿಗಳು, ಮತ್ತು ಇಲ್ಲಿನ ವರಿಷ್ಠ ನಾಯಕರನ್ನು ಸಹ ಸಂದರ್ಶಿಸುವಿರಿ."

"ತುಂಬಾ ಧನ್ಯವಾದಗಳು."ಉಜ್ವಲ್ ಮನಸಾರೆ ನುಡಿದ.

ಶೀತಲ್"ನಮಗೂ ಇದೆಲ್ಲಾ ಹೊಸದಾಗಿ ಕಾಣುತ್ತಿದೆ. ನೂರೆಂಟು ಪ್ರಶ್ನೆಗಳನ್ನು ನಾವೂ ಕೇಳುವುದಿದೆ" ಎಂದಳು

"ಸಹಜವಾಗಿಯೇ" ಎಂದು ಮುಗುಳ್ನಕ್ಕ ರಾಜರ್ಸ್, "ಬನ್ನಿ, ಮೊದಲು ರೆಸೆಪ್ಷನ್ ರೂಮಿನಲ್ಲಿ ಕುಳಿತು ಮಾತಾಡೋಣ" ಎಂದು ಅವರನ್ನು ಲಗುಬಗೆಯಿಂದ ಒಳಕ್ಕೆ ಕರೆದೊಯ್ದನು.

"ನೀವು ನಿಮ್ಮ ಕಾಲದ ತರಹ ಜೂಸ್ ಮುಂತಾದ್ದನ್ನು ಸೇವಿಸುವಿರಿ ತಾನೆ?" ಎಂದು ಒಂದು ವಿಶಾಲವಾದ ಕೋಣೆಯಲ್ಲಿ ಗುಂಡನೆಯ ಟೇಬಲ್ ಸುತ್ತಲೂ ಇದ್ದ ಕುರ್ಚಿಗಳತ್ತ ಕೊಂಡೊಯ್ದನು. ಆ ಸೀಟುಗಳು ದೊಡ್ಡದೂ ಚಿಕ್ಕದೂ ಆಗಬಲ್ಲ

ಹೊಸ ತಂತ್ರಜ್ಞಾನದ್ದಾಗಿದ್ದು ಅವರ ದೇಹಕ್ಕೆ ಸರಿಯಾಗಿ ತಾನೇ ಹೊಂದಿಕೊಂಡಿತು.

ಇಬ್ಬರಿಗೂ ಕೆಂಪನೆಯ ಆರೆಂಜ್ ಜೂಸಿನಂತಹ ಎರಡು ಗ್ಲಾಸುಗಳನ್ನು ಅಲ್ಲಿದ್ದ ಸೀರೆ ಧರಿಸಿದ್ದ ವೈಟ್ರೆಸ್ಸ್ ಒಬ್ಬಳು ನೀಡಿ ನಮಸ್ಕರಿಸಿದಳು. ಅವಳು ನಡೆಯುವ ಬಗೆ ನೋಡಿಯೇ ಅದು ರೋಬೋಟ್ ಎಂದು ತಿಳಿದಿದ್ದು.

"ಹೌದು. ನಮ್ಮ ಸಕಲ ಸೇವೆಗೂ ಸೆಂಟ್ರಲ್ ಕಂಟ್ರೋಲ್ ಇರುವ ರೋಬೋಟ್ಸ್ ಎಲ್ಲ ರಂಗದಲ್ಲಿಯೂ ನಮ್ಮ ಸಮಾಜದಲ್ಲಿವೆ.".

"ಮೊದಲಿಗೆ ಇಲ್ಲಿ ನೋಡಿ ಎಂದು ಅವನು ಕುಳಿತಲ್ಲಿಯೇ ಎದುರಿನ ಒಂದು ಗೋಡೆಯ ಬ್ಲೈಂಡ್ಸ್ ತೆರೆಸಿ ಹೊರಗಿನ ಪ್ರಪಂಚವನ್ನು ತೋರಿಸಿದ.

"ಮೈ ಗಾಡ್!" ಎಂದು ಅಲ್ಲಿನ ಮಾಯಾಜಾಲದ ಸೃಷ್ಟಿಯಂತಹ ಆಧುನಿಕ ಲೋಕವನ್ನು ಕಂಡು ಚಕಿತರಾಗಿ ಎದ್ದು ನಿಂತರು ಉಜ್ವಲ್ ಮತ್ತು ಶೀತಲ್.

"ನಮ್ಮ ಈ ಲೋಕ ಒಂದು ದೊಡ್ಡ ಸಿಲಿಂಡರಿನಂತೆ ಗೋಲಾಕಾರವಾಗಿ ಹೊಸಬಗೆಯ 20 ಅಡಿ ದಪ್ಪದ ಆಂಟಿ ಬ್ಲಾಸ್ಟ್ ಗಾಜಿನಿಂದ ಆವರಿಸಲ್ಪಟ್ಟಿದೆ.ಇದು ಹಿಂದೆ ಸುಟ್ಟು ಹೋದ ಜಗತ್ತಿನ ನೆಲದ ಮೇಲೆಯೇ ಪೂರ್ಣವಾಗಿ ಹೊಸದಾಗಿ 200 ವರ್ಷಗಳ ಕೆಳಗೆ ಮಾತ್ರ ಪೂರ್ಣವಾಗಿ ಕಟ್ಟಿರತಕ್ಕುದು. ಇದರ ನರ್ವ್ ಸೆಂಟರ್ ಅಂದರೆ ಇಂಧನ ಶಕ್ತಿ ಕೇಂದ್ರವಾಗಿ ಎನರ್ಜಿಗಾಗಿ ಬಾಹ್ಯಾಕಾಶದಿಂದ ಎರಡು ಸೋರ್ಸ್‌ಗಳನ್ನು ಅವಲಂಬಿಸಿದೆ. ಮೊದಲನೆಯದು ನಾವೆಲ್ಲರೂ ಹಾರಿಬಿಟ್ಟಿದ್ದ ಉಪಗ್ರಹಗಳ ದೈತ್ಯ ಸೋಲಾರ್ ಪ್ಯಾನೆಲ್ಲುಗಳಿಂದ ಸೂರ್ಯಶಕ್ತಿ ಸದಾ ದೊರೆಯುತ್ತದೆ. ಅದರ ನಂತರ ಇದರಲ್ಲೇ ಪ್ಲಾಂಟುಗಳಲ್ಲಿ ರೀಸೈಕಲ್ ಮಾಡಲ್ಪಡುತ್ತಿರುವ ಧೂಳಿಲ್ಲದ, ಮಾಲಿನ್ಯವಿಲ್ಲದ ನೀವು ಮುಂಚೆ ಏರ್ ಕಂಡೀಶನ್ ಎನ್ನುತ್ತಿದ್ದ ಮಾದರಿಯ ಹವಾ ವ್ಯವಸ್ಥೆಯಿದೆ."

ಆಗಲೇ ಉಜ್ವಲ್ ಮತ್ತು ಶೀತಲ್ ಮೈ ಮುಟ್ಟಿ ನೋಡಿಕೊಂಡಿದ್ದು. "ಹೌದು, ಏಸಿ ಇರುವುದೇ ಗೊತ್ತಾಗುತ್ತಿಲ್ಲ."

"ನಾವಿದ್ದನ್ನು ವೆದರ್ ಕಂಡೀಶನಿಂಗ್ ಎನ್ನುತ್ತೇವೆ ಅಷ್ಟೇ." ರಾಜರ್ಸ್ ತಲೆಯಾಡಿಸಿದನು. "ಅದಲ್ಲದೇ ನಮಗೆ ಹೊಸ ಬಗೆಯ ಶಕ್ತಿಕೇಂದ್ರವೊಂದು ನೂರು ವರ್ಷಗಳ ಕೆಳಗಷ್ಟೇ ಸಿದ್ಧಿಸಿದೆ. ಅದೇ ಬಾಹ್ಯಾಕಾಶದಲ್ಲಿ ಚಂದ್ರನ ಬಳಿ ನಮಗೆ ದೊರೆತ ಬ್ಲ್ಯಾಕ್ ಹೋಲ್ ಎನರ್ಜಿ!"

"ಬ್ಲ್ಯಾಕ್ ಹೋಲ್ ಎಲ್ಲವನ್ನು ತಿಂದು ಹಾಕುತ್ತದೆ ಅಲ್ಲವೆ, ಸ್ಪೇಸ್ ಮತ್ತು ಟೈಮ್ ಅನ್ನೂ ಬಿಡದೇ?"

"ಇಲ್ಲ. ಪ್ರತಿ ಕಪ್ಪು ಕುಳಿಯೂ ಸತತವಾಗಿ 10 ಮಿಲಿಯನ್ ಮೆಗಾವ್ಯಾಟುಗಳಷ್ಟು ಎನರ್ಜಿಯನ್ನು ಬಿಡುಗಡೆ ಮಾಡುತ್ತಿರುತ್ತದೆ. ಅದನು ಪಡೆಯುವ ಬಗೆ ಮತ್ತು ಸಾಧನಗಳಿಗೆ ನಮ್ಮ ವಿಜ್ಞಾನಿಗಳು ಈ 500 ವರ್ಷದಿಂದ ಸತತ ಪರಿಶ್ರಮ

ಪಡುತ್ತಲೇ ಇದ್ದರು. ಈಗತಾನೇ ಅದು ಕೈವಶವಾಗಿ ಅನಿಯಮಿತ ಎನರ್ಜಿ ನಮಗೆ ನೀಡುತ್ತಿದೆ."

"ಅಂದಹಾಗೆ..." ಉಜ್ವಲ್ ಮಧ್ಯಪ್ರವೇಶಮಾಡಿದ, "ನೀವೆಲ್ಲಾ ಈ 500 ವರ್ಷಗಳಲ್ಲಿ ಹೇಗೆ ಬದುಕಿ ಬಾಳಿದಿರಿ? ಎಲ್ಲವೂ ಅಳಿದುಹೋಗಿರಲಿಲ್ಲ ಅಲ್ಲವೆ,ಆ ಜಗತ್ತಿನ ತರಹ?"

ರಾಜರ್ಸ್ ನುಡಿದ, "ಅದು ನನಗೆ ಹಳೆಯದು. ನಾನು ಹಿಸ್ಟರಿಯಲ್ಲಿ ಓದಿದ್ದೇನೆ. ನೀವು ಹೇಳುವುದು ನಿಜ. ಪೂರ್ತಿ ಜಗತ್ತೇ ಅಣುಯುದ್ಧದಿಂದ ವಿನಾಶವಾಗಿ ಬರಡಾಗಿತ್ತು, ಇಲ್ಲಿ ನಮ್ಮವರೂ ಕೆಲವರು ಅನಾರೋಗ್ಯಕ್ಕೆ ತುತ್ತಾಗದೆ ಈ ಹಿಮಾಲಯದ ತಪ್ಪಲಿಗೆ ಬಂದು ಮೊದಲಿದ್ದ ಟಿಬೆಟ್ ಎಂಬ ಈ ಆರೋಗ್ಯಕರ ವಾತಾವರಣದಲ್ಲಿ ಬಾಳಿದ್ದುಂಟು. ಅವರು ಮಿಕ್ಕ ಜಗತ್ತಿನಂತೆ ಅರಾಜಕತೆ, ಹಿಂಸೆ, ದೌರ್ಜನ್ಯಕ್ಕಿಳಿಯಲಿಲ್ಲ. ಹಿಂಸೆ ಮತ್ತು ಯುದ್ಧದಿಂದಲೇ ಆಗ ಎಲ್ಲಾ ಒಮ್ಮೆ ನಾಶವಾಗಿದ್ದು, ಅದು ಇಲ್ಲಿ ಮತ್ತೆ ಮರುಕಳಿಸಬಾರದು ಎಂದು ನಮ್ಮ ಹಿರಿಯರು ಸಿದ್ಧಾಂತ ಮಾಡಿ ಈ ಹೊಸ ನಾಡನ್ನು ಕಟ್ಟಿದರು."

"ಇಲ್ಲಿ ನೋಡಿ. ನಿಮಗೇ ಅರ್ಥವಾಗುತ್ತದೆ ಇಲ್ಲಿನ ವಿಸ್ಮಯ ಜಗತ್ತು. ಇಲ್ಲಿ ಹಸಿರು ಕಾಡು, ನದಿ, ಜಲಪಾತಗಳಿವೆ, ಎಕೋ ಫ್ರೆಂಡ್ಲಿ ಎನ್ನುವಂಥ ಎಲ್ಲ ಕಟ್ಟಡಗಳೂ ಇವೆ. ಯಾವುದೂ ನಷ್ಟವಾಗಿ ಮಾಲಿನ್ಯ ಉಂಟು ಮಾಡದು. ಇಲ್ಲಿ ನೋಡಿ, ಜನರಿಗೆ ಎಲ್ಲಾ ವಿದ್ಯಾಭ್ಯಾಸವೂ ಉಚಿತ. ಆಧುನಿಕ ಹಾಗೂ ಚೀನೀ ಮತ್ತು ಪಾಶ್ಚಿಮಾತ್ಯ ವೇದಾಂತ ಎಲ್ಲವನ್ನು ಕಡ್ಡಾಯವಾಗಿ ಹೇಳಿಕೊಡಲಾಗುತ್ತದೆ. ಎಲ್ಲಾ ಬಗೆಯ ಜನರೂ ಸಹಬಾಳ್ವೆ ಮಾಡುತ್ತಾರೆ. ನೌಕರಿಗಾಗಿ ಸೆಂಟ್ರಲೈಸ್ಡ್ ವ್ಯವಸ್ಥೆಯಲ್ಲಿ ಎಲ್ಲರೂ ದುಡಿಯುತ್ತಾರೆ. ಎಲ್ಲಾ ವಹಿವಾಟುಗಳು ಅನಿಯಮಿತ ವೈಫೈ ಸನ್ನದ್ಧ ಯೂನಿವರ್ಸಲ್ ಅಂತರ್ಜಾಲದ ಮೂಲಕ ನಡೆಯುತ್ತದೆ. ಪ್ರತಿಯೊಬ್ಬರಿಗೂ ಒಂದು ಕೋಡ್ ಇದೆ. ಅವರು ಎಲ್ಲಿಗೆ ಹೋದರೂ ಟ್ರ್ಯಾಕ್ ಆಗುತ್ತಾರೆ. ಅವರ ಖಾತೆ ತೆರೆದುಕೊಳ್ಳುತ್ತದೆ. ಹಿಂಸೆ, ದೌರ್ಜನ್ಯ, ಅಪರಾಧ, ಅತ್ಯಾಚಾರ ಇವ್ಯಾವುದನ್ನೂ ನಾವು ಕೇಳರಿಯೆವು. ಅದನ್ನೆಲ್ಲಾ ಇತಿಹಾಸದ ಚಿತ್ರಗಳಲ್ಲಿ ನೋಡಿ ಅಸಹ್ಯ ಪಡುತ್ತೇವೆ. ಅವರೆಲ್ಲ ಎಷ್ಟು ಅನಾಗರಿಕರು, ಕ್ರೂರಿಗಳಾಗಿದ್ದರು ಎಂದುಕೊಳ್ಳುತ್ತೇವೆ. ಹಾಗಿಯೂ ಯಾರಾದರೂ ಅಪರಾಧ ಮಾಡಲೆಸಗಿದರೆ ಜೈಲಿನಲ್ಲಿ ಮರುಶಿಕ್ಷಣ ಕೊಡುತ್ತೇವೆ. ಸಾವಿರಕ್ಕೊಂದು ಮಾತ್ರ ಮರಣದಂಡನೆ ಕೊಟ್ಟರೆ, ಅಂತವರ ಅಂಗಾಂಗಗಳನ್ನು ಭವಿಷ್ಯದ ಮೆಡಿಕಲ್ ರಿಸರ್ಚಿಗಾಗಿ ದಾನ ಮಾಡಿಬಿಡುತ್ತೇವೆ. ಇಲ್ಲಿ ನೋಡಿ, ಬಹಳ ಕನಿಷ್ಠ ದರದಲ್ಲಿ ಇಲ್ಲಿನ ಸಿಸ್ಟಮ್ ಕೊಟ್ಟ ಹಾರಾಡುವ ಟ್ಯಾಕ್ಸಿಗಳು– "ಫ್ಲಯಿಂಗ್ ಕ್ಯಾಬ್ಸ್"ನಲ್ಲಿ ಎಲ್ಲರೂ ರಸ್ತೆಯಿಂದ ಹತ್ತು–ಇಪ್ಪತ್ತು ಅಡಿ ಮೇಲೆ ಹಾರುತ್ತಾ ಓಡಾಡುತ್ತಿದ್ದಾರೆ. ಅಲ್ಲಲ್ಲಿ ನಿಲ್ದಾಣಗಳಿವೆ. ರಸ್ತೆಯಲ್ಲಿ ಮಾತ್ರ ಜನರು ಬಿಡುಬೀಸಾಗಿ ಓಡಾಡಬಹುದು. ಯಾವುದೇ

ವಾಹನಸಂಚಾರ ಅಲ್ಲಿಲ್ಲ. ಇವೆಲ್ಲ ಸ್ಪೇಸ್ ಟೆಕ್ನಾಲಜಿಯ ಪ್ರಗತಿಯ ಮೂಲಕ ನಮಗೆ ಸಾಧ್ಯವಾದವು. ಎಲ್ಲವೂ ಸಾರ್ವಜನಿಕ ಸಾರಿಗೆ ವ್ಯವಸ್ಥೆಯೇ ಆಗಿದೆ."

"ಇನ್ನು ವೈದ್ಯಕೀಯವಾಗಿ ಅಲೋಪತಿ, ಆಯುರ್ವೇದ ಮತ್ತು ಹೋಮಿಯೋಪತಿ ಮುಂತಾದ ಪದ್ಧತಿಗಳನ್ನು ನಾವು ಉಳಿಸಿಕೊಂಡಿದ್ದೇವೆ."

"ಮದುವೆ, ಮಕ್ಕಳು ಮರಿ?" ಶೀತಲ್ ಅಚ್ಚರಿಯ ಪ್ರಶ್ನೆ.

"ಮದುವೆಯಾಗಿ ಎಂದು ಎಲ್ಲರಿಗೂ ಶಿಕ್ಷಣದಸಮಯದಲ್ಲೇ ಹೇಳಿಕೊಡುತ್ತೇವೆ, ಆದರೆ ಕಡ್ಡಾಯವಿಲ್ಲ. ಕೃತಕ ಗರ್ಭಧಾರಣೆ, ಭ್ರೂಣಗಳು ಉಚಿತವಾಗಿವೆ. ಜನರು ಅವನ್ನು ಪಡೆದುಕೊಳ್ಳಲೂಬಹುದು. ಮಕ್ಕಳನ್ನು ಅಧಿಕೃತವಾಗಿಯೇ ಯಾವ ರೀತಿಯಲ್ಲಿಯಾದರೂ ಪಡೆಯಬಹುದು."

"ಆ ಪ್ರಕಾರ ಎಲ್ಲವೂ ಉಚಿತವಲ್ಲ. ಆದರೆ ಕನಿಷ್ಠ ಚಾರ್ಜ್ ಎಲ್ಲಕ್ಕೂ ಇದೆ" ಎಂದು ಉಜ್ವಲ್ ವಿಶ್ಲೇಷಿಸಿದನು.

"ಹೌದು. ಇದೊಂದು ರೀತಿಯ ಸೆಲ್ಫ್ ಫುಲ್-ಫಿಲ್ಲಿಂಗ್ (ಸ್ವಯಂ-ಸಂತುಷ್ಟ) ಸಿಸ್ಟಂ. ಜನರು ತಾವಾಗಿಯೇ ಎಲ್ಲವನ್ನೂ ಸುವ್ಯವಸ್ಥೆಯಲ್ಲಿಡಲು ದುಡಿಯುತ್ತಾರೆ, ಮೇಲುಸ್ತವಾರಿಗೆ ತಕ್ಕಂತಹ ನ್ಯಾಯ ಬೆಲೆಯನ್ನು ಮಾತ್ರ ಸರಕಾರ ಅವರಿಂದ ಪಡೆಯುತ್ತದೆ. ಆದರೆ ಈ ಸರಕಾರ ನಿರಂಕುಶ ಅಧಿಕಾರಿ ಅಲ್ಲ. ಸಂವಿಧಾನಬದ್ಧ ಅಧಿಕಾರವರ್ಗ ಅಷ್ಟೆ. ಜನರೇ ಆನ್ಲೈನ್ ಚುನಾವಣೆಯಲ್ಲಿ ಆಯ್ದ ವಿದ್ಯಾವಂತ ವಿವೇಕಿಗಳ ಕೌನ್ಸಿಲ್. ಯಾವುದೇ ಅನ್ಯಾಯ ಇದರಲ್ಲಿ ನಮಗೆ ಕಂಡುಬಂದಿಲ್ಲ."

500 ವರ್ಷ ಹಿಂದಿನ ಈ ವಿಜ್ಞಾನಿಗಳಿಗೆ ಈ ವಿವರಣೆಯ ನಂತರವೂ ಈ ವ್ಯವಸ್ಥೆ ಹೇಗೆಂದು ಅರ್ಥವಾಗಲೇ ಇಲ್ಲ.

ಅವರ ಸೋಜಿಗ ಕಂಡು, ಭಾರತೀಯ ವೈದ್ಯರು ಹೇಳತೊಡಗಿದರು, "ಇದನ್ನು ಕೇಳಿ ನಿಮಗೆ ಹೆಮ್ಮೆಯಾಗಬಹುದು. ಈ ಹೊಸ ನಾಡನ್ನು ಕಟ್ಟುವಲ್ಲಿ ಆಗ ಭಾರತ ಮುಖ್ಯಪಾತ್ರವನ್ನು ವಹಿಸಿತು. ನಮ್ಮ ಹಿರಿಯರು ವಿಜ್ಞಾನ ಮತ್ತು ತಂತ್ರಜ್ಞಾನದ ಜತೆ ವಿವೇಕ, ಸಹಬಾಳ್ವೆ ಮತ್ತು ಶಾಂತಿಯ ಅಡಿಪಾಯ ಹಾಕಿ ಇದರ ಸಂವಿಧಾನ ಬರೆದರು."

"ಅಂದರೆ ಹೊಸ ಸಿದ್ಧಾಂತದ ಮೇಲೆ ಹುಟ್ಟಿಕೊಂಡಿತು. ನಿಯೋಲ್ಯಾಂಡ್!" ಶೀತಲ್ ಉದ್ಗರಿಸಿದಳು.

"ನಮ್ಮ ಅನಾದಿಕಾಲದ ವೇದದಲ್ಲಿ ಹೇಳಿದಂತೆ ನಂಬಿ ಬಾಳಿದೆವು. ಸತ್ಯವೇ ಜ್ಞಾನ, ಅದುವೇ ನಾಶವಾಗದ ಅನಂತ ಸೃಷ್ಟಿ." ವೈದ್ಯರು ಹೇಳುತ್ತಾ ಭಾವುಕರಾದರು.

ಚೀನೀ ವೈದ್ಯರು ದನಿಗೂಡಿಸಿದರು, "ನಮ್ಮ ಸಂವಿಧಾನದ ಮೊದಲ ವಾಕ್ಯ ಇಂತಿದೆ: ಅನಂತಂ ಬ್ರಹ್ಮಾ! ಸೃಷ್ಟಿಯು ಸದಾ ನಿರಂತರ, ಅದು ನಿಲ್ಲದು ಎಂದು ಸಂಸ್ಕೃತದಲ್ಲಿ ಮಿತವಾದ ಅರ್ಥ."

ಚೀನೀ ವೈದ್ಯರ ಈ ವೇದಾಂತದ ನಿಷ್ಪಕ್ಷಪಾತ ವಿವರಣೆ ಕೇಳಿ ಇವರಿಬ್ಬರಿಗೂ ಸಂತಸಮಿಶ್ರಿತ ಆಶ್ಚರ್ಯ ಉಂಟಾಯಿತು.

"ಈಗ ಆ ಪ್ರಪಂಚ ಅದನ್ನೆಲ್ಲಾ ಮರೆತಿದೆ. ಅದಕ್ಕೇ ಅವರಿಗೆ ಅಲ್ಲಿಂದ ಹೊರಬರಲಾಗುತ್ತಿಲ್ಲ" ಉಜ್ವಲ್ ತಾವು ಬಿಟ್ಟುಬಂದ ಜಗತ್ತನ್ನು ನೆನೆಸಿಕೊಂಡು ನುಡಿದನು, ಶೀತಲ್ ಸಹ ಈ ಮಾತನ್ನೊಪ್ಪಿ ಮೌನಕ್ಕೆ ಶರಣಾದಳು.

"ಸರಿ, ನಾನು ಇನ್ನು ನಿಮ್ಮನ್ನು ಹೊರಗೆ ನಮ್ಮ ನ್ಯಾಚುರಲೈಜೇಶನ್ (ದೇಶೀಕರಣ) ಕಚೇರಿಗೆ ಕರೆದೊಯ್ಯುತ್ತೇವೆ. ನಿಮಗೆ ಇಲ್ಲಿನ ಎಲ್ಲ ಸೌಲಭ್ಯವನ್ನೂ ಹಂತಹಂತವಾಗಿ ಕೊಡುತ್ತೇವೆ. ಜತೆಗೆ ಒಂದು ಸಿಟಿಜೆನ್ (ನಾಗರೀಕ) ಕೋಡನ್ನೂ ಕೊಡಲಾಗುತ್ತದೆ. ಬನ್ನಿ" ಎಂದು ರಾಜರ್ಸ್ ಅವರನ್ನು ಎಬ್ಬಿಸಿದನು.

ಕಟ್ಟಡದ ಹೊರಗೆ ಬಂದಾಗ ಆ ನಾಡಿನ ಅದ್ವಿತೀಯ ಸುಂದರ ಕಣ್ಮನ ಸೆಳೆಯುವ ವ್ಯವಸ್ಥೆಯನ್ನು ನೋಡಿದರು.

ಎಲ್ಲಾ ಬಗೆಯ ಜನರು ತಮ್ಮ ಪಾಡಿಗೆ ತಾವು ಕಾಲು ಹಾಕುತ್ತಿದ್ದಾರೆ. ಇವರು ಅಧಿಕಾರಿಗಳು ಮತ್ತು ವೈದ್ಯರ ಜತೆ ಇರುವುದನ್ನು ಕಂಡು ಸುಮ್ಮನೆ ನೋಡಿ ಸೌಜನ್ಯದಿಂದ 'ಹೆಲೋ' ಮಾತ್ರ ಹೇಳಿ ಮುನ್ನಡೆಯುತ್ತಿದ್ದಾರೆ,. ಆ ಡಿಸ್ಟೋಪಿಯದಂತೆ ಯಾರೂ ಆತಂಕ ಹುಟ್ಟಿಸುವಂತೆ ಸುತ್ತುವರೆಯುತ್ತಿಲ್ಲ.

"ಸ್ವಲ್ಪ ದೂರ ನಡೆಯೋಣ" ಎಂದರು ಉಜ್ವಲ್ ಮತ್ತು ಶೀತಲ್, ಅಲ್ಲಿನ ಬಣ್ಣದ ಮಾಯಾ ಜಗತ್ತನ್ನು ನೋಡಿ ತಣಿಯಲು ಉತ್ಸುಕರಾಗಿ.ಸುಮಾರು ದೂರದವರೆಗೂ ಚಾಚಿರುವ ಗಾಜಿನ ದೊಡ್ಡ ಗೋಲಾಕಾರದ ಪ್ರಪಂಚ ಅದುವೇ.

ವಾಹ್. ಆದೊಂದು ಸಮೃದ್ಧ, ಸುಫಲ ಮತ್ತು ಸಫಲ ಪ್ರಪಂಚ. ಒಂದು ಇಂದ್ರಜಾಲದ ಸುಂದರ ಕನಸಿನಂತೆ ಭವ್ಯವಾಗಿದೆ. ಎಲ್ಲಾ ಎಷ್ಟು ಪ್ರಗತಿಶೀಲ ಮತ್ತು ಸೌಕರ್ಯಕರ!

ಅಲ್ಲಿಂದ ಇವರಿಗಾಗಿ ರಾಜರ್ಸ್ ಕರೆಸಿದ್ದ ಫ್ಲಯಿಂಗ್ ಕ್ಯಾಬ್ ಒಂದು ಸುಯ್ಯನೆ ಹಾರುತ್ತಾ ಮೆಟ್ಟಿಲುಗಳ ಬಳಿ ಬಂದು ಲಂಗರು ಹಾಕಿ ನಿಂತುಕೊಂಡಿತು. ಇವರು ಆರು ಜನ ಎಸ್ಕಲೇಟರ್‌ನಲ್ಲಿ ಸುಲಭವಾಗಿ ಏರುತ್ತಾ ಹೋಗಿ ಒಳಗೆ ಕುಳಿತುಕೊಳ್ಳಲು ಸೀಟ್ ಬೆಲ್ಟ್ ತಾನೇ ಬಿಗಿದುಕೊಂಡಿತು. ಅದರ ರೋಬೋಟಿಕ್ ಡ್ರೈವರ್ "ಈಗ ಹೊರಡುತ್ತೇನೆ" ಎಂದು ಘೋಷಿಸಿದ. ಪೂರ್ವನಿರ್ಧರಿತ ಸ್ಥಳಕ್ಕೆ ಎಂದು ಅದರಲ್ಲಿ ಆಗಲೇ ಲೋಡ್ ಆಗಿತ್ತು.

ಅವರನ್ನು ಕಚೇರಿಗೆ ಕರೆದೊಯ್ಯಲಾಯಿತು. ಅಲ್ಲಿ ಹೊಸಬಗೆಯ ಗಳಿಯಲ್ಲಿ ತೇಲುವ ಮಾನಿಟರ್ ಉಳ್ಳ ಕಂಪ್ಯೂಟರುಗಳಲ್ಲಿ ಹಲವು ಸಿಬ್ಬಂದಿ ಕೆಲಸದಲ್ಲಿ ತೊಡಗಿದ್ದರು. ಅವರೆಲ್ಲಾ ಬೆರೆ ಬೇರೆ ದೇಶಕ್ಕೆ ಸೇರಿದವರು. ಭಾರತೀಯರು, ವಿದೇಶೀಯರು, ಆಫ್ರಿಕನ್ನರು, ಏಷ್ಯನ್ನರೂ ಸೇರಿದ್ದರು. ಎಲ್ಲರೂ ನಗುನಗುತ್ತಾ ಯಾವ

ಬಿಗುಮಾನವಿಲ್ಲದೆ ಉಜ್ವಲ್ ಮತ್ತು ಶೀತಲರನ್ನು ಸ್ವಾಗತಿಸಿ ಅವರ ನೋಂದಣಿ ಕೆಲಸ ಮಾಡಿಕೊಟ್ಟರು. ಅವರಿಗೆ ಹೊಸದಾದ ಮೈಗೆ ಅಂಟುವಂಥ ಚಿಪ್ ಉಳ್ಳ ಐಡಿ ಒಂದನ್ನು ಲಗತ್ತಿಸಿದರು. ಇನ್ನು ಎಲ್ಲಿ ಹೋದರೂ ಅವರನ್ನು ಈ ನಂಬರಿನ ಮೂಲಕ ಗುರುತಿಸಿ, ಅವರ ಖಾತೆ ತೆರೆದು, ಅಲ್ಲಿನ ಎಲ್ಲಾ ವಿವರಗಳು, ಅವರ ವ್ಯವಹಾರಗಳು ಪ್ರದರ್ಶಿತವಾಗುತ್ತವೆಂದು ಹೇಳಿದರು. ಇವರಿಗೆ ಬೇಕಾದಂತಹ ಭಾಷೆಯಲ್ಲಿ ಸಿಬ್ಬಂದಿ ಸಂವಹಿಸಿದರು.

"ನೀವು ಹೇಗೆ ಇಂಗ್ಲೀಷ್, ಹಿಂದಿ ಮತ್ತು ಇತರ ಭಾರತೀಯ ಭಾಷೆಗಳನ್ನೂ ಸುಲಭವಾಗಿ ಮಾತಾಡಬಲ್ಲಿರಿ?" ಎಂದು ಒಬ್ಬ ಯುವತಿಯನ್ನು ಕುತೂಹಲ ತಡೆಯದೆ ಉಜ್ವಲ್ ಕೇಳಿಯೇಬಿಟ್ಟನು.

"ಅದು ನಮ್ಮ ಕರ್ತವ್ಯ. ಇಲ್ಲಿ ಯಾವುದೂ ಮುಖ್ಯವಲ್ಲದ್ದಲ್ಲ. ನಾವು ಸಿಬ್ಬಂದಿ ಸುಮಾರು 6ರಿಂದ 8 ಭಾಷೆಗಳನ್ನು ಕಲಿತೇ ಇರಬೇಕು. ನಮಗೆ ಆ ರೀತಿ ಶಿಕ್ಷಣವಾಗಿರುತ್ತದೆ. ನಿಯೋಲ್ಯಾಂಡ್ ಈಸ್ ಫಾರ್ ಎವೆರಿಬಡಿ" ಎಂದು ಆಕೆ ನಗುತ್ತಾ ಉತ್ತರಿಸಿದಳು.

ನಂತರ ಅವರಿಗೆ ಸ್ನಾನಾದಿಗಳನ್ನು ಮುಗಿಸಲು ಬಾತ್ ರೂಮ್ ಕಾಂಪ್ಲೆಕ್ಸನ್ನು ಸಹ ತೋರಿಸಿದರು

"ಹೌದು. ಬಹಳ ದಿನದಿಂದ ಸ್ನಾನ ಮಾಡಿಲ್ಲ" ಎಂದು ಹೊರಟಳು ಶೀತಲ್

"ಏನಿಲ್ಲ, ಕೇವಲ 500 ವರ್ಷದಿಂದಷ್ಟೇ!" ಎಂದು ಚಟಾಕಿ ಹಾರಿಸಿದನು ಉಜ್ವಲ್.

ಅದನ್ನು ಮುಗಿಸಿ ಬಂದ ನಂತರ ಅವರನ್ನು ಅಲ್ಲಿನ ಮುಖ್ಯಸ್ಥರ ಬಳಿಗೆ ಕರೆದೊಯ್ಯಲಾಯಿತು, ಅವರ ಹೆಸರನ್ನು ಮಾತ್ರ ಫಲಕದಲ್ಲಿ ಬರೆಯಲಾಗಿತ್ತು. ಮಿಕ್ಕವರಿಗೆಲ್ಲಾ ಓಐ ನಂಬರ್ ಐಡಿ ಮಾತ್ರ ಭುಜದ ಮೇಲೆ ಲೇಬಲ್ ಮಾದರಿ ಹೊಳೆಯುತ್ತಿರುತ್ತಿತ್ತು.

ಶ್ರೀ ಜೈ ದೇಸಾಯಿ ಎಂಬ ನೀಲಿ ಸೂಟ್ ಧರಿಸಿದ್ದ 60 ವರ್ಷವಿದ್ದಿರಬಹುದಾದ ಮುಖ್ಯಸ್ಥರು ಇವರನ್ನು ಬರಮಾಡಿಕೊಂಡು ಕೈ ಕುಲುಕಿ ಹೇಳಿದರು

"ನನಗನಿಸುವಂತೆ ನಿಮಗೆ ಕನ್ನಡ ಬರುತ್ತಂತೆ. ನನಗೂ ಬರುತ್ತೆ. ಆದರೆ ಬಹುಶಃ ನಿಮ್ಮಷ್ಟು ಸರಿಯಾಗಿ ಮಾತನಾಡಲಾರೆ. ಸ್ವಲ್ಪ ಗಲಿಬಿಲಿಯಾಗುತ್ತದೆ. ನಿಮ್ಮಿಬ್ಬರಿಗೂ ಸ್ವಾಗತ" ಸ್ವಲ್ಪ ವಿದೇಶಿ ಆಕ್ಸೆಂಟ್ ಮಿಶ್ರಿತ ಸ್ಪಷ್ಟ ಕನ್ನಡ ನುಡಿಯಲ್ಲಿತ್ತು.

ಉಜ್ವಲ್ "ನಾನು ಕನ್ನಡಿಗ ಸಾರ್. ನಿಮ್ಮ ಮಾತು ಕೇಳಿ ಬಹಳ ಸಂತೋಷವಾಯಿತು. ನಮ್ಮ ಕನ್ನಡ ಇನ್ನೂ ಬದುಕಿದೆಯಲ್ಲ!"

"ಎಲ್ಲಾ ಭಾಷೆಗಳೂ ಇಲ್ಲಿ ಚಾಲ್ತಿಯಲ್ಲಿದೆ, ಮಿತ್ರ. ಅನಂತಂ ಬ್ರಹ್ಮಾ ಎಂದು ನಾವು ಹೇಳುವುದು ಇದಕ್ಕೆಯೇ!"

"ನನಗೆ ಸ್ವಲ್ಪ ಸ್ವಲ್ಪ ಬರುತ್ತದೆ" ಎಂದಳು ಮರಾಠಿ ಮೂಲದ ಶೀತಲ್.

"ಇರಲಿ, ಸದ್ಯಕ್ಕೆ ಇಂಗ್ಲೀಷಿಗೇ ಬರುವಾ, ನಿಮ್ಮಿಬ್ಬರಿಗೂ ಅರ್ಥವಾಗಲೆಂದು". ಜೈ ದೇಸಾಯರು ಇಬ್ಬರನ್ನೂ ಕೂರಲು ಹೇಳಿ ಕಾಫಿ ತರಿಸಿದರು. ರೋಬೋಟ್ ಸರ್ವರ್ ಕಾಫಿ ಮತ್ತು ಪ್ರೋಟೀನ್ ಕುಕೀಸ್ ಇವರ ಮುಂದೆ ಇಟ್ಟುಹೋಯಿತು

"ನಿಮಗೆ ಮುಂದೆ ಪೂರ್ಣಪ್ರಮಾಣದ ಮೆಡಿಕಲ್ ಚೆಕಪ್ ಮಾಡಿಸಿ, ಇಲ್ಲಿನ ಆಹಾರದ ಡಯೆಟ್, ಎಲ್ಲಿ ಹೇಗೆ ಎಂಬುದನ್ನೆಲ್ಲಾ ವಿವರಿಸಲಾಗುವುದು. ನಿಮಗೊಂದು ತಾತ್ಕಾಲಿಕ ನಿವಾಸವನ್ನು ಕೊಡಲಾಗುವುದು. ನೀವು ಸಂಪಾದನೆಗಿಳಿದು ಗಳಿಸಿದ ನಂತರ ನಿಮಗೆ ತಕ್ಕ ನಿವಾಸವನ್ನು ಆರಿಸಿಕೊಳ್ಳಬಹುದು. ಸದ್ಯಕ್ಕೆ ನಾನು ನಿಮ್ಮ ಹಳೆಯ ಕತೆಯನ್ನು ಕೇಳಲು ಉತ್ಸುಕನಾಗಿದ್ದೇನೆ. ಇದನ್ನು ನಾನು ವಿಡಿಯೋ ಲೈವ್ ಪ್ರಸಾರ ಮಾಡುತ್ತೇನೆ. ಆಸಕ್ತಿಯಿದ್ದವರು ನಮ್ಮ ಸರಕಾರಿ ಚಾನೆಲ್ಲಿನಲ್ಲಿ ಇದನ್ನು ವೀಕ್ಷಿಸಿ ನಿಮ್ಮ ಮಾಹಿತಿಯನ್ನು ಅರಿಯುತ್ತಾರೆ. ನಮ್ಮ ವಿಜ್ಞಾನಿಗಳೂ, ಅಧ್ಯಕ್ಷರೂ, ಹಿರಿಯ ಅಧಿಕಾರಿಗಳೂ ಇಂದು ವಿಶೇಷವಾಗಿ ಇದನ್ನು ಕೇಳಿಸಿಕೊಳ್ಳುತ್ತಾರೆ. ನಿಮ್ಮಂತಹ 500 ವರ್ಷದ ಹಿಂದಿನ ಕಾಲದವರು ಇಲ್ಲಿಗೆ ಬರುವುದು ಸರ್ವೇಸಾಮಾನ್ಯ ವಿಷಯವಂತೂ ಅಲ್ಲ. ನೀವು ಕಾಫಿ ಕುಡಿದ ನಂತರ ಆರಂಭಿಸುತ್ತೇನೆ."

ಉಜ್ವಲ್ ಮೊದಲು ತನ್ನ ವರದಿಯನ್ನು ಆರಂಭಿಸಿದನು. ಆಗಿನ ಕಾಲದ ಭಾರತದ ತಂತ್ರಜ್ಞಾನ ಮತ್ತು ಸಾಧನೆಗಳನ್ನು ಒತ್ತು ಕೊಟ್ಟು ಸವಿವರವಾಗಿ ತಿಳಿಸಿಕೊಟ್ಟನು. ಆಗಿನ ಮೈಕ್ರೋ ಬಯೋಲೊಜಿ ರಿಸರ್ಚ್ ಮತ್ತು ಗಗನಯಾನ, ಶುಕ್ರಯಾನ, ಅಂತರ-ಬಾಹ್ಯಾಕಾಶ ನಿಲ್ದಾಣವನ್ನು ಭಾರತ ಸ್ಥಾಪಿಸಿದ್ದು ಎಲ್ಲವನ್ನೂ ನಿಯೋ ಲ್ಯಾಂಡಿನವರು ಓದಿ ಮಾಹಿತಿ ಪಡೆದಿದ್ದರೇ ವಿನಹ ನೈಜ ವರದಿ ಕೇಳಿಸಿಕೊಂಡಿರಲಿಲ್ಲ.

"ಅವುಗಳಲ್ಲಿ ಹಲವು ಮಾಹಿತಿ ನಮಗೆ ಲಭ್ಯವಾಗಲಿಲ್ಲ. ಅಣುಯುದ್ಧದ ನಂತರ ಅಂತರ್ಜಾಲ ವ್ಯವಸ್ಥೆಯ ಹಲವು ದಾಖಲೆಗಳ ಸಂಗ್ರಹಗಳು ಶಾಶ್ವತವಾಗಿ ನಷ್ಟವಾಗಿಹೋದವು." ಜೈ ದೇಸಾಯರು ವಿಷಾದಿಸಿದರು.

"ನಾವು ನಮಗೆ ತಿಳಿದ ಮಾಹಿತಿಯನ್ನೆಲ್ಲಾ ನಮ್ಮ ಬಳಿಯಿರುವ ಟ್ಯಾಬ್ಲೆಟ್ ಮೂಲಕ ಕಲೆಹಾಕಿ ಹೊಸದಾಗಿ ಬರೆದು ಮರುಮಾಹಿತಿ ಸೃಷ್ಟಿ ಮಾಡುತ್ತೇವೆ" ಎಂದು ಉಜ್ವಲ್ ಶೀತಲ್ ಸೇರಿ ಒಪ್ಪಿಕೊಂಡರು.

ಇದನ್ನು ಕೇಳಿಸಿಕೊಂಡು ವಿಡಿಯೋ ಲೈವ್ ಕಾಲ್ ಮೂಲಕ ಸಂಪರ್ಕಕ್ಕೆ ಬಂದ ನಿಯೋಲ್ಯಾಂಡಿನ ರಾಷ್ಟ್ರಾಧ್ಯಕ್ಷ ಜೆ.ಆರ್. ಕಾರ್ಲ್ಸನ್ "ಓಹ್, ದಟ್ಸ್ ವಂಡರ್ಫುಲ್. ನೀವು ಮುಂದೇನು ಮಾಡಬೇಕೆಂದಿದ್ದೀರಿ, ಜೈ ದೇಸಾಯರಿಗೆ ಹೇಳಿ. ನಿಮಗೆ ಅನುಮತಿ ಕೊಡಿಸುತ್ತೇವೆ" ಎಂದು ಭರವಸೆ ಕೊಟ್ಟರು.

"ನಾವು ನಮ್ಮ ಬಯೋಟೆಕ್ ಸಂಶೋಧನೆಯನ್ನೇ ಮುಂದುವರೆಸಬೇಕೆಂದಿದ್ದೇವೆ. ನಿಮಗೆ ಅಭ್ಯಂತರವಿಲ್ಲದಿದ್ದರೆ..." ಶೀತಲ್ ಇಬ್ಬರ ಪರವಾಗಿ ಹೇಳಿದಳು.

"ಖಂಡಿತ ಮಾಡಿ. ಅದರಲ್ಲಿಯೂ ನಮಗೆ ನೀವು ಒಳಪಟ್ಟ ಪ್ರಯೋಗ–ಕ್ರಯೋಜೆನಿಕ್ ಸ್ಲೀಪ್ ಬಗ್ಗೆ ಇನ್ನೂ ಮಾಹಿತಿ ದೊರೆತೇ ಇಲ್ಲ. ನಮಗೆ ಇನ್ನೂ ಅದು ಲಭ್ಯವಾಗಿಲ್ಲ. ಮಾಡಬಲ್ಲಿರಾ?"

ಉಜ್ವಲ್ ಮತ್ತು ಶೀತಲ್ ಒಬ್ಬರ ಮುಖ ಇನ್ನೊಬ್ಬರು ನೋಡಿಕೊಂಡು ಅರೆಕ್ಷಣದ ನಂತರ ನಕ್ಕರು.

"ಎಲ್ಲಾ ವಿಧಿಯಾಟ." ಉಜ್ವಲ್ ವಿವರಿಸಿದ. "ನಾವು ಅದನ್ನೀಗ ಮರೆಯೋಣ ಎಂದು ಶತಪ್ರಯತ್ನ ಮಾಡುತ್ತಿದ್ದೆವು. ಇರಲಿ, ನಮಗೆ ಅದರ ಸಕಲ ಹಂತಗಳೂ ನೆನಪಿವೆ, ಅದರ ಮಾನ್ಯುಯಲ್ ಸಹ ನಮ್ಮ ಬಳಿಯಿದೆ. ನಿಮಗಿರುವ ಈ ತಂತ್ರಜ್ಞಾನದ ಮಟ್ಟಕ್ಕೆ ಅದೇನೂ ದೊಡ್ಡ ಸವಾಲಾಗದು."

"ನಾನೂ ಸಿದ್ಧ. ನಿಮ್ಮ ಬಯೋಟೆಕ್ ಲ್ಯಾಬನ್ನು ಒಮ್ಮೆ ಪರೀಕ್ಷಿಸಿ ಕಾರ್ಯೋನ್ಮುಖರಾಗುತ್ತೇವೆ. ನಮಗೆ ಬೇಕಿರುವ ಸಲಕರಣೆ, ವ್ಯವಸ್ಥೆ?" ಎಂದು ರಾಗ ಎಳೆದಳು ಶೀತಲ್.

"ಎಲ್ಲಾ ನಾವು ಕೊಡುತ್ತೇವೆ" ಆಶ್ವಾಸನೆ ನೀಡಿದರು ಜೈ ದೇಸಾಯರು. "ಜತೆಗೆ ನಿಮ್ಮ ಪ್ರಯೋಗಕ್ಕೆ ಯಾವುದೇ ಮಧ್ಯಪ್ರವೇಶ ಇರುವುದಿಲ್ಲ. ನೀವು ಒತ್ತಡವಿಲ್ಲದೆ ಸಮಯ ತೆಗೆದುಕೊಂಡು ಮಾಡಬಹುದು."

"ಮುಂದೊಮ್ಮೆ ಹೀಗಾಗದಿರಲಿ" ಎಂದು ಯೋಚಿಸುತ್ತಾ ನುಡಿದ ಉಜ್ವಲ್, "ಅದಕ್ಕಾಗಿ ನಿಮ್ಮಲ್ಲಿನ ಯುವ ಬಯೋಟೆಕ್ ವಿಜ್ಞಾನಿಗಳ ಒಂದು ಟೀಂ ಕಟ್ಟುತ್ತೇವೆ, ಅವರ ಮೂಲಕ ಎಲ್ಲಾ ಮಾಹಿತಿಯೂ ಭವಿಷ್ಯಕ್ಕೂ ಮುಕ್ತವಾಗಿ ದೊರೆಯಲಾರಂಭಿಸುತ್ತದೆ."

"ಆದರೆ ಒಂದು ಕಂಡೀಷನ್" ಎಂದಳು ದೃಢವಾದ ದನಿಯಲ್ಲಿ ಶೀತಲ್. ಎಲ್ಲರೂ ಅವಳತ್ತ ಏನೆಂಬಂತೆ ಆಸಕ್ತಿಯಿಂದ ನೋಡಿದರು.

"ಈ ಸಲ ನಾನು ಮಾತ್ರ 500 ವರ್ಷದ ನಿದ್ದೆಗೆ ಒಳಪಡುವುದಿಲ್ಲ" ಎಂದಳು ಶೀತಲ್ ನಾಟಕೀಯವಾಗಿ.

"ಯಾಕೆ ಶೀತಲ್?" ಎಂದ ಉಜ್ವಲ್ ಕೀಟಲೆ ಮಾಡುತ್ತಾ.

"ಅಯ್ಯೋ, 525 ವರ್ಷದ ಮುದುಕಿಯಾದ ನನಗೆ ಈಗಲೇ ಮದುವೆಗೆ ವರ ಸಿಕ್ಕುವುದಿಲ್ಲ, ಇನ್ನೂ 500 ವರ್ಷ ಆಗಿಬಿಟ್ಟರೆ?" ಎಂದಳು ಹುಸಿನಗೆ ಬೀರುತ್ತಾ.

"ಆಹಾ! 530 ವರ್ಷದ ಮುದುಕನೊಬ್ಬ ನಿನ್ನನ್ನು ವರಿಸಲು ಸಿದ್ಧನಿದ್ದಾನಂತೆ. ಅವನನ್ನು ಕೇಳಿ ಹೇಳುತ್ತೇನೆ" ಎಂದ ಉಜ್ವಲ್ ಅಷ್ಟೇ ಭೋಳೆತನ ನಟಿಸುತ್ತಾ.

ಎಲ್ಲರೂ ಗೊಳ್ಳನೆ ನಕ್ಕರು.

(ಮುಗಿಯಿತು)

ಲೆಮೂರಿಯಾ – ನಿಧಿಯ ವಿಧಿ

1

ಇಸವಿ. 1550, ಏಪ್ರಿಲ್ 10. ಹಿಂದೂ ಮಹಾಸಾಗರದಲ್ಲಿ ಎಲ್ಲೋ.

ಸ್ಯಾಂಟೀಯಾಗೊ ಎಂಬ ಹೆಸರಿನ ಸ್ಪೇನ್ ಬಾವುಟ ಹಾರಿಸುತ್ತಿದ್ದ ಹಡಗಿನ ಕ್ಯಾಪ್ಟನ್ ಸಾಂಚೆಜ್ ಅದರ ಡೆಕ್ ಮೇಲೆ ನಿಂತು ತಿಳಿಮೋಡಗಳಿದ್ದ ಆಗಸವನ್ನು ನೋಡಿ ಒಮ್ಮೆ ವಿಜಯದ ನಗೆ ಬೀರಿದನು. ಅದಕ್ಕೆ ಕಾರಣವೂ ಇಲ್ಲದಿರಲಿಲ್ಲ. ಈ ಉತ್ತಮ ಹವೆ ಒಂದು ಚಿಕ್ಕ ಸುದೈವ ಅಷ್ಟೇ!

ಮುಖ್ಯವಾಗಿ ಎರಡು ತಿಂಗಳ ಕಾಲದ ಒಂದು ಐತಿಹಾಸಿಕ ಅಮಾನುಷ ಸಾಹಸದಲ್ಲಿ ಜಯಗಳಿಸಿ ಅವನು ಈ ಹಿಂದೂ ಸಾಗರದ ಚಿಕ್ಕಚಿಕ್ಕ ಹವಳ ದ್ವೀಪಗಳ ಸಮೂಹದಿಂದ ತನ್ನ ತಾಯ್ನಾಡಿಗೆ ಹಿಂತಿರುಗುತ್ತಿದ್ದನು. ತನ್ನ ಹಡಗಿನ ಹಿಂದೆಯೇ ಇನ್ನೂ ಹಾನಿಯಾಗದೆ ಭರಪೂರ ಭಾರ ಹೊತ್ತ ತಮ್ಮದೇ ಆದ ಸ್ಯಾನ್ ಬೆತ್ ಹಡಗು ಸಹ ತೇಲಿಬರುತ್ತಿತ್ತು.

ಈ ಸಾಗರದ ನೀರನ್ನು ಬ್ಲೂ ಗೋಲ್ಡ್ ಅಥವಾ ನೀಲಿ ಬಂಗಾರ ಎನ್ನುತ್ತಾರೆ ನಾವಿಕರು. ಆದರೆ ತನ್ನ ಬಳಿ ನಿಜವಾದ ಚಿನ್ನವೇ ಇತ್ತಲ್ಲ! ಅದೂ ಯಾರೂ ಊಹಿಸಲಾರದಷ್ಟು ಅಗಾಧ ಪ್ರಮಾಣದಲ್ಲಿ. ತನಗೆ ಮತ್ತು ತನ್ನ ಆಯಾಸ ಮತ್ತು ರೋಗದಿಂದ ನರಳುತ್ತಿದ್ದ ಸಿಬ್ಬಂದಿಗೆ ಲೆಕ್ಕವೂ ಹಾಕಲಾರದಷ್ಟು ಅಪಾರ!

ಎರಡು ವರ್ಷಗಳಿಂದ ಸ್ವಲ್ಪವೂ ವಿರಾಮವಿಲ್ಲದೆ ಸಮುದ್ರದಲ್ಲಿ ಅವಿರತ ದುಡಿದಿದ್ದವರ ಮಾನಸಿಕ ಸ್ವಾಸ್ಥ್ಯ ಅಪಾಯದ ಅಂಚಿಗೆ ತಲುಪಿತ್ತು. ಕೆಲವರನ್ನಂತೂ ಆ ದ್ವೀಪದಲ್ಲಿ ಹೂತು ಬರಬೇಕಾಗಿ ಬಂದಿತ್ತು.

ಅವರಲ್ಲೊಬ್ಬನನ್ನು ಹೂತಾಗ ಮಾತ್ರ ಕ್ಯಾಪ್ಟನ್ ಆದ ತನಗೆ ತೀರಾ ದುಃಖವಾಗಿತ್ತು. ಅವನೂ ತಾವು ಕೊಟ್ಟಿದ್ದ ಚಿತ್ರಹಿಂಸೆಯಿಂದ ಸಾಕಷ್ಟು ನರಳಿದ್ದ. ಅಲ್ಲದೆ ಎಲ್ಲರಂತೆ ಅವನಿಗೂ ದೀರ್ಘ ಪಯಣದಿಂದ ಕಡಲುರೋಗ (ಸೀ ಸಿಕ್ನೆಸ್) ತಗುಲಿತ್ತು. ಅವನೇ ಭೌದ್ಧ ಭಿಕ್ಕು ಸಾಮನೆರಾ. ಅವನಿಂದ ಬೇಕಿದ್ದ ಅತ್ಯಮೂಲ್ಯ ಮಾಹಿತಿಯಿಂದ ಈ ಕೊನೆಯಿಲ್ಲದ ಸಾಗರದ ನಡುವಿನ ಆ ಚಿಕ್ಕ ದಿವೇಹಿನಾ ದ್ವೀಪವನ್ನು ಕೊನೆಗೂ ಪತ್ತೆ ಹಚ್ಚಿದ್ದರು.

ಮೂಲತಃ ಬೌದ್ಧ ಬಿಕ್ಷುಗಳಿಗೆ ಮುಖ್ಯಸ್ಥನಾಗಿದ್ದ ಸಾಮನೆರಾನ ವಶದಲ್ಲಿ ಅತ್ಯಂತ ಗೋಪ್ಯ ಮತ್ತು ಪುರಾತನ ರಹಸ್ಯವಾದ ಲೆಮೂರಿಯಾ ಖಂಡದ ಪಳೆಯುಳಿಕೆಗಳ ನಕ್ಷೆ ಸಹ ಇತ್ತು!

ಹಲವು ಲಕ್ಷ ವರ್ಷಗಳ ಕೆಳಗೆ ಇದ್ದಿತೆನ್ನಲಾದ ಸ್ವರ್ಗದಂತಹ ಭೂಖಂಡ ಲೆಮೂರಿಯಾ. ಆ ಕಾಲದಲ್ಲೆ ದೊಡ್ಡ ಪ್ರಳಯದ ಸಮಯದಲ್ಲಿ ಸಂಪೂರ್ಣ ನಾಶವಾಗಿ ಸಮುದ್ರದ ತಳ ಸೇರಿತ್ತು. ನಿಜ. ಪಾಶ್ಚಿಮಾತ್ಯರಲ್ಲಿ ಯಾರಿಗೂ ಈ ಕಟ್ಟುಕತೆಯಲ್ಲಿ ನಂಬಿಕೆಯಿರಲಿಲ್ಲ. ಸಾಂಚೆಜ್ ತರಹದ ಕೆಲವು ಕಡಲುಪುರಾಣದ ಹುಚ್ಚರನ್ನು ಬಿಟ್ಟು!

ಕೊನೆಗೂ ಅ ಶತಪ್ರಯತ್ನದ ಲಾಭ ದೊರಕೇ ದೊರೆತಾಗ ಸಾಂಚೆಜ್ ಹುಚ್ಚನಂತೆ ನಕ್ಕಿದ್ದ, ಕುಣಿದಿದ್ದ, ಉರುಳಾಡಿ ಅತ್ತಿದ್ದ, ಆ ದ್ವೀಪದಲ್ಲಿ ಆ ನಂಬಲಸಾಧ್ಯವಾದ ಬಂಗಾರದ ಕೋಟೆಗೋಡೆಗಳ ಸಂಪತ್ತನ್ನು ಕಂಡು. ಅದೇನೂ ಈಗಿನ ಕಾಲದ 24–ಕ್ಯಾರೆಟ್ ಲೆಕ್ಕದ ಬಂಗಾರವಲ್ಲ. ಹಿಂದೊಂದು ಯುಗದಲ್ಲಿ ನಿರ್ಮಿತ ಚಿನ್ನದ ಎರಡು ಮೂರು ಅಡಿ ದಪ್ಪದ ಸಾಲಿಡ್ ಚಿನ್ನದ ಗೋಡೆಯ ತುಂಡುಗಳು. ಅದರ ಪ್ಯೂರಿಟಿಗೆ ಈಗ ಮಾನದಂಡವಿಲ್ಲ!

ನಿಶ್ಶಕ್ತನಾದ ಸಾಮೆನೆರಾ ಕೊನೆಗೊಮ್ಮೆ ಸಾಂಚೆಜ್ ಮತ್ತು ಅವನ ನಿತ್ರಾಣವಾದರೂ ಹಸಿದ ನಾವಿಕರನ್ನು ಆ ದ್ವೀಪದ ರಹಸ್ಯ ಗುಹೆಗೆ ಕರೆದೊಯ್ದಾಗ ಅಲ್ಲಿ ಅವರಿಗೆ ಪೈತ್ಯ ಹಿಡಿಯುವುದೊಂದು ಬಾಕಿ! ಆಪಾಟಿ ಬಂಗಾರ ಕಣ್ಣು ಕೋರೈಸಿತ್ತು! ಅದನ್ನು ಕಾವಲು ಕಾಯುತ್ತಿದ್ದ ಈಟಿ, ಭರ್ಜಿ ಮಾತ್ರ ಹಿಡಿದಿದ್ದ ಕೆಲವೇ ಆದಿವಾಸಿಗಳನ್ನು ಕಣ್ಣು ಮಿಟುಗಿಸುವ ಮುನ್ನ ಕೊಂದು ಅವರ ಹೆಣಗಳನ್ನು ಮೆಟ್ಟಿ ಸಾಗಿದ್ದರು. ಆ ನಾವಿಕರ ಹುಚ್ಚು ಆನಂದದ ನಡುವೆ ಸಾಮೆನೆರಾ ಸತ್ತು ಬಿದ್ದಿದ್ದು ಗೊತ್ತಾಗಿದ್ದೇ ಮುಂದಿನ ದಿನ ಕುಡಿದು ಬಿದ್ದಿದ್ದ ಎಲ್ಲರ ಅಮಲು ಇಳಿದಾಗ.

ಆಮೇಲೆ ಒಂದು ವಾರದ ಕಾಲ ತಗುಲಿದ್ದು ತಮ್ಮ ಹಡಗಿನ ಗುಲಾಮರು ಮತ್ತು ಆ ದ್ವೀಪದ ಆದಿವಾಸಿಗಳಿಗೆ ಯಮಶಿಕ್ಷೆಯಾಗುವಂತಹ ಕಷ್ಟಪಟ್ಟು ಆ ಬಂಗಾರದ ಗಟ್ಟಿಗಳನ್ನು ಗುಹೆಯಿಂದ ಎರಡು ಮೂರು ಕಿ.ಮೀ. ಸಾಗರದ ದಡದಲ್ಲಿ ಲಂಗರು ಹಾಕಿದ್ದ ಸ್ಯಾಂಟಿಯಾಗೋ ಮತ್ತು ಸ್ಯಾನ್ ಬೆತ್ ಎರಡೂ ಹಡಗುಗಳಿಗೆ ಸಾಗಿಸಲು! ತಳ್ಳುಗಾಡಿಗಳಲ್ಲಿ ಸ್ವಲ್ಪ, ಅಲ್ಲಿದ್ದ ಮ್ಯೂಲ್ ಕತ್ತೆಗಳ ಬೆನ್ನು ಮುರಿಯುವಂತೆ ಇನ್ನಷ್ಟು, ಮಿಕ್ಕಿದ್ದು ಹೊತ್ತಿದ್ದ ಗುಲಾಮರ ಬೆನ್ನೇ ಡೊಂಕಾಗುವಷ್ಟು ಪ್ರಮಾಣದ ಚಿನ್ನದ ಸಾಗಣಿಕೆಯಾಗಿತ್ತು.

ಹಲವರು ಆ ಅಸಾಧ್ಯ ಶ್ರಮಕ್ಕೆ ತಾವಾಗಿಯೇ ಸತ್ತರು. ಮಿಕ್ಕವರನ್ನು ನಾವಿಕರ ಕಾವಲುಗಾರರು ನಿರ್ದಯವಾಗಿ ಕೊಂದರು. ಪ್ರಾಚೀನ ಸಂಪತ್ತಿನ ಅಡಗುತಾಣವಾಗಿದ್ದ ಆ ನತದೃಷ್ಟ ದಿವೇಹಿನಾ ದ್ವೀಪವೇ ಇಂದು ಅವರ ಸಾಮೂಹಿಕ ಸ್ಮಶಾನವಾಗಿತ್ತು. ಹೆಚ್ಚು ಜನ ಉಳಿದಷ್ಟೂ ಹೆಚ್ಚು ಪಾಲಾಗುತ್ತಿತ್ತಲ್ಲ ಆ ಅಮೂಲ್ಯ ಬಂಗಾರ! ಹಾಗಾಗಿ ಅಲ್ಲಿ ಸ್ವಾರ್ಥ ಮತ್ತು ಕ್ರೌರ್ಯ ತಾನೇ ತಾನಾಗಿ ಮಿತಿಯಿಲ್ಲದೇ ಮೆರೆದಿತ್ತು.

ಕ್ಯಾಪ್ಟನ್ ಸಾಂಚೆಜ್ ಡೆಕ್ ಇಳಿದು ಯಾವಾಗ ತನ್ನ ಕ್ಯಾಬಿನ್ನಿಗೆ ಹೋಗಿ ಆ ಸಂಜೆಯ ಮೊದಲ ಪೆಗ್ ವಿಸ್ಕಿ ಗುಟುಕರಿಸುತ್ತಿದ್ದನೋ, ಆಗ ಹಡಗು ವಿಲಕ್ಷಣವಾಗಿ ಓಲಾಡಿತ್ತು. ಆಗಲೇ ನೌಕೆಯ ಎಚ್ಚರಿಕೆಗಂಟೆ ಆರ್ತನಾದದಂತೆ ಬಡಿಯಲಾರಂಭಿಸಿತ್ತು.

ಕ್ಯಾಪ್ಟನ್ ಮತ್ತು ಅವನ ಹಿರಿಯ ಸಿಬ್ಬಂದಿ ಏನಾಯಿತೆಂದು ನೋಡಲು ಮೇಲಿನ ಡೆಕ್ಕಿಗೆ ಬಂದಾಗ ಅವರಿಗೆ ಎದೆಝಲ್ಲೆನಿಸುವ ದೃಶ್ಯ ಕಂಡಿತ್ತು.

ಎದುರಿಗೆ ದಿಗಂತ ಇದ್ದಕ್ಕಿದ್ದಂತೆ ಕಾರ್ಮುಗಿಲಲ್ಲಿ ಮುಚ್ಚಿಹೋಗಿತ್ತು. ಸ್ಯಾನ್ ಬೆತ್‌ನ ಕ್ಯಾಪ್ಟನ್ ಡೈಗೋ ಸಹ ಆತಂಕದಿಂದ ಕೈಮಾಡಿ ಪಶ್ಚಿಮದಿಕ್ಕಿಗೆ ತೋರಿಸುತ್ತಿದ್ದನು.

ಅದೇನು? ಓಹ್ ಜೀಸಸ್! ಬೆಟ್ಟವೋ ಪೆಡಂಭೂತವೋ ಎನ್ನುವಂತೆ ದೈತ್ಯ ಅಲೆ! ಇದುವೇ ಸುನಾಮಿಯೇ? ಅಯ್ಯೋ ವಿಧಿಯೆ! ಸ್ವಲ್ಪ ಹೊತ್ತಿನ ಕೆಳಗೆ ಏನೂ ತೊಂದರೆ ಇರಲಿಲ್ಲವಲ್ಲ.

ಆ ರಕ್ಕಸಾಕಾರದ ಅಲೆ ಮತ್ತು ಜಲರಾಶಿ ತಮ್ಮನ್ನು ನುಂಗಲೆಂದೇ ವೇಗವಾಗಿ ನುಗ್ಗಿ ಬರುತ್ತಿದೆ ಎನಿಸಿತು ಅವರಿಗೆ.

ಅದೇಕೋ ಆಗ ಕ್ಯಾಪ್ಟನ್ ಸಾಂಚೆಜ್‌ಗೆ ಚಿತ್ರಹಿಂಸೆಯಿಂದ ನರಳಿದ ಬೌದ್ಧ ಬಿಕ್ಕು ಸಾಮನೆರಾ ಕೊಟ್ಟಿದ್ದ ಕೊನೆಯ ಎಚ್ಚರಿಕೆಮಾತು ಕಿವಿಯಲ್ಲಿ ಮಾರ್ದನಿಸಿತ್ತು.

"ಬೇಡ. ಲೆಮೂರಿಯಾದ ನಿಧಿ ಎಂದಿಗೂ ಮುಟ್ಟಬೇಡ. ಅದರ ಹಿರಿಯ ಜ್ಞಾನಿ ಆತ್ಮಗಳು ಈ ಕಡಲಲ್ಲಿ ಸುತ್ತುತ್ತಿವೆ. ಅವರು ಅತಿಮಾನುಷರು. ನಿಮ್ಮನ್ನು ಈ ನಿಧಿ ಕದ್ದೊಯ್ಯಲು ಬಿಡುವುದಿಲ್ಲ. ಇದು ಅವರದ್ದು!" ಎಂದು ಅಂಗಲಾಚಿದ್ದ.

ಆಗ ತಾವೆಲ್ಲರೂ ಆ ಬಡಪಾಯಿಯ ಸುತ್ತ ಕುಡಿದ ಅಮಲಿನಲ್ಲಿ ನಗಾಡಿ ಕೇಕೆ ಹಾಕಿದ್ದೆವು. ಆದರೆ ಈಗ?

ಐದೇ ನಿಮಿಷವೂ ಆಗಿರಲಾರದು. ಸ್ಯಾಂಟಿಯಾಗೋ ಮತ್ತು ಸ್ಯಾನ್ ಬೆತ್ ಹಡಗುಗಳ ಪಾಲಿಗೆ ಮೃತ್ಯುಸ್ವರೂಪವಾಗಿ ಹುಟ್ಟಿದ ದೈತ್ಯ ಅಲೆಯ ಸಹಸ್ರಗಟ್ಟಲೆ ಗ್ಯಾಲನ್ ನೀರು ಶಾಪದಂತೆ ಬಂದೆರಗಿತ್ತು.

ಆ ಕಾಲಕ್ಕೆ ಬಲಿಷ್ಠವಾಗಿ ಕಟ್ಟಲ್ಪಟ್ಟಿದ್ದೆನ್ನಲಾದ ಆ ಎರಡೂ ಹಡಗುಗಳು ಆ ಹೊಡೆತಕ್ಕೆ ಮಕ್ಕಳಾಟಿಕೆಯಂತೆ ಸಾಗರದಲ್ಲಿ ಚಪ್ಪಾಚೂರಾಗಿ ಮುರಿದು ಬಿದ್ದವು. ಎರಡೂ ಹಡಗುಗಳನ್ನೂ, ಅದರಲ್ಲಿದ್ದ ಸಿಬ್ಬಂದಿ ಮತ್ತು ನಿಧಿಯನ್ನು ಸಮುದ್ರವೇ ಆಪೋಶನ ತೆಗೆದುಕೊಂಡು ನುಂಗಿಹಾಕಿತ್ತು!

ಮತ್ತಿನ್ನು ಹತ್ತು ನಿಮಿಷದಲ್ಲಿ ಆ ಜಲರಾಶಿ ಸಾಧಾರಣ ಸ್ಥಿತಿಗೆ ಇಳಿದಾಗ ಮುಸ್ಸಂಜೆಯ ಮಬ್ಬು ಬೆಳಕಲ್ಲಿ ಅಲೆಗಳು ತಮಗೆ ಈ ದುರಂತವೇನೂ ಅರಿಯದೆಂಬಂತೆ ಶಾಂತವಾಗಿ ಮುಗುಳ್ನಗುತ್ತಿದ್ದಂತಿದ್ದವು.

2

ವರ್ಷ 2017. ಕೊಚ್ಚಿ.

ಕೊಚ್ಚಿಯ ಪೋರ್ಟ್ ಟ್ರಸ್ಟ್ ಕಾಂಪ್ಲೆಕ್ಸ್ ನೆಲಮಾಳಿಗೆಯಲ್ಲೊಂದು ಸುಸಜ್ಜಿತ ಕಿರು ಕಚೇರಿಯಿದೆ. ಇದನ್ನು ಇಂಡಿಯನ್ ಅಂಡರ್–ವಾಟರ್ ರಿಸರ್ಚ್ ಇನ್ಸ್ಟಿಟ್ಯೂಟ್ ಎಂಬ ಸಾಧಾರಣ ಹೆಸರಿನಿಂದ ಕರೆಯಲಾಗುತ್ತದೆ. ಆದರೆ ಅದರ ವ್ಯಾಪ್ತಿ ಮತ್ತು ಕಾರ್ಯ ನಿರ್ವಹಣೆಯ ಅಧಿಕಾರ ಮತ್ತು ಶಕ್ತಿ, ಗೃಹ ಸಚಿವಾಲಯ ಮತ್ತು ಇಂಡಿಯನ್ ನೇವಿಯ ವರಿಷ್ಠ ಅಧಿಕಾರಿಗಳಿಗೆ ಮಾತ್ರ ತಿಳಿದಿದೆ.

ಅದರ ಮುಖ್ಯ ಅಧಿಕಾರಿ ಡಾ. ದೇಸಾಯಿ ಅಂದು ಬೆಳಿಗ್ಗೆಯ ಇ–ಮೈಲಿನಲ್ಲಿ ಬಂದ ಮುಖ್ಯ ಲೇಖನವನ್ನು ಕಣ್ಣು ಕಿರುದಾಗಿಸಿಕೊಂಡು ಓದಿ, ಕಣ್ಣುಜ್ಜಿಕೊಂಡು ಉಫ್ ಎಂದು ನಿಟ್ಟುಸಿರಿಟ್ಟರು.

ಡಾ. ಪ್ರಮೋದ್ ದೇಸಾಯಿಗೆ 60 ವರ್ಷ. ಅವರು ನೇವಲ್ ಸೀಕ್ರೆಟ್ ಸರ್ವೀಸ್, ಆರ್ಕಿಯಾಲಜಿ, ಹೀಗೆ ವೈವಿಧ್ಯಮಯ ಇಲಾಖೆ ಹಾಗೂ ವಿಷಯಗಳಲ್ಲಿ ಎಲೆಮರೆ ಕಾಯಿಯಂತೆ ದೇಶಕ್ಕೆ ಅವಿರತ ಸೇವೆ ಸಲ್ಲಿಸಿದವರು. ಅವರನ್ನು ಅವೆರಡೂ ವಿಷಯಗಳಲ್ಲಿ ಅಥಾರಿಟಿ ಎಂದು ಅಂತರರಾಷ್ಟ್ರೀಯ ಮಟ್ಟದಲ್ಲಿ ಸ್ವಲ್ಪ ತಿಳಿದವರೂ ಸಹ ಗೌರವಿಸುವರು. ಇಂದು ಈ ಗುಪ್ತಸಂಸ್ಥೆಯ ಚೇರಮನ್!

ಆದರೆ ಇವತ್ತು ಓದಿದ ವಿಚಾರ ಅತ್ತ ಅಂಡರ್–ವಾಟರ್ ಟೆಕ್ನಾಲಜಿಯೂ ಅಲ್ಲ, ಇತ್ತ ಆರ್ಕಿಯಾಲಜಿ/ಪುರಾತತ್ವ ಇಲಾಖೆಯದ್ದೂ ಅಲ್ಲ. ಇದೊಂದು ಸ್ಮೃತಿಗೆಟುಕದ, ವೈಜ್ಞಾನಿಕವಾಗಿ ನಂಬದ, ಕಡಲುಪುರಾಣ ಎನ್ನಬಹುದು.

ಅದಕ್ಕೇ ಅವರು ತಮ್ಮ ಚೀಫ್ ಆಪರೇಟಿಂಗ್ ಆಫೀಸರ್ ಆದ, ಇಂತಹ ವಿಚಾರಗಳಲ್ಲಿ ಪರಿಣತನಾದ ಕ್ಯಾಪ್ಟನ್ ಅವಿನಾಶ್ ನಾಯಕ್‌ಗೆ ಕಾಲ್ ಮಾಡಿ ತಮ್ಮ ಬಳಿ ಕರೆಸಿದರು. ಮಂಗಳೂರಿನ 32 ವರ್ಷ ವಯಸ್ಸಿನ ಆಜಾನುಬಾಹು ಸಾಹಸಿ ಅವಿನಾಶ್ ಭಾರತೀಯ ನೌಕಾಪಡೆಯ ಸ್ಪೆಶಲ್ ಫೋರ್ಸಸ್ ಸೆಲ್ ಸೇವೆಯಲ್ಲಿದ್ದ ಅಧಿಕಾರಿ. ಅವನನ್ನು ಡಾ.ದೇಸಾಯಿ ಹತ್ತಿರದಿಂದ ಬಲ್ಲರು. ಅವನಿಗೂ ಇವರ ಬಗ್ಗೆ ಗುರುಗಳು ಎನಿಸುವಂಥ ಗೌರವಾದರ ಹಲವು ವರ್ಷ ರಹಸ್ಯ ಮಿಶನ್‌ಗಳಲ್ಲಿ ಜಂಟಿಯಾಗಿ ಕೆಲಸ ಮಾಡಿದ್ದರ ಫಲವಾಗಿ ಬೆಳೆದಿದೆ.

ಈಗ ದೇಸಾಯಿ ಒಂದು ವರ್ಷದಿಂದ ತಾವು ಆರಂಭಿಸಿದ ಈ ವಿಶೇಷ ಸಂಸ್ಥೆಗೆ ಡೆಪ್ಯುಟೇಷನ್ ಮೇಲೆ ಅವನನ್ನು ಕರೆಯಿಸಿಕೊಂಡಿದ್ದರು.

ಎದುರು ಚೇರಿನಲ್ಲಿ ಕುಳಿತ ಕ್ರೂ ಕಟ್ ಕಪ್ಪು ಕೂದಲಿನ ಆರು ಅಡಿ ಎತ್ತರದ ಶಕ್ತಿಶಾಲಿ ಮೈಕಟ್ಟಿನವನ ಕಂಗಳಲ್ಲಿ ಅದೆಂಥದೋ ಅದಮ್ಯ ಉತ್ಸಾಹ, ಸೋಲದ ವಿಶ್ವಾಸವನ್ನು ಕಂಡು ಡಾ ದೇಸಾಯಿ ಪ್ರಸನ್ನರಾದರು.

"ಲೆಮೂರಿಯಾ?" ಎಂದು ಯಾವುದೇ ಪೀಠಿಕೆಯಿಲ್ಲದೆ ಆ ಪದವನ್ನು ಅವನತ್ತ ಎಸೆದರು ಡಾ.ದೇಸಾಯಿ. ಇದು ಅವರಿಬ್ಬರ ಸಾಮಾನ್ಯ ಸಂಭಾಷಣಾ ಶೈಲಿ!

"ಮತ್ತೇಕೆ ಭಾಧಿಸುತ್ತಿದೆ ಈ 'ಕಟ್ಟುಕತೆ' ನಿಮ್ಮ ಪಾಲಿಗೆ? ನಿಮ್ಮನ್ನು ನಂಬಿಸಲು ನನಗಾಗಿಲ್ಲವಲ್ಲ?" ಎಂದು ಸೊಟ್ಟನಗೆ ಬೀರಿ ಕೈ ಚೆಲ್ಲಿದನು ಅವಿನಾಶ್ ನಾಯಕ್.

"ಅದೆಲ್ಲಾ ಆಮೇಲೆ!" ಡಾ.ದೇಸಾಯಿ ಅವನನ್ನು ದಿಟ್ಟಿಸಿದರು ಅರ್ಥಗರ್ಭಿತವಾಗಿ. "ನೀನು ಮತ್ತೆ ಮೊದಲಿಂದ ಹೇಳುತ್ತಾ ಹೋಗು."

"ಸರಿ ಹಾಗಾದರೆ." ಹೊಸದೇನೋ ಬೆಳವಣಿಗೆಯಾಗಿದೆ ಈ ಬಗ್ಗೆ, ಅವರೇ ಹೇಳುತ್ತಾರೆ ಎಂದುಕೊಂಡು ಸಾವಧಾನವಾಗಿ ಆರಂಭಿಸಿದ ಅವಿನಾಶ್.

"ಈ ಭೂಮಿ ಶೈಶವಾವಸ್ಥೆಯಲ್ಲಿದ್ದಾಗ ಅಂದರೆ ಈ ಯುಗಗಳಿಗೂ ಮುಂಚಿನ ಕತೆಯಿದು. ಭೂಮಿಯಲ್ಲಿ ಭೂ-ಭಾಗ ಈಗಿನ ನಕ್ಷೆಯ ಖಂಡಗಳಂತಿರಲಿಲ್ಲ. ಅವೆಲ್ಲಾ ಆ ಮಹಾ ಜಲಪ್ರಳಯದ ನಂತರ ಬೇರೆಬೇರೆಯಾದವು. ಇದನ್ನು ಕಾಂಟಿನೆಂಟಲ್ ಡ್ರಿಫ್ಟ್ ಎಂದು ಕರೆಯುತ್ತೇವೆ. ಅದಕ್ಕೆ ಬೈಬಲ್ಲಿನಲ್ಲಿ ಜೆನೆಸಿಸ್ ಫ್ಲಡ್ ಎಂದು ಕರೆದ ಕತೆಯ ಹಿನ್ನೆಲೆಯೂ ಇದೆ.

ಈಗಿನ ಭಾರತದ ಉಪಖಂಡಕ್ಕೆ ಅಂಟಿದಂತೆ ಅತ್ಯಂತ ವಿಶಾಲವಾದ ಸಮೃದ್ಧವಾದ ಭೂಪ್ರದೇಶವೊಂದಿತ್ತು. ಅದನ್ನು ನಾವು ಲೆಮೂರಿಯಾ ಎಂದು ಕರೆಯುತ್ತೇವೆ.ಅವರು ಏನು ಕರೆಯುತ್ತಿದ್ದರೋ ಗೊತ್ತಿಲ್ಲ."

"ಹಾಗಾದರೆ ಕುಮರಿ ಖಂಡಂ ಎನ್ನುತ್ತಿದ್ದೆಯಲ್ಲ ಹೋದ ಸಲ?" ಡಾ ದೇಸಾಯಿ ಕಣ್ಣುಚ್ಚಿ ಕೇಳಿದರು.

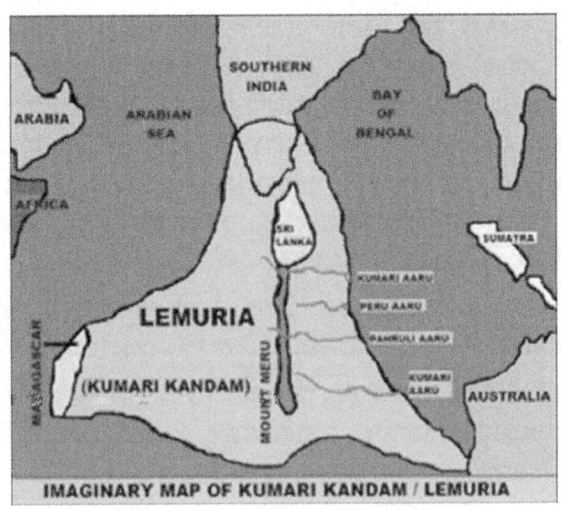

IMAGINARY MAP OF KUMARI KANDAM / LEMURIA

"ಅದು ಇನ್ನೊಂದು ಉಪಕತೆ" ತಾಳ್ಮೆಯಿಂದ ವಿವರಿಸಿದ ಅವಿನಾಶ್. "ತಮಿಳಗಂ ಎಂಬ ಮಹಾ ಸಾಮ್ರಾಜ್ಯವು ಋಷಿ ಅಗಸ್ತ್ಯರು ಕಟ್ಟಿದ ನಾಡಾಗಿ ವೈಭವಯುತವಾಗಿ ಅಪೂರ್ವ ಬೆಳವಣಿಗೆ ಕಂಡಿದ್ದ ದ್ರಾವಿಡ ಹಿರಿಮೆಯ ಕತೆಯದು. ಅದುವೇ ಲೆಮೂರಿಯಾ, ಅಥವಾ ಅದರ ಒಂದು ಭಾಗ, ಒಂದು ರಾಜ್ಯ ಎಂದು ತಮಿಳಿನ ಇತಿಹಾಸಕಾರರೂ, ಕವಿವರೇಣ್ಯರೂ ಮತ್ತೆ ಮತ್ತೆ ದಾಖಲಿಸಿದ್ದಾರೆ. ಅದನ್ನು ಸದ್ಯಕ್ಕೆ ಪಕ್ಕಕ್ಕಿಡೋಣ. ಅದಕ್ಕೆ ಆಮೇಲೆ ಬರುತ್ತೇನೆ."

"ಈ ಲೆಮೂರಿಯಾ ಇದ್ದ ಕಾಲಘಟ್ಟದಲ್ಲಿ ಭೂಮಿ ಈಗಿದ್ದಂತೆ ಇರಲೇ ಇಲ್ಲ. ಅದು ಒಂದು ಸ್ವರ್ಗದಂತಹ ಆರೋಗ್ಯಕರ ಸುಂದರಾತಿಸುಂದರ ಗ್ರಹವಾಗಿತ್ತು. ಈಗ ನಾವು ನೋಡುವ ಬೇಸಗೆ, ಚಳಿಗಾಲಗಳ ವೈಪರೀತ್ಯವಿರಲಿಲ್ಲ. ಹವೆಯು ಬಹಳ ಪರಿಶುದ್ಧವಾಗಿ, ಹೆಚ್ಚು ಡೆನ್ಸಿಟಿ ಅಥವಾ ಸಾಂದ್ರತೆಯುಳ್ಳದಾಗಿತ್ತು, ಗುರುತ್ವಶಕ್ತಿಯೂ ಹೆಚ್ಚಾಗಿತ್ತು. ಆಗ ಒಂದೇ ಋತು, ಎಲ್ಲಾ ತಂಪು, ಭೂಮಿಯನ್ನು ಮಂಜಿನ ಹನಿಗಳು ಸದಾ ಆವರಿಸುತ್ತಿದ್ದವಂತೆ. ಮಳೆಯುಂಬುದೇ ಅಪರೂಪವಂತೆ. ಆದರೆ ಸದಾ ಹಚ್ಚ ಹಸಿರಿನ ಬೃಹತ್ ಮರಗಳು ನೂರಾರು ಅಡಿ ಬೆಳೆಯುತ್ತಿದ್ದುದೇ ಸಾಮಾನ್ಯವಂತೆ. ಅವುಗಳ ಜತೆ ಹಲವಾರು ನಾವು ಕೇಳರಿಯದ ಪ್ರಾಣಿ ಪಕ್ಷಿ ಸಂಕುಲವಿತ್ತಂತೆ. ಮನುಷ್ಯನ ಆಯುಸ್ಸು ಸಾವಿರ ವರ್ಷಕ್ಕೂ ಮಿಗಿಲಾಗಿರುವಂಥಅತ್ಯಂತ ಆರೋಗ್ಯಕರ ವಾತಾವರಣ! ಸ್ವಲ್ಪ ಕೂಡಾ ಮಾಲಿನ್ಯವೇ ಇಲ್ಲ. ಎಲ್ಲರೂ ಸಸ್ಯಾಹಾರಿಗಳು ಸಾಮಾನ್ಯವಾಗಿಯೇ ಅಹಿಂಸಾವಾದಿಗಳು. ಅಂದರೆಪ್ರಾಣಿಗಳನ್ನು ಕೊಲ್ಲುತ್ತಿರಲಿಲ್ಲ. ಅವೂ ಮಾನವನನ್ನು ಏನೂ ಮಾಡುತ್ತಿರಲಿಲ್ಲ. ಸಾಮಾನ್ಯವಾಗಿಯೇ ಅವರು ಜಯಂಟ್ಸ್, ಅಂದರೆ 20 ಅಡಿಗೂ ಎತ್ತರ ಇರುತ್ತಿದ್ದರು. ಒಂದು ತರಹ ಈ ಲೋಕವೇ ಸೌಮ್ಯ, ಸಭ್ಯ ಅಹಿಂಸಾತ್ಮಕ ಕಾಲ. ಇದನ್ನು ನಾವೀಗ ನಂಬಲಾಗದ್ದರಿಂದ ಸುಳ್ಳು, ಪುರಾಣ ಅನ್ನುತ್ತೇವೇನೋ!

"ಲೆಮೂರಿಯದವರು ಆ ಕಾಲದಲ್ಲಿ ಹೇಗೆ ಅಷ್ಟು ಮುಂದುವರೆದರು ಮತ್ತು ಯಾವುದರಲ್ಲಿ?" ಅರೆಕಣ್ಮುಚ್ಚಿ ಯೋಚನಾಗ್ರಸ್ಥರಾಗಿ ಕೇಳಿದರು ಡಾ. ಪ್ರಮೋದ್ ದೇಸಾಯಿ.

ಇದು ಹಲವು ಬಾರಿ ಆಗಿತ್ತು. ಮತ್ತೆ ಪುನರಾವರ್ತನೆ ಅವಿನಾಶ್ ಪಾಲಿಗೆ. ನಿಟ್ಟುಸಿರಿಟ್ಟು ಮುಂದುವರೆಸಿದನು,

"ಇದು ಶಿಲಾಯುಗಕ್ಕೂ ಮುಂಚಿನ ನಾಡು ಎನ್ನುತ್ತಾರೆ. ಹಾಗಾಗಿ ನಾವು ಅವರನ್ನು ಆದಿಮಾನವರಿಗೆ ಹೋಲಿಸುವಂತಿಲ್ಲ. ಇವರು ಅದಕ್ಕೂ ಹಿಂದಿದ್ದ ಆಧುನಿಕ ಪೂರ್ಣ ಬೆಳವಣಿಗೆಯಾಗಿದ್ದ ದೇಶ–ಕಾಲದವರು."

"ನಾವು ಆದಿಮಾನವನಿಗೂ ಮುನ್ನ ಭೂಮಿಯಲ್ಲಿ ಯಾರೂ ಇರಲೇ ಇಲ್ಲ ಎನ್ನುತ್ತೇವೆ" ಎಂದು ಸಮರ್ಥಿಸಿಕೊಂಡರು ಅವನ ಬಾಸ್.

ಅವಿನಾಶ್ ಮುಂದುವರೆಸಿದ:"ಈ ಮುಳುಗಿದ ಖಂಡ ಮತ್ತು ಮುಂದುವರೆದ ನಾಗರಿಕತೆಯ ಬಗ್ಗೆ ಮೊದಲು ಸಂಶೋಧನೆ ಮಾಡಿ, ಬೇರೆಬೇರೆಯಾಗಿದ್ದ ಆಫ್ರಿಕಾ, ಮಾರಿಶಸ್ ಮುಂತಾದ ದೇಶಗಳ ಸಸ್ಯಗಳ ಮತ್ತು ಖನಿಜ ವಸ್ತುಗಳ ಸಾಮ್ಯತೆ ಕಂಡು ಬೆರಗಾದವನೇ ಫಿಲಿಪ್ ಸ್ಕ್ಲೇಟರ್ ಎಂಬ ವಿಜ್ಞಾನಿ. ಅವನೇ ಇವೆಲ್ಲಾ ಮೊದಲು ಒಂದೇ ಭೂಖಂಡವಾಗಿದ್ದುದು, ಕಾಲಾನುಕಾಲದಲ್ಲಿ ಮುಳುಗಿ, ದೂರ ದೂರ ಛಿದ್ರವಾಗಿ ಬೆಳೆದಿರಬೇಕೆಂದು ಅನುಮಾನಪಟ್ಟ.

ಲೆಮುರ್ ಎಂಬ ಜಾತಿಯ ಮಂಗಗಳು ನಂಬಲಾರದಷ್ಟು ದೂರ ದೂರದ ಏಷ್ಯಾ, ಆಸ್ಟ್ರೇಲಿಯಾ ಮತ್ತು ಆಫ್ರಿಕಾ ಪ್ರದೇಶಗಳಲ್ಲಿ ಸಿಕ್ಕುದರಿಂದ ಇವೆಲ್ಲ ಒಂದೊಮ್ಮೆ ಒಂದೇ ನಾಡಿನಲ್ಲಿ ಇದ್ದಿರಬಹುದು ಎಂದು ಅದನ್ನು ಲೆಮೂರಿಯಾ ಎಂದೇ ಕರೆದ.

ಈಗಿನ ಮೂರೂ ಖಂಡಗಳ ನಡುವೆ ಹರಡಿಕೊಂಡಿದ್ದ ಆ ದೊಡ್ಡ ತ್ರಿಕೋನಾಕಾರದ ಖಂಡ ಪ್ರದೇಶವೇ ಅದು ಎಂದು ಅವನು ಸಾಧಿಸಿದ. ಅಂದರೆ ಈ ಮೂರೂ ಖಂಡಗಳು ಆಗ ಒಂದೇ ಲ್ಯಾಂಡ್ ಮಾಸ್ ಆಗಿತ್ತೆಂದು.

ಇದನ್ನು ಮುಂದುವರೆಸಿ ಅರ್ನೆಸ್ಟ್ ಹೆಕ್ಕೆಲ್ ಎಂಬ ಸಿದ್ಧಾಂತಿ ಅದನ್ನು ಮಾನವನ ಮೊದಲ ಸ್ವರ್ಗದಂತಹ ನಾಡು, ಮೊದಲ ನಾಗರಿಕ ವಸತಿ ಇದುವೇ ಎಂದು ವಾದಿಸಿದ.

ಆಗ ಅಲ್ಲಿಂದಲೂ ಮನುಕುಲವು ವಲಸೆ ಹೋಗಿ ನೆಲೆಸಿ ಬೇರೆ ಖಂಡಗಳಲ್ಲಿ ನೆಲೆಸಿತು ಎಂದೂ, ಆದರೆ ಮೂಲವಾದ, ತುಂಬಾ ಸಂಪತ್ಭರಿತವಾದ ಶ್ರೀಮಂತ ನಾಡು ಮಾತ್ರ ಈ ಹಿಂದೂ ಮಹಾಸಾಗರದಲ್ಲಿ ಮುಳುಗಿಹೋಯಿತೆಂದೂ ಯುರೋಪಿನ ಬಹಳಷ್ಟು ಜನ ನಂಬಿದರು. ಇದಕ್ಕೆ ಖಂಡಗಳ ಬೇರ್ಪಡೆ ಎನ್ನುವ ಸಿದ್ಧಾಂತವೂ ಬೆಂಬಲಿಸಿತು."

ಡಾ. ಪ್ರಮೋದ್ ದೇಸಾಯಿ ಆಗ ಏನೋ ಯೋಚಿಸುತ್ತಿದ್ದವರು, "ಹಾಗಾದರೆ ಅದಕ್ಕೂ ಮುಂಚೆ ಈ ಕಡಲುಪುರಾಣಗಳಲ್ಲಿ ನಂಬಿಕೆಯಿದ್ದ ಯುರೋಪಿಯನ್ ನಾವಿಕರು ಬಂಗಾರ ಬೇಟೆಗೂ ಇದಕ್ಕೂ ಸಂಬಂಧ ಕಲ್ಪಿಸುತ್ತಾರಲ್ಲ, ಅದು ಹೇಗೆ?"

ಅವಿನಾಶನಿಗೂ ಅವರ ಮಾತು ಅಚ್ಚರಿ ತಂದಿತು! ಈ ರಹಸ್ಯವನ್ನು ತಾನೆಂದೂ ಮುಂಚೆ ಅವರಿಗೆ ಹೇಳಿರಲಿಲ್ಲ.

"ಹೌದು. ಮೊದಲು ಬಂಗಾರದ ಅನ್ವೇಷಣೆಯಲ್ಲಿ ಗೋಲ್ಡ್ ರಶ್ ಎಂದು ಹೊರಟವರೇ ಹಡಗುಗಳಲ್ಲಿ ಖಂಡ ಪರ್ಯಟನೆ ಮಾಡುತ್ತಿದ್ದ ಸ್ಪಾನಿಶರು. ಬ್ರಿಟಿಷರು, ಪೋರ್ಚುಗೀಸರಿಗಿಂತ ಮುನ್ನ. ಇಸವಿ 1500–1600ರಲ್ಲೇ."

"ಬಂಗಾರದ ಬಗ್ಗೆ ಹೇಳು." ಡಾ. ದೇಸಾಯರ ಈ ಮಾತು ಕೇಳಿ ಅಚ್ಚರಿಯಾದರೂ ಅವಿನಾಶ್ ತಡೆದುಕೊಂಡ.

"ಲೆಮೂರಿಯಾ ಕಾಲದಲ್ಲಿ ಭೂಮಿ ಅತ್ಯಂತ ಸಮೃದ್ಧವಾಗಿತ್ತೆಂದು ಆಗಲೇ ಹೇಳಿದೆ. ಖನಿಜ ಸಂಪತ್ತು, ಅಮೂಲ್ಯ ರತ್ನಗಳೂ, ಅದರಲ್ಲೂ ಚಿನ್ನ ಧಾರಾಳವಾಗಿ ಸಿಗುತ್ತಿತ್ತು. ಆಗಿನವರು ಚಿನ್ನದ ಅತ್ಯಮೂಲ್ಯ ಗುಣಗಳನ್ನು ಬಲ್ಲವರಾಗಿದ್ದರು. ತಮ್ಮ ಸಿಂಗಾರವಲ್ಲದೆ, ಕಟ್ಟಡದಲ್ಲಿಯೂ ನಿರ್ಮಲವಾದ ಪರಿಶುದ್ಧ ಬಂಗಾರದ ಪ್ರತಿಫಲನ, ಅದರ ಆರೋಗ್ಯಕರ, ವೈಜ್ಞಾನಿಕ, ವೈದ್ಯಕೀಯ ಲಾಭಗಳನ್ನೂ ಚೆನ್ನಾಗಿ ಅರಿತು ಬಳಸುತ್ತಿದ್ದುದರಿಂದ ಸಾರ್ವಜನಿಕ ಸ್ಥಳಗಳು ಎಲ್ಲೆಲ್ಲೂ ನಿಗಿ ನಿಗಿ ಎಂದು ಬಂಗಾರದಲ್ಲಿ ಕಣ್ಣು ಕೋರೈಸುವಷ್ಟು ಹೇರಳವಾಗಿ ಕಾಣುತ್ತಿತ್ತಂತೆ."

"ಗೋಲ್ಡನ್ ಕಾಂಟಿನೆಂಟ್!" ಉದ್ಗರಿಸಿದರು ತಮ್ಮ ಪೆನ್ನನ್ನು ಟೇಬಲ್ ಮೇಲೆ ತಿರುಗಿಸುತ್ತಾ ಡಾ.ದೇಸಾಯಿ.

"ಆದರೆ ಅವರು ಮಾನವ ಕಲ್ಯಾಣಕ್ಕಾಗಿ ಆಧ್ಯಾತ್ಮಿಕ ಸಾಧನೆಗೆ ಹೆಚ್ಚು ಒತ್ತು ಕೊಟ್ಟವರು, ನಿಸ್ವಾರ್ಥರಾಗಿ ಬಾಳಿದರಂತೆ. ಇವರಿಂದ ಈ ದೈವೀಕ ಗುಣಗಳನ್ನು ಕಲಿಯಲೆಂದು ಪಕ್ಕದ ಅಟ್ಲಾಂಟಿಸ್ ಎಂಬ ಖಂಡದವರೂ ಬರುತ್ತಿದ್ದರಂತೆ. ಅಲ್ಲದೆ ಹಾರುವ ತಟ್ಟೆಗಳಲ್ಲಿ ಅನ್ಯಗ್ರಹದ ಜೀವಿಗಳು ಇವರ ಜೀವನಶೈಲಿ ಮತ್ತು ವಿಜ್ಞಾನದ ಸದುಪಯೋಗ ಕಾಣಲು ಆಗಾಗ ಬರುತ್ತಿದ್ದರಂತೆ. ಎಲ್ಲರನ್ನೂ ಲೆಮೂರಿಯನ್ನರು ಬರಮಾಡಿಕೊಂಡು ಸಜ್ಜನರಾಗಿ ಬಾಳಿದರಂತೆ."

"ಬಂಗಾರ?" ಮತ್ತೆ ಒತ್ತಿ ಕೇಳಿದರು ಡಾ. ದೇಸಾಯಿ

"ಸರ್. ಹೇಳುವೆ ಕೇಳಿ. ಲೆಮೂರಿಯನ್ನರು ತಮ್ಮ ನಗರಗಳ ಸುತ್ತಲೂ ಕಟ್ಟಿದ ಬಂಗಾರದ ಕೋಟೆಗಳಲ್ಲದೆ, ಅದರಲ್ಲೇ ಕಟ್ಟಿದ ಹಲವು ಸಾಲಿಡ್ ಪಿರಮಿಡ್ಡುಗಳೇ ಇದ್ದವೆನ್ನುತ್ತಾರೆ. ಇವೆಲ್ಲಾ ಎನರ್ಜಿ ಗ್ರಿಡ್ ಎಂದು ಅತ್ಯಂತ ಪ್ರಬಲ ಶಕ್ತಿಕೋಟೆ ಮತ್ತು ಸಂಚಾರ ಸಾಧನವಾಗಿತ್ತಂತೆ. ಆ ಚಿನ್ನವೆಲ್ಲಾ ಉತ್ತಮ ಕಿರಣಗಳನ್ನು ಸೂಸುತ್ತಿದ್ದು, ಅಂತರಿಕ್ಷದಿಂದ ದಾರಿ ದೀಪಗಳಂತೆ ದಿಕ್ಸೂಚಿಗಳಾಗಿದ್ದವಂತೆ.

ಆದರೆ ಕಲಿಯುಗ ಬಂದಮೇಲೆ ಎಲ್ಲಾ ಆದರ್ಶ, ನೀತಿಗಳನ್ನೂ ಗಾಳಿಗೆ ತೂರಿಬಿಟ್ಟ ಮಾನವ. ಕ್ರಿ ಶ 1500–1600ರ ಸ್ಪ್ಯಾನಿಶ್ ನಾವಿಕರಿಗೆ ಚಿನ್ನದ ದಾಹವನ್ನು ಹೆಚ್ಚಿಸಲು ಈ ಕತೆಗಳು ಇನ್ನೂ ಪ್ರೋತ್ಸಾಹಿಸಿದವು ಅಷ್ಟೇ. ಅವರು ಎಲ್ಲೆಲ್ಲೂ ಈ ಪುರಾತನ ಚಿನ್ನದ ಬಗ್ಗೆ ತಿಳಿದ, ಮುಳುಗದೇ ಉಳಿದಿದ್ದ ನಿಧಿ ಭೇಟೆಗಾಗಿ ಹುಚ್ಚರಂತೆ ಅಲೆದು, ತಾವು ಕಾಲಿಟ್ಟ ಹೊಸ ಪ್ರದೇಶದ ಜನರನ್ನು ಹಿಂಸಿಸತೊಡಗಿದರು."

"ದಕ್ಷಿಣ ಅಮೇರಿಕಾವನ್ನು ವ್ಯಾಪಕವಾಗಿ ಲೂಟಿ ಮಾಡಿ ಸುಟ್ಟರು. ಅದು ಸರಿ, ಹಾಗಾದರೆ ಈ ದ್ರಾವಿಡ ನಾಡು ಕುಮರಿಖಂಡಂ ಎಂಬುದು?" ಎಂದು ನೆನಪಿಸಿ ಕೇಳಿದರು ಡಾ. ದೇಸಾಯಿ. ತನಗೆ ತಿಳಿದಿದ್ದನ್ನೆಲ್ಲಾ ತಿಳಿಸದೇ ಅವರು ಬಾಯಿಬಿಡರು ಎಂಬುದು ಅವಿನಾಶನಿಗೆ ಮನದಟ್ಟಾಯಿತು.

"ಅದು ಅನಂತರದ ಪೌರಾಣಿಕ ಕತೆಯಾಗಿರಬೇಕು. ಆದರೆ ತಮಿಳಿನ ಬಹಳ ಹಳೆಯ ಗ್ರಂಥ ಕಾವ್ಯಗಳಲ್ಲಿ ತುಂಬಾ ಜನಪ್ರಿಯವಾದ ಕಂದ ಪುರಾಣಮ್ ಮತ್ತು

ಸೂರ್ಯನಾರಾಯಣ ಶಾಸ್ತ್ರಿಗಳ ಕೃತಿಗಳಲ್ಲಿ ದ್ರಾವಿಡ ಹಿರಿಮೆಯನ್ನು ಸಾರಿದ ಕುಮರಿಕಂಡಂ ಅಥವಾ ತಮಿಳಿಗಂ ಎಂಬ ಬಹಳ ಸುಂದರ ಸ್ವರ್ಗದಂತಹ ನಾಡೊಂದು ಈಗಿನ ತಮಿಳ್ನಾಡಿಗಿಂತ ಕೆಳಗೆ ಭೂಪಟದಲ್ಲಿತ್ತು ಎಂದು ವರ್ಣಿಸಿದ್ದಾರೆ. ಅದುವೇ ಈಗಿನ ತಮಿಳಿನ ಪ್ರಾಚೀನ ಇತಿಹಾಸ ಮತ್ತು ಸಂಸ್ಕೃತಿಯ ಪ್ರತೀಕವೆಂದೂ, ಮುನಿ ಅಗಸ್ತ್ಯರು ಸೃಷ್ಟಿಸಿದ ನಾಡು ಅದಾಗಿತ್ತೆಂದೂ ಬರೆದಿದ್ದಾರೆ. ಅಲ್ಲಿಯೇ ತೇನ್ ಮಧುರೈ ಎಂಬ ಬೃಹತ್ ಸುವರ್ಣ ನಗರವಿತ್ತೆಂದೂ ಪಾಂಡ್ಯರ ವಂಶಸ್ಥರು ಅಲ್ಲೇ ಹುಟ್ಟಿದರು ಎನ್ನುತ್ತಾರೆ. ಈ ತೇನ್ ಮಧುರೈ ಬಂಗಾರದ ಅರಮನೆ ಮತ್ತು ಕೋಟೆಗಳಿಂದ ವೈಭವದಿಂದ ಕೂಡಿತ್ತಂತೆ. ಈ ಕುಮರಿಕಂಡಂ ನಾಡು ಪ್ರವಾಹದಲ್ಲಿ ಸಾಗರದ ಗರ್ಭ ಸೇರಿ ನಾಶವಾದ ಮೇಲೆ ಉಳಿದವರು ವಲಸೆ ಬಂದು ಸುರಕ್ಷಿತವಾಗಿದ್ದ ಈಗಿನ ತಮಿಳ್ನಾಡಿನಲ್ಲಿ ಆ ಹಳೇ ನಗರಗಳ ಚಿಕ್ಕ ಮಾದರಿಯಾಗಿ ಈಗಿನ ಮಧುರೈ ಮುಂತಾದ ಊರುಗಳನ್ನು ಕಟ್ಟಿ ಇಲ್ಲೇ ರಾಜ್ಯ ಸ್ಥಾಪಿಸಿದರೆನ್ನುತ್ತಾರೆ. ಅದು ನಮಗೆ ತಿಳಿದ ಇತಿಹಾಸ."

ಡಾ.ದೇಸಾಯಿ ಈ ಕತೆ ಕೇಳಿ ಸ್ವಲ್ಪ ಮುಗುಳ್ನಕ್ಕು "ಚಿನ್ನ, ಸುವರ್ಣ, ಬಂಗಾರ! ಇಲ್ಲಿಯೂ ಅದರ ವರ್ಣನೆ ಮಾತ್ರ ಇದ್ದೇ ಇದೆ. ಲೆಮೂರಿಯಾ ಆಗಲಿ, ಕುಮರಿಕಂಡಂ ಅನ್ನಲಿ, ಅದಿತ್ತೇನೋ? ಅದರ ನೆನಪಿನಲ್ಲಿಯೇ ಕಟ್ಟಿದರಂತೆ ಕನ್ಯಾಕುಮಾರಿ ಊರು ಎಂದೂ ಒಂದು ಕಡೆ ಓದಿದೆ. ಒಟ್ಟಾರೆ ಆಗಿನ ಜಾನಪದದ ವಿಸ್ತೃತ ವರ್ಣನೆಯಲ್ಲಿರುವುದು ನಿಜ! ಆಶ್ಚರ್ಯಕರವಾಗಿ ಪಾಶ್ಚಿಮಾತ್ಯರೂ, ನಮ್ಮವರೂ ನಂಬುವ ಏಕಮಾತ್ರ ನಿದರ್ಶನ ಇದಿರಬಹುದು." ತಾವು ನಂಬುತ್ತಾರೆಯೋ ಇಲ್ಲವೋ ಹೇಳಲಿಲ್ಲ. ಚಾಲಾಕಿ ಬಾಸ್!

ಅವಿನಾಶ್ ತಾನು ಹೇಳಿದ್ದು ಸಾಕೆನಿಸಿ ಸುಮ್ಮನಾದ ಇನ್ನು ಅವರೇ ಹೇಳಲಿ ಎಂಬಂತೆ.

"ಹಾಗಾದರೆ ಇವತ್ತಿನ ನಮ್ಮ ಭೇಟಿಂಯು ಅರ್ಧ ಕತೆ ನಿನಗೆ ಗೊತ್ತಿದೆಯೆಂದಾಯಿತು" ಎಂದು ತಮ್ಮ ಕಂಪ್ಯೂಟರ್ ಪರದೆಯನ್ನು ಅವನು ಓದುವಂತೆ ಅತ್ತ ತಿರುಗಿಸಿದರು ಡಾ. ದೇಸಾಯಿ.

"ಏನದು?" ಎನ್ನುತ್ತಾ ಆಸಕ್ತಿಯಿಂದ ಓದಿದ ಅವಿನಾಶ್.

ಅದರ ಸಾರಾಂಶವೆಂದರೆ:

ಕಳೆದ ತಿಂಗಳು ಭಾರತದ ಸಾಗರ ಭೂವಿಜ್ಞಾನಿಗಳು ಯಾವುದೋ ರಹಸ್ಯ ಮಿಶನ್ನಿಗಾಗಿ ಹಿಂದೂ ಮಹಾಸಾಗರದಲ್ಲಿ ನೇವಿ ಸಬ್–ಮೇರೀನ್ ಬಳಸಿ ಇತ್ತೀಚೆಗೆ ಪಯಣಿಸುತ್ತಿದ್ದಾಗ ಕೆಲ ತಿಂಗಳ ಹಿಂದೆ ಸಾಗರಗರ್ಭದಲ್ಲಿ ಉಂಟಾದ ಭೂಕಂಪದಿಂದ ಎದ್ದುಬಂದ ಮುಳುಗಿದ್ದ ಎರಡು ಹಳೆಯ ಹಡಗುಗಳ ಅವಶೇಷಗಳು ಸಿಕ್ಕಿವೆ. ಅವರು ಮುಂದೆ ತನಿಖೆ ಮಾಡಲಾಗಿ ಅವು 1600ನೆಯ ಇಸವಿಯ ಸ್ಪೇನ್ ದೇಶದ

ಹಡಗುಗಳೆಂದೂ, ಅದರ ಹೆಸರುಗಳು ಸ್ಯಾಂಟಿಯಾಗೋ ಮತ್ತು ಸ್ಯಾನ್ ಬೆತ್ ಎಂದೂ ತಿಳಿದುಬಂದು ಸ್ಪೇನಿಗೆ ಸರಕಾರದ ಮೂಲಕ ಸುದ್ದಿ ಮುಟ್ಟಿಸಿದ್ದಾರೆ.

ಸ್ಪೇನಿನವರು ತಮ್ಮ ದಾಖಲೆಗಳನ್ನು ಪರಿಶೀಲಿಸಿ ಅವು ತಮ್ಮ ದೇಶದ ಆ ಕಾಲದಲ್ಲಿ ಮುಳುಗಿಹೋದ ಹಡಗುಗಳೆಂದೂ, ಅದರ ಕ್ಯಾಪ್ಟನ್ಸ್ ಹೆಸರು ಸಾಂಚೆಜ್ ಮತ್ತು ಡ್ಯೆಗೋ ಎಂದೂ, ಅವರು ಆ ದ್ವೀಪಗಳಲ್ಲಿ ಚಿನ್ನದ ನಿಧಿ ಬೇಟೆ ಮಾಡುತ್ತಿದ್ದರೆಂದೂ, ಆಮೇಲೆ ಯಾವುದೇ ಅಪ್ಡೇಟ್ ಇಲ್ಲದೇ ಸಮುದ್ರದಲ್ಲೇ ಕಳೆದುಹೋದರೆಂದೂ ದಾಖಲೆಯಿದೆ ಎಂಬ ಇಮೇಲ್ ವರದಿಯನ್ನು ಓದಿದನು ಅವಿನಾಶ್.

"ಈಗ ಅವನ್ನು ಕಂಡುಹಿಡಿದಿರುವುದರಿಂದ ಅದರಲ್ಲಿದ್ದ ಸಂಪತ್ತನ್ನು ಕಾಪಾಡಿ ತೆಗೆಯಬಹುದಾದರೆ ಸಹಕರಿಸಿ ಎಂದು ಸ್ಪೇನ್ ದೇಶದವರು ಭಾರತವನ್ನು ಕೋರಿದ್ದಾರೆ"ಎಂದು ಕೊನೆಯ ಸಾಲನ್ನು ಒತ್ತಿಹೇಳಿದರು ಡಾ. ದೇಸಾಯಿ.

"ಟ್ರೆಶರ್ ಹಂಟ್ ಮತ್ತು ರೆಸ್ಕ್ಯೂ (ನಿಧಿ ಬೇಟೆ ಮತ್ತು ಕಾಪಾಡುವಿಕೆ)." ಚಿಕ್ಕ ಸಿಳ್ಳೆ ಹಾಕಿದನು ಉತ್ಸಾಹದಿಂದ ಅವಿನಾಶ್. "ಇಲ್ಲಿ ನನಗೆ ಬೋರಾಗುತ್ತಿತ್ತು, ಸದ್ಯ..."ಎನ್ನುತ್ತಿರುವಾಗ ಅವನ ಮಾತನ್ನು ಕತ್ತರಿಸಿ ಹೇಳಿದರು ಡಾ. ದೇಸಾಯಿ,

"ಆದರೆ ಬಂಗಾರದ ಹಿಂದೆ ಒಂದು ಶತ್ರುಪಡೆಯ ದುಷ್ಟರೂ ಬಿದ್ದಿದ್ದಾರೆ. ಹಾಗಾಗಿ ಅವರಿಗಿಂತ ಮುಂಚೆ ನಾವು ಅದನ್ನು ವಶಪಡಿಸಿಕೊಳ್ಳಬೇಕು."

"ನಮ್ಮ ಎರಡು ದೇಶದ ಸರಕಾರದ ನಡುವಿನ ಈ ರಹಸ್ಯ ಒಪ್ಪಂದದಲ್ಲಿ ಶತ್ರುಪಡೆ ಯಾವುದು? ಅವರಿಗೆ ಹೇಗೆ ಮಾಹಿತಿ ತಿಳಿಯಿತು?" ಅವಿನಾಶ್ ಕಣ್ಣಗಲಿಸಿದ.

"ಇದು ನಿನಗೆ ಅರ್ಥವಾಗದೇ?" ಎಂಬಂತೆ ಮಾರ್ಮಿಕವಾಗಿ ನಕ್ಕು ಭುಜ ಕುಣಿಸಿದರು ಡಾ. ದೇಸಾಯಿ.

"ಅಂದರೆ ಆಗಲೇ ಮಾಹಿತಿ ಸೋರಿಕೆಯಾಗಿದೆ. ಅವರ ಗುಪ್ತಚರರು ಸರಕಾರದಲ್ಲಿಯೂ ಇದ್ದಾರೆ. ಅಲ್ಲವೆ ಸರ್?"

ಡಾ. ದೇಸಾಯಿ ಇದೆಲ್ಲಾ ನಮ್ಮ ಕೆಲಸದಲ್ಲಿ ಮಾಮೂಲೆಂಬಂತೆ ತಲೆಯಾಡಿಸಿದರು,

"ನಮ್ಮ ಸರಕಾರದಲ್ಲೋ, ಅವರದರಲ್ಲೋ ಎಲ್ಲೋ. ದುರಾಸೆಯ ಜನ ಬೇಹುಗಾರಿಕೆ ಮಾಡಿ ಈ ಕಾಲದ ಪ್ಯೆರೇಟ್ಸ್ (ಕಡಲುಗಳ್ಳ ಮಾಫಿಯಾ)ಗಳನ್ನು ಈ ಹಡಗಿನ ಚಿನ್ನದ ಹಿಂದೆ ಛೂ ಬಿಟ್ಟಿದ್ದಾರೆ. ಮುಖ್ಯವಾಗಿ ಸ್ಪ್ಯಾನಿಶ್ ಮೂಲದವರು"ಎನ್ನುತ್ತಿರುವಾಗ ಈ ಬಾರಿ ಅಡ್ಡಮಾತಾಡಿದ ಅವಿನಾಶ್,

"ರಾಮಿರೆಜ್ ಮತ್ತು ಸೋಮಾಲಿಯದ ದುಷ್ಟ ಪಡೆ. ಇತ್ತೀಚೆಗೆ ಲಂಡನ್ನಿನಿಂದ ತಪ್ಪಿಸಿಕೊಂಡು ಹಿಂದೂ ಮಹಾಸಾಗರದಲ್ಲಿ ಈಗ ಕಾರ್ಯಗತನಾಗಿರುವವನು."

ಅವನ ನಿರ್ದಿಷ್ಟ ನುಡಿಗಳನ್ನು ಮೆಚ್ಚಿ ನುಡಿದರು ಡಾ. ದೇಸಾಯಿ "ಹೌದು. ಅಂದರೆ ನೀನು ಕಡಲು ಬಿಟ್ಟು ನೆಲಕ್ಕೆ ಬಂದರೂ ನಿನ್ನ ಪತ್ತೇದಾರಿ ಮೂಲಗಳ ಜತೆ ಸಂಪರ್ಕದಲ್ಲಿದ್ದೀಯೆ, ಎಲ್ಲಾ ತಿಳಿದುಕೊಂಡಿದ್ದೀಯೆ ಎಂದಾಯಿತು."

"ಅದು ನನ್ನ ಕೆಲಸ. ಸಂಬಳ ತೆಗೆದುಕೊಳ್ಳುತ್ತೇನೆ" ಎಂದು ಸಂಕೋಚದಿಂದ ನಕ್ಕ ಅವಿನಾಶ್. ರಾತ್ರಿ ಹೊತ್ತು ಬಂದರುಗಳಲ್ಲಿ ಗಸ್ತು ತಿರುಗಿ, ಅಲ್ಲಿನ ಚಿಕ್ಕ ಪುಟ್ಟ ಬಾರುಗಳಲ್ಲಿ ಕುಡಿಯಲು ಬಂದ ನಾವಿಕರ ಮಾತುಗಳನ್ನು ಆಲಿಸಿ ಸುದ್ದಿ ಸಂಗ್ರಹಿಸುವುದೂ ತನ್ನ ಕರ್ತವ್ಯ ಎಂದುಕೊಂಡಿದ್ದ ಅವಿನಾಶ್. ಫ್ಲೇವಿಯೋ ರಾಮಿರೆಜ್ ಎಂಬ ಕುಖ್ಯಾತ ಕಡಲ್ಗಳ್ಳನನ್ನು ಬಹಳ ಕಷ್ಟಪಟ್ಟು ಬ್ರಿಟಿಷ್ ನೇವಿ ಮೂರು ತಿಂಗಳ ಕೆಳಗೆ ಬಂಧಿಸಿದ್ದರೂ, ಯಾರದೋ ಒಳಗಿನವರ ಸಹಾಯದಿಂದ ಮತ್ತೆ ಕಣ್ತಪ್ಪಿಸಿಕೊಂಡು ತನ್ನ ವೃತ್ತಿಗೆ ಮರಳಿದ್ದ. ಅದನ್ನು ನಾವಿಕರು ಕುಡಿದ ಅಮಲಿನಲ್ಲಿ ಮಸಾಲೆ ಹಚ್ಚಿ ಹೇಳಿದ್ದೇ ಹೇಳಿದ್ದು!

"ಇದು ನಿನಗೆ ತಕ್ಕ ಮಿಷನ್ ಎಂದು ನಾನು ಭಾವಿಸುತ್ತೇನೆ. ನಮ್ಮ ನೇವಿಯ ಸಬ್ ಮೆರೀನ್ ಡಿವಿಶನ್ನಿನ ಸಿಬ್ಬಂದಿಯನ್ನು ನಿನ್ನ ಟೀಮಿಗೆ ಬಳಸಿಕೊಳ್ಳಲು ನಿನಗೆ ಪೂರ್ಣ ಸ್ವಾತಂತ್ರ್ಯ ಇದೆ. ಮಾಡುವೆ ತಾನೆ?" ಎಂದು ವಿಶ್ವಾಸದಿಂದ ಕೇಳಿದರು ಡಾ. ದೇಸಾಯಿ.

"ಹೊರಟೆ ಎಂದುಕೊಳ್ಳಿ. ನನ್ನ ಫೈನಲ್ ಬ್ರೀಫಿಂಗ್ ಯಾವಾಗ, ಯಾರಿಂದ?" ಎನ್ನುತ್ತಾ ಲೆಮೂರಿಯಾ ಬಗ್ಗೆ ಒಂದು ತಿಂಗಳ ಮುಂಚೆ ತಾನೇ ಅವರಿಗಿತ್ತಿದ್ದ ಫೈಲನ್ನು ಕೈಗೆತ್ತಿಕೊಂಡ. ಸ್ವಲ್ಪವಾದರೂ ಹೊಸ ವಿವರಗಳು ಅದರಲ್ಲಿ ನೇವಿಯ ಗುಪ್ತಚರ ವಿಭಾಗ ಸೇರಿಸಿದ್ದರೇನೋ!

"ನಾಳೆ ಬೆಳಿಗ್ಗೆ 8 ಗಂಟೆಗೆ ಇಲ್ಲಿಗೇ ಬಾ."

3

2017ನೆಯ ಇಸವಿ, ಮರುದಿನ.

ವೈಸ್ ಅಡ್ಮಿರಲ್ ಕುಲಕರ್ಣಿಯವರ ಕ್ಯಾಬಿನ್ನಿನಿಂದ 'ಆಪರೇಶನ್ ಗೋಲ್ಡನ್ ಶಿಪ್' ಎಂದು ಹೆಸರಿಟ್ಟ ಈ ಹೊಸ ಯೋಜನೆಯ ಬ್ರೀಫಿಂಗ್ ಮುಗಿಸಿಕೊಂಡು ನೇರವಾಗಿ ಕ್ಯಾಬಿನ್ನಿಗೆ ಬಂದು ತನ್ನ ಸದಾ ರೆಡಿ ಇರುತ್ತಿದ್ದ ಖಾಸಗಿ ಟ್ರಾವೆಲ್ ಕೇಸನ್ನು ಪರೀಕ್ಷಿಸಿಕೊಂಡ.

ಊರಿನಲ್ಲಿದ್ದ ತನ್ನ ಅಮ್ಮನಿಗೆ ಕರೆ ಮಾಡಿದ.

"ಸ್ವಲ್ಪ ದಿನ ಅಮ್ಮ, ಅಂತರರಾಷ್ಟ್ರೀಯ ಜಾಲದವರ ಹಿಂದೆ ಮತ್ತೆ ಸಬ್‌ಮೆರೀನ್‌ನವರ ಜತೆ ಹೋಗುತ್ತಿದ್ದೇನೆ. ಶ್ರೀಲಂಕಾದಿಂದ ದಕ್ಷಿಣಕ್ಕೆ. ನನ್ನ ಜತೆ ಸೈನಿಕರೂ ಇರುತ್ತಾರೆ, ನೀನೇನೂ ಕಳವಳ ಪಡಬೇಡ."

"ಮಂಜುನಾಥಸ್ವಾಮಿಗೆ ಪೂಜೆ ಮಾಡಿಸುತ್ತಿರುತ್ತೇನೆ. ಹೋಗಿ ಬಾಪ್ಪ"ಎಂದರು ಮಗನ ವೃತ್ತಿ ಚೆನ್ನಾಗಿ ಅರಿತಿದ್ದ ತಾಯಿ.

ಅಡ್ಮಿರಲ್ ಅಂದು ಹೇಳಿದ್ದು ಸ್ವಲ್ಪ ಕಳವಳಕಾರಿಯೇ ಆದರೂ ಹೊಸದೇನಲ್ಲ ಅವಿನಾಶ್ ಪಾಲಿಗೆ.

ಆಗಲೇ ಸಮುದ್ರದಡಿಯಲ್ಲಿ ಹೋರಾಟ ಆರಂಭವಾಗಿತ್ತಂತೆ. ಚಿಕ್ಕ ಸಬ್‌ಮೇರೀನಿನಲ್ಲಿ ಹೊರಟ ಇಂಡಿಯನ್ ನೇವಿ ಸಿಬ್ಬಂದಿಯ ಮೇಲೆ ಆಗಲೇ ಮುನ್ನಡೆ ಸಾಧಿಸಿದ್ದ ರಾಮಿರೆಜ್ಜನ ಹಡಗಿನಿಂದ ಇಳಿದ ಸಶಸ್ತ್ರ ಸಬ್‌ಮೇರೀನೊಂದು ಗುಂಡಿನ ದಾಳಿ ನಡೆಸಿತ್ತಂತೆ. ಈಗ ನೇವಿ ಸಬ್‌ಮೆರೀನ್ ಸಿಗ್ನಲ್ ವೀಕ್ ಆಗಿ ಏನೋ ತೊಂದರೆಯಲ್ಲಿದೆ ಎಂದೂ ಇಲ್ಲಿನ ಅಧಿಕಾರಿವರ್ಗ ಭಾವಿಸಿದೆಯಂತೆ.

ಮೊದಲು ಅವರನ್ನು ಸುರಕ್ಷತೆಗೆ ಒಯ್ದು, ಅನಂತರ ತಾನು ರಾಮಿರೆಜ್ ಕಡಲ್ಗಳ್ಳರ ತಂಡದ ಮೇಲೆ ಪ್ರಹಾರ ಮಾಡಬೇಕು.

ಅಂದು ರಾತ್ರಿಯು ಕತ್ತಲಲ್ಲಿ ಬಂದರಿನಿಂದ ತಾನು ಸಾಗರದಡಿಗೆ ಹೊರಡುವುದಿದ್ದುದರಿಂದ ಅದುವರೆಗಿನ ಸಮಯದಲ್ಲಿ ನಕ್ಷೆಗಳು ಸಮುದ್ರದ ಅಕ್ಷಾಂಶ ರೇಖಾಂಶಗಳು ಮತ್ತು ಲೆಮೂರಿಯಾದ ಕಳೆದುಹೋದ ನಿಧಿಗೆ ಹೋದವರ ಹಳೆಯ ಕತೆಗಳನ್ನು ಮತ್ತೆ ಅಧ್ಯಯನ ಮಾಡಿ, ಸಮುದ್ರದಡಿಯಲ್ಲಿಯೂ ಕಾರ್ಯ ಮಾಡಬಲ್ಲ ತನ್ನ ವಿಶೇಷ ಟ್ಯಾಬ್ಲೆಟ್ ಪಿಸಿನಲ್ಲಿ ಅವನ್ನು ಅವಿನಾಶ್ ಸೇವ್ ಮಾಡಿ ದಾಖಲಿಸಿಕೊಂಡ.

ಸಂಜೆ ಆರಕ್ಕೆ ತನ್ನ ಟೀಮಿನ ಜತೆ ಯೋಜನೆಗಾಗಿ ಮೀಟಿಂಗ್ ಏರ್ಪಡಿಸಿದ.

ಸಬ್ಮೆರೀನ್ ಸ್ಕ್ವಾಡ್ರನ್ ಲೀಡರ್ ಜಿತೇಂದ್ರ ಜಾಗೀರ್ದಾರ್ ಮತ್ತು ಅನುಪಮ್ ಖನ್ನಾ ಅವರಲ್ಲಿ ಮುಖ್ಯವಾದವರು ಎಂದು ನೇಮಿಸಿದ.

"ನಮ್ಮ ಬಳಿ ಅಂಡರ್‌ವಾಟರ್ ಫ್ಲೇರ್ಸ್, ಮದ್ದುಗುಂಡು, ಟಾರ್ಪೆಡೋಗಳಿವೆ. ಆದರೆ ಚಿಕ್ಕ ಪ್ರಮಾಣದಲ್ಲಿವೆ ಸರ್" ಜಿತೇಂದ್ರ ವರದಿ ಮಾಡಿದ.

ಅವಿನಾಶ್ ಮುಗುಳ್ನಕ್ಕನು, "ಚಿಕ್ಕ ಯುದ್ಧಕ್ಕಿಂತ ಹೆಚ್ಚಿನದೇನೂ ಆಗಲಾರದು ಎಂದು ನಂಬೋಣ. ರಾಮಿರೆಜ್ ಹತನಾಗದಿದ್ದರೆ, ಬಂಧಿಸಬೇಕು. ಅವರೇನಾದರೂ ಚಿನ್ನವನ್ನು ಆಗಲೇ ಪಡೆದಿದ್ದರೆ ಅದನ್ನು ವಶ ಮಾಡಿಕೊಳ್ಳಬೇಕು."

"ನಮ್ಮ ಅಘಾತಕ್ಕೊಳಗಾದ ಸಬ್‌ಮೆರೀನ್ ಐಎನ್ ಸ್ ಜಲಮಿತ್ರ – ಅವರು ಆಗಲೇ ಜಲಾಂತರ್ಗಾಮಿ ರಕ್ಷಕ ಉಪಕರಣಗಳನ್ನೊಳಗೊಂಡ ಚಿಕ್ಕ ಜುಗಾಡ್ (ವ್ಯವಸ್ಥೆ) ಮಾಡಿದ್ದರೆಂದು ತನ್ನ ಕೊನೆಯ ರಿಪೋರ್ಟಿನಲ್ಲಿ ತಿಳಿಸಿದೆ. ಅಂದರೆ ಬಂಗಾರವನ್ನು ತೆಗೆಯಲು ಅವರು ಆರಂಭಿಸಿರಬಹುದು"ಎಂದನು ಅನುಪಮ್.

ಅವಿನಾಶ್ ಗಡಿಯಾರ ನೋಡಿಕೊಂಡನು."ಹಾಗಾದರೆ ನಮ್ಮ ಬಳಿ ಹೆಚ್ಚು ಸಮಯ ಮಿಕ್ಕಿಲ್ಲ. ಆದಷ್ಟು ಬೇಗ ನಮ್ಮ ಸಬ್‌ಮೆರೀನ್ 'ಐಎನ್‌ಎಸ್ ಸಮುದ್ರಸಖ'ವನ್ನು

ತಯಾರು ಮಾಡಿ, ಎಲ್ಲಾ ಲೋಡ್ ಮಾಡಿ. ಒಟ್ಟು ನಾಲ್ಕು ಐದು ಜನ ಇರುತ್ತೇವೆ ಅಲ್ಲವೆ?"

"ನೀವೂ ಸೇರಿ ಆರು, ಸರ್" ಜಿತೇಂದ್ರ ಹೆಡ್ ಕೌಂಟ್ ಕೊಟ್ಟನು.

4

ಐಎನ್ಎಸ್ ಸಮುದ್ರಸಖ ಸಬ್ಮೆರೀನ್ ನೌಕೆ ಕೊಚ್ಚಿ ನೇವಲ್ ಬೇಸಿನಿಂದ ರಾತ್ರಿ 8ಕ್ಕೆ ನೀರಿಗಿಳಿಯಿತು.

ಅಂದಿನ ಮೆರೀನ್ ಹವಾಮಾನ ವರದಿಯ ಪ್ರಕಾರ ಸ್ವಲ್ಪ ಉಬ್ಬರವಿಳಿತ ಇರುವ ಸಾಧಾರಣಕ್ಕಿಂತ ಹೆಚ್ಚಿನ ಪ್ರೆಶರ್ ಇರುವ ಸ್ಥಿತಿ ನಿರೀಕ್ಷಿಸಲಾಗಿತ್ತು. ಅದಕ್ಕೆಲ್ಲಾ ಸಮುದ್ರಸಖ ವೈಜ್ಞಾನಿಕವಾಗಿ ಸನ್ನದ್ಧವಾಗಿದ್ದ ನೌಕೆ.

ಶ್ರೀಲಂಕಾದಿಂದ ದಕ್ಷಿಣಕ್ಕೆ ಸಾಗಿದ ನೌಕೆ ಈಗ ನಾಲ್ಕು ಗಂಟೆ ಕಾಲ ಅವಧಿಯಲ್ಲಿ ಅಲ್ಲಿಂದ ಸಹಸ್ರಾರು ನಾಟಿಕಲ್ ಮೈಲುಗಳ ದೂರ ನಿರ್ಜನ ನೀಲ ಸಾಗರದಲ್ಲಿ ಒಂಟಿಯಾಗಿ ಪಯಣಿಸಿತ್ತು. ನೌಕೆಯ ಅಬ್ಸರ್ವೇಶನ್ ಪೋಸ್ಟಿನಲ್ಲಿ ಸತತವಾಗಿ ಹಾಜರಿದ್ದ ಅವಿನಾಶ್ ಕ್ಯಾಮೆರಾಗಳನ್ನು ಅತ್ತಿತ್ತ ತಿರುಗಿಸುತ್ತಾ ಪರದೆಯ ಮೇಲೆ ಮೂಡುವ ಸುತ್ತಲಿನ ಚಿತ್ರಗಳನ್ನು ಗಮನಿಸುತ್ತಿದ್ದ. ಎರಡು ಆಕ್ಟೋಪಸ್ ಮತ್ತು ಒಂದು ನೀರುಕುದುರೆಗಳ ಹಿಂಡು ಬಿಟ್ಟರೆ ಕಳೆದ ಒಂದು ಗಂಟೆಯಲ್ಲಿ ಇನ್ಯಾವ ಆಸಕ್ತಿಕರ ದೃಶ್ಯಮಾಹಿತಿಯೂ ಲಭ್ಯವಾಗಿರಲಿಲ್ಲ.

ಆಗಲೇ 1500 ಅಡಿ ಮುಳುಗಿದ್ದರಿಂದ ಆ ಪ್ರದೇಶದ ಸ್ಯಾಟಿಲೈಟ್ ಇಮೇಜಸ್, ಅಂದರೆ ನಮ್ಮ ದೇಶದ ಉಪಗ್ರಹ ಚಿತ್ರಗಳೂ ಸ್ಪಷ್ಟವಾಗಿ ಮೂಡುತ್ತಿರಲಿಲ್ಲ, ಬ್ಲ್ಯಾಂಕ್ ಔಟ್ ಆಗುತ್ತಿದೆ. ಇದೊಂದು ಆಧುನಿಕ ಸ್ಟೆಲ್ತ್ ಸಬ್ಮೆರೀನ್ ಆದಾಗ್ಯೂ.

"ಅವರದೂ ಮೋಸ್ಟ್ಲೀ ಇಂತದೇ ಸ್ಟೆಲ್ತ್ (ಸಿಗ್ನಲ್ಲುಗಳಿಗೆ ಕಾಣಸಿಗದ) ನೌಕೆ ಇರಬಹುದು ಸರ್"ಅವನ ಯೋಚನೆಯನ್ನೇ ಬಿಂಬಿಸುವಂತೆ ನುಡಿದ ಅನುಪಮ್.

"ಖಂಡಿತ. ಅವರು ಚೀನಾ ಮತ್ತು ಸ್ಪೇನ್ ದೇಶದ ಸಬ್ಮೆರೀನುಗಳನ್ನು ಕದ್ದು ತಾವೇ ಇನ್ನೂ ಆಧುನಿಕವಾಗಿ ಅಳವಡಿಸಿಕೊಂಡಿದ್ದಾರೆ. ಅದರಲ್ಲಿ ಸೋನಾರ್ ಡಿಟೆಕ್ಷನ್ ಕೂಡಾ ಇದೆಯಂತೆ. ಶಬ್ದವೇಧಿ ಸೌಕರ್ಯ" ಎಂದನು ಅವಿನಾಶ್ ಯೋಚಿಸುತ್ತಾ.

"ವೆಲ್, ನಾವೂ ಇದಕ್ಕೆ ಅಂತಹ ಸೋನಾರ್ ಸೌಕರ್ಯ ಹಾಕಿ ಆರು ತಿಂಗಳೇ ಆಯಿತಲ್ಲ!" ಎಂದು ಕಿರುನಗೆ ಬೀರಿದನು ಜಿತೇಂದ್ರ ಅವಿನಾಶನಿಗೆ ತಿಳಿಯದ ಈ ವೈಶಿಷ್ಟ್ಯವನ್ನು ಪ್ರಕಟಿಸುತ್ತಾ.

"ಹೌದೇ?" ಅವಿನಾಶ್ ವಿಜಯನಗೆ ಬೀರಿದ. "ನಾನು ಈ ವಿಷಯ ಸಂಗ್ರಹಿಸುವುದರಲ್ಲಿ ಸೋತಿದ್ದೆ ಅನ್ನಿ."

"ನಿಮ್ಮ ಬಾಸ್ ಡಾ. ದೇಸಾಯಿ ಇದನ್ನು ಅಲ್ಟ್ರಾ ಸೀಕ್ರೆಟ್ ಎಂದು ಯಾರಿಗೂ ಹೇಳಿಲ್ಲ. ಇದು ರಹಸ್ಯವಾದ ಪ್ರಮುಖ ಅಂತರರಾಷ್ಟ್ರಿಯ ಮಿಷನ್ ಎಂದು ನಮಗಾಗಿ ಈ ನೌಕೆ ಕೊಟ್ಟಿದ್ದಾರೆ!" ಅನುಪಮ್ ತಿಳಿಸಿದ.

ಎದುರಿಗೆ ಗೋಡೆಯ ಮೇಲೆ ನೇತುಹಾಕಿದ್ದ ಲೆಮೂರಿಯಾದ ಪ್ರಾಚೀನ ನಕ್ಷೆಯನ್ನು ನೋಡಿ, ಜಿತೇಂದ್ರ ಕೇಳಿದ.

"ಸರ್, ನೀವು ನಮಗೆ ಬಾಸ್‌ಗೆ ಹೇಳಿದ ವಿಷಯಗಳನ್ನೆಲ್ಲಾ ಹೇಳಿದಿರಿ. ಆದರೆ, ಲೆಮೂರಿಯಾ ಅಥವಾ ಕುಮಾರಿಕಂಡಂ ಮುಳುಗಿಹೋದದ್ದೇಕೆ ಹೇಳಲಿಲ್ಲವಲ್ಲ. ಸಮಯವಿದ್ದರೆ ಹೇಳಿ."

ಅನುಪಮ್ ನಕ್ಷೆಯನ್ನೇ ದಿಟ್ಟಿಸುತ್ತಾ ನುಡಿದನು,

"ಇದೆಲ್ಲಾ ಲಕ್ಷಾಂತರ ವರ್ಷಗಳ ಹಿಂದೆ ನಡೆದಿದ್ದು. ಆನಂತರ ಭೂಮಿ ಪುನರ್ರಚಿತವಾಗಿ, ಮಾನವ ಆದಿಮಾನವನಿಂದ ಈಗಿನವರೆಗಿನ ಕತೆ ಮಾತ್ರ ಖಚಿತವಾಗಿ ಹೇಳಬಹುದು. ಮಿಕ್ಕಿದ್ದಕ್ಕೆಲ್ಲಾ ಸಾಕ್ಷಿ ಆಧಾರ ಕೇಳಿದರೆ ಇಲ್ಲ. ಕಾಲಗರ್ಭದಲ್ಲಿ ಮುಳುಗಿಹೋದ ಘಟನಾವಳಿ.

ಆ ಕಾಲದಲ್ಲಿ ಒಮ್ಮೆ ಭೂಮಿಯಲ್ಲಿ ಭೀಕರವಾದ ಪ್ರವಾಹ ಉಕ್ಕಿ ಹರಿದು ಹಲವು ಭೂ-ಪ್ರದೇಶಗಳನ್ನು ನುಂಗಿಹಾಕಿತಂತೆ. ಅದನ್ನು ಮಾತ್ರ ಈಗಿನ ಭೂ ವಿಜ್ಞಾನಿಗಳು ನಂಬುತ್ತಾರೆ. ಕಾಂಟಿನೆಂಟಲ್ ಡ್ರಿಫ್ಟ್ ಆಯಿತು ಎಂದು. ಅದರ ಕಾರಣ ಭೂಕಂಪವೆನ್ನಿ, ಸುನಾಮಿಯೆನ್ನಿ, ಪ್ರಳಯವೆನ್ನಿ. ಅದೇನೋ ಸೃಷ್ಟಿ ರಹಸ್ಯ. ಆದರೆ ಈ ಜಾನಪದ ಕತೆಯಲ್ಲಿ ಹೇಳಿಕೊಂಡು ಬಂದಿರುವ ಪ್ರಕಾರ ಸಸ್ಯಾಹಾರಿಗಳೂ, ಅಹಿಂಸಾಪ್ರಿಯರೂ ಆದ ಲೆಮೂರಿಯನ್ನರು ಯಾವ ಪ್ರಾಣಿಯನ್ನೂ ಕೊಲ್ಲಲಿಲ್ಲವಂತೆ. ಸಮೃದ್ಧ ಜಲರಾಶಿ ಮತ್ತು ನಿರ್ಮಲ ಹವೆಯ ಕಾರಣ ಹಲವು ದೊಡ್ಡ ದೊಡ್ಡ ಕ್ರೂರ ಪ್ರಾಣಿಗಳ ಸಂಖ್ಯೆ ಹೆಚ್ಚಾಗುತ್ತಾ ಹೋಯಿತಂತೆ. ಆದರೆ ಕೊಲ್ಲುವುದನ್ನು ಇಚ್ಛಿಸದ ಪಾಪದ ಜನ ಅದಕ್ಕೇ ಆಹಾರವಾಗತೊಡಗಿದರು. ಡೈನೊಸಾರಸ್‌ಗಿಂತಲೂ ದೈತ್ಯ ಪ್ರಾಣಿಗಳು ರಾಜಾರೋಷವಾಗಿ ಜನರ ವಸತಿಗಳಿಗೆ ನುಗ್ಗಿ ಈ ಬಡಪಾಯಿಗಳನ್ನು ನುಂಗತೊಡಗಿದವಂತೆ. ಲೆಮೂರಿಯನ್ನರು ಚಿನ್ನದ ಪಿರಮಿಡ್ಡುಗಳಲ್ಲಿ ಹೋಗಿ ಅವುಗಳಿಂದ ರಕ್ಷಣೆ ಪಡೆಯಲು ಅವಿತುಕೊಳ್ಳತೊಡಗಿದರಂತೆ. ಆಗಲೇ ಹೆಚ್ಚು ಹೆಚ್ಚು ಬೃಹತ್ ಗಾತ್ರದ, ಅಂದರೆ 4 ಅಡಿಗೂ ಹೆಚ್ಚಿನ ದಪ್ಪದ ಸಾಲಿಡ್ ಬಂಗಾರದ ಕೋಟೆ ಕಟ್ಟಿ ರಕ್ಷಿಸಿಕೊಳ್ಳಲು ಮುಂದಾದರಂತೆ. ಅದೇ ಸಮಯದಲ್ಲಿ ಈಗಿನ ಯುರೋಪ್ ಇದ್ದ ಪ್ರದೇಶದಲ್ಲಿ ಅಟ್ಲಾಂಟಿಸ್ ಎಂಬ ಇನ್ನೊಂದು ನಾಗರೀಕತೆ ಪ್ರವರ್ಧಮಾನದಲ್ಲಿತ್ತು. ಅವರು ವೈಜ್ಞಾನಿಕವಾಗಿ ಈಗಿನ ನಮ್ಮ ನಾಗರೀಕತೆಗಿಂತಲೂ ಮುಂದುವರೆದು ಗ್ಯಾಮಾ ಮಾದರಿ ಅಣ್ವಸ್ತ್ರಗಳನ್ನು ಹೊಂದಿದ್ದರಂತೆ. ಅವರು ತಮ್ಮ ನೆರೆಯ ಲೆಮೂರಿಯನ್ನರ ದೀನ ಪಾಡನ್ನು ಕಂಡು ಮರುಗಿ ಅಲ್ಲಲ್ಲಿ ಐದು ಚಿಕ್ಕ ಅಣ್ವಸ್ತ್ರಗಳನ್ನು ಸ್ಫೋಟಿಸಿ ದೈತ್ಯ ಕ್ರೂರ ಪ್ರಾಣಿಗಳ ಲಕ್ಷೋಪಲಕ್ಷ ಸಂತತಿಯಿದ್ದ ಪ್ರದೇಶಗಳನ್ನೂ ಧ್ವಂಸ ಮಾಡಿ ಅವನ್ನು

ಕುಲಸಮೇತ ಮುಗಿಸಿಬಿಡಲು ಒಂದು ಯೋಜನೆಯನ್ನು ಮುಂದಿಟ್ಟರು. ಅದಕ್ಕೂ ಲೆಮೂರಿಯನ್ನರು ಒಪ್ಪಲಿಲ್ಲ. ಆದರೆ ಈ ಪ್ರಾಣಿಗಳ ಸಂಖ್ಯೆ ಹೆಚ್ಚುತ್ತಾ ಹೋಗಿ ಅವು ಅಟ್ಲಾಂಟಿಸ್ ಪ್ರದೇಶವನ್ನೂ ಪ್ರವೇಶಿಸಿದಾಗ ನಿರ್ವಾಹವಿಲ್ಲದೆ ಅಟ್ಲಾಂಟಿಕರು ಲೆಮೂರಿಯನ್ನರ ವಿರೋಧದ ನಡುವೆಯೂ ಐದು ಆಯ್ದ ಸ್ಥಳಗಳಲ್ಲಿ ಬಾಂಬುಗಳನ್ನು ಸ್ಫೋಟಿಸಿಯೇ ಬಿಟ್ಟರಂತೆ. ಆದರೆ ಅವರು ನಿರೀಕ್ಷಿಸಿರದ ರೀತಿಯಲ್ಲಿ ಭೂಮಿ ಪ್ರತ್ಯುತ್ತರ ನೀಡಿತು. ಪ್ರಾಣಿಗಳು ಮಾತ್ರವಲ್ಲ, ಇಡೀ ಭೂಮಿಯ ನೆಲಪ್ರದೇಶಗಳೇ ಆ ಸ್ಫೋಟಗಳಿಗೆ ತತ್ತರಿಸಿ ಮುಳುಗಿಹೋದವಂತೆ. ಬೆರಳಣಿಕೆಯಷ್ಟು ಜನತೆ ಮಾತ್ರ ಅತ್ತ ಆಫ್ರಿಕಾ, ಇತ್ತ ದಕ್ಷಿಣ ಭಾರತ, ಮಿಕ್ಕವರು ಈಗಿನ ಯೂರೋಪಿಗೆ ಜೀವ ಬಚಾಯಿಸಿಕೊಳ್ಳಲು ವಲಸೆ ಬಂದರಂತೆ. ಮಿಕ್ಕ ಲೆಮೂರಿಯಾ, ಅಟ್ಲಾಂಟಿಸ್ ಖಂಡ ಅದರ ಜನ, ಪ್ರಾಣಿ, ಅಲ್ಲಿನ ಸಂಪತ್ತು ಎಲ್ಲಾ ಪೂರ್ತಿ ಮುಳುಗಿ, ನಿಧಾನವಾಗಿ ಭೂಭಾಗಗಳು ದೂರದೂರಕ್ಕೆ ಹಂಚಿಹೋದವಂತೆ. ಆ ಖಂಡದ ಪಳೆಯುಳಿಕೆಗಳು ಇಷ್ಟು ಲಕ್ಷವರ್ಷದ ನಂತರ 'ಇಫ್ ಅಂಡ್ ಬಟ್' ದಂತಕತೆಯಾಗಿ ಉಳಿದು ಕಡಲುಗಳ್ಳರನ್ನೂ, ಲೂಟಿಕೋರರನ್ನೂ ಆಕರ್ಷಿಸುತ್ತಲೇ ಇದೆ. ಅಂತವರಲ್ಲೊಬ್ಬ ಈ ಸ್ಪ್ಯಾನಿಷ್ ಕಡಲುಚೋರ ಮತ್ತು ಅವನ ಎರಡು ಹಡಗುಗಳನ್ನೇ ನಾವು ಮತ್ತು ರಾಮಿರೆಜ್ ಹುಡುಕಲು ಬಂದಿರುವುದು."

"ಇಂತಹದೇ ದೃಷ್ಟಾಂತ– ಬೈಬಲ್ಲಿನ ನೋಆಹ್ಸ್ ಆರ್ಕ್ ಕತೆಯಲ್ಲೂ ಪ್ರಳಯ ಬಂದ ವರ್ಣನೆಯಿದೆ" ಎಂದ ಅನುಪಮ್ ನೆನಪಿಸಿಕೊಳ್ಳುತ್ತಾ.

"ನಿಜ, ಆದರೆ ಇಲ್ಲದ್ದನ್ನು ಪ್ರೂವ್ ಮಾಡು ಎಂದರೆ ಹೇಗೆ ಸಾಧ್ಯ? ಈಗ ನಮಗೇನಾದರೂ ಸಿಕ್ಕರೂ ಲೋಕಕ್ಕೆ ನಾವು ಪೂರ್ತಿ ಇತಿಹಾಸವನ್ನು ನಂಬಿಸಲಾರೆವು" ಎಂದ ಅವಿನಾಶ್ ಅಸಹಾಯಕತೆ ತೋಡಿಕೊಳ್ಳುತ್ತಾ.

"ಹಾಗಾದರೆ ಈ ಪ್ರಳಯನಂತರದ ಶಾಂತಭೂಮಿಯಲ್ಲಿ ಹುಟ್ಟಿದ ಆದಿಮಾನವನಿಗೆ ಸಹಜವಾಗಿಯೇ ಕೊಂದು ತಿನ್ನುವ ಗುಣ ಡಿಎನ್‌ಎ ಯಲ್ಲಿಯೇ ಬಂದಿತ್ತೇನೋ? ಕಾಲ ಕಲಿಸಿದ ಲೆಮೂರಿಯಾ ಪಾಠದ ಫಲವಾಗಿ, ಅವನು ತಿಳಿಯದೆಯೇ ಸಸ್ಯಾಹಾರವನ್ನು ಬಿಟ್ಟು ಬೇಟೆ ಆಡಿ ಕೊಂದು ಮಾಂಸಾಹಾರವನ್ನು ಭಕ್ಷಿಸಲು ಅನಿವಾರ್ಯವಾಗಿ ಕಲಿತ ಎಂದೂ ಒಂದು ಕಡೆ ಓದಿದ್ದೇನೆ ಸರ್" ಎಂದು ನೆನೆಸಿಕೊಂಡ ಅನುಪಮ್.

"ಅಂದಹಾಗೇ, ಸರ್, ಈ ಸ್ಪ್ಯಾನಿಶ್ ಹಡಗಿನವರಿಗೆ 16ನೇ ಶತಮಾನದಲ್ಲಿ ಈ ಚಿನ್ನ ಪತ್ತೆಯಾಗಿದ್ದಾದರೂ ಹೇಗೆ?" ಎಂದ ಜಿತೇಂದ್ರ.

"ಆಗೆಲ್ಲ ಬೌದ್ಧ ಧರ್ಮೀಯರು ಶ್ರೀಲಂಕಾ, ಮಲೇಶಿಯಾ ಮತ್ತಿತರ ದ್ವೀಪಗಳಲ್ಲಿ ಬಹು ಸಂಖ್ಯಾತರಾಗಿದ್ದರು. ಅವರು ಈ ಜಾನಪದದ ಕತೆಯನ್ನಲ್ಲದೇ ಸ್ವಲ್ಪ ಅಳಿದುಳಿದ ಬಂಗಾರದ ನಿಧಿಯನ್ನು ಕಾದುಕೊಂಡು ರಕ್ಷಣೆ ಮಾಡಿ ಅಲ್ಲಲ್ಲಿ ಅಡಗಿಸಿರುತ್ತಿದ್ದರಂತೆ. ಅಂಥದೇ ಯಾರೋ ಬೌದ್ಧ ಭಿಕ್ಷುಗಳು ಇವರಿಗೆ ಸಿಕ್ಕಿರಬೇಕು. ಅವರ ಮೂಲಕ

ಇವರಿಗೆ ರಹಸ್ಯತಾಣದಲ್ಲಿ ಅಡಗಿದ್ದ ಚಿನ್ನದ ನಿಕ್ಷೇಪ ಕೈಗೆ ಸಿಕ್ಕಿರಬೇಕು. ಅದರ ಇಂದಿನ ಬೆಲೆಯನ್ನು ನಾವು ಊಹಿಸಬಹುದು, ಕಲ್ಪಿಸಿಕೊಳ್ಳಬಹುದಷ್ಟೇ ವಿನಹ ನಿಖರವಾಗಿ ಹೇಳಲಾಗದು" ವಿವರಿಸಿದ ಅವಿನಾಶ್.

5

'ಸಮುದ್ರಸಖ' ಸಾಗರದಡಿ ಪ್ರಯಾಣ ಮಾಡುತ್ತಾ 20 ಗಂಟೆಗಳ ಸತತ ಶೋಧ ನಡೆಸಿದ ಫಲವಾಗಿ ಕೊನೆಗೂ ದೂರದಲ್ಲಿ ಜಲದಡಿ ಕಡಲುಗಳ್ಳರ ನೌಕೆಯ ಮಸುಕಾದ ಸೋನಾರ್ ಸಿಗ್ನಲ್ ಕಾಣಿಸಿತು.

"ಸಿಕ್ಕಿತು. ನಮ್ಮ ಮಾಹಿತಿಯ ಪ್ರಕಾರ ಬೇರೆ ಯಾವ ನೌಕೆಯೂ ಈ ಸ್ಥಳದ ಆಸುಪಾಸಿನಲ್ಲಿಲ್ಲ. ಏನು ಮಾಡೋಣ ಸರ್?" ಪ್ರಶ್ನಿಸಿದ ಜಿತೇಂದ್ರ.

"ನಾನು ರೇಡಿಯೊದಲ್ಲಿ ಮಾತಾಡುತ್ತೇನೆ"ಎಂದು ಜವಾಬ್ದಾರಿ ವಹಿಸಿಕೊಂಡ ಅವಿನಾಶ್. ಇದು ಈ ಆಪರೇಷನ್ನಿನ ಗುರುತರವಾದ ಭಾಗವಾಗಿತ್ತು .

"ಐಎನ್ಎನ್ ಸಮುದ್ರಸಖ ಹಿಯರ್, ಪ್ಲೀಸ್ ರೆಸ್ಪಾಂಡ್. ಓವರ್!"

ಸ್ವಲ್ಪ ಪ್ರಯತ್ನಗಳ ನಂತರ ಅಲ್ಲಿಂದ ಉತ್ತರ ಬಂದಿತು.

"ಬಾರ್ಸಿಲೋನಾ ಹಿಯರ್" ಕಠಿಣವಾದ ದ್ವನಿಯೊಂದು ಗೊರಗುಟ್ಟಿತು, "ನಾವು ಪ್ರೈವೇಟ್ ಸಂಚಾರ ಮಾರ್ಗದಲ್ಲಿದ್ದೇವೆ. ನಿಮ್ಮ ಜತೆ ನಮಗೆ ಯಾವುದೇ ಕೆಲಸವಿಲ್ಲ."

"ರಾಮಿರೆಜ್ ಅಲ್ಲಿದ್ದಾರೆಯೆ?" ಅವಿನಾಶ್‌ನ ನೇರ ಪ್ರಶ್ನೆ.

"ನಾನೇ ಮಾತನಾಡುತ್ತಿದ್ದೇನೆ. ನಿಮ್ಮ ದಾರಿ ನೀವು ನೋಡಿಕೊಳ್ಳಿ" ಒರಟು ಉತ್ತರ ಕಡಲುಚೋರ ಅಪರಾಧಿಗೆ ಸಹಜವೇ.

"ರಾಮಿರೆಜ್, ನಾನು ಭಾರತೀಯ ನೇವಿಯ ಕ್ಯಾಪ್ಟನ್ ಅವಿನಾಶ್ ನಾಯಕ್ ಮಾತಾಡುತ್ತಿದ್ದೇನೆ. ನಿಮ್ಮ ನೌಕೆಯನ್ನು ಪರೀಕ್ಷಿಸಿ ಅದರಲ್ಲಿ ನೀವು ಹೊತ್ತೊಯ್ಯುತ್ತಿರುವ ಅಕ್ರಮ ಬಂಗಾರವನ್ನು ವಶಪಡಿಸಿಕೊಳ್ಳಲು ಬರುತ್ತೇವೆ. ನಮಗೆ ಅನುಮತಿ ಕೊಟ್ಟು ಬಾಗಿಲು ತೆರೆಯಿರಿ. ಇದು ನಮ್ಮ ಎರಡೂ ದೇಶಗಳ ಸರಕಾರಿ ಆಜ್ಞೆ!" ಅವಿನಾಶನ ಅಧಿಕಾರವಾಣಿ ಸ್ಪಷ್ಟ ಸಂದೇಶ ನೀಡಿತ್ತು

"ಅಯ್ಯೋ ಹುಚ್ಚಪ್ಪ, ನೀನು ಕ್ಯಾಪ್ಟನ್ ಅಲ್ಲ, ಯಾರೋ ಮುಗ್ಧ ಬಾಲಕನಿರಬೇಕು. ನಾವು ಈಗ ಅಂತರರಾಷ್ಟೀಯ ಜಲಸೀಮೆಯಲ್ಲಿದ್ದೇವೆ. ನಿನಗೆ ಅನುಮತಿ ಕೊಡಲು ನಮಗೆ ಯಾವ ದರ್ದೂ ಇಲ್ಲ."ಗಹಗಹಿಸಿದ ಅಲ್ಲಿಂದ ರಾಮಿರೆಜ್.

"ರಾಮಿರೆಜ್, ನಿನ್ನ ಕುಕೃತ್ಯಗಳಿಗೆ ಮಂಗಳ ಹಾಡುವ ಸಮಯ ಬಂದಿದೆ. ಆದರೆ ಒಂದೇ ಒಂದು ಒಳ್ಳೆಯ ಕೆಲಸವನ್ನು ಅದಕ್ಕೆ ಮುನ್ನ ಮಾಡಿಬಿಡು. ನಮ್ಮ ಒಂದು ಸಬ್ಮೆರೀನಿನ ಮೇಲೆ ದಾಳಿ ಮಾಡಿ ಅದನ್ನು ನಿಷ್ಕ್ರಿಯಗೊಳಿಸಿದ್ದೀಯೆ. ಅದರಲ್ಲಿ

ನಮ್ಮ ಸಿಬ್ಬಂದಿ ಸಿಕ್ಕಿಹಾಕಿಕೊಂಡಿದ್ದಾರೆ, ಅಲ್ಲಿಂದ ಸಿಗ್ನಲ್ ಬರುತ್ತಿಲ್ಲ. ಹಾಗಾಗಿ ಅವರನ್ನು ನಾವು ಹುಡುಕಲು ಸಾಧ್ಯವಾಗಿಲ್ಲ. ಕೊನೆಯಲ್ಲಿ ಅವರನ್ನು ನೋಡಿದ್ದು ನೀವೇ. ಅವರ ಪತ್ತೆಯಾಗುವ ಸ್ಥಳವನ್ನು ಹೇಳಲೇಬೇಕು. ಇದು ನೌಕಾಧರ್ಮ ಮತ್ತು ಕಾನೂನು!" ಗದರಿಸಿದಂತೆ ನುಡಿದಿದ್ದ ಅವಿನಾಶ್.

"ಐಎನ್ಎಸ್ ಜಲಮಿತ್ರ ಅಲ್ಲವೆ?" ಅತ್ತ ಕೇಕೆ ಹಾಕಿದ ಆ ನೌಕೆಯ ಹೆಸರನ್ನು ಹೇಳುತ್ತಾ ರಾಮಿರೆಜ್, "ಬಂಚ್ ಆಫ್ ಬಫೂನ್ಸ್. ನಮ್ಮನ್ನು ಶರಣಾಗಲು ಹೇಳಿದರು. ನಾಲ್ಕು ಬಿಗಿದೆವು ನೋಡಿ. ಗಾಯಗೊಂಡು ಸಾಗರದ ಒಂದು ಮೂಲೆಯಲ್ಲಿ ಬಿದ್ದಿದ್ದಾರೆ."

"ಹೋಗಲಿ ಪಾಪ. ಅವರ ಅಕ್ಷಾಂಶ, ರೇಖಾಂಶ ತೆಗೆದುಕೊಳ್ಳಿ. ಅವರ ಜೀವ ಬಚಾವು ಮಾಡಿ. ಇನ್ನೊಮ್ಮೆ ನನ್ನ ಸುದ್ದಿಗೆ ಬರದಿರುವಂತೆ ಹೇಳಿಬಿಡಿ" ಎಂದು ಕೆಲವು ಸಂಖ್ಯೆಗಳನ್ನು ಆ ನಾಪತ್ತೆಯಾದ ಸಬ್ಮೆರೀನಿನ ದಿಕ್ಸೂಚಿಯಾಗಿ ಹೇಳಿದ ರಾಮಿರೆಜ್.

ಅವಿನಾಶ್ ತಾಳ್ಮೆಯಿಂದ ತನ್ನ ಕೊಚ್ಚಿನ್ ನೌಕಾ ಹೆಡ್ ಕ್ವಾರ್ಟರ್ಸ್‌ಗೆ ಅದರ ಸೂಚನೆಯನ್ನು ಕಳಿಸಿದ. ಅಲ್ಲಿನವರು ತಕ್ಷಣವೇ ಆ ನಾಪತ್ತೆಯಾದ ನೌಕೆಯ ಸಮೀಪವೇ ತೇಲುತ್ತಿದ್ದ ಒಂದು ರೆಡ್‌ಕ್ರಾಸ್‌ಗೆ ಸೇರಿದ ಸಂರಕ್ಷಣಾ ಹಡಗಿಗೆ ಅದರ ನಕ್ಷಾ ವಿಳಾಸವನ್ನು ಕೊಟ್ಟು ಅವರನ್ನು ರಕ್ಷಿಸಲು ಮುಂದಾದರು. ಅದು ಶೀಘ್ರವಾಗಿ ಏರ್ಪಾಡಾಗಿದ್ದಕ್ಕೆ ಸಮಾಧಾನದ ನಿಟ್ಟುಸಿರಿಟ್ಟು ಮತ್ತೆ ಈ ಸಮಸ್ಯೆಯತ್ತ ತಿರುಗಿದ ಅವಿನಾಶ್.

"ಧನ್ಯವಾದ ರಾಮಿರೆಜ್, ಆದರೆ ನಿನ್ನ ಆಟ ಮುಗಿಯಿತು ಎಂದುಕೋ. ನಾನಂತೂ ನಿನ್ನ ಬೆಂಬೆತ್ತಿಯೇ ಕಳೆದ ಒಂದು ವರ್ಷ ಕಳೆದಿದ್ದೇನೆ. ನಿನ್ನನ್ನು ಲಂಡನ್ನಿಗೆ ಬಂಧಿಸಿ ಕರೆತಂದಾಗ ಕೂಡ ಸ್ಪೆಷಲ್ ಮಿಷನ್ ಮೇಲೆ ನಾನಲ್ಲೇ ಇದ್ದೆ. ನೀನು ಕಣ್ಮರೆಯಾದಾಗ ಅಚ್ಚರಿಪಟ್ಟಿದ್ದು ನಿಜ.ಇನ್ನು ನನ್ನಿಂದ ನೀನು ತಪ್ಪಿಸಿಕೊಳ್ಳಲಾರೆ, ನಾವೂ ಸಶಸ್ತ್ರರಾಗಿಯೇ ಬಂದಿದ್ದೇವೆ. ಶರಣಾಗುತ್ತೀಯೋ ಇಲ್ಲವೋ?"

ಅಷ್ಟರಲ್ಲಿ ಅನುಪಮ್ ಮತ್ತು ಜಿತೇಂದ್ರರ ನಿರ್ದೇಶನದಲ್ಲಿ ಅವರ ಜಲಾಂತರ್ಗಾಮಿ ನೌಕೆ ಶತ್ರು ಸಬ್ಮೆರೀನಿನ ಸಮೀಪವೇ ತಲುಪಿತ್ತು. ಸನಿಹದಲ್ಲಿ ನೀರಿನಡಿ ಮಸುಕಾಗಿ ಕಂಡಿತ್ತು ಬಾರ್ಸಿಲೋನಾ. ಇವರ ಸಬ್‌ಮೆರೀನಿನಂತೆಯೇ ಅದೂ ಸಹ ಆಧುನಿಕವಾದ ಸಶಸ್ತ್ರ ವೆಸೆಲ್ ಎಂಬುದರಲ್ಲಿ ಯಾವುದೇ ಅನುಮಾನ ಉಳಿಯಲಿಲ್ಲ.

"ಸಶಸ್ತ್ರನಾಗಿ ಬಂದ ಭಾರತದ ವೀರಯೋಧ! ದಾಳಿ ಮಾಡಲು ಭಯವೇಕೆ? ನಿಮ್ಮ ಭಗವದ್ಗೀತೆ ಓದಿಕೋ ಹೋಗು" ಮತ್ತೆ ಕುಹಕವಾಡಿ ಸವಾಲೆಸೆದ ರಾಮಿರೆಜ್.

"ಲಾಸ್ಟ್ ವಾರ್ನಿಂಗ್" ಅವಿನಾಶ್ ಹೇಳುತ್ತಿರುವಂತೆಯೇ ಬಾರ್ಸಿಲೋನಾ ಸಬ್ಮೆರೀನಿನಿಂದ ಒಂದು ಮಿಸ್ಸೈಲನ್ನು ಇವರತ್ತ ಉಡಾಯಿಸಿದರು ಕಡಲುಗಳ್ಳರು.

ಜಿತೇಂದ್ರ ಮತ್ತು ಪೈಲೆಟ್ಟೊಬ್ಬನು ಸಕಾಲಿಕವಾಗಿ ತಮ್ಮ ನೌಕೆಯನ್ನು ಪಕ್ಕಕ್ಕೆ ಸರಿಸಿದಾಗ ಜೋರಾಗಿ ಜರ್ಕ್ ಆಯಿತು, ಎಲ್ಲರೂ ನೆಲಕ್ಕೆ ಬಿದ್ದರು. ಅವರ ಅಸ್ತ್ರ ಯಾವುದೇ ಹಾನಿ ಮಾಡದೆ ಪಕ್ಕಕ್ಕೆ ತೂರಿ ದೂರದಲ್ಲಿ ಮರೆಯಾಯಿತು.

ಜಿತೇಂದ್ರನಿಗೆ ಪ್ರತಿದಾಳಿ ಮಾಡಲು ಆಜ್ಞೆಯಿತ್ತ ಅವಿನಾಶ್.

ಸ್ವಲ್ಪ ಮಾತ್ರ ಬಾರ್ಸಿಲೋನಾಗೆ ಹಾನಿಯಾದರೂ ಅದು ಸಂಭಾಳಿಸಿಕೊಂಡಿತು. ದಾಳಿ ಪ್ರತಿದಾಳಿ ಮುಂದುವರೆಯುತ್ತಾ ಹೆಚ್ಚಾಗುತ್ತಲೇ ಹೋಯಿತು.

ಅಲ್ಪಸ್ವಲ್ಪ ಆಘಾತ ಎರಡೂ ನೌಕೆಗಳಿಗೆ ಆಗತೊಡಗಿತ್ತು. ಅತ್ತಲಿಂದ ರಾಮಿರೆಜ್ ಅಬ್ಬರಿಸುತ್ತಿದ್ದ. "ಚಿನ್ನವನ್ನು ಸೆಕ್ಯೂರ್ ಮಾಡಿ. ಸಮುದ್ರದ ಅಡಿಗೆ ಜಾರಿಸಿಬಿಡಿ. ಎಲ್ಲಾ ಸರಿಹೋದಮೇಲೆ ಮತ್ತೆ ಹೆಕ್ಕೋಣ" ರೇಡಿಯೋ ಆನ್ ಇದ್ದುದನ್ನು ಮರೆತಿದ್ದ.

ಆದರೆ ಯಾರೋ ಅತ್ತ ಅದನ್ನು ಜ್ಞಾಪಿಸಿದಾಗ, "ಓಹ್, ಬ್ಲಡಿ ಹೆಲ್" ಎಂದು ಕಿರುಚಿ ರೇಡಿಯೋವನ್ನು ಕ್ಲಿಕ್ ಆಫ್ ಮಾಡಿದ ಕಡಲುಚೋರರ ನಾಯಕ.

ಇತ್ತ ಅವಿನಾಶ್ ತರಾತುರಿಯಿಂದ ಹೊರಗೆ ಹೊರಡಲು ಸಿದ್ಧನಾದ. ಅಂಡರ್ ವಾಟರ್ ಸ್ಕ್ಯೂಬಾ ಸೂಟ್ ಧರಿಸಿ ಆಮ್ಲಜನಕದ ಸಿಲಿಂಡರ್ ಬೆನ್ನಿಗೆ ತಗುಲಿಸಿಕೊಂಡ.

"ಆದಷ್ಟು ಬೇಗ ನಾನೇ ಹೋಗಿ ಅವನನ್ನು ತಡೆಯುವ ಪ್ರಯತ್ನ ಮಾಡುತ್ತೇನೆ. ರಾಮಿರೆಜ್ ಒಬ್ಬನ್ನನ್ನು ಸೆರೆ ಹಿಡಿದರೂ ಪರವಾಗಿಲ್ಲ. ಮಿಕ್ಕವರೆಲ್ಲ ನಗಣ್ಯ ಸೋಮಾಲಿ ಕಡಲ್ಗಳ್ಳರು. ಪರವಾಗಿಲ್ಲ. ಜಿತೇಂದ್ರ, ಅನುಪಮ್, ಗುಡ್ ಬೈ. ದೇವರ ದಯೆಯಿದ್ದರೆ ಎಲ್ಲರನ್ನೂ ಮತ್ತೆ ಸಂಧಿಸುವೆ. ಗುಡ್ ಬೈ, ಮೇಟ್ಸ್!" ಎಂದು ಅವರ ಕೈ ಕುಲುಕಿ ಸಮುದ್ರದ ದ್ವಾರದ ಚೇಂಬರಿಗೆ ಬಂದನು. ಸ್ವಯಂಚಾಲಿತವಾಗಿ ಪ್ರೆಶರ್‌ನಲ್ಲಿದ್ದ ಲೋಹದ ಬಾಗಿಲು ತೆರೆಯಿತು. ಅರೆಕ್ಷಣದಲ್ಲಿ ಕತ್ತಲಿನ ಸಾಗರದಡಿಗೆ ಸುಯ್ಯನೆ ಈಜಿ ಹೋದ ಅವಿನಾಶ್. ಅವನು ಸಬ್‌ಮೆರೀನಿನ ದಕ್ಷಿಣ ದ್ವಾರದಿಂದ ಈಜಿ ಹೊರಟಿದ್ದ.

ಅತ್ತ ರಾಮಿರೆಜ್ ದುರಾಸೆಗೆ ಬಲಿಯಾಗಿಯೇಬಿಟ್ಟ. ಅವಿನಾಶ್ ತೇಲಿ ಬರುತ್ತಿದ್ದುದನ್ನು ಗಮನಿಸಿ ತನ್ನನ್ನು ತಾನು ರಕ್ಷಿಸಿಕೊಳ್ಳುವುದು ಅವನಿಗೆ ಮುಖ್ಯವೆನಿಸಿತು. ಭಾರತೀಯ ನೇವಿಯ ಫೈನಲ್ ಅಸಾಲ್ಟ್ ಬರಲು ಹೆಚ್ಚು ಸಮಯ ಮಿಕ್ಕಿಲ್ಲ ಎಂದು ಅವನು ಗ್ರಹಿಸಿದ. ತನ್ನ ಬಳಿ ಶೇಖರಿಸಿಟ್ಟಿದ್ದ ಚಿನ್ನದ ತುಂಡುಗಳ ರಾಶಿಯಿಂದ ಅವಸರದಿಂದ ವಾಟರ್-ಪ್ರೂಫ್ ಬ್ಯಾಕ್ ಪ್ಯಾಕ್ ಒಂದಕ್ಕೆ ಕೆಲವು ಗಟ್ಟಿಗಳನ್ನು ತುಂಬಿಸಿಕೊಳ್ಳತೊಡಗಿದ.

ನೀರಿನಡಿ ಎರಡೂ ನೌಕೆಗಳ ನಡುವೆ ಕಾದಾಟ ತೀವ್ರವಾಗತೊಡಗಿತ್ತು.

ಸೊಮಾಲಿ ಚೋರರು ಭಾರತೀಯ ನೇವಿಯವರ ಗುಂಡೇಟು ಮತ್ತು ಮಿಸ್ಸೈಲ್ ದಾಳಿಗೆ ತರಗೆಲೆಗಳಂತೆ ಎಲ್ಲೆಂದರಲ್ಲಿ ಗಾಯಗೊಂಡು ಸಾಯುತ್ತಾ ಬೀಳತೊಡಗಿದರು. ತನ್ನ ಶತ್ರುಗಳ ಕೈ ಮೇಲಾಗುತ್ತಿದ್ದಂತೆ ಯಾರಿಗೂ ಹೇಳದೆ ಜೀವ ಬಚಾಯಿಸಿಕೊಳ್ಳಲು

ಓಲಾಡತೊಡಗಿದ್ದ ಬಾರ್ಸಿಲೋನಾ ನೌಕೆಯ ಹೊರದ್ವಾರದತ್ತ ಓಡಿದ ಸ್ವಾರ್ಥಿ ರಾಮಿರೆಜ್.

ಆಗಲೇ ಹೆಣಭಾರದಂತೆ ಭುಜ ಕೊರೆಯುತ್ತಿದ್ದ ಬ್ಯಾಕ್‌ಪ್ಯಾಕ್ ಅನ್ನು ಏದುಸಿರು ಬಿಡುತ್ತಲೇ ಹೊತ್ತು ಕೈಯಲ್ಲೊಂದು ಗನ್ ಮತ್ತು ಚಾಕು ಹಿಡಿದು ಹೊರಬಂದು ಈಜತೊಡಗಿದ ರಾಮಿರೆಜ್‌ಗೆ ಡಿಕ್ಕಿ ಹೊಡೆವಂತೆ ಎದುರಾದ ಅಲ್ಲೇ ಹೊಂಚು ಹಾಕುತ್ತಾ ಕಾಯುತ್ತಿದ್ದ ಅವಿನಾಶ್!

ಅವಿನಾಶ್ ತನ್ನ ಚಾಕುವಿಂದ ದಾಳಿ ಮಾಡಲು ರಾಮಿರೆಜ್ ತಪ್ಪಿಸಿಕೊಂಡು ಸಾಗರದಡಿಗೆ ನಿಧಾನವಾಗಿ ಮುಳುಗುತ್ತಿದ್ದ ತನ್ನ ಘಾಸಿಗೊಂಡ ನೌಕೆಯ ಮೇಲೆ ಏರಿ ಅವನಿಂದ ದೂರ ಓಡಲೆತ್ನಿಸಿದ.

ಜೀವ ಭಯವೆಂದರೆ ನೋಡಿ, ಅಂತಹ ಅನುಭವಿ ಕಡಲುಗಳ್ಳನ ಕಾಮನ್ಸೆನ್ಸ್ ಸಹ ಅವನನ್ನು ತೊರೆಯಿತು. ಎಲ್ಲಿಗೆ ತಾನೇ ಈಜಿಕೊಂಡು ಸಾಗರದಲ್ಲಿ ತಪ್ಪಿಸಿಕೊಳ್ಳಲು ಸಾಧ್ಯ. 2500 ಅಡಿ ಸಾಗರದ ಕೆಳಗೆ?

ಅವಿನಾಶ್ ಅವನ ಬೆಂಬಿಡದ ಭೂತದಂತೆ ಸುಯ್ಯನೆ ಈಜುತ್ತಾ ಸಮೀಪಿಸಿದ. ಕೆಲವೊಮ್ಮೆ ಇಬ್ಬರೂ ತಂತಮ್ಮ ಗನ್ಸ್ ಉಪಯೋಗಿಸಿದರು. ಕೆಲವೊಮ್ಮೆ ಕೈಲಿದ್ದ ಚೂರಿಯಿಂದ ಕೊಲ್ಲಲು ಯತ್ನಿಸಿದರು. ಇಬ್ಬರೂ ನಿಪುಣರು, ಆದರೆ ಕೊಲ್ಲಲಾಗುತ್ತಿಲ್ಲ!

ಬಲಶಾಲಿ ರಾಮಿರೆಜ್ ಅವಿನಾಶ್‌ನ ಕತ್ತು ಕಿವುಚಲು ತನ್ನ ಬಾಹುಗಳನ್ನು ಬಳಸಿದ. ಉಸಿರುಕಟ್ಟುವ ಆ ಸಮಯದಲ್ಲಿ ವಿಧಿಯಿಲ್ಲದೆ ತನ್ನ ಹರಿತವಾದ ಚೂರಿಯನ್ನು ಬಳಸಿ ಅವನ ಆಕ್ಸಿಜೆನ್ ಸಿಲಿಂಡರ್ ಕತ್ತರಿಸಿ ಕಿತ್ತು ಹಾಕಿದ ಅವಿನಾಶ್. ಸರ್‍ರನೆ ಮೂಗು ಬಾಯಿಗೆ ನುಗ್ಗಿದ ನೀರಿಗೆ ರಾಮಿರೆಜ್ ಉಸಿರುಗಟ್ಟಿ ಕಂಗಾಲಾದ. ಆಗ ಸಮಯ ನೋಡಿ ಅವನ ಬ್ಯಾಕ್‌ಪ್ಯಾಕನ್ನು ಕತ್ತರಿಸಿ ಕಿತ್ತುಕೊಂಡ ಅವಿನಾಶ್. ಅವನಿಗೆ ಅದರಲ್ಲೇನೋ ಅಮೂಲ್ಯವಾದದ್ದಿರಲೇಬೇಕು ಎಂಬ ಅನುಮಾನ ಬಲವಾಗಿತ್ತು. ಬಾರ್ಸೊಲೋನಾ ಕ್ರಮೇಣ ಐಎನ್‌ಎಸ್ ಸಮುದ್ರಸಖದ ಸತತವಾದ ಪ್ರಬಲ ಅಸ್ತ್ರಗಳ ದಾಳಿಗೆ ಬಲಿಯಾಯಿತು.

ರಾಮಿರೆಜ್ ನೀರು ಕುಡಿಯುತ್ತಾ ಕೈಗಳನ್ನು ಅಸಹಾಯಕನಾಗಿ ಬಡಿಯುತ್ತಾ ಮುಳುಗುತ್ತಲೇ ಹೋದ. ಅವಿನಾಶ್ ಶತಪ್ರಯತ್ನ ಮಾಡಿ ಅವನನ್ನು ಎಳೆದು ಕರೆದೊಯ್ಯಲು, ಜೀವಸಹಿತ ಬಂಧಿಸಲು ನೋಡಿದ. ಆದರೆ ಎಲ್ಲಾ ಯತ್ನಗಳೂ ವಿಫಲವಾದವು.

ರಾಮಿರೆಜ್ ಆ ಕರಿನೀರಿನ ಗರ್ಭದ ತಳದಲ್ಲೆಲ್ಲೋ ಮುಳುಗಿ ಮಾಯವಾಗಿ ಹೋದ.

ಬಾರ್ಸಿಲೋನಾ ನೌಕೆ, ಅದರ ಉಳಿದ ಚೋರರು ಮತ್ತು ಅದರಲ್ಲಿದ್ದ ಲೆಮೂರಿಯಾದ ಕದ್ದ ಸಂಪತ್ತು ಮತ್ತೆ ಸಾಗರ ಸಮಾಧಿಯಾದವು.

ಒಂದು ತರಹದ ಯಶಸ್ಸು ಮತ್ತು ಇನ್ನೊಂದು ತರಹದ ನಿರಾಸೆಯನ್ನು ಒಟ್ಟೊಟ್ಟಿಗೇ ಅನುಭವಿಸಿದ ಅವಿನಾಶ್ ತನ್ನ ನೌಕೆ ಐಎನ್‌ಎಸ್ ಸಮುದ್ರಸಖಕ್ಕೆ ನಿಧಾನವಾಗಿ ಈಜುತ್ತಾ ಮರಳಿದ.

ಸ್ವಲ್ಪ ಗಾಯಗಳಾದರೂ ಅವನ ಸಿಬ್ಬಂದಿಗೆ ಜೀವಾಪಾಯವಾಗಿರಲಿಲ್ಲ. ಸಮುದ್ರಸಖ ನೌಕೆಗೆ ಕೆಲವು ಬಗೆಯ ಮೆಕ್ಯಾನಿಕಲ್ ಫೈಲ್ಯೂರ್ಸ್ ಮಾತ್ರ ಆದವು, ರಾಮಿರೆಜನ ದಾಳಿಯಿಂದ.

"ಆದರೆ ಇವು ನಾವು ಕೊಚ್ಚಿ ಬೇಸಿಗೆ ಹೋಗಿ ರಿಪೇರಿ ಮಾಡಲಾಗದ್ದೇನೂ ಅಲ್ಲ" ಜಿತೇಂದ್ರ ನುಡಿದ.

ಅನುಪಮ್ ಖುದ್ದಾಗಿ ಪೈಲೆಟ್ ಕರ್ತವ್ಯ ಮಾಡುತ್ತಿರುವಂತೆಯೇ ಆ ನೌಕೆ ಕೊಚ್ಚಿ ನೇವಲ್ ಬೇಸಿನತ್ತ ತೇಲಿ ಹೋಯಿತು.

6

ಮರುದಿನ ಬೆಳಿಗ್ಗೆ 8.30

ಕೊಚ್ಚಿ ನೇವಲ್ ಬೇಸ್ ಕಚೇರಿಯಲ್ಲಿ,

"ನಿನ್ನೆ ರಾತ್ರಿ ತಲುಪಿದ್ದು ಲೇಟಾಯಿತು. ಈಗ ತಡವಾಗಿ ನಿಮ್ಮನ್ನು ನೋಡಲು ಬರುತ್ತಿದ್ದೇನೆ" ಎಂದ ಒಳಬಂದ ಅವಿನಾಶ್. ಡಾ ದೇಸಾಯಿ ಖುಶಿಯಿಂದ ತಲೆಯಾಡಿಸಿ ಅವನ ಕೈಕುಲುಕಿದರು,

"ದಟ್ಸ್ ಓಕೆ. ನಿನ್ನೆ ಸಂಜೆಯೇ ಸಬ್ಮೆರೀನಿನಿಂದ ಕಾಲ್ ಮಾಡಿದ್ದೆಯಲ್ಲ. ಹೆಚ್ಚೇನೂ ಗಾಯ ಆಗಲಿಲ್ಲ ತಾನೆ?" ಅವರ ದನಿಯಲ್ಲಿ ಸಹಜ ಕಳಕಳಿಯಿತ್ತು. ಅವರೇ ಬೆಳಿಗ್ಗೆ ಬಂದರೆ ಸಾಕು ಎಂದು ಸಂದೇಶ ರವಾನಿಸಿದ್ದರು.

"ಅಲ್ಪಸ್ವಲ್ಪ. ನನ್ನ ಕತ್ತಿನ ಮೇಲೆ ಅವನ ಕೈ ಬೆರಳು ಬೀಳುವಂಥ ಗಾಯಗಳು. ತೊಡೆ, ಬೆನ್ನು ತರಚಿದಂತಾಗಿದೆ ಅಷ್ಟೆ." ಅವಿನಾಶ್ ಎದುರು ಕುಳಿತುಕೊಳ್ಳುತ್ತಾ ನುಡಿದ.

"ನೀನು ಪೂರ್ತಿ ಮೆಡಿಕಲ್ ಚೆಕಪ್‌ಗೆ ಹೋಗಲು ಮರೆಯದಿರು. ರಜೆ ಕೊಡುತ್ತೇವೆ."

ತನ್ನ ಕಾಲ ಬಳಿಯಿಟ್ಟುಕೊಂಡಿದ್ದ ಬ್ಯಾಕ್‌ಪ್ಯಾಕನ್ನು ಅವರ ಟೇಬಲ್ ಮೇಲಿರಿಸಿದ.

"ಇದೋ ತಗೊಳ್ಳಿ, ಲೆಮೂರಿಯಾದ ಚಿನ್ನ, ರಾಮಿರೆಜ್ ಬ್ಯಾಗಿನಲ್ಲಿತ್ತು" ಎಂದ ಅರ್ಥಗರ್ಭಿತವಾಗಿ.

ಅವರಿಗೆ ಸಹಜ ಕುತೂಹಲದಿಂದ ಹುಬ್ಬು ಮೇಲೇರಿತು.

“ಇದನ್ನು ಹೇಳಿರಲಿಲ್ಲ ನೀನು! ವಾವ್. ಎಲ್ಲಿ ನೋಡುವಾ” ಎಂದು ಅವರು ಬ್ಯಾಗ್ ಬಿಚ್ಚಿದರು. ಅವರ ಕೈಗೆ ದಪ್ಪ ದಪ್ಪ ಚಿನ್ನದ ಇಟ್ಟಿಗೆ ಚೂರುಗಳು ದೊರಕಿದವು.

ಅದರ ಫಳ ಫಳ ಹೊಳಪು ಇಬ್ಬರ ಕಣ್ಣಿನಲ್ಲಿಯೂ ಮುಂಚಿತು.

“ಇದೇ ಅಲ್ಲವೇ ನೀನು ಹೇಳಿದ ಪ್ರಾಚೀನ ಕಾಲದ ಶುದ್ಧ ಚಿನ್ನ, 24 ಕ್ಯಾರೆಟ್ಸ್‌ಗಿಂತಲೂ ಮಿಗಿಲಾದದ್ದು?. ಇದನ್ನು ನಾವು ಮೊದಲು ಪರೀಕ್ಷಕರ ಬಳಿ ಕಳಿಸಿ ವರದಿ ಪಡೆದು ಅನಂತರ ಸ್ಪೇನ್ ದೇಶಕ್ಕೆ ತಲುಪಿಸಬೇಕು. ನಾನು ಅದನ್ನು ನಿರ್ವಹಿಸುತ್ತೇನೆ”ಎಂದು ಡಾ. ದೇಸಾಯಿ ಅದನ್ನು ತಮ್ಮ ಕಸ್ಟಡಿಗೆ ತೆಗೆದುಕೊಂಡರು. ಅದನ್ನು ಟೇಬಲ್ ಮೇಲೆ ಜೋಡಿಸಿದರು.

ಅವಿನಾಶ್ ಅವರಿಗೆ ತನ್ನ ಪೂರ್ಣವರದಿಯನ್ನು ಕೊಟ್ಟ ನಂತರ ಇಬ್ಬರೂ ಕ್ಯಾಂಟೀನಿನಿಂದ ತರಿಸಿದ ಕಾಫಿ ತಿಂಡಿ ಸೇವಿಸಿದರು.

“ಅವಿನಾಶ್” ಡಾ. ದೇಸಾಯಿ ನುಡಿದರು, “ನಿನ್ನ ಈ ಆಪರೇಶನ್ ಸಕ್ಸೆಸ್ ಎಂದೇ ನಾವು ಸರಕಾರದಿಂದ ಪರಿಗಣಿಸುತ್ತೇವೆ. ಅಲ್ಲದೆ ನಿನ್ನ ಅದ್ಭುತ ಸಾಹಸ ಸಾಧನೆಗೆ ದೇಶ ಋಣಿಯಾಗಿರುತ್ತದೆ. ಇದನ್ನು ನಾನು ಅಧಿಕೃತವಾಗಿ ಹೇಳುತ್ತಿದ್ದೇನೆ. ಆದರೆ ನನಗೊಂದು ಅನುಮಾನ ಕಾಡುತ್ತಲೇ ಇದೆ. ಕೇಳಲೆ?”

“ಯೆಸ್ ಸರ್!”

“ಈ ಲೇಮೂರಿಯಾದ ಚಿನ್ನ, ನಿಧಿ ಅದೇನೇನಿತ್ತೋ. ಅದನ್ನು ಯಾಕೆ ಯಾರೂ ಪಡೆಯಲು ಸಾಧ್ಯವೇ ಆಗುತ್ತಿಲ್ಲ? ಮೊದಲು ಆ ಕಾಲದಲ್ಲೇ ಸ್ಪ್ಯಾನಿಶ್ ನಾವಿಕ ಕ್ಯಾಪ್ಟನ್ ಸಾಂಚೆಝ್‌ನ ಹಡಗು ಮುಳುಗುತ್ತದೆ. ನಂತರ ಈಗ ರಾಮಿರೆಜ್‌ನ ನೌಕೆಯೂ ಸಾಗರತಳ ಸೇರುತ್ತದೆ. ಈ ಸ್ಯಾಂಪಲ್ ಬಿಟ್ಟು ಮಿಕ್ಕಿದ್ದೇನೂ ನಮಗೆ ವಶವಾಗುವುದಿಲ್ಲ. ಯಾಕೋ?”

ಅವಿನಾಶ್ ಮಾರ್ಮಿಕವಾಗಿ ನಕ್ಕ. “ಸರ್, ಅದಕ್ಕೆ ಕಡಲಿನ ಮಂದಿಯ ನಂಬಿಕೆಯೊಂದಿದೆ. ಲೆಮೂರಿಯನ್ನರು ಅದನ್ನು ಇಂದಿಗೂ ಕಾಯುತ್ತಿದ್ದಾರೆ. ಬೇರೆ ಯಾರಾದರೂ ಕದ್ದೊಯ್ದರೆ ಅವರ ಶಾಪದ ಫಲವಾಗಿ ಅಥವಾ ಅವರ ಅಸಾಧಾರಣ ಅತೀಂದ್ರಿಯ ಶಕ್ತಿಯ ಫಲವಾಗಿ ಒಂದು ಪ್ರಕೃತಿಸಹಜ ವಿಕೋಪವಾಗಿ ಅವಗಢ ಸಂಭವಿಸಿ ಮತ್ತೆ ಅಲ್ಲೇ ಮುಳುಗುತ್ತದೆ ಅಥವಾ ಒಬ್ಬರನ್ನೊಬ್ಬರು ಕೊಂದು ಕಳೆದುಕೊಳ್ಳುತ್ತಾರೆ ಎಂದು. ಆದರೆ ಇದೊಂದು ದಂತಕತೆ. ಜಾನಪದ ಸೀಮೆಯಲ್ಲಿ ಬರುತ್ತದೆ” ಎಂದು ಅಲ್ಲೇ ಮೊಟಕುಗೊಳಿಸಿದ.

“ಅದೇ. ಯಾಕೆ ಅವರು ಕಾಯುತ್ತಿದ್ದಾರೋ. ಅವೈಜ್ಞಾನಿಕವೆನಿಸಿದರೂ ಹೇಳು, ಈ ಬಾರಿ ನಾನು ನಂಬುತ್ತೇನೆ” ಎಂದು ಕಣ್ಣರಳಿಸಿ ಡಾ.ದೇಸಾಯಿ ಆಗ್ರಹಿಸಿದರು.

“ಸರಿ ಹಾಗಾದರೆ” ಅವಿನಾಶ್ ನುಡಿದ, “ಆಗಿನ ಕಾಲದಲ್ಲಿ ಲೆಮೂರಿಯನ್ನರು ಬೇರೆಯೇ ಆದರ್ಶಗಳಿಂದ ಜೀವನ ಕಟ್ಟಿಕೊಂಡಿದ್ದರು. ಈ ಭೂಮಿ ಇದೇ

ಗ್ರಹವಾದರೂ, ಬೇರೆ ನೆಲವಾಗಿತ್ತು. ಈ ಧರೆಯ ನೀತಿ ನಿಯಮಗಳೇ ಬೇರೆ ಇದ್ದವು.

ಅವರು ಚಿನ್ನವನ್ನು ಸಾಮಾಜಿಕ ಕಲ್ಯಾಣಕ್ಕಾಗಿ ಉಚಿತವಾಗಿ ತಮ್ಮ ರಕ್ಷಣೆ ಮತ್ತು ಜೀವನಶೈಲಿಗೆ ಬೇಕಾದಷ್ಟು ಮಾತ್ರ ಬಳಸುತ್ತಿದ್ದರು. ಆಗ ನೆಲದಡಿ ಅದು ಯಥೇಚ್ಚವಾಗಿ ದೊರಕುತ್ತಿತ್ತು. ಆದರೆ ಈಗಿನ ಕಾಲದ ಮಾನವ ಇದನ್ನು ಕೊಳ್ಳೆ ಹೊಡೆಯುತ್ತಾನೆ, ತನ್ನ ಸ್ವಾರ್ಥಕ್ಕೆಂದು ಬಚ್ಚಿಡುತ್ತಾನೆ, ಸಂಪತ್ತು ವೃದ್ಧಿಸಿಕೊಳ್ಳುತ್ತಾನೆ. ಲೋಭದಿಂದ ಖಾಸಗಿ ಪ್ರಯೋಜನ ಮಾತ್ರ ಪಡೆಯುತ್ತಿದ್ದಾನೆ ಇದರಲ್ಲಿ ಯಾವುದೇ ಲೋಕಕಲ್ಯಾಣದ ಉದ್ದೇಶವಿಲ್ಲ ಅಲ್ಲವೆ ಸರ್? ದ ವರ್ಲ್ಡ್ ದೆನ್ ವಾಸ್ ಎ ಡಿಫರೆಂಟ್ ಪ್ಲೇಸ್. ಅವರು ಇಂದಿಗೂ ನಮ್ಮನ್ನು ಗಮನಿಸುತ್ತಿದ್ದಾರೆನ್ನುತ್ತಾರೆ. ಹಾಗೆಯೇ ಇದನ್ನು ನಾವು ಕದ್ದು ತರಲು ಸಾಧ್ಯವಾಗದಂತೆ ಅವರು ತಮ್ಮ ಶಕ್ತಿಗಳನ್ನು ಬಳಸಿಕೊಂಡು ತಡೆಯುತ್ತಾರೆ. ಅಂದರೆ ಅವರ ಪ್ರಕಾರ ಈಗಿನ ಭೂಮಿಯಲ್ಲಿ ಎಷ್ಟು ಸಂಪನ್ಮೂಲಗಳು ಪ್ರಕೃತಿದತ್ತವಾಗಿದೆಯೋ ಅದರ ಮೇಲೆ ಮಾತ್ರ ನಮ್ಮ ಉತ್ತರಾಧಿಕಾರವಿದೆ. ಅವರ ಕಾಲದ ನಿಧಿಯ ಮೇಲೆ ನಮ್ಮ ಹಕ್ಕಿಲ್ಲ. ಹೀಗೆ ಒಂದು ನಂಬಿಕೆಯಿದೆ, ಸರ್!"

"ಈಗಿನ ಸಂಪನ್ಮೂಲಗಳು ಮಾತ್ರ ನಮಗೆ. ಅವರ ನಿಷ್ಕಲ್ಮಶ ನಿಃಸ್ವಾರ್ಥ ಮಾರ್ಗದ ಆ ಕಾಲದ ಆಸ್ತಿ ನಮಗೆ ದಕ್ಕುವುದಿಲ್ಲ. ಈಗಿನ ಸಂಪನ್ಮೂಲಗಳನ್ನು ಜವಾಬ್ದಾರಿಯಿಂದ ಕಾಪಾಡಿಕೊಂಡು ಬಳಸದಿದ್ದರೆ ನಮ್ಮ ಭೂಮಿ ಒಂದಿನ ಬರಡಾಗುವುದು. ಇದನ್ನು ನಮ್ಮ ಪ್ರಕೃತಿ ಸಂರಕ್ಷಣಾವಾದಿಗಳು, ಪರಿಸರದ ಬಗ್ಗೆ ಕಾಳಜಿಯಿಂದ ಎಚ್ಚರಿಸುತ್ತಲೇ ಇದ್ದಾರೆ." ಎಂದು ಡಾ. ದೇಸಾಯಿ ನಿಧಾನವಾಗಿ ತಲೆದೂಗಿದರು; "ಇದೆನ್ನೆಲ್ಲಾ ನಿನಗೆ ಯಾರು ಹೇಳಿದ್ದರು, ಅವಿನಾಶ್?"

ಇದನ್ನೆಲ್ಲ ಒಮ್ಮೆ ತನ್ನ ಬಾಸ್ ಕೇಳಿಯಾರೆಂದು ಅವನು ನಂಬಿಯೇ ಇರಲಿಲ್ಲ. ಅವಿನಾಶ್ ಮುಗುಳ್ನಕ್ಕು ಹೇಳಿದ,

"ಲೆಮೂರಿಯಾ ಗಾಥೆಯನ್ನು ಪ್ರಾಚೀನ ಬೌದ್ಧ ಧರ್ಮೀಯರು ಏಷ್ಯಾದಲ್ಲಿ ಜೀವಂತವಾಗಿಡುತ್ತಲೇ ಬಂದಿದ್ದರು. ಹಿಂದೂ ಮಹಾಸಾಗರದಲ್ಲಿ ಮಾಲ್ದೀವ್ಸ್ ಬಳಿಯ ಚಿಕ್ಕ ದ್ವೀಪದಲ್ಲಿ ಬೌದ್ಧ ಧರ್ಮೀಯರ ಪ್ರಾಚೀನ ತಾಳೆಗರಿ ಮತ್ತು ಕೆತ್ತನೆಗಳಲ್ಲಿ ಹೇಳಿದ್ದ ಈ ಸಂಗತಿಗಳು ಬ್ರಿಟಿಷ್ ಸರಕಾರದ ಗಮನಕ್ಕೆ ಬಂದಿತು ಸರ್. ಅದನ್ನು ಅದೃಷ್ಟವಶಾತ್ ನಾನು ಒಮ್ಮೆ ಓದಿಬಿಟ್ಟೆ. ಆಮೇಲೆ ಅದನ್ನು ಟಾಪ್ ಸೀಕ್ರೆಟ್ ಫೈಲ್ ಎಂದು ಎಲ್ಲಿಯೋ ಅಡಗಿಸಿಬಿಟ್ಟರು ಸರ್. ಇಂತಹದೆಲ್ಲಾ ನಿಮಗೇ ಗೊತ್ತಲ್ಲ? ಸರಕಾರಗಳಿಗೆ ಇದೆಲ್ಲಾ ಅಪ್ರಿಯ ಸತ್ಯ ಅಥವಾ ಯಾರಿಗೂ ಇಷ್ಟವಾಗದ ಅವಾಸ್ತವಿಕ ವಾದ. ಹಾಗಾಗಿ..."

"ಸರಿ, ಅವಿನಾಶ್. ನೀನು ಹೋಗಿ ಬಾ"ಎಂದು ಅವರು ಕೊನೆಗೆ ಅವನನ್ನು ಬೀಳ್ಕೊಟ್ಟರು.

ಅವಿನಾಶ್ ಈ ವರದಿ ಒಪ್ಪಿಸಿ ಎದ್ದುಹೋದ ಮೇಲೂ ಅವರು ಆ ಫೈಲಿನಲ್ಲಿದ್ದ ಲೆಮೂರಿಯಾ/ಕುಮರಿಕಂಡಂ ನಕ್ಷೆಯನ್ನು ದಿಟ್ಟಿಸುತ್ತಲೇ ಇದ್ದರು.

'ತಾನೇನಾದರೂ ಆ ಕಾಲದಲ್ಲಿ ಲೆಮೂರಿಯಾದಲ್ಲಿ ಹುಟ್ಟಿದ್ದವ ಈಗ ಪುನರ್ಜನ್ಮ ಪಡೆದಿದ್ದೇನೆಯೆ? ತನಗೇಕೆ ಯಾರೂ ನಂಬದ ಈ ಜಾನಪದ ಕಥೆಯ ಮೇಲಿಷ್ಟು ಆಲೋಚನೆ?' ಎಂಬ ಯೋಚನೆ ಡಾ. ದೇಸಾಯರ ಮನದಲ್ಲಿ ಹಾದುಹೋಯಿತು.

ಅದಕ್ಕೇ ಅವರ ಮುಖದಲ್ಲಿ ಮಂದಹಾಸ ಮಿನುಗಿತು.

(ಮುಗಿಯಿತು)

ನಡುಗಡಲಿನ ಹಡಗು

1

ಒಂದು ಕೋಲ್ಟ್ 0.45 ರಿವಾಲ್ವರ್ ನಿಮ್ಮ ಕಡೆ ತಿರುಗಿದೆ ಎಂದುಕೊಳ್ಳಿ. ಅದನ್ನು ಅವನು ಚಲಾಯಿಸಿದ ಎಂದೂ ಅಂದುಕೊಳ್ಳಿ. ನಿಮ್ಮ ಅದೃಷ್ಟಕ್ಕೆ ಅದರ ಬುಲೆಟ್ ನಿಮ್ಮ ಕಾಲಿಗೋ, ಕೈಗೋ ಮಾತ್ರ ಬಡಿದರೆ ನೀವು ಅದನ್ನು ಸಹಿಸಿಕೊಂಡು ಒಬ್ಬ ಸಿನೆಮಾ ನಾಯಕನಂತೆ ಸಾವರಿಸಿಕೊಂಡು ಎದ್ದು ಮತ್ತೆ ಕಾದಾಡಲು ಪ್ರಯತ್ನಿಸಲು ಸಾಧ್ಯವಿಲ್ಲ.

ಕಾದಾಡುವುದು ದೂರದ ಮಾತು, ಅಲ್ಲೇ ತಕ್ಷಣ ಕುಸಿದುಬೀಳುವಿರಿ! ಇದನ್ನು ನಾನು ಖಚಿತವಾಗಿ ಹೇಳಬಲ್ಲೆ.

ಅದಕ್ಕಾಗಿಯೇ ನಾನು ಸ್ತಬ್ಧನಾಗಿ ಅಲ್ಲೇ ನಿಂತೆ. ಆದರೆ ಎಷ್ಟು ಹೊತ್ತು?

ನನ್ನ ಎದುರಿನ ಚೇರಿನಲ್ಲಿದ್ದವನ ಅಂತಹ ಗನ್ ಹಿಡಿದ ಕೈ ಕೂಡಾ ಅಚಲವಾಗಿದ್ದುದೂ ಸಹ ನನ್ನಲ್ಲಿ ಕಂಪನ ಹುಟ್ಟಿಸಿತ್ತು. ನಾನು ಕೊಂಚ ಅಲುಗಾಡಿದರೂ ಆತ ನನ್ನ ಬಗ್ಗೆ ಮಿಸುಗಲಿಲ್ಲ. ಶಿಲೆಯಂತಿದ್ದ. ಅಬ್ಬಾ, ಇವನು ಎಂತಹ ಕಲ್ಲು ಹೃದಯದ ಕೊಲೆಗಾರನೋ, ತನ್ನಲ್ಲಿ ಎಷ್ಟು ಆತ್ಮವಿಶ್ವಾಸವಿದೆಯೋ ಎಂದು ನಾನು ಮನದಲ್ಲೆ ಲೆಕ್ಕಹಾಕಿ ಸುಮ್ಮನಾದೆ.

ಆದರೆ ನಾನು ಕದ್ದುಮುಚ್ಚಿ ಈ ನಡುರಾತ್ರಿಯ ಹೊತ್ತಿನಲ್ಲಿ ಈ ಹಡಗನ್ನು ಹತ್ತಿ ಬಂದಿದ್ದೆ ನೋಡಿ. ನನ್ನ ಬಳಿ ಅವನನ್ನು ಪರೀಕ್ಷಿಸಲು ಹೆಚ್ಚು ವ್ಯವಧಾನವಿರಲಿಲ್ಲ. ನಾನು ಏನಾದರೂ ಚಲನೆ ಮಾಡಲೇಬೇಕಿತ್ತು.

"ನೋಡು, ಏನೂ ಹೆಚ್ಚುಕಮ್ಮಿ ಮಾಡಿಬಿಡಬೇಡ. ಶೂಟ್ ಮಾಡುವ ಕೈ ಸ್ವಲ್ಪ ಸಡಿಲ ಮಾಡು. ನಾನು ನಿನ್ನ ಜತೆ ಮಾತಾಡಬಯಸುವೆ" ಎಂದೆ ಆದಷ್ಟು ನಡುಗುವ ದನಿಯನ್ನು ನಿಯಂತ್ರಿಸಿಕೊಳ್ಳುತ್ತಾ. ಆದರೆ ಅವನಿಂದ ಯಾವುದೇ ಪ್ರತಿಕ್ರಿಯೆ ಬರಲಿಲ್ಲ.

ಸ್ವಲ್ಪ ಕೈಯನ್ನು ಎಡಕ್ಕೆ ಬಿಡಿಸಿಕೊಂಡು ಅದೇ ಪಕ್ಕದ ನೆಲಕ್ಕೆ ಜಿಗಿದೆ. ಏನಾದರೂ ಆಗುವುದಿದ್ದರೆ ಆಗಲಿ ಎಂಬ ಭಂಡ ಧೈರ್ಯದಿಂದ. ಆದರೆ ಅವನ ಕೈಗಳು ಹಾಗೇ ಇದ್ದವು, ಮತ್ತೆ ಅವು ನನ್ನತ್ತ ತಿರುಗಲೇ ಇಲ್ಲ.

ನನ್ನ ಹೃದಯ ಬಾಯಿಗೆ ಬಂದಂತಾಗಿ ಅವನತ್ತ ನಿಧಾನವಾಗಿ ದೇಕಿಕೊಂಡು ಸರಿದೆ. ಆದರೆ ಕತ್ತಲಲ್ಲಿ ಅವನ ಮುಖ ಸ್ಪಷ್ಟವಾಗಿ ಕಾಣಲಿಲ್ಲ. ನೇವಿ ಕ್ಯಾಪ್ ಮಾತ್ರ ಹಾಕಿಕೊಂಡಿದ್ದವ ಚೇರಿನಲ್ಲಿ ಸ್ಥಿತಪ್ರಜ್ಞನಂತೆ ಕುಳಿತಿದ್ದ. ನಾನು ಹಾರಿ ಅವನ ಮುಖಕ್ಕೆ ಮುಷ್ಟಿಗಟ್ಟಿ ಹೊಡೆದೆ.

ಆಗ ಎರಡು ಘಟನೆಗಳು ಒಮ್ಮೆಲೇ ನಡೆದವು. ಅವನ ದೇಹ ಚೇರಿಂದ ಕೆಳಗೆ ಬಲಕ್ಕೆ ಹಾರಿಬಿತ್ತು ಮತ್ತು ಆವನ ಕತ್ತಿನ ಭಾಗದಲ್ಲಿದ್ದ ಹರಿತವಾದ ವಸ್ತು ಇನ್ನೊಂದು ಪಕ್ಕಕ್ಕೆ ಬಿದ್ದು ಶಾಂತವಾದ ಕ್ಯಾಬಿನ್ನಿನಲ್ಲಿ ಟಣ್ ಎಂದು ಸದ್ದು ಮಾಡಿತು.

ಅವನು ಸತ್ತುಹೋಗಿದ್ದನೆಂಬ ಅರಿವು ಮತ್ತು ಪಕ್ಕದಲ್ಲಿ ಬಿದ್ದ ರಕ್ತಸಿಕ್ತ ಚೂರಿ ಒಂದೇ ಕತೆಯನ್ನು ಹೇಳಿದ್ದವು. ನಾನು ಅವನನ್ನು ಕಾಣುವ ಮೊದಲೇ ಕೊಲೆಯಾಗಿಹೋಗಿದ್ದ!

ಸತ್ತ ವ್ಯಕ್ತಿ ಯಾರೆಂದು ತಿಳಿಯಲು ನಾನು ಟಾರ್ಚ್ ಲೈಟ್ ಹಾಕಿ ಮುಖದ ಮೇಲೆ ಆಡಿಸಿದಾಗ ನನಗೆ ಇನ್ನೊಂದು ಆಘಾತವಾಗಿತ್ತು. ಅವನ ಹೆಸರು ನಿರ್ಮಲ್ ರಾಯ್. ಹೀಗೆ ದುರದೃಷ್ಟಕರವಾಗಿ ಸಾಯುವವರೆಗೂ ಅವನು ನಮ್ಮ ದೇಶದ ನೇವಲ್ ಸೀಕ್ರೆಟ್ ಸರ್ವೀಸಿನ ಏಜೆಂಟ್ ಆಗಿಯೇ ದುಡಿದಿದ್ದ. ಈ ಹಡಗಿನಲ್ಲಿಯೂ ಮಾರುವೇಷದಲ್ಲಿ ದೇಶಕ್ಕಾಗಿ ಬೇಹುಗಾರಿಕೆ ಮಾಡುತ್ತಲೇ ಇದ್ದ. ಅದೂ ನನ್ನ ಆಜ್ಞೆಯ ಮೇಲೆ. ನಾನೇ ಈ ಮಿಷನ್ನಿಗಾಗಿ ಅವನನ್ನು ಆರಿಸಿ 15 ದಿನಕ್ಕೆ ಮುಂಚೆಯಷ್ಟೇ ಇಲ್ಲಿ ಕೆಲಸಕ್ಕೆ ಹಚ್ಚಿದ್ದೆ!

ನನ್ನ ಟೀಮಿನಲ್ಲಿದ್ದ ಅತಿ ಮುಖ್ಯ ಸದಸ್ಯನನ್ನು ಹೀಗೆ ನೋಡುವೆನೆಂದು ನಾನು ಎಣಿಸಿರಲಿಲ್ಲ. ನಾನು ಬೇಗ ಅವನ ಜೇಬಿನಲ್ಲಿ ತಡಕಾಡಿದೆ, ನಂತರ ಎದ್ದು ಅವನೆದುರು ಇದ್ದ ರೇಡಿಯೋ ಆಪರೇಟರ್ ಟೇಬಲ್ಲಿನಲ್ಲಿ ಹುಡುಕಿದೆ: ಆ ರೇಡಿಯೋ ಆಫ್ ಆಗಿ ಚಿಕ್ಕ ಇಂಡಿಕೇಟರ್ ದೀಪ ಮಾತ್ರ ಮಿನುಗುತ್ತಿತ್ತು ಅವನು ನನಗೆ ದಿನಾ ಕಳಿಸುವ ರಹಸ್ಯ ಸಂದೇಶವನ್ನು ಅಂದು ಸಂಜೆ ಕಳುಹಿಸಿಯೇ ಇರಲಿಲ್ಲ. ಇಲ್ಲಿಯೂ ಅದರ ಸುಳಿವು ಸಿಗಲಿಲ್ಲ. ಹೀಗೆ ಐದು ಅಮೂಲ್ಯ ನಿಮಿಷಗಳು ನನಗೆ ವ್ಯರ್ಥವಾದವು.

ನಾನು ಅವತ್ತಿನ ಕೆಲಸ ಹೀಗೆ ಕೊನೆಯಾಯಿತಲ್ಲಾ ಎಂದು ಆ ಬಾಗಿಲು ತೆಗೆದು ಹಡಗಿನ ಹಿಂದಿನ ಡೆಕ್ ಇಳಿದು ಹೋಗುವವನೇ ಇದ್ದೆ. ಆದರೆ ಎಣ್ಣೆ ಕಾಣದ ಒಣ ಕೀಲುಗಳ ಬಾಗಿಲು ಕಿರ್ರೆಂದು ತೆರೆದುಕೊಂಡಿತು. ಹಳದಿ ಡೆಕ್ ಲೈಟಿನಲ್ಲಿ ಅಲ್ಲಿ ಒಬ್ಬ ಎದುರಾಗಿ ನಿಂತಿದ್ದ.

ಸುಮಾರು ಆರು ಅಡಿ ಇದ್ದು, ನೀಲಿ ಸೀ ಜ್ಯಾಕೆಟ್ ಹಾಕಿ ಒಂದು ಕೈಯಲ್ಲಿ ಮುಂಗುರಳನ್ನು ನೇವರಿಸಿಕೊಳ್ಳುತ್ತಿದ್ದವನ ಇನ್ನೊಂದು ಕೈಯಲ್ಲಿ ದೊಡ್ಡ ಶಾಟ್ ಗನ್ ಇತ್ತು. ಆ ಧೂರ್ತ ಗಡುಸು ದನಿಯಲ್ಲಿ ನುಡಿದ,

"ಕ್ಯಾಪ್ಟನ್ ಅರ್ಜುನ್ ದೇಶಪಾಂಡೆ. ಅಲ್ಲೇ ನಿಲ್ಲುವುದು ನಿಮ್ಮ ಪ್ರಾಣಕ್ಕೆ ಒಳಿತು. ನೀವು ಈಜುವ ಉಡುಪು ಧರಿಸಿ ಕಡಲಿನಲ್ಲಿ ಈಜಿ ಬಂದು ನಮ್ಮ ಹಡಗಿನ ಅತಿಕ್ರಮ

ಪ್ರವೇಶ ಮಾಡಿರುವುದೇನೋ ನಿಜ. ಆದರೆ ನಿರ್ಗಮನ ನಿಮ್ಮ ಕೈಯಲ್ಲಿಲ್ಲ." ಅವನಿಗೆ ತನ್ನ ಶುದ್ಧ ವ್ಯಾಕರಣಬದ್ಧ ಭಾಷೆಯ ಬಗ್ಗೆ ಹೆಮ್ಮೆಯಿದ್ದಂತಿತ್ತು. ಕೆಲವು ಇಂತಹ ನಾವಿಕರು ತಮ್ಮ ಕೀಳರಿಮೆ ಕಳೆದುಕೊಳ್ಳಲು ಹೀಗೆಲ್ಲ ಸಜ್ಜನರ ಭಾಷೆ ಕಲಿತು ಪ್ರದರ್ಶನ ಮಾಡುತ್ತಿರುತ್ತಾರೆ. ಅದಕ್ಕೆ ಉತ್ತರ ನನ್ನ ಬಳಿಯಿತ್ತು

"ಸಾಕು, ಬಾಯ್ಮುಚ್ಚು. ನನ್ನ ಬಗ್ಗೆ ನಿನಗೇನೂ ಗೊತ್ತಿಲ್ಲ."

"ಅರ್ಜುನ್ ದೇಶಪಾಂಡೆ! ನೀವು ನಿಮ್ಮ ನೇವಿಯ ಸೀಕ್ರೆಟ್ ಸರ್ವೀಸ್ ಕ್ಯಾಪ್ಟನ್ ಇರಬಹುದು. ಇಲ್ಲಿ ಸಭ್ಯತೆಯ ಎಲ್ಲೆ ಮೀರಿ ಮಾತಾಡಬೇಡಿ. ನಾನು ಈ ಹಡಗಿನ ಕ್ಯಾಪ್ಟನ್!" ಅವನ ಶಾಟ್‌ಗನ್ ಅತ್ತ-ಇತ್ತ ಅಪಾಯಕರವಾಗಿ ಆಡಿತು, "ಆಪರೇಶನ್ ಸ್ಲೀಪಿಂಗ್ ಲಿಲಿ" ಎಂಬ ಹೆಸರಿನಲ್ಲಿ ನಮ್ಮಂತಹ ಬಡಪಾಯಿ ಹಡಗುಗಳನ್ನು ನೀವು ನಡುಕಡಲಲ್ಲಿ ಅಡ್ಡಗಟ್ಟಿ ಹಿಂಸಿಸುತ್ತಿದ್ದೀರಿ ಎಂದು ಗೊತ್ತು."

ಅವನ ಕೈ ನಿರ್ಮಲನ ಹೆಣದತ್ತ ತಿರುಗಿತ್ತು, "ಮತ್ತು ನಿಮ್ಮ ಹುಡುಗ. ಪಾಪ, ಅವನು ಎದುರಿಗೆ ನಾನು ಬರುವೆನೆಂದು ತನ್ನ ಮಾರುವೇಷದ ರಹಸ್ಯ ಬಯಲು ಮಾಡುವೆನೆಂದು ಅನುಮಾನಪಟ್ಟು ಗನ್ ಹಿಡಿದೇ ಕುಳಿತಿದ್ದ. ಆದರೆ ನಾನು ಕತ್ತಲಿನಲ್ಲಿ ಕರಿ ಬೆಕ್ಕಿನಂತೆ..." ಗಹಗಹಿಸಿ ನಕ್ಕ ತನ್ನ ಹೋಲಿಕೆಗೆ ತಾನೇ.

"ಹಿಂದಿನಿಂದ ಬಂದು ಚುಚ್ಚಿ ಕೊಂದೆಯಾ?. ಅಷ್ಟಕ್ಕೂ ನಿಮ್ಮ ಬಳಿ ಬಚ್ಚಿಟ್ಟುಕೊಳ್ಳುವುದೇನಿದೆ? ಸೀ ಕ್ರಾಲರ್ ಎಂಬ ಹೆಸರಿನಲ್ಲಿ ನಿಮ್ಮದು ಕೇವಲ ಮೀನುಗಾರಿಕೆಯ ವೆಸಲ್ ಎಂದು ರಿಜಿಸ್ಟರ್ ಮಾಡಿದ್ದೀರಲ್ಲ." ನಾನು ಹಾಗೇ ಮಾತನಾಡುತ್ತಾ ಆ ಪಕ್ಕಕ್ಕೆ ಸರಿಯುತ್ತಾ ಒಂದು ಕಾಲಿನಿಂದ ನಿರ್ಮಲನ ಕೋಲ್ಟ್ ಎಗರಿಸಿ ಎತ್ತಿಕೊಳ್ಳಲು ಸಂಚು ಮಾಡಿದ್ದೆ.

"ಏನಿಲ್ಲ, ನಿನ್ನೆ ಅವನು ನನ್ನ ಸಿಗರೇಟಿಗೆ ಲೈಟ್ ಕೊಡಲು ಒಪ್ಪಲಿಲ್ಲ. ಅದಕ್ಕೇ!" ಮತ್ತೆ ತನ್ನ ಜೋಕಿಗೆ ತಾನೇ ನಕ್ಕ.

ಹೀಗೆಲ್ಲಾ ವಿಪರೀತ ಹಾಸ್ಯ ಮಾಡಿ ತಮ್ಮ ಸಮಯವನ್ನು ವ್ಯರ್ಥಮಾಡಿಕೊಳ್ಳಬಾರದು ನಮ್ಮ ಲೈನಿನಲ್ಲಿ. ಅದಕ್ಕೆ ಕಡಲು ಕೂಡಾ ನಗುವುದಿಲ್ಲ. ನಿಜಕ್ಕೂ ಅದು ಈಗ ದೊಡ್ಡ ಉಬ್ಬರದ ಅಲೆ ಎತ್ತಿ ನಮ್ಮ ಹಡಗಿನ ಕೆಳಗೆ ಅಬ್ಬರಿಸಿತ್ತು.

ಆಗಲೂ ಎರಡು ಘಟನೆಗಳು ಏಕಕಾಲಕ್ಕೆ ನಡೆದವು. ಅವನು ಜೋರಾಗಿ ಕುಲುಕಾಡಿದ ಹಡಗಿನಿಂದ ಆಯತಪ್ಪಿ ಶಾಟ್ ಗನ್ ಬೀಳಿಸಿಕೊಂಡು ಮುಗ್ಗರಿಸಿ ಬೀಳುತ್ತಿದ್ದ ಮತ್ತು ನಾನು ಅದನ್ನು ನಿರೀಕ್ಷಿಸಿದವನಂತೆ ಕೆಳಕ್ಕೆ ಬಗ್ಗಿ ನಿರ್ಮಲನ ಕೋಲ್ಟ್ 0.45 ಗನ್ ಕೈಗೆತ್ತಿಕೊಂಡು ಅವನತ್ತ ಹಾರಿಸಿದ್ದೆ.

ನಿರ್ಮಲನ ಪ್ರಾಣ ಉಳಿಸುವಲ್ಲಿ ವಿಫಲವಾಗಿದ್ದರೇನು, ಅದು ನನ್ನ ಪ್ರಾಣವನ್ನು ಸಕಾಲದಲ್ಲಿ ರಕ್ಷಿಸಿತ್ತು.

ಅವನು ಹಾ ಎಂದು ಎದೆಹಿಡಿದು ಚೀರುತ್ತಾ ಬೀಳುತ್ತಿದ್ದ ಮರುಕ್ಷಣವೇ! ಆದರೆ ಅದನ್ನು ನೋಡುತ್ತಾ ನಾನು ಕಾಯಲಿಲ್ಲ.

ಮಳೆಯಿಂದ ಒದ್ದೆಯಾಗಿದ್ದ "ಸೀ ಕ್ರಾಲರ್" ಡೆಕ್ಕಿನ ಅಂಚಿನತ್ತ ಜಾಗರೂಕನಾಗಿ ಓಡಿದ್ದೆ. ನನ್ನ ರಿವಾಲ್ವರ್ ಸದ್ದು ಮೇಲಿನ ಕ್ಯಾಪ್ಟನ್ ಕ್ಯಾಬಿನ್ ಮತ್ತು ಫೋ'ಕಸಲ್‌ನಲ್ಲಿದ್ದ ಸಿಬ್ಬಂದಿಗೆ ಕೇಳಿ ಎಚ್ಚರಗೊಂಡು ಧಾವಿಸಿಬರುವ ಮುನ್ನ ನಾನು ಹಡಗಿಂದ ಹೊರಕ್ಕೆ ಹಾರಬೇಕಿತ್ತು. ನಾನು ಹಡಗಿನಂಚಿನ ರೈಲಿಂಗ್ಸ್ ಬಳಿ ಬರುವುದಕ್ಕೂ, ಮೇಲಿನ ಕ್ಯಾಬಿನ್ ಬಾಗಿಲನ್ನು ಅವಸರದಲ್ಲಿ ತೆರೆದು ಇಬ್ಬರು ಸಿಬ್ಬಂದಿ ಜೋರಾಗಿ ಕಿರುಚುತ್ತಾ "ಅಲ್ಲಿ ಅಲ್ಲಿ ಓಡಿದ ನೋಡಿ" ಎನ್ನುತ್ತಾ ಮೆಟಲ್ ಮೆಟ್ಟಿಲುಗಳನ್ನು ಇಳಿದು ಬರುವುದಕ್ಕೂ ಸರಿಹೋಯಿತು.

ಆದರೆ ನಾನು ಆಗಲೂ ನೋಡುತ್ತಾ ನಿಲ್ಲಲಿಲ್ಲ. ಒಂದೇ ಜಿಗಿತಕ್ಕೆ ರೈಲಿಂಗ್ಸ್ ದಾಟಿ ಹೊರಗಿನ ಕತ್ತಲಿನ ಕಡಲಿಗೆ ಚಿಮ್ಮಿದ್ದೆ. ಅವರು ಹಾರಿಸಿದ ಬುಲೆಟ್ಸ್ ನನ್ನನ್ನು ದಾಟಿ ಕತ್ತಲಲ್ಲಿ ನೀರು ಮುಟ್ಟಿದವು. ಕೊರೆಯುವ ಉಪ್ಪುನೀರಿನಲ್ಲಿ ದುಡುಂ ಎಂದು ಧುಮುಕಿದರೆ ದೇಹಕ್ಕೆ ಏನಾಗುವುದೆಂದು ನೀವು ಅನುಭವಿಸಿಯೇ ತೀರಬೇಕು. ಒಮ್ಮೆ ಹಾಯಾಗಿ ಮಳೆಯಲ್ಲಿ ನೆನೆಯುತ್ತಿದ್ದವನ ಮುಖವನ್ನು ಬಕೆಟ್ ನೀರಿನಲ್ಲಿ ಪೂರ್ತಿ ಮುಳುಗಿಸಿದರೆಂದು ಕಲ್ಪಿಸಿಕೊಳ್ಳಿ. ಹಾಗೆ! ಆದರೆ ಬರೇ ಮುಖವಲ್ಲ, ಈಜು ಉಡುಪು, ಮಾಸ್ಕ್ ಧರಿಸಿದ್ದ ನನ್ನ ಇಡೀ ದೇಹ ಒಮ್ಮೆಲೆ ಜಲರಾಶಿಯನ್ನು ಕತ್ತರಿಸಿಕೊಂಡು ಕೆಳಕ್ಕೆ ಹೋಗಿತ್ತು. ನಾನು ನೇವಿಯಲ್ಲೆನೋ ಸ್ವಿಮಿಂಗಿನಲ್ಲಿ ಯಾವಾಗಲೂ ಮೊದಲ ಸ್ಥಾನ ಪಡೆದವನೇ. ಆದರೆ ಯಾವ ಅನುಭವವೂ ನಡುರಾತ್ರಿಯ ಸಮುದ್ರದ ಅನುಭವಕ್ಕೆ ಸರಿಸಮನಾಗಲಾರದು. ಅದೂ ಇಬ್ಬರು ಮೂವರು ಶತ್ರುಗಳು ನಿಜವಾದ ಗನ್ನುಗಳಿಂದ ಕೊಲ್ಲಲು ಗುರಿಯಿಟ್ಟು ಗುಂಡು ಹಾರಿಸುತ್ತಿರುವಾಗ!

ಹೆಚ್ಚು ಸಮಯ ಕಳೆಯದೆ ಹೇಳುತ್ತೇನೆ. ಅಂದು ನನ್ನ ತಂದೆತಾಯಿಯ ಆಶೀರ್ವಾದದಿಂದ ಬದುಕುಳಿದೆ ಅನ್ನಿ. ನಾನು ನಮ್ಮ ನೇವಿಯ ಐಎನ್‌ಎಸ್ ಜಲಕುಮಾರಿ ಹಡಗಿನ ಬದಿಯೇರಿ ಹಗ್ಗದ ಏಣಿಯ ಸಮೇತ ಏರುತ್ತಾ ಒಳಹೋಗಿ ಕ್ಯಾಬಿನ್ನಿನಲ್ಲಿ ಏದುಸಿರು ಬಿಡುತ್ತಾ ಕುಳಿತೆ.

2

ನನ್ನನ್ನೇ ಆತಂಕದಿಂದ ನೋಡುತ್ತಿದ್ದ ಎದುರಿದ್ದ ನಮ್ಮ ಹಡಗಿನ ಕ್ಯಾಪ್ಟನ್ ಅಜಯ್ ಪಾರ್ಥಸಾರಥಿ.

"ಏನೆಂದು ಹೇಳುವಿರೋ, ಅಥವಾ ನಾನೇ ಗೆಸ್ ಮಾಡಬೇಕೋ?" ಎಂದ ನನ್ನತ್ತ ಬಿಸಿ ಕಾಫಿಯ ಕಪ್ ಸರಿಸುತ್ತಾ. ಇದೊಂದು ತರಹ ನಮ್ಮಿಬ್ಬರ ನಡುವೆ ಮೈಂಡ್ ಗೇಮ್.

"ಗೆಸ್ ಮಾಡು" ಎಂದು ಉಸಿರು ತಹಬಂದಿಗೆ ತರುತ್ತಾ ಕಾಫಿ ಹೀರಿದೆ. ಆಹಾ, ನೆಸ್-ಕಾಫಿಯೇ! ಅಮೃತದಂತಿತ್ತು.

"ಮತ್ತೆ ನಾವೊಬ್ಬನನ್ನು ಕಳೆದುಕೊಂಡೆವು" ಎಂದ ಅರೆ ಕಣ್ಮುಚ್ಚಿ ಅಜಯ್. "ಸೀ ಕ್ರಾಲರ್‌ನವರು ನಿರ್ಮಲನನ್ನು ಕೊಂದರು ಅಥವಾ ಬಂಧಿಸಿ ಚಿತ್ರಹಿಂಸೆ ಮಾಡುತ್ತಿದ್ದಾರೆ."

"ಮೊದಲನೆಯದು" ನಾನೆಂದೆ ನೀರವ ಸ್ವರದಲ್ಲಿ.

"ನೀವು ಹೇಗೋ ಕೂದಲೆಳೆಯಲ್ಲಿ ಮತ್ತೆ ಪ್ರಾಣ ಉಳಿಸಿಕೊಂಡು ವಾಪಸ್ ಬಂದಿರಿ."

"ಕರೆಕ್ಟ್" ನನ್ನ ಸ್ವರ ನಿರಾಸೆಯಿಂದ ಕುಗ್ಗಿ ಒಂದು ಗುಹೆಯಿಂದ ಬಂದಂತಿತ್ತು.

"ಸರ್!" ಅಜಯ್‌ನ ದನಿಯಲ್ಲಿ ಕೋಪ ಹೆಚ್ಚು, ಗೌರವ ಕಡಿಮೆಯಿತ್ತು. ಅವನು ಎದ್ದುನಿಂತ. "ನಿಮ್ಮ ಪ್ಲಾನ್ ಪ್ರಕಾರ ಇಬ್ಬರು ಸತ್ತರು. ಒಬ್ಬ ಕಾಣೆಯಾಗಿದ್ದಾನೆ. ಇನ್ನು ನೀವು ಅಡ್ಮಿರಲ್ ಖನ್ನಾ ಅವರಿಗೆ ರಿಪೋರ್ಟ್ ಮಾಡಿಕೊಳ್ಳಲೇಬೇಕು. ರೇಡಿಯೋ ರೂಮಿಗೆ ಬರುವಿರಾ ಪ್ಲೀಸ್?" ಅಜಯನ ಜೀವದ ಗೆಳೆಯನಾಗಿದ್ದ ಆ ನಿರ್ಮಲ್. ಅದಕ್ಕೂ ಮುನ್ನ ಕಳೆದ ತಿಂಗಳು ಸತ್ತಿದ್ದ ರಾಮನ್ ಇವನ ಊರಿನವನೇ ಆಗಿದ್ದ. ಅವನು ಈ ವಾರ್ತೆಯಿಂದ ಕೆರಳಿ ನನ್ನನ್ನು ಹೊಡೆದೇಬಿಡುತ್ತಾನೆ ಎಂದಿದ್ದೆ. ಸದ್ಯ!

ನಾನು ಮಾತಿಲ್ಲದೆ ಹೊರನಡೆದೆ. ಹೊರಗೆ ಸಮುದ್ರದ ಮೇಲೆ ಬೀಸಿದ ಗಾಳಿ ಒದ್ದೆಯಾಗಿದ್ದ ನನ್ನ ಸೂಟಿನಲ್ಲಿದ್ದ ಆರಡಿ ಎತ್ತರದ, ಗುಂಗುರು ಕೊದಲಿನ ನನ್ನ ದೇಹದಲ್ಲಿ ನಡುಕ ಹುಟ್ಟಿಸಿತು. 30 ವರ್ಷದ ಯುವಕರು ನಡುಗಬಾರದೆಂದು ರೂಲ್ ಏನಾದರೂ ಇದೆಯೆ?

ನಮ್ಮ ದೇಶದ ಜಲಸೀಮೆಯ ಹಿಂದೂ ಮಹಾಸಾಗರದಾಚೆಯ ಮಧ್ಯಪ್ರಾಚ್ಯ-ಆಫ್ರಿಕಾದ ಕಡಲು ಮಾರ್ಗದಲ್ಲಿ ನಡುರಾತ್ರಿಯಲ್ಲಿ ನಮ್ಮ ಹಡಗು ಲಂಗರು ಹಾಕಿನಿಂತಿತ್ತು. ಮಳೆ ಜೋರಾಗುವ ಸೂಚನೆ ಕಂಡು ಸರಸರನೆ ರೇಡಿಯೋ ರೂಮ್ ತಲುಪಿದೆ. ಅಜಯ್ ರೇಡಿಯೋ ಆನ್ ಮಾಡಿ ಸಿದ್ಧಪಡಿಸಿ ಮೌನವಾಗಿ ದೂರನಿಂತ.

"ಸರ್, ಕ್ಯಾಪ್ಟನ್ ಅರ್ಜುನ್ ದೇಶಪಾಂಡೆ ಇಲ್ಲಿ" ಎಂದೆ ರೇಡಿಯೋ ಮೈಕಿನತ್ತ ತಿರುಗಿ.

ಅತ್ತ ಮುಂಬೈನಲ್ಲಿ ನಡುರಾತ್ರಿಯಲ್ಲಿಯೂ ಎದ್ದಿದ್ದ ನನ್ನ ಬಾಸ್ ಅಡ್ಮಿರಲ್ ವಿಶ್ವನಾಥ್ ಖನ್ನಾರ ಕಂಚಿನಂತಹ ದನಿ ಕೇಳಿಬಂತು

"ಹೇಳು ಅರ್ಜುನ್. ಈಗ ಏನು ಹೊಸದು? ಬಾಡಿ ಕೌಂಟ್ ಹೆಚ್ಚಾಯಿತೆ?"

ಸತ್ತವರ ಸಂಖ್ಯೆ? ಅದು ಹೇಗೆ ಸತ್ಯದ ವಾಸನೆ ಹಿಡಿಯಬಲ್ಲರು ಬಾಸ್ ಆದವರು! ಆರನೇ ಇಂದ್ರಿಯವಿರುತ್ತೆಯೆ?

"ನೀವು ಹೇಳಿದಂತೆ ಮಾಡಿದ್ದಕ್ಕೆ ಈಗ ಆಪರೇಶನ್ ಸ್ಲೀಪಿಂಗ್ ಲಿಲಿ ಅರ್ಧ ದಾರಿಯಲ್ಲಿ ದಿಕ್ಕೆಟ್ಟು ನಿಲ್ಲುವಂತಾಗಿದೆ" ನಾನೆಂದೆ.

"ಅರ್ಜುನ್, ನನ್ನ ತಪ್ಪು ಅನ್ನುವೆಯಾ? ಅಫ್ ಕೋರ್ಸ್ ನಾಟ್. ನನ್ನ ಪ್ಲಾನ್ ಸರಿಯಾಗಿಯೇ ಇತ್ತು. ಡ್ರಗ್ಸ್ ಕಳ್ಳಸಾಗಾಣಿಕೆಯ ದೊಡ್ಡ ದೊಡ್ಡ ಕನ್ಸೈನ್‌ಮೆಂಟುಗಳು ಯಾವುದೂ ಸುಳಿವಿಲ್ಲದೇ ಎಲ್ಲಿಗೋ ಹೋಗಿ ಮಾಯವಾಗುತ್ತಿದೆ ಎಂದು ನಮ್ಮ ಸರ್ಕಾರದ ಮೇಲೆ ನಾರ್ಕೋಟಿಕ್ಸ್ ಮತ್ತು ಇಂಟರ್‌ಪೋಲ್ ಒತ್ತಡವಿದೆ, ಬಾರತದತ್ತ ಬಂದಿಲ್ಲ ಎಂದು ಸಾಕ್ಷಿ ಒದಗಿಸಿ ಎಂದು. ಹಾಗಾಗಿ ನಾನು ಇದನ್ನು ಮಾಡಲೇಬೇಕಿದೆ" ಬಾಸ್‌ನ ಮೊಂಡು ವಾದ ನನಗೆ ಹೊಸದೇನಲ್ಲ.

"ನಾನೂ ಅದನ್ನು ಮಾಡಲೆಂದೇ ಬಂದೆ, ಅಲ್ಲವೆ ಸರ್?" ಅವರಿಗೆ ಎರಡು ತಿಂಗಳ ಹಿಂದೆ ಮೊದಲ ವರದಿಯನ್ನು ಈ ಬಗ್ಗೆ ಇತ್ತಿದ್ದೂ ಅವರ ಪ್ರಾಮಾಣಿಕ ಸಹಾಯಕನಾದ ನಾನೇ. "ಆದರೆ ನನ್ನ ಬಳಿ ಈಗ ಸಿಬ್ಬಂದಿಯ ಕೊರತೆಯಿದೆ. ಈ ಕಗ್ಗತ್ತಲ ಕಡಲಿನಲ್ಲಿ ಇಬ್ಬರು ಉತ್ತಮ ಆಪರೇಟರ್ಸ್ ಸಿಕ್ಕಿಬಿದ್ದು ಪ್ರಾಣ ಕಳೆದುಕೊಂಡರು, ಇನ್ನೊಬ್ಬ ಪತ್ತೆಯೇ ಇಲ್ಲ."

"ವೆಲ್, ಯೂ ಆರ್ ದ ಲೀಡರ್. ನಿನಗೆ ಗೊತ್ತು ಮುಂದೆ ಏನು ಮಾಡಬೇಕೆಂದು, ಅಲ್ಲವೆ?" ಅವರ ಮಾರ್ಮಿಕ ಮಾತು ನನ್ನನ್ನೇ ಬೊಟ್ಟು ಮಾಡಿ ಸೂಚಿಸುತ್ತಿತ್ತು. ಆ ಮಾತು ನನಗೂ ಈ ಮೊದಲೇ ಅರಿವಾಗಿತ್ತು, ಇದೊಂದು ತರಹ ಮೈಂಡ್ ಗೇಂ. ನಾಳೆ ನನಗೇನಾದರೂ ಜೀವಾಪಾಯ ಆದರೆ ಅವರು ಜವಾಬ್ದಾರರಲ್ಲ, ಇದೆಲ್ಲಾ ಈ ಕಸುಬಿನ ರಿಸ್ಕ್!

"ಸರ್, ಈ ಸೇಶಲ್ಸ್ ದ್ವೀಪಸಮೂಹಕ್ಕೆ ಸೇರಿದ ಒಂದು ಚಿಕ್ಕ ಹೆಸರಿಲ್ಲದ ದ್ವೀಪದಲ್ಲಿ ನಿವೃತ್ತ ನೇವಿ ಅಡ್ಮಿರಲ್ ಡಿಮೆಲ್ಲೋ ಅವರು ಭವ್ಯ ಬಂಗಲೆ ಕಟ್ಟಿಕೊಂಡಿದ್ದಾರೆ. ಅವರು..." ಎಂದು ನಾನು ಉತ್ಸಾಹದಿಂದ ಏನೋ ಹೇಳಲಿದ್ದೆ. ಅವರ ಮಾತು ಅಲ್ಲಿಯೇ ನನ್ನನ್ನು ತಡೆಯಿತು.

"ಅವರು ನನ್ನ ಖಾಸಾ ಮಿತ್ರರು ಎಂದು ನಿನಗೆ ಗೊತ್ತು. ಅಲ್ಲಿ ಅವರು ಚಿಪ್ಸ್ ಮತ್ತು ಚಾಕೋಲೇಟ್ ತಯಾರಿಸುವ ಕಾರ್ಖಾನೆಯೊಂದನ್ನು ನಡೆಸುತ್ತಿದ್ದಾರೆಂದು ನೀನು ಪತ್ತೆ ಹಚ್ಚಿದ್ದೀಯೆ. ಅವರ ಮಗಳು ರೀಟಾ ವಿಶ್ವಸುಂದರಿ ಸ್ಪರ್ಧೆಯಲ್ಲಿದ್ದಳು. ಆದರೆ ಅರ್ಜುನ್, ನೀನು ಇದನ್ನೆಲ್ಲಾ ಯಾಕೆ ನನಗೆ ಹೇಳುವವನಿದ್ದೆ?" ಅವರು ನಕ್ಕಿದ್ದು ಕೇಳಲಿಲ್ಲ, ಆದರೆ ನಾನು ಅದನ್ನು ಊಹಿಸಬಲ್ಲೆನಾಗಿದ್ದೆ.

ನಾನು ರೇಡಿಯೋದತ್ತ ಸೊಟ್ಟನಗೆ ಚೆಲ್ಲಿದೆ. ಇವರು ತಮ್ಮನ್ನು ಅಚ್ಚರಿಗೊಳಿಸಲು ನಾನು ಮತ್ತೆ ಹುಟ್ಟಿ ಬರಬೇಕು ಎಂದಿದ್ದಾರೇನೋ, ಇರಲಿ, ನೋಡುವ ಎಂದು ನಾನೂ ಛಲ ತೊಟ್ಟೆ.

"ಅದಕ್ಕೆ ಮೆಲ್ಲೋಸ್ ಐಲೆಂಡ್ ಎಂದು ಆ ಸಂಪತ್ತನ್ನು ಅವರು ಸೇಶೆಲ್ಸ್ ಸರಕಾರದ ಬಳಿ ನೋಂದಾಯಿಸಿದ್ದಾರೆ. ಅವರ ಬಳಿ ಹಣ, ಅಧಿಕಾರಿಗಳ ಸ್ನೇಹ ಎಲ್ಲಾ ಇದೆ. ಆದರೆ ವಿಷಯ ಅದಲ್ಲ."

ನಾನು ಬೇಕಂತಲೇ ನಿಲ್ಲಿಸಿದೆ

"ಮುಂದೆ ಹೇಳು!" ಅಬ್ಬಾ, ಇನ್ನು ಮುಂದಿನದು ಇವರಿಗೆ ಗೊತ್ತಿಲ್ಲ, ಸದ್ಯ.

"ರೀಟಾ ಡಿಮೆಲ್ಲೋಳ ಮೀಡಿಯಾ ಸೆಕ್ರೆಟರಿ ಎಂದು ಹೇಳಿಕೊಂಡು ಆಂಗ್ಲೋ ಇಂಡಿಯನ್ನೇ ಆದ ನಿಕ್ಕಿ ಮೆಹ್ರಾ ಎಂಬಾತ ಅಲ್ಲಿಗೆ ಹಲವು ಬಾರಿ ಹೋಗುತ್ತಾನೆ, ಆಕೆಯ ಬಾಯ್ ಫ್ರೆಂಡ್ ಎಂದು ಕೂಡಾ ಹೇಳಿಕೊಂಡು." ಮತ್ತೆ ನಿಲ್ಲಿಸಿದೆ.

"ಹೋಗಲಿ ಬಿಡು!"

"ನನಗೂ ಅಭ್ಯಂತರವೇನಿರಲಿಲ್ಲ, ಸರ್!" ನಾನು ಈ ಬಾರಿ ನಕ್ಕೆ "ಆದರೆ ಅವನು ಇಲ್ಲಿಗೆ ಬಂದ ಸಮಯದಲ್ಲೇ ಅವನ ತಂದೆ ಜೆರಾಲ್ಡ್ ಮೆಹ್ರಾಗೆ ಸೇರಿದ್ದ ಹಡಗುಗಳಲ್ಲಿ ನಮ್ಮ ಇಬ್ಬರನ್ನು ಗೂಢಚರ್ಯೆ ಮಾಡಲು ನೇಮಿಸಿದ್ದೆ. ಅವರೇ ಕೊಲೆಯಾಗಿ ಹೋದವರು. ರಾಮನ್ ಮತ್ತು ನಿರ್ಮಲ್."

ಅತ್ತ ಅರೆಕ್ಷಣ ಮೌನ. "ಐ ಸೀ! ನೀನು ನನಗೆ ಯಾವ ಮಾಲೀಕರ ಹಡಗಿಗೆ ನಮ್ಮವರನ್ನು ಕಳಿಸುತ್ತಿದ್ದೀಯೆಂದು ಹೇಳಿರಲೇ ಇಲ್ಲವಲ್ಲ?" ಎಂದರು ಆಕ್ಷೇಪಣೆಯ ದನಿಯಲ್ಲಿ.

ಪ್ರತಿಯೊಂದು ಆಪರೇಷನ್ನಿನ ಮೊದಲು "ನೀನೇ ನಾಯಕ, ನಿನಗೆ ಎಲ್ಲ ರೀತಿಯ ಸ್ವಾತಂತ್ರ್ಯ ಉಂಟು. ನನಗೆ ಎಲ್ಲಾ ಹೇಳಬೇಕಿಲ್ಲ" ಎನ್ನುತ್ತಿದ್ದವರು ಇವರೇ. ಅದಕ್ಕೇ ನಾನು ಉತ್ತರಿಸದೇ ಸುಮ್ಮನಿದ್ದೆ.

"ಸರಿ ಸರಿ. ಮತ್ತೇನು ಪತ್ತೆ ಹಚ್ಚಿದೆ?" ಈಗ ಅವರ ದನಿಯಲ್ಲಿ ಕಾತರವಿತ್ತು.

"ಓಹ್, ಹೆಚ್ಚೇನಿಲ್ಲ ಸರ್. ಆದರೆ ಇದೇ ನಿಕ್ಕಿ ಮೆಹ್ರಾ ಮೊದಲು ನಿಕ್ ರಾಡ್ರಿಗ್ಸ್ ಎಂಬ ಹೆಸರಿನಲ್ಲಿ ಲಂಡನ್ನಿನ ಪೋಲಿಸರಿಗೆ ಬೇಕಾದ ವ್ಯಕ್ತಿಯಾಗಿದ್ದು, ಅವರ ರೆಕಾರ್ಡಿನಲ್ಲಿ ನಾಲ್ಕು ವರ್ಷದಿಂದ ಮಿಸ್ಸಿಂಗ್ ಎಂದಿದ್ದಾರೆ. ಸ್ವಲ್ಪ ಹೆಸರು, ವೇಷಭೂಷಣ, ಪಾಸ್‌ಪೋರ್ಟ್, ದೇಶ ಎಲ್ಲವನ್ನೂ ಬದಲಿಸಿಬಿಟ್ಟ ಕ್ರಿಮಿನಲ್ ಇವನೇ ಎಂದು ನನ್ನ ಅನುಮಾನ. ಇಷ್ಟು ಮಾತ್ರ ಪತ್ತೆ ಹಚ್ಚಿದ್ದೇನೆ." ನಾಜೂಕಾಗಿ ಬಡಾಯಿ ಕೊಚ್ಚಿಕೊಳ್ಳಲು ನನಗೂ ಬರುತ್ತದೆ.

"ಸರಿ". ಅವರಿಗೆ ಗೊತ್ತು ನಾನು ಇನ್ನೂ ಹೇಳುವುದಿದೆ ಎಂದು.

"ಜೆರಾಲ್ಡ್ ಮೆಹ್ರಾ ಒಬ್ಬರು ಬ್ರಿಟನ್ನಿನ ಆನರರಿ ನೈಟ್ ಅಲ್ಲವೆ ಸರ್? ಸರ್ ಜೆರಾಲ್ಡ್ ಮೆಹ್ರಾ. ಅವರು ತಮ್ಮ ಸಂಪರ್ಕದವರನ್ನು ಬಳಸಿಕೊಂಡು ಮಗನನ್ನು ಅಲ್ಲಿ ಬಿಡಿಸಿದರು. ಇವನು ತಲೆ ಮರೆಸಿಕೊಂಡು ಇಲ್ಲಿ ದ್ವೀಪದಿಂದ ದ್ವೀಪಕ್ಕೆ ಹಡಗುಗಳ ಫ್ಲೀಟ್ ಬಳಸಿಕೊಂಡು ಓಡಾಡುತ್ತಿದ್ದಾನೆ."

"ಸರಿ. ಮುಂದೆ?"

ಹಾ? ನಾನು ಪೂರ್ತಿ ಕೇಸನ್ನು ಆಗಲೇ ಸಾಲ್ವ್ ಮಾಡಿಬಿಟ್ಟಿದ್ದೇನೆ ಎಂದುಕೊಂಡಿದ್ದಾರೋ ಇವರು? ಅಚ್ಚರಿ ಪಟ್ಟುಕೊಂಡೆ.

"ನನ್ನನ್ನು ಆ ದ್ವೀಪಕ್ಕೆ ಚಾಕೋಲೇಟ್ ಕಂಪನಿಯೊಂದರ ಹಡಗಿನ ಏಜೆಂಟ್ ಎಂದು ಗುಪ್ತವಾಗಿ ಕಳಿಸಿಕೊಡಿ, ಸರ್!" ನನ್ನ ಕೊನೆಯ ಬಾಣ ಹೂಡಿದ್ದೆ.

"ಏನು?!" ಅವರು ಈ ಬಾರಿ ಹೌಹಾರಿದ್ದು ನಿಜ."ನಮ್ಮ ಕೇಸಿಗೂ ನೀನು ಅಲ್ಲಿ ಪರಿಚಯ ಬದಲಿಸಿಕೊಂಡು ಹೋಗುವುದಕ್ಕೂ ಎತ್ತಣಿಂದೆತ್ತ ಸಂಬಂಧ?"

"ಇದೆ ಸರ್.ಆದರೆ ಈಗಲೇ ನಾನು ಹೇಳಲಾರೆ!" ಮೊಂಡುವಾದದಲ್ಲಿ ನಾನು ಅವರ ಶಿಷ್ಯ ತಾನೆ?

"ನೀನು ಆ ಸುಂದರಿ ರೀಟಾಳ ಬೆನ್ನು ಹತ್ತಿ ಅಲ್ಲಿಗೆ ಸುಮ್ಮಸುಮ್ಮನೆಯೇ ಹೋಗುತ್ತಿಲ್ಲ ಅಲ್ಲವೆ?"

"ಇಲ್ಲ ಸರ್, ನಿಕ್ಕಿ ಮೆಹ್ರಾನ ಮೇಲಿನ ಅತಿಯಾದ ಪ್ರೀತಿಯಿಂದ ಮಾತ್ರ!"

ಈ ಬಾರಿ ಅವರು ಸ್ವಲ್ಪ ಜೋರಾಗಿಯೇ ನಕ್ಕಿದ್ದು ಕೇಳಿಸಿತು.

"ಓಕೆ. ನಿನ್ನ ನಕಲಿ ಹೆಸರಿನ ಪೇಪರ್ಸ್, ವೇಷಭೂಷಣ ಎಲ್ಲವನ್ನೂ ಸ್ಪೆಶಲ್ ಹೆಲಿಕಾಪ್ಟರಿನಲ್ಲಿ ಬೇಗ ಕಳಿಸಿಕೊಡುತ್ತೇನೆ.ನಮ್ಮ ಡಿಪ್ಲೋಮೇಟಿಕ್ ಚಾನೆಲ್ಸ್ ಉಪಯೋಗಿಸಿಕೊಂಡು ಆ ಹೆಸರಿನ ಐಡಿ, ಇಂಟರ್ನೆಟ್‌ನಲ್ಲಿ ಪರಿಚಯ, ಸರ್ಚ್, ಸೋಷಿಯಲ್ ಮೀಡಿಯಾ ಅಕೌಂಟ್ಸ್ ಎಲ್ಲಾ ಕಟ್ಟಿಕೊಡುತ್ತೇನೆ."

ನೋಡಿ, ಅದಕ್ಕೇ ತಂತಮ್ಮ ಬಾಸಿಗೂ ಕೆಲವೊಮ್ಮೆ ನಾವು ಕೆಲಸ ಕೊಡಬೇಕು ಅನ್ನುವುದು. ಎಷ್ಟು ನಿಯತ್ತಿನಿಂದ ಮಾಡುತ್ತಾರೆ!

"ಎಲ್ಲಿ ಯಾವುದೇ ಸರಕಾರಿ ಅಥವಾ ನೇವಿ ಸಂಬಂಧಿತ ಸಂಸ್ಥೆಗಳಲ್ಲಿ ವಿಚಾರಿಸಿದರೂ ನನ್ನ ಹೆಸರು ಆನಂದ್ ದೇಸಾಯಿ ಎಂದು ಕಂಡುಬರಬೇಕು, ಸರ್." ನಾನು ಕೆಲವು ಬಾರಿ ಮಾತ್ರ ಅವರಿಗೆ ಈ ರೀತಿ ಆಜ್ಞಾಪಿಸಲು ಸಾಧ್ಯ, ಅದನ್ನು ಕಳೆದುಕೊಳ್ಳುವುದಿಲ್ಲ.

"ನಿನ್ನ ಹೆಸರಿನ (ಅರ್ಜುನ್ ಆನಂದ್, ದೇಶಪಾಂಡೆ– ದೇಸಾಯಿ) ಎ ಮತ್ತು ಡಿ ಮಾತ್ರ ಕಾಮನ್ ಆಗಿರುತ್ತದೆ. ಓಕೆ" ಎಂದರು. ಅದು ಹೊಸದರಲ್ಲಿ ಅವರೇ ನಮಗೆ ಗೂಢಚರ್ಯೆಯಲ್ಲಿ ಹೇಳಿಕೊಟ್ಟ ನೀತಿ ನಿಯಮ.

"ಕರೆಕ್ಟ್ ಸರ್. ಹಾಗೇ ಇನ್ನೊಂದು ಉಪಕಾರ ಮಾಡಿಬಿಡಿ. ನಾನು ಇಂದು ಭೇಟಿ ಮಾಡಿದ್ದ ಸೀ ಕ್ರಾಲರ್ ನೌಕೆಯ ಕೆಲವರು ನನ್ನನ್ನು ಗುರುತಿಸಬಹುದು. ಅಂತರರಾಷ್ಟ್ರೀಯ ಮ್ಯಾರಿಟೈಮ್ ಅಥಾರಿಟಿಗೆ ಹೇಳಿ ಆ ನೌಕೆ ಮತ್ತೆ ಈ ಕಡೆ ಸುಳಿಯಬಾರದು. ಮೆಲ್ಲೋ ದ್ವೀಪದತ್ತ ಬರಬಾರದು, ಹಾಗೆ ಅವರ ದಿಕ್ಕು ಬದಲಿಸಲು

ನಿಮ್ಮ ಕಡೆಯಿಂದ ಆಜ್ಞೆ ಹೊರಡಿಸಿ." ಅದು ಅವರ ಕನೆಕ್ಷನ್ಸ್ ಬಳಸಿ ಆ ಮೂಲಕ ಡಿಪ್ಲೋಮ್ಯಾಟಿಕ್ ಚಾನೆಲ್ಸ್ ಮೂಲಕ ಸಾಧ್ಯ ಎಂದು ನನಗೆ ಗೊತ್ತಿತ್ತು.

ಅವರು ಸಮ್ಮತಿಸಿ ಹೂಂ ಎಂದರು. "ನಿನ್ನ ಮುಖ ಪರಿಚಯದವರು ಯಾರೂ ಆ ದ್ವೀಪದಲ್ಲಿ ಸಿಗದಿದ್ದರೆ ಸಾಕು.ಹ್ಮ್!"

ನಾನು ಸುಮ್ಮನಿದ್ದೆ. ಅಡ್ಮಿರಲ್ ಖನ್ನಾ ಗಂಟಲು ಸರಿಪಡಿಸಿಕೊಂಡರು. ಪಾಪ, ನಡುರಾತ್ರಿಯಲ್ಲಿ ಎದ್ದಿದ್ದಾರೆ ನನಗಾಗಿ. "ಇದು ಬಹಳ ರಿಸ್ಕಿ ಜಾಬ್. ನೀನು ಏನು ಮಾಡುತ್ತಿದ್ದೆಯೆ ಎಂದು ಚೆನ್ನಾಗಿ ಗೊತ್ತು ತಾನೆ?"

ಅದೂ ಅವರು ಕೊನೆಯಲ್ಲಿ ಕೇಳುವ ಪ್ರಶ್ನೆ. ನಾನು ಸಿದ್ಧನಾಗಿದ್ದೆ.

"ಖಂಡಿತಾ ಗೊತ್ತು ಸರ್."ಎಂದು ಹೇಳಿ ಅವರಿಗೆ ವಿದಾಯ ಹೇಳಿದೆ. ಆದರೆ ಅದಕ್ಕಿಂತ ದೊಡ್ಡ ಸುಳ್ಳು ಇನ್ನೊಂದಿರಲಿಲ್ಲ. ನನಗೆ ಆ ಹೊತ್ತಿನಲ್ಲಿ ಏನೂ ತಿಳಿದೇ ಇರಲಿಲ್ಲ. ದೊಡ್ಡದೊಂದು ಗುಮಾನಿಯಿತ್ತು ಅಷ್ಟೇ!

3

ಮುಂದಿನ ಎರಡು ದಿನಗಳು ನನಗೆ ಯುಗಗಳಾಗಿ ಕಳೆದದ್ದು ನಿಜ. ನನ್ನ 'ಆನಂದ ದೇಸಾಯಿ' ಪರಿಚಯದ ವಿವರಗಳು ಸಿದ್ಧವಾಗಿ ನಾನಿದ್ದ ಐಎನ್‌ಎಸ್ ಜಲಕುಮಾರಿ ನೇವಿ ಹಡಗನ್ನು ಹೆಲಿಕಾಪ್ಟರ್ ಮೂಲಕ ತಲುಪುವುದಕ್ಕೆ. ಆದರೆ ನಾನು ಸಮಯವನ್ನು ವ್ಯರ್ಥವೇನೂ ಮಾಡಲಿಲ್ಲ. ಚೆನ್ನಾಗಿ ತಿಂದು ಕುಡಿದು ನಿದ್ರೆ ಮಾಡಿದೆ. ಯಾಕೆಂದರೆ ನಾನು ಒಮ್ಮೆ ಇಂತಹ ಮಿಷನ್ ಮೇಲೆ ಹೊರಟೆನೆಂದರೆ ಊಟ ನಿದ್ರೆಗಳನ್ನು ಗಮನಿಸುವುದಿಲ್ಲ. ಇದರ ಬಗ್ಗೆ ನಮ್ಮಮ್ಮ ಮನೆಗೆ ಹೋದಾಗಲೆಲ್ಲ ನನಗೆ ತುಂಬಾ ಬೈದು ಬುದ್ಧಿವಾದ ಹೇಳುವರು. ಅಲ್ಲ, ಅವರು ಬುದ್ಧಿ ಹೇಳುವರು, ನಾನು ವಾದ ಮಾಡುವೆನು! "ನಿನ್ನನ್ನು ಅದ್ಯಾವ ಮಹರಾಯಿತಿ ಕಟ್ಟಿಕೊಂಡು ಸರಿ ಮಾಡುವಳೋ ಗೊತ್ತಿಲ್ಲ" ಎಂದು ಕೊನೆಗೆ ಗೊಣಗುವರು. "ನೀನು ಅಪ್ಪನನ್ನು ಕಟ್ಟಿಕೊಂಡು ಸರಿ ಮಾಡಿದೆಯಾ?"ಎನ್ನುತ್ತಿದ್ದೆ. ಅಪ್ಪ ತುಂಬಾ ತಿಂಡಿಪೋತರು, ವ್ಯಾಯಾಮ ಮಾಡುವುದಿಲ್ಲ ಎಂಬುದು ಅಮ್ಮನ ಎಂದಿನ ದೂರು. ವಾಯುಸೇನೆಯಿಂದ ನಿವೃತ್ತರಾದ ಅಪ್ಪ ಒಬ್ಬರು ಘುಡ್ಡಿ. ಅವರು ಇವಳ ದೂರಿಗೆಲ್ಲ ಕಿಂಚಿತ್ತೂ ಬೆಲೆ ಕೊಡುವವರಲ್ಲ! ಹಾಗೆ ಅವರಿಬ್ಬರಿಗೂ ಹತ್ತಿಸಿಬಿಟ್ಟು ನಾನು ಬಚಾವಾಗಿಬಿಡುತ್ತಿದ್ದೆ.

ನಾನು ಮೆಲ್ಲೋಸ್ ದ್ವೀಪದ ಹತ್ತಿರ ನಮ್ಮ ಹಡಗು ನಿಧಾನವಾಗಿ ಸಾಗುತ್ತಿರಲಿ ಎಂದು ಅಜಯ್ ಪಾರ್ಥಸಾರಥಿಗೆ ಸೂಚಿಸಿದೆ. ಅವನು ತನ್ನ ಸ್ನೇಹಿತರನ್ನು ನಾನು ಕೊಲ್ಲಿಸಿದೆನೆಂಬ ನನ್ನ ಮೇಲಿನ ಅಸಮಾಧಾನದಿಂದಲೋ, ಇಲ್ಲ ನಾನೂ ಅಲ್ಲಿಗೇ ಹೋಗಿ ಸಾಯುವೆನೆಂಬ ಊಹೆಯಿಂದಲೋ ನನ್ನ ಮಾತುಗಳಿಗೆ ಉತ್ತರಿಸುವುದನ್ನು ಬಿಟ್ಟಿದ್ದ. ಮೌನವಾಗಿ ಹೇಳಿದಂತೆ ಮಾಡುತ್ತಿದ್ದ. ಮೌನಂ ಸಮ್ಮತಿ ಲಕ್ಷಣಂ, ನನ್ನದೇನೂ ದೂರಿರಲಿಲ್ಲ ಈ ಬಗ್ಗೆ.

ನನ್ನ ಪ್ರಕಾರ– ಮಧ್ಯಪ್ರಾಚ್ಯ ಮತ್ತು ಆಫ್ರಿಕಾ ಕಡೆಯಿಂದ ಬರುತ್ತಿದ್ದ ಮಾದಕದ್ರವ್ಯ ವಸ್ತುಗಳ ದೊಡ್ಡ ದೊಡ್ಡ ಮಾಲುಗಳು ಎಲ್ಲಿಯೋ ಮಾರ್ಗಮಧ್ಯದಲ್ಲಿ ಕಡಲಿನಲ್ಲಿ ಕಾಣೆಯಾಗುತ್ತಿರುವುದಕ್ಕೂ, ಇತ್ತ ದ್ವೀಪಗಳ ಬಳಿಯೇ ನಿಕ್ಕಿ ಮೆಹ್ರಾ ಸುಳಿದಾಡುತ್ತಿರುವುದಕ್ಕೂ ಏನೋ ಸಂಬಂಧವಿರಲೇಬೇಕು. ಆದರೆ ಬ್ರಿಟನ್ನಿನಲ್ಲಿ ಗೌರವಾನ್ವಿತರಾದ ಅವನ ತಂದೆ ಜೆರಾಲ್ಡರ ಸುರಕ್ಷಿತ ನೆರಳಿನಲ್ಲಿ ಇದನ್ನು ಮಾಡುವ ಭಂಡ ಧೈರ್ಯವಿತ್ತೆ ಅವನಿಗೆ? ಅಲ್ಲದೆ ಈ ಅಡ್ಮಿರಲ್ ಡಿಮೆಲ್ಲೋರ ದ್ವೀಪ, ಅವರ ಸುಂದರ ಮಗಳು ರೀಟಾ ಮತ್ತು ಅವರ ಕಾರ್ಖಾನೆ ಉದ್ಯಮ ಎಲ್ಲವೂ ಅವನಿಗೆ ಸಾಥ್ ನೀಡುತ್ತಿವೆ ಎಂದು ನಂಬಲು ಯಾವ ಪುರಾವೆಯೂ ಇರಲಿಲ್ಲ. ಅದೇ ನಾನು ಮಾಡಬೇಕಾಗಿದ್ದ ಮುಂದಿನ ತನಿಖೆ.

ನನ್ನ ಬಳಿಯಿದ್ದ ರೀಟಾ ಡಿಮೆಲ್ಲೋಳ ಫೈಲ್ ತೆರೆದು ನೋಡಿದೆ. ಮೊದಲ ನೋಟಕ್ಕೆ ಸೆರೆಹಿಡಿಯುವಂತಹ 25ರ ಆಕರ್ಷಕ ಗೋಧಿವರ್ಣದ ಯುವತಿ. ಮುಗುಳ್ನಕ್ಕರೆ ಕೆನ್ನೆಗುಳಿ ಅಂದವಾಗಿ ಬೀಳುತ್ತಿತ್ತು. ಕಾರವಾರದವರಾದ ಡಿಮೆಲ್ಲೋ ತಮ್ಮೂರಿನ ಹಿಂದೂ ಮಹಿಳೆ ವನಿತಾರನ್ನು ಮದುವೆಯಾದ ನಂತರ ಹುಟ್ಟಿದ ಏಕೈಕ ಸುಪುತ್ರಿ ರೀಟಾ. ವಿಶ್ವಸುಂದರಿ ಸ್ಪರ್ಧೆಯಲ್ಲಿ ತನ್ನ ತಂದೆ ತಾಯಿಯರ ಮಾತೃಭೂಮಿ ಭಾರತದ ಸಂಸ್ಕೃತಿ, ಸಂಪ್ರದಾಯದ ಬಗ್ಗೆ ನಿರರ್ಗಳವಾಗಿ ಉತ್ತರಿಸಿದ್ದಳಂತೆ. ಆದರೆ ಸ್ಪರ್ಧೆಯಲ್ಲಿ ವಿಜೇತಳಾಗಿರಲಿಲ್ಲ. ಸದ್ಯಕ್ಕೆ ಮಾಡೆಲಿಂಗ್ ಅಲ್ಲದೆ ತಂದೆಯ ಬಿಜಿನೆಸ್ಸ್ ಮೇಲ್ವಿಚಾರಣೆಯ ಜವಾಬ್ದಾರಿ ಹೊತ್ತಿದ್ದಳು ಎಂದು ನನ್ನ ಫೈಲ್ ಸಾಕಷ್ಟು ವಿವರಗಳನ್ನು ನೀಡಿತು. ಹೀಗೇ ಎರಡು ದಿನ ಕಳೆಯಿತು.

4

ಒಂದು ಚಿಕ್ಕ ಮೇಕೆಗಡ್ಡ, ಚಿಕ್ಕ ಬ್ರೌನ್ ಫ್ರೇಮಿನ ಕನ್ನಡಕ ಮತ್ತು ತಲೆಗೂದಲು ಹಿಂದೆ ಬಾಚಿಕೊಂಡಿದ್ದು ನನ್ನನ್ನು ಆನಂದ್ ದೇಸಾಯಿ ಆಗಿ ಪರಿವರ್ತಿಸುವಲ್ಲಿ ಸಾಕಷ್ಟು ಸಫಲವಾಗಿತ್ತು. ನನ್ನ ಕಾಗದ ಪತ್ರ, ಗುರುತಿನ ಚೀಟಿಗಳೆಲ್ಲಾ 100% ಪಕ್ಕಾ ಮಾಡಿ ಅಡ್ಮಿರಲ್ ಖನ್ನಾ ಕಳಿಸಿಕೊಟ್ಟಿದ್ದರು. ನನ್ನ ಪಾಸ್‌ಪೋರ್ಟ್, ಆಧಾರ್ ಐಡಿ ಕಾರ್ಡುಗಳಿಗೆ ಹೇಳಿ ಮಾಡಿಸಿದಂತೆ ಸಿಂಗರಿಸಿಕೊಂಡೆ. ಹೊರಡುವ ಮುನ್ನ ಅಜಯ್ ಪಾರ್ಥಸಾರಥಿಯ ಜತೆ ಚರ್ಚಿಸಿದೆ.

"ಅಜಯ್, ನಾನು ಬರುವುದು ತಡವಾಗಬಹುದು, ಯಾವತ್ತೆಂದು ಹೇಳಲು ಸಾಧ್ಯವಿಲ್ಲ. ನೀನು ಇಲ್ಲೇ ಹತ್ತಿರದಲ್ಲಿ ಸುತ್ತುತ್ತಾ ಇರು. ನಾನು ಅವರನ್ನು ಮಾಲು ಸಮೇತ ಹಿಡಿಯಲು ಪ್ರಯತ್ನಿಸಿಸುತ್ತೇನೆ. ನಮ್ಮವರು ಕಳೆದುಕೊಂಡ ಪ್ರಾಣ ಅವರಿಗೆ ದುಬಾರಿಯಾಗಲಿದೆ.ನಿನಗೆ ನಿನ್ನ ಫೈನಲ್ ಮೂವ್ಸ್ ನಮ್ಮ ಆಪರೇಶನ್ ಸ್ಲೀಪಿಂಗ್ ಲಿಲಿ ಪ್ರಕಾರ ಏನೆಂದು ಗೊತ್ತಲ್ಲ?"

"ಗೊತ್ತು ಸರ್" ಅಜಯ್ ತಲೆಯಾಡಿಸಿದ. ಚಿಕ್ಕ ಮುಗುಳ್ನಗೆ ಚೆಲ್ಲಿದ, ತಾನು ನನ್ನಲ್ಲಿ ಪೂರ್ತಿ ವಿಶ್ವಾಸ ಕಳೆದುಕೊಂಡಿಲ್ಲ ಎಂಬಂತೆ. "ನೀವು ಹೋಗಿಬನ್ನಿ. ಆಲ್ ಕ್ಲಿಯರ್, ಗುಡ್ ಲಕ್" ಎಂದು ಕೈ ಕುಲುಕಿದ.

ಒಬ್ಬ ಬಿಜಿನೆಸ್‌ಮನ್ನಿಗೆ ತಕ್ಕಂತೆ ಕಪ್ಪು ಸೂಟ್ ಧರಿಸಿದೆ. ನನ್ನ ಕೋಲ್ಟ್ 0.45 ರಿವಾಲ್ವರ್ ಮಾತ್ರ ಶೂ ಕಾಲುಚೀಲದಲ್ಲಿ ಅಡಗಿತ್ತು. ಅಲ್ಲಿ ಯಾರೂ ಆ ರೀತಿ ನನ್ನನ್ನು ಚೆಕ್ ಮಾಡುವ ಸಂಭವವಿರಲಿಲ್ಲ. ಸೂಟ್ಕೇಸಿನಲ್ಲಿ ನನ್ನ ಮಿಶನ್ನಿಗೆ ತಕ್ಕ ಅವಶ್ಯಕ ವಸ್ತುಗಳಿದ್ದವು

ನಾನು ಅಲ್ಲಿಗೆ ನೇವಿ ಹೆಲಿಕಾಪ್ಟರಿನಲ್ಲಿ ಹೋಗುವಂತಿರಲಿಲ್ಲ. ನನಗಾಗಿ ಕಮರ್ಷಿಯಲ್ ಫ್ಲೈಟ್ ಹೆಲಿಕಾಪ್ಟರ್ ಒಂದು ಐಎನ್‌ಎಸ್ ಜಲಕುಮಾರಿಯ ಡೆಕ್ ಮೇಲೆ ಮುಂದಿನ ದಿನವೇ ಪ್ರತ್ಯಕ್ಷವಾಯಿತು

ನಾನು ಮೆಲ್ಲೋ ಈಟರೀಸ್ ಇಂಡಸ್ಟ್ರೀಸ್ ಹೆಸರಿನ ಡಿಮೆಲ್ಲೋ ಸಾಹೇಬರ ಕಂಪನಿಗೆ ಸ್ಯಾಟೆಲೈಟ್ ಫೋನ್‌ಕಾಲ್ ಮಾಡಿದೆ.

"ರೀಟಾ ಡಿಮೆಲ್ಲೋ ಹಿಯರ್. ನಿಮಗೆ ಯಾರು ಬೇಕಿತ್ತು?" ಎಂಬ ಮಧುರವಾದ ದನಿ ಸಮುದ್ರದ ಮೇಲೆ ಅಲೆಗಳಂತೆಯೇ ತೇಲಿ ತಲುಪಿತು.

ನಾನು ನನ್ನ ಪರಿಚಯ ಮಾಡಿಕೊಂಡೆ. ನಿಮ್ಮ ಕಂಪನಿಯ ಜತೆ ನನ್ನ ಮುಂಬೈಯಲ್ಲಿರುವ ಚಾಕೋಲೇಟ್ ಮತ್ತು ಚಿಪ್ಸ್ ಸರಬರಾಜುದಾರ ಕಂಪನಿಯ ವ್ಯವಹಾರವನ್ನು ಚರ್ಚಿಸಲು ನಿಮ್ಮಲ್ಲಿಗೆ ಬರಲು ಅನುಮತಿ ಕೊಡಿ ಎಂದೆ.

"ನಿಮ್ಮ ಡ್ಯಾಡಿ ಇಲ್ಲವೆ?"

"ಇಲ್ಲ, ಅಪ್ಪ ಹೊರಗೆ ಗಾಲ್ಫ್ ಆಡುತ್ತಿದ್ದಾರೆ. ಅವರ ಕಚೇರಿಯನ್ನು ನಾನೇ ನೋಡಿಕೊಳ್ಳುವುದು. ನನಗೆ ಹೇಳಿದಿರಲ್ಲ ಸಾಕು. ನಿಮಗೆ ಇಲ್ಲಿ ಮನೆಯಲ್ಲಿ ತಂಗಲು ವಸತಿ ವ್ಯವಸ್ಥೆ ಸಹ ಮಾಡುತ್ತೇವೆ."

"ಪಾಪ, ನಿಮಗೇಕೆ ತೊಂದರೆ?"

ಅವಳು ಕಿಲಕಿಲ ನಕ್ಕಳು, "ನಿಮಗೆ ಬೀಚಿನಲ್ಲೇ ಮಲಗಿ ಅಭ್ಯಾಸವಿದೆಯೆ?"

ನಾನು ಏನೂ ತೋಚದೆ ಸುಮ್ಮನಾದೆ.

"ಯಾಕೆ ಕೇಳಿದೆನೆಂದರೆ ನಮ್ಮ ಚಿಕ್ಕ ದ್ವೀಪದಲ್ಲಿ ನಮ್ಮ ಎಸ್ಟೇಟ್ ಬಂಗಲೆ ಫ್ಯಾಕ್ಟರಿ ಬಿಟ್ಟು ಯಾವ ಲಾಡ್ಜ್ ಅಥವಾ ಹೋಟೆಲನ್ನು ಇನ್ನೂ ತೆರೆದಿಲ್ಲ."

"ಬಹಳ ಧನ್ಯವಾದಗಳು. ಸಂಜೆ 5 ರೊಳಗೆ ಅಲ್ಲಿ ತಲುಪುವೆ." ಗಡಿಯಾರ ನೋಡಿಕೊಂಡೆ. ಇನ್ನು ಮೂರು ಗಂಟೆ ಸಮಯವಿತ್ತು.

"ನಮ್ಮದೊಂದೇ ದಿಬ್ಬದ ಮೇಲಿನ ಬಿಳಿ ಬಂಗಲೆಯಿರುವುದು, ಅಲ್ಲಿಗೆ ನಡೆದೇ ಬರಬೇಕು, ಆಗುತ್ತದೆಯೆ?" ಅವಳ ದನಿಯಲ್ಲಿ ಕೀಟಲೆಯಿತ್ತು.

"ಪ್ರಯತ್ನಿಸುತ್ತೇನೆ, ಸುಸ್ತಾದರೆ ಸ್ವಲ್ಪ ಗ್ಲುಕೋಸ್ ಕುಡಿಯುತ್ತೇನೆ" ಎಂದು ನಿಟ್ಟುಸಿರಿಟ್ಟೆ ಅವಶ್ಯಕತೆಗಿಂತ ಹೆಚ್ಚಾಗಿಯೆ! ನನಗೂ ನಾಟಕೀಯವಾಗಿ ಮಾತಾಡಲು ಬರಲು ಬರುತ್ತದೆ, ನೋಡಿ.

ಈ ಸಂಭಾಷಣೆಯಿಂದ ಒಂದು ಮಾತಂತೂ ಸ್ಪಷ್ಟವಾಗಿತ್ತು. ಚುರುಕಾಗಿ ಮಾತಾಡಬಲ್ಲ ರೀಟಾ 70ರ ವಯಸ್ಸಿನ ತಂದೆಯ ಕಾರುಬಾರು ನೋಡಿಕೊಳ್ಳುತ್ತಾಳೆ. ಅಲ್ಲಿ ಇನ್ನೂ ನಿಕ್ಕಿ ಮೆಹ್ರಾ ಸದ್ಯಕ್ಕೆ ಬಂದಿಲ್ಲ ಎಂದು ಆಗಲೇ ಬಲ್ಲ ಮೂಲಗಳಿಂದ ಖಚಿತಪಡಿಸಿಕೊಂಡಿದ್ದೆ, ಇನ್ಯಾರಿರಬಹುದು ಗೊತ್ತಿಲ್ಲ.

ಹೋದಮೇಲೆ ಹುಷಾರಾಗಿ ತನಿಖೆ ಮಾಡಬೇಕೆಂದು ಮತ್ತೆ ಪುನರುಚ್ಚರಿಸಿಕೊಂಡೆ.

5

ನನ್ನ ಒಬ್ಬನೇ ಪೈಲೆಟ್ ಇದ್ದ ಹೆಲಿಕಾಪ್ಟರ್ ಯಾಂತ್ರಿಕವಾಗಿ ಗೊರಗುಟ್ಟುತ್ತಾ ಹಿಂದೂ ಮಹಾಸಾಗರದ ಮೆಲ್ಲೋಸ್ ದ್ವೀಪದತ್ತ ಸಾಗಿತ್ತು.

ಬೆಚ್ಚನೆಯ ಮಾರುತ ಬೀಸುತ್ತಿದ್ದ ಶಾಂತವಾದ ಅಲೆಗಳ ಮೇಲೆ ಬಿಸಿಲು ಪ್ರತಿಫಲಿಸುತ್ತಿದ್ದ ಈ ಸಾಗರದಲ್ಲಿ ನಡುರಾತ್ರಿಯಲ್ಲಿ ಮಾತ್ರ ಅದೇನು ಕರಾಳ ದಂಧೆ ನಡೆಯುತ್ತಿದೆಯೋ ಹಗಲಲ್ಲಿ ಊಹಿಸಿಕೊಳ್ಳುವುದೂ ಕಷ್ಟವಾಗಿತ್ತು ಎಂದುಕೊಂಡೆ. ಮಧ್ಯಾಹ್ನದ ಬಿರುಬಿಸಿಲಿಗೆ ಕಣ್ಣು ಕೋರೈಸಿದಂತಾಗಿ ಕೈ ಅಡ್ಡ ಇಟ್ಟು ಪೈಲೆಟ್ಟಿಗೆ ಕೇಳುವಂತೆ ಹಡ್ಫೋನಲ್ಲಿ ಕೇಳಿದೆ,

"ಇನ್ನು ಎಷ್ಟು ಹೊತ್ತಾಗಬಹುದು?"

"ಹದಿನೈದು ನಿಮಿಷ ಇ.ಟಿ.ಎ" ಎಂದ ಪೈಲೆಟ್, ದೂರ ದಿಗಂತದಲ್ಲಿ ಕಾಣುತ್ತಿದ್ದ ಹಸಿರನ್ನು ತೋರುತ್ತಾ.

6

ನೀರಲ್ಲಿ ಮೀನಿನಂತೆ ಈಜಬಲ್ಲ ನಾನು ದಿಬ್ಬ ಹತ್ತಿ ಡಿಮೆಲ್ಲೋ ಬಂಗಲೆಗೆ ಹೋಗಲು ಸ್ವಲ್ಪ ಶ್ರಮಪಟ್ಟಿದ್ದು ಸುಳ್ಳಲ್ಲ. ಹೆಲಿಕಾಪ್ಟರ್ ನನ್ನನ್ನು ಕೆಳಗಿನ ಬೀಚಿನಲ್ಲಿ ಇಳಿಸಿ ಹಾರಿಹೋದಾಗ ಬಿರುಬಿಸಿಲು. 35 ಡಿಗ್ರಿ ಉಷ್ಣಾಂಶ ಮತ್ತು ಸಮುದ್ರದ ಹಬೆಯನ್ನು ತಡೆದುಕೊಂಡು ನನ್ನ ಸೂಟ್‌ಕೇಸ್ ಸಮೇತ ಏದುಸಿರು ಬಿಡುತ್ತಾ ತಲುಪಿದಾಗ ಬಂಗಲೆಗಿದ್ದ ವಿದ್ಯುತ್ ಸುರಕ್ಷಣಾ ಬೇಲಿ, ನೀಟಾಗಿ ಬೆಳೆದ ಟ್ರಿಮ್ ಮಾಡಿದ ಗಾರ್ಡನ್‌ಗಳನ್ನು ವೀಕ್ಷಿಸಿದೆ. ಆಫ್ರಿಕನ್ ತೋಟಗಾರರು ಅಲ್ಲಲ್ಲಿ ಕುಳಿತು ಸಸಿ ಮತ್ತು ಹೂ ಗಿಡಗಳ ಕೆಲಸ ಮಾಡುತ್ತಿದ್ದುದು ಕಂಡಿತು.

ನೀಲಿ ಸಮವಸ್ತ್ರ ಧರಿಸಿದ ಆಫ್ರಿಕನ್ ಕರಿಯ ಗಾರ್ಡ್ ನನ್ನನ್ನು ಸಮೀಪಿಸಿದ. ಅವನು ಮಾತಾಡುವ ಮೊದಲೇ ನನಗೆ ಬಿಯರ್ ವಾಸನೆ ಗಪ್ಪೆಂದು ಬಡಿಯಿತು.

ಹಣೆಯಲ್ಲಿ ಮಣಿಗಟ್ಟಿದ ಬೆವರನ್ನು ಒರೆಸಿಕೊಳ್ಳುತ್ತಾ ಗೇಟಿನ ಬಳಿ ನಿಂತವನು, "ಹೆಲೋ ಬಾಸ್, ಯೂ ಆರ್ ಆನಂಡ್ ಡೆಸಾಯ್?" ಎಂದ.

"ಹೌದು, ನಾನಲ್ಲದಿದ್ದರೆ ನನ್ನ ಬೇತ ಭೂತ ಅಂದುಕೋ."

ತನ್ನ ಬಿಳಿ ಹಲ್ಲುಗಳನ್ನು ಪ್ರದರ್ಶಿಸಿ ನಕ್ಕ.

"ಓಲ್ಡ್ ಮ್ಯಾನ್ ಡಿಮೆಲ್ಲೋ ನಿಮಗಾಗಿ ಕಾಯುತ್ತಿದ್ದಾರೆ. ಒಳಗೆ ಹೋಗಿ"

ನಾನು ನೀಟಾಗಿ ನಿರ್ವಹಿಸಿದ್ದ ಬಿಳಿ ಬಂಗಲೆಯ ದೊಡ್ಡ ಪೋರ್ಟಿಕೋವನ್ನು ದಾಟಿ ಒಳಹೋದೆ. ಇಲ್ಲಿಂದಲೂ ದೂರದ ಆಳೆತ್ತರದ ಸ್ವಚ್ಛ ಗಾಜಿನ ಕನ್ನಡಿಗಳಲ್ಲಿ ಮೊರೆಯುವ ಸಾಗರದ ಅಲೆಗಳ ಆಟ ಕಾಣುತಿತ್ತು.

ಹಳೆ ಬ್ರಿಟಿಷರ ಕಾಲದ ಆಸನಗಳು, ಗೋಡೆಗೆ ನೇತುಹಾಕಿದ್ದ ತೈಲಚಿತ್ರಗಳಿದ್ದ ಹಾಲಿನ ಮೂಲೆಯಲ್ಲಿ ಒಂದು ಬಾರ್ ಕೌಂಟರಿನಲ್ಲಿ ನೀಲಿ ಜೀನ್ಸ್, ಬಿಳಿ ಟೀಶರ್ಟ್ ಧರಿಸಿದ್ದ ನಿವೃತ್ತ ವೃದ್ಧರು ನನ್ನತ್ತ ತಮ್ಮ ಗ್ಲಾಸ್ ಎತ್ತಿ ಸ್ವಾಗತಿಸಿದರು

"ಕಮಿನ್ ಯಂಗ್ ಮ್ಯಾನ್, ಕುಳಿತಿಕೋ ಬಾ" ಎಂದವರ ಎದುರಿನ ಸೀಟಿನಲ್ಲಿ ನಾನು ಕುಸಿದು ಕುಳಿತೆ.

ನನ್ನತ್ತ ಅರ್ಥಗರ್ಭಿತವಾಗಿ ನೋಡಿದವರು, "ಹ್ಯಾವ್ ಎ ಡ್ರಿಂಕ್?" ಎಂದು ತನ್ನ ವಿದೇಶಿ ಮದ್ಯದ ಶೀಷೆಗಳಿಂದ ತುಂಬಿದ್ದ ಕಪಾಟನ್ನು ತೋರಿದರು. ಅವರ ಬಾಯಿಯ ತುದಿಯಲ್ಲಿ ಉರಿಯುತ್ತಿದ್ದ ಚುಟ್ಟಾ ಕುಣಿಯಿತು. ಅವರ ಕೈಯಲ್ಲಿದ್ದ ವಿಸ್ಕಿ ಗ್ಲಾಸ್ ಅರ್ಧ ಖಾಲಿಯಾಗಿತ್ತು.

"ನಾನು ಡ್ಯೂಟಿಯಲ್ಲಿ ಮದ್ಯ ಕುಡಿಯಲ್ಲ. ಆರೆಂಜ್ ಅಥವಾ ನಿಂಬೂ ಸೋಡಾ ಆಗಬಹುದು" ಎಂದು ಕೋಟ್ ಬಟನ್ಸ್ ಬಿಚ್ಚಿ ಉಫ್ಹ್ ಎಂದು ಊದಿಕೊಂಡೆ

"ಐ ಕೆನ್ ಗೆಸ್. ನೀವು ಮರ್ಚೆಂಟ್ ನೇವಿಯಲ್ಲಿ ಕೆಲಸ ಮಾಡಿರಬಹುದು. ನಿಮ್ಮ ಬಿಝಿನೆಸ್ ಬಗ್ಗೆ ರೀಟಾ ಹೇಳಿದಳು" ಎಂದು ಭುಜ ಕುಣಿಸಿದರು ಡಿಮೆಲ್ಲೋ.

"ನೇವಿಯಲ್ಲ, ಬರೇ ಮರ್ಚೆಂಟ್. ವಾಣಿಜ್ಯೋದ್ಯಮದ ನೌಕರ ಸರ್"ಸುಳ್ಳಿಗೆ ಅಡಿಪಾಯ ಹಾಕಿದೆ.ನಾನು ಸಿದ್ಧಪಡಿಸಿಕೊಂಡು ಬಂದಿದ್ದ ನನ್ನ ನಕಲಿ ಕಂಪನಿ ಪುರಾಣವನ್ನು ಮುಂದಿನ ಅರ್ಧ ಗಂಟೆ ಕಾಲ ಬಿಚ್ಚಿದೆ.

ಅವರು ತಮ್ಮ ಏಷ್ಯಾ ಮತ್ತು ಯೂರೋಪಿನಲ್ಲಿ ಜನಪ್ರಿಯವಾಗಿರುವ ಮೆಲ್ಲೋ ಬ್ರಾಂಡಿನ ಚಾಕೋಲೇಟ್-ಚಿಪ್ಸ್ ಬಗ್ಗೆ ಹೇಳುತ್ತಾ ಹೋದರು. ನಾನು ಅವರನ್ನು ನಮ್ಮ ಕಂಪನಿಯ ಜತೆ ಒಪ್ಪಂದ ಮಾಡಿಕೊಂಡರೆ ನಿಮ್ಮ ಮಾರುಕಟ್ಟೆ ವಿಸ್ತರಿಸಬಹುದು, ಲಾಭ ಹಲವು ಪಟ್ಟು ಆಗುತ್ತದೆ ಎಂದೆಲ್ಲಾ ಹೇಳುತ್ತಾ ಹೋದೆ. ನಾನು ಉತ್ತಮ ಮಾರ್ಕೆಟಿಂಗ್ ಆಫೀಸರ್ ಹೌದೋ ಅಲ್ಲವೋ, ಆದರೂ ಸುಮಾರಾಗಿ ಚೆನ್ನಾಗಿಯೇ ನಾಟಕವಾಡಿದೆನೇನೋ. ಏಕೆಂದರೆ ನಮ್ಮ ಚರ್ಚೆಯ ಮಧ್ಯೆ ರೀಟಾ ಅಲ್ಲಿಗೆ ಬಂದು

ಎದುರಿನ ಸೀಟಿನಲ್ಲಿ ಶಾಂತವಾಗಿ ಕೇಳುತ್ತಾ ಕುಳಿತಳು. ಸುಮಾರು ಐದು ಅಡಿ ಎಂಟಿಂಚು ಎತ್ತರದ ಸಪೂರ ಮೈಕಟ್ಟಿನ ಚೆಲುವೆ. ಕಣ್ಣಿಗೆ ರಾಚುವಂತಹ ಮೈ ಪ್ರದರ್ಶನ ಬೀರದೆ ಬಿಳಿ ಮತ್ತು ನೀಲಿ ಹೂವಿನ ಸೌಮ್ಯ ಸಮ್ಮರ್ ಗೌನ್ ತೊಟ್ಟು ಬಂದಿದ್ದಳು. ತಿಳಿ ಬ್ರೌನ್ ಬಣ್ಣಕ್ಕೆ ಡೈ ಮಾಡಿಕೊಂಡಿದ್ದ ನೀಳಕೂದಲು ಹೆಗಲ ಮೇಲೆ ಅತ್ತಿತ್ತ ತಳ್ಳಿಕೊಳ್ಳುತ್ತಿದ್ದಳು, ಅದು ಬಿಸಿಲಿನಲ್ಲಿ ಹೊಂಬಣ್ಣದಂತೆ ಹೊಳೆಯುತಿತ್ತು. ಇದಕ್ಕಿಂತ ಹೆಚ್ಚಾಗಿ ದಿಟ್ಟಿಸಿ ನೋಡಿದರೆ ನಾನು ನನ್ನ ಸ್ವಂತಿಕೆ ಕಳೆದುಕೊಂಡು ಅವಳಿಗೆ ಮಾರುಹೋಗಿದ್ದೇನೆಂಬ ಸೈಕಲಾಜಿಕಲ್ ಲಾಭ ಆಕೆಗೆ ಬರಬಾರದು ನೋಡಿ. ಹಾಗಾಗಿ ನನ್ನ ಗಮನವನ್ನು ಡಿಮೆಲ್ಲೋ ಸಾಹೇಬರ ಉರಿಯುತ್ತಿದ್ದ ಚುಟ್ಟಾ ತುದಿಯ ಮೇಲೆ ಹೂಡಿದೆ. ಮಧ್ಯೆ ಮಧ್ಯೆ ನಿಂಬೂ ಸೋಡಾವನ್ನು ಖಾಲಿ ಮಾಡಿದೆ. ರೀಟಾ ಮರುಮಾತಿಲ್ಲದೇ ಇನ್ನೊಂದು ಗ್ಲಾಸ್ ತಂದುಕೊಟ್ಟು ತಾನೂ ಅದನ್ನೇ ಕುಡಿಯುತ್ತಾ "ಮಾತು ಮುಂದುವರೆಸು" ಎಂದು ಕಣ್ಸೂಚನೆಯಲ್ಲೇ ಹೇಳಿದಳು.

ಕೊನೆಗೆ ಎಲ್ಲಾ ಮುಗಿಸಿ ಪೇಪರ್ಸ್ ಅವರ ಕೈಯಲ್ಲಿತ್ತೆ, ಅವರು ಮಗ್ನರಾಗಿ ಓದುತ್ತಿದ್ದಾಗ, ಗಮನ ಬೇರೆಡೆ ಸರಿಸಿದೆ.

ದೂರದ ಗೋಡೆಯಲ್ಲಿ ಒಬ್ಬ ಭಾರತೀಯ ಮಧ್ಯವಯಸ್ಕ ಕನ್ನಡಕಧಾರಿಣಿಯ ಫೋಟೊಗೆ ಶ್ರೀಗಂಧದ ಹಾರವಿತ್ತು

"ಮಮ್ಮಿ?" ಎಂದೆ.

"ಹೌದು. ಇದು ಅಪ್ಪ ತೆಗೆದುಕೊಂಡಿರುವ ಒಂದೇ ಸರಿಯಾದ ಫೋಟೋ. ಅವರಿಗೆ ಫೋಟೊಗ್ರಫಿ ಬರಲ್ಲ."

ವಿಶ್ವಸುಂದರಿ ಸ್ಪರ್ಧೆಗೆ ಹೋದವರಿಗೆ ಈ ರೀತಿ ಇತರರ ಬಗ್ಗೆ 'ಫೋಟೋ ಕಾಂಪ್ಲೆಕ್ಸ್' ಇರಬಹುದೇನೋ!

"ಮಮ್ಮಿ ಮತ್ತು ಅಪ್ಪಾ?" ನಾನು ಹುಬ್ಬೇರಿಸಿದೆ. "ಮಮ್ಮಿ ಡ್ಯಾಡಿ, ಅಮ್ಮ ಅಪ್ಪ ಯಾಕಲ್ಲ?"

"ಮಮ್ಮಿ ಎಂದು ಅಪ್ಪ ಹೇಳಿಕೊಟ್ಟರು, ಅಪ್ಪಾ ಎಂದು ಮಮ್ಮಿ ಹೇಳಿಕೊಟ್ಟರು.!" ಸರಳವಾಗಿ ನಕ್ಕಳು. ಬಿಸಿಲಿನಲ್ಲಿ ಅವಳ ಹಲ್ಲುಗಳು ಮಿಂಚಿದವೋ, ಅಥವಾ ಅದು ನನ್ನ ಕಲ್ಪನೆಯೋ ತಿಳಿಯದು. ಅರೆ ಹಿಂದೂ–ಅರೆ ಕ್ರಿಶ್ಚಿಯನ್ ಸಂಪ್ರದಾಯದ ವೈಚಿತ್ರ್ಯ.

"ಇದೆಲ್ಲಾ ಸರಿಯಾಗೇ ಇದೆ" ಎಂದರು ಡಿಮೆಲ್ಲೋ ಸಾಹೇಬರು ಕನ್ನಡಕ ಸರಿಪಡಿಸಿಕೊಂಡರು ಪೇಪರ್ಸ್ ಪಕ್ಕಕ್ಕಿಡುತ್ತಾ, "ಆದರೆ ನಾವು ಬಿಜಿನೆಸ್ ನಿರ್ಧಾರಗಳನ್ನು ತೆಗೆದುಕೊಳ್ಳುವಾಗ..."

ಅದನ್ನು ಮಧ್ಯದಲ್ಲೇ ತಡೆದ ರೀಟಾ,

"ನಮ್ಮ ಪಾರ್ಟ್‌ನರ್ ನಿಕ್ಕಿ ಮೆಹ್ರಾ ಇಲ್ಲದೇ ಆಗುವುದಿಲ್ಲ" ಎಂದಳು ಆ ನಿಂಬೂ ಸೋಡಾದಷ್ಟೇ ತಣ್ಣನೆಯ ದನಿಯಿಂದ. ಆ ವ್ಯಂಗ್ಯ ಅರ್ಥ ಆಗದ ಅಪ್ಪ ನಗುತ್ತಾ ಸಮ್ಮತಿಸಿ ತಲೆಯಾಡಿಸಿದರು.

"ನಿಕ್ಕಿ ಮೆಹ್ರಾ ನಿಮ್ಮ ಪಾರ್ಟ್‌ನರ್ ಮಾತ್ರ ಏನು? ನಾನು ಲಂಡನ್ನಿನ ಪತ್ರಿಕೆಗಳಲ್ಲಿ ಓದಿದ ಹಾಗೆ ಆತ ನಿಮ್ಮ ಬಾಯ್‌ಫ್ರೆಂಡ್ ಸಹ ಅಂತೆ, ಅಲ್ಲವೆ?" ಎಂದು ನಾನು ಕೀಟಲೆಯ ದನಿಯಲ್ಲಿ ಕೇಳಿದೆ.

"ಹಾಗೆ ಮತ್ತೊಮ್ಮೆ ಹೇಳಿದರೆ ಹಲ್ಲುದಿರಿಸಿಬಿಡುತ್ತೇನೆ" ಎನ್ನುತ್ತಾ ಇದ್ದಕ್ಕಿಂದ್ದಂತೆ ಭುಗಿಲೆದ್ದ ರೀಟಾ ಹೇಗೋ ಸಂಬಾಳಿಸಿಕೊಂಡು, "ಅವನದು, ನಿಮ್ಮದಲ್ಲ" ಎಂದು ಕ್ಷೀಣದನಿಯಲ್ಲಿ ಸ್ಪಷ್ಟೀಕರಣ ಇತ್ತಾಗ ನಾನೂ ಬಿಗು ವಾತಾವರಣ ಲಘುವಾಗಿಸಲು ನಕ್ಕೆ.

ಆ ಪುಕಾರು ಒಂದು ಚೂರೂ ಇಷ್ಟವಿಲ್ಲ ಅವಳಿಗೆ. ಹಾಗಾದರೆ ಒಮ್ಮೊಮ್ಮೆ ಹೀಗೆ ರೇಗಿಸುವುದರಲ್ಲೂ ತನಿಖೆಗೆ ಲಾಭವಿದೆ!

"ಅವನಿಂದ ನನಗೆ ಬಹಳ ಲಾಭವಾಗಿದೆ. ಬಿಜಿನೆಸ್ ದುಪ್ಪಟ್ಟಾಗಿದೆ. ಈ ನಿರ್ಜನ ದ್ವೀಪದಲ್ಲಿ ನನಗೋಸ್ಕರ ಫ್ಯಾಕ್ಟರಿ ತೆಗೆಯಲು ವ್ಯವಸ್ಥೆ ಮಾಡಿಕೊಟ್ಟವರೇ ಅವರ ಅಪ್ಪ ಜೆರಾಲ್ಡ್ ಮತ್ತು ಈ ನಿಕ್ಕಿ" ಎಂದರು ಡಿಮೆಲ್ಲೋ. ಮಗಳ ದಾಳಿಯಿಂದ ನಿಕ್ಕಿ ಮೆಹ್ರಾನ ಮಾನ ಕಾಪಾಡಲೆಂದೋ ಏನೋ.

"ಅವನು ಕಂಪನಿಯ ಕೆಲಸಗಳನ್ನು, ಮಾಲು ಸರಬಾರಜನ್ನು ಸಮರ್ಥವಾಗಿ ಮಾಡುತ್ತಿರುವುದರಿಂದ ನಮಗೆ ಬೇಕಾದವನೇ ಆಗಿದ್ದಾನೆ. ಅದು ನಿಜ." ಎಂದು ಮೆಲು ದನಿಯಲ್ಲಿ ಒಪ್ಪಿದಳು ರೀಟಾ. ಅಪ್ಪನೊಂದಿಗೆ ಅಪರಿಚಿತರ ಮುಂದೆ ತಕಾರಾರೇಕೆ ಎಂದಿರಬಹುದು ಎಂದು ನಾನು ಊಹಿಸಿದೆ.

"ನಿಕ್ಕಿ ಬರುವುದು ಮುಂದಿನ ವಾರವೇ ಅಲ್ಲವೇ ಅಪ್ಪಾ?" ಎಂದು ರಾಗವೆಳೆದಳು, ರೀಟಾ.

"ಹೌದು" ಎಂದು ತಲೆಕುಣಿಸಿದರು ಡಿಮೆಲ್ಲೋ. "ಈಗ ಮೂರು ದಿನದ ಹಿಂದೆ ದಕ್ಷಿಣ ಅಮೇರಿಕಾ ಕಡೆಯ ಮಾಲುಗಳನ್ನು ಸಾಗಿಸಲು ನಮ್ಮ ಶಿಪ್ ತೆಗೆದುಕೊಂಡು ಹೋದನಲ್ಲವೆ?"

"ಹಾಗಾದರೆ ಬಹಳ ಹೆಚ್ಚಿನ ಲಾಭ ಬರುವುದರಲ್ಲಿ ಸಂದೇಹವೇ ಇಲ್ಲ" ಎಂದು ನಾನು ದನಿಗೂಡಿಸಿದೆ. ದಕ್ಷಿಣ ಅಮೇರಿಕಾ ಕಡೆಯಿಂದ ಅಫೀಮು ಗಾಂಜಾ ಮುಂತಾದವು ಹೇರಳವಾಗಿ ಸರಬರಾಜು ಆಗುತ್ತವೆಂದು ನನಗೆ ಆಗಲೇ ಗೊತ್ತಿತ್ತು. ಅದು ಜಗತ್ತಿನ ಮಾದಕ ದ್ರವ್ಯ ಜಾಲದ ಉಗಮ ಸ್ಥಾನದಂತೆ.ಅಡ್ಮಿರಲ್ ಖನ್ನಾ ಸಹ ಹಾಗೇ ನಂಬಿದ್ದರು.

ಆದರೆ ಇಬ್ಬರೂ ನಿಕ್ಕಿಯನ್ನು ಪೂರ್ತಿ ನಂಬಿದವರಂತೆ ತಲೆಯಾಡಿಸಿದ್ದರು. ಅವರಿಗೆ ಯಾವ ವಂಚನೆಯ ಸುಳಿವೂ ಇಲ್ಲವಲ್ಲ! ನನ್ನ ಊಹೆ ನಿಕ್ಕಿಯ ಬಗ್ಗೆ ನಿಜವೆ, ಸುಳ್ಳೆ? ನಾನು ಇವರನ್ನು ನಂಬಿಸಲು ಮಾಡಬೇಕಾದ ಕೆಲಸ ಎಷ್ಟು ಕ್ಲಿಷ್ಟಕರ ಎಂದು ಅರಿವಾಗಹತ್ತಿತು.

ಡಿಮೆಲ್ಲೋ ನನಗೆ ಅಲ್ಲೇ ಇಳಿದುಕೊಳ್ಳಲು ಒಂದು ಗೆಸ್ಟ್ ರೂಮಿನಲ್ಲಿ ಅವಕಾಶ ಕೊಟ್ಟರು. ಅತಿಥಿಗಳ ರೂಮಿಗೇನೂ ಬರವಿರಲಿಲ್ಲ ಆ ಬಂಗಲೆಯಲ್ಲಿ. ಅತಿಥಿಗಳಾಗಿ ಬರುವವರದೇ ಬರವೇನೋ ವಿಶಾಲ ಹಿಂದೂ ಸಾಗರದ ನಕ್ಷೆಯಲ್ಲಿ ಕಾಣುವ ಚಿಕ್ಕ ಬೊಟ್ಟಿನಂತಹ ದ್ವೀಪದಲ್ಲಿ. ರೀಟಾ ಸಮಯ ಕಳೆದಂತೆ ಸ್ವಲ್ಪ ಸ್ಟ್ರಿಕ್ಟ್ ಆದರೂ ನಿಧಾನವಾಗಿ ಸ್ನೇಹಪರ ಯುವತಿ ಎನಿಸತೊಡಗಿತು. ಆಕೆಯ ಸ್ನೇಹಿತರು ಯೂರೋಪ್ ಮತ್ತು ಏಷ್ಯಾದಲ್ಲಿದ್ದು, ಆಕೆ ಅಲ್ಲಿ ಹೋದಾಗ ಮಾತ್ರ ಸಂಧಿಸಬಹುದಾಗಿತ್ತು. ಹಾಗಾಗಿ ಬೇಗ ಸ್ನೇಹಿತರನ್ನು ಮಾಡಿಕೊಂಡು ಅಭ್ಯಾಸವಿರಲಾರದು. ನನಗೂ ಅಂತಹ ಅವಸರವೇನಿರಲಿಲ್ಲ. ಸದ್ಯಕ್ಕೆ ನನ್ನ ನಕಲಿ ವ್ಯಕ್ತಿತ್ವವನ್ನು ನಂಬಿದರೆ ಸಾಕಾಗಿತ್ತು.

ಅಂದು ರಾತ್ರಿ 9ಕ್ಕೆ ಡಿನ್ನರ್ ಮುಗಿಸಿದ ಅಪ್ಪ ಮಗಳು ಮತ್ತು ಸಿಬ್ಬಂದಿಯವರು ನಿದ್ರೆಗೆ ತೆರಳಿದ ಮೇಲೆ ನನ್ನ ಕಿಟಕಿಯ ಗಾಜನ್ನು ತೆಗೆದು ಮೊದಲನೆಯ ಮಹಡಿಯಿಂದ ಹೊರಬಿದ್ದೆ. ಗಾರ್ಡ್ ಮತ್ತು ನಾಯಿ ಸಹ ಊಟಕ್ಕೆಂದು ಕ್ವಾರ್ಟರ್ಸ್ ಕಡೆಗೆ ತೆರಳಿದ್ದನ್ನು ರೂಮಿಂದಲೇ ಗಮನಿಸಿದ್ದೆ. ಅವರಿದ್ದ ಈ ದ್ವೀಪದಲ್ಲಿ ಸೆಕ್ಯುರಿಟಿ ಒಂದು ಸಾಮಾನ್ಯ ಮತ್ತು ಅವಶ್ಯಕ ಕರ್ತವ್ಯವಾಗಿದ್ದೀತು, ನಿಜಕ್ಕೂ ಅದನ್ನು ಮುರಿಯುವವರು ಆ ದ್ವೀಪದಲ್ಲಿ ಯಾರೂ ಇರಲಿಲ್ಲ. ನಾನಂತೂ ಹುಲ್ಲಿನ ಮೇಲೆ ತಲೆಬಗ್ಗಿಸಿ ಹೊರಕ್ಕೆ ಓಡುತ್ತಾ ಹೋದೆ.

ಕಾಂಪೌಂಡ್ ಗೋಡೆಯ ಮೂರು ಕಡೆ ವಿದ್ಯುತ್ ಬೇಲಿ ಹಾಕಿದ್ದರೂ ನಾಲ್ಕನೆಯ ಎಡಭಾಗಕ್ಕೆ ಮಾತ್ರ ಸಾಧಾರಣ ಬೇಲಿ ಹಾಕಿದ್ದರು. ಏಕೆಂದರೆ ಆ ಕಡೆ ಕಣಿವೆಯಿದ್ದು ಸೀದಾ 40 ಅಡಿ ಕೆಳಗಿನ ಬೀಚ್ ಕಡೆಗೆ ಬೀಳಬಹುದಾಗಿತ್ತು. ಅಲ್ಲಿಗೆ ಬುದ್ಧಿ ಸರಿಯಾಗಿರುವವರು ಯಾರೂ ಹೋಗುವುದಿಲ್ಲ ಎಂದು ಡಿಮೆಲ್ಲೋ ಮನೆಯವರಿಗೆ ನಂಬಿಕೆಯಿದ್ದಿರಬೇಕು. ಆದರೆ ನನ್ನಂತಹವನನ್ನು ಅವರು ನಿರೀಕ್ಷಿಸಿರಲಾರು. ಬುದ್ಧಿವಂತರು ವಹಿಸುವ ಯಾವುದೇ ಎಚ್ಚರಿಕೆಯನ್ನು ನಾನು ವಹಿಸುವುದಿಲ್ಲವಲ್ಲ!

7

ರಾತ್ರಿಯ ಹೊತ್ತು ಲೈಟ್ ಇಲ್ಲದೆ ಹಗ್ಗವನ್ನು ಇಳಿಬಿಟ್ಟು ಕೆಳಗಿನ ಕಲ್ಲಿಗೆ ಲಾಕ್ ಮಾಡುವ ಕ್ರಮ ಸುಲಭವಾದ್ದೇನೂ ಅಲ್ಲ. ಆದರೆ ನಾನು ಮನೆಗೆ ಪ್ರವೇಶಿಸುವ ಮುನ್ನ ಒಂದು ಬೋರಲು ಹಾಕಿದ್ದ ಹೂಮಡಕೆಯಡಿ ಅಂತಹ ಹಗ್ಗದ ಗೊಂಚಲನ್ನು ಇಟ್ಟು ತಾನೇ ಒಳಗೆ ಹೋಗಿದ್ದೆ? ಅದನ್ನು ಯಾರಿಗೂ ತಿಳಿಸಿರಲಿಲ್ಲ, ರಹಸ್ಯವಾಗಿರಲಿ

ಎಂದು. ಅದನ್ನು ಬಳಸಿ ವೈರ್ ಕಟ್ಟರ್‌ನಿಂದ ಬೇಲಿ ಕಡಿದು ಬೆಟ್ಟದ ಬದಿಯಲ್ಲಿ ಇಳಿಯುತ್ತಾ ಕೆಳಗಿನ ಸಮುದ್ರತಟಕ್ಕಿಳಿದೆ.

ಮರಗಳ ಕತ್ತಲ ನೆರಳಲ್ಲಿ ಬೆಕ್ಕಿನ ಹೆಜ್ಜೆಯಲ್ಲಿ ಉತ್ತರ ದಿಕ್ಕಿಗೆ ಓಡತೊಡಗಿದೆ. ನಾವು ಹೆಲಿಕಾಪ್ಟರಿನಲ್ಲಿ ಈ ದ್ವೀಪಕ್ಕೆ ಇಳಿಯುವಾಗ ಒಂದೇ ಒಂದು ಫ್ಯಾಕ್ಟರಿಯ ಶೆಡ್ ಅದೇ ದಿಕ್ಕಿನ ಅನತಿ ದೂರದ ಇನ್ನೊಂದು ದ್ವೀಪಲ್ಲಿದ್ದುದದನ್ನು ಗಮನಿಸಿ ಮನದಲ್ಲೇ ಗುರುತು ಮಾಡಿಕೊಂಡಿದ್ದೆ. ಆಗಲೇ ಸ್ಕ್ಯೂಬಾ ಈಜುಡುಪು ಧರಿಸಿ ರೂಮಿಂದ ಹೊರಟಿದ್ದರಿಂದ ಸರಕ್ಕನೆ ಸಮುದ್ರಕ್ಕೆ ಡೈವ್ ಮಾಡಿ ನೀರಿನಡಿ ಈಜುತ್ತಾ ಹೋದೆ. ಕತ್ತಲಲ್ಲಿ ಕಡಲಿನಲ್ಲಿ ಈಜಿ ಎಲ್ಲೋ ತಲುಪುವುದು ನನಗೆ ಹೊಸದಲ್ಲದಿದ್ದರೂ, ಸುಖಕರವೆಂದು ಯಾವಾಗಲೂ ಅನಿಸಿದ್ದೇ ಇಲ್ಲ. ಅದರೆ ನಾನು ಇದಕ್ಕೆ ಸಂಬಳ ತೆಗೆದುಕೊಳ್ಳುತ್ತೇನೆ. 'ಪ್ರಾಣ ಬಿಡಲೂ ಸಹ?' ಎಂದು ಕೇಳಬೇಡಿ. ನಾನೆಂದೂ ಆ ಪ್ರಶ್ನೆಯನ್ನು ಭಾರತೀಯ ನೇವಿಗೆ ಕೇಳಿರಲಿಲ್ಲ.

ಆ ದಡ ತಲುಪಿ ಮತ್ತೆ ಇರುಳಿನ ಬೆಳದಿಂಗಳನ್ನೇ ಆಧಾರವಾಗಿಟ್ಟುಕೊಂಡು ಮತ್ತೆ ಮೆಲ್ಲೋ ಈಟರೀಸ್ ಇಂಡಸ್ಟ್ರೀಸ್ ಎಂದು ಬರೆದಿದ್ದ ಮೆಟಲ್ ಶೀಟಿನ ಎರಡು ಶೆಡ್ಡುಗಳ ಸಮೀಪಕ್ಕೆ ಓಡಿದೆ. ಹೊರಗಿನ ಬೇಲಿ ಗಟ್ಟಿಯಾಗಿತ್ತು, ಆದರೆ ಕೆಳಗಿನ ಮರಳು ಒದ್ದೆಯಾಗಿ ಕೈಯಿಂದ ಕೆತ್ತಬಹುದಾಗಿತ್ತು. ಹೆಗ್ಗಣದ ಗೂಡಿನಂತೆ ಮರಳು ಬಗೆದು ನುಸುಳುತ್ತಾ ಅತ್ತ ನುಗ್ಗಿದೆ. ಟಾರ್ಚ್ ಹಿಡಿಸು ಗಸ್ತು ತಿರುಗುತ್ತಿದ್ದ ಗಾರ್ಡ್ ಬಂದಾಗ ಉಸಿರು ಬಿಗಿಹಿಡಿದು ಗೋಡೆಪಕ್ಕದ ಕಂಬದ ನೆರಳಲ್ಲಿ ಅಡಗಿ ನಿಂತೆ. ಈ ದ್ವೀಪದ ಗಾರ್ಡುಗಳೆಲ್ಲಾ ಹೆಂಡ ಕುಡಿದು ತೂರಾಡುತ್ತಾ ಡ್ಯೂಟಿ ಮಾಡಲು ಬಂದಂತಿದೆ. ಯಾರೂ ಸುಳಿಯದ ಈ ನಿರ್ಜನ ದ್ವೀಪ ತಮ್ಮ ಸೋಮಾರಿತನವನ್ನು ಸಹಜವಾಗಿಯೇ ಹೆಚ್ಚಿಸಿರಬೇಕು.

ಹೆಚ್ಚು ಕಾಯಿಸದೆ ಚಿಕ್ಕದಾಗಿ ಹೇಳಿಬಿಡುತ್ತೇನೆ: ನಾನು ಗೋಡೆಬದಿಯಿಂದ ವೆಂಟಿಲೇಟರ್ ಶಾಫ್ಟ್ ಏರಿ ಫ್ಯಾಕ್ಟರಿಯ ಒಳಗೆ ಧುಮುಕಿದ್ದು ನಿಜ. ಅಲ್ಲಿದ್ದ ಗೋಡೌನಿನಲ್ಲಿ ಧಾರಾಳವಾಗಿ ತಾರಸಿಯವರೆಗೂ ಪೇರಿಸಿಟ್ಟಿದ್ದ ಬಾಕ್ಸುಗಳಲ್ಲಿ ರಂಧ್ರ ಮಾಡಿ ಪರೀಕ್ಷಿಸಿದ್ದು ನಿಜ.

ಅಲ್ಲಿ ನೀಟಾದ ಅಲ್ಯುಮಿಯಮ್ ಫಾಯಿಲ್‌ನಲ್ಲಿ ಸುತ್ತಿದ್ದ ಮೆಲ್ಲೋ ಕಂಪನಿಯ ದುಬಾರಿ ವಿದೇಶಿ ಬೆಲೆಯ ವಿವಿಧ ಚಾಕೋಲೇಟ್‌ಗಳಿದ್ದವು. ಕೆಲವು ಕಡೆ ಅಂತಹ ಕವರ್ ಇಲ್ಲದೆ ನೇರವಾಗಿ ಹೊರಗಿನ ಪ್ರಿಂಟೆಡ್ ಕವರಿನಲ್ಲಿ ಸುತ್ತಿದ ಕಡಿಮೆಬೆಲೆಯ ಚಾಕೋಲೇಟುಗಳೂ ಇದ್ದವು. ಅದರಲ್ಲಿ ಭಾರತ, ಪಾಕಿಸ್ತಾನ ಮತ್ತು ಬಾಂಗ್ಲಾ ಕರೆನ್ಸಿಯದಿದ್ದರೆ, ಇನ್ನೊಂದು ಶೆಡ್ಡಿನಲ್ಲಿ ಆರೆಂಜ್ ಪ್ಲಾಸ್ಟಿಕ್ ಸೀಲ್ ಕವರಿನಲ್ಲಿ ಪೊಟಾಟೋ ಮತ್ತು ಗೆಣಸಿನ ಚಿಪ್ಸ್ ಇದ್ದವು. ಮೆಲ್ಲೋ ಬ್ರಾಂಡಿನದು. ನಾನಂದುಕೊಂಡ ಯಾವುದೇ ಕಳ್ಳ ಮಾಲು ಅಲ್ಲಿ ಕಾಣಸಿಗಲಿಲ್ಲ.

ಬಂದ ದಾರಿಗೆ ಸುಂಕವಿಲ್ಲದಂತೆ ನನ್ನ ಹೆಜ್ಜೆಗುರುತನ್ನೂ ಹಳ್ಳವನ್ನೂ, ಕೊನೆಗೆ ಮನೆ ಕಾಂಪೌಂಡಿನ ಕಟ್ ಆಗಿದ್ದ ಬೇಲಿಯನ್ನೂ ಸರಿಪಡಿಸಿ ನನ್ನ ರೂಮಿಗೆ ವಾಪಸಾದೆ. ಹಾಗಾದರೆ ನನ್ನ ಊಹೆ ತಪ್ಪೆ? ನನ್ನ ತಂಡದವರೆಲ್ಲಾ ನಿಕ್ಕಿ ಮೆಹ್ರಾನ ಹಡಗಿನಲ್ಲಿ ಕೊಲೆಯಾಗಿಹೋಗಿದ್ದು ಏಕೆ? ಅಂದು ರಾತ್ರಿಯಂತೂ ತಿಳಿಯಲಿಲ.

ಮುಂದಿನ ಎರಡೂ ರಾತ್ರಿಯೂ ತಿಳಿಯಲಿಲ್ಲ. ಮತ್ತೆ ಮತ್ತೆ ರಾತ್ರಿ ಅಲ್ಲಿಗೆ ನನ್ನ ಗುಟ್ಟು ರಟ್ಟಾಗಬಲ್ಲ ರಾತ್ರಿಈಜಿನ ರಿಸ್ಕ್ ತೆಗೆದುಕೊಂಡು ಅವರ ಗೋಡೌನಿಗೆ ಹೋಗಿ ಹೋಗಿ ಸುತ್ತಿ ಬಂದೆ.

ಚಾಕೋಲೇಟ್ ವಾಸನೆ ನನ್ನ ಮೂಗನ್ನು ಆವರಿಸಿಬಿಟ್ಟು ವಾಕರಿಕೆ ತರುತ್ತಿತ್ತು. ಕೆಲವರಿಗೆ ಹಾಗೆ ಆಗುತ್ತದೆ, ಅದರಲ್ಲಿಯೂ ಅಲ್ಲಿ ಚಾಕಲೇಟ್ ಅಲ್ಲದೆ ಬೇರೇನೋ ನಿರೀಕ್ಷಿಸಿದ್ದರೆ!

ದಿನದ ಸಮಯದಲ್ಲಿ ಡಿಮೆಲ್ಲೋ ಸಾಹೇಬರ ಜತೆ ಬ್ರೇಕ್‌ಫಾಸ್ಟ್ ಮತ್ತು ಹರಟೆ, ವಿನಯವಾಗಿ ವಿಸ್ಕಿ ಕುಡಿಯುವುದಿಲ್ಲ ಎಂಬ ನಕಾರ ಸಾಮಾನ್ಯವಾಗತೊಡಗಿತ್ತು. ಒಂದೊಂದು ದಿನ ರೀಟಾ ಸೇಷೆಲ್ಸ್ ದ್ವೀಪಕ್ಕೆ ತನ್ನ ಮಾಡೆಲಿಂಗ್ ಶೂಟಿಂಗೆಂದು ಹೋಗುತ್ತಿದಳು. ಆದರೆ ಮನೆಯಲ್ಲಿದ್ದಾಗ ನನ್ನನ್ನು ಅವಳ ಜತೆ ವಾಕಿಂಗ್ ಕರೆದೊಯ್ಯುವಳು. ಆಗ ನಾನು ಅವಳ ಸುಂದರ ಡಕ್ ಪಾಂಡ್, ದೊಡ್ಡ ಈಜುಕೊಳ, ಸ್ವಂತ ಹೆಲಿಕಾಪ್ಟರ್ ಪ್ಯಾಡ್ ಎಲ್ಲಾ ನೋಡಿಬಂದೆ. ಅವಳು ಬೇಸಿಗೆಗೆ ಸುಂದರ ಬಿಳಿಯ ಮೇಲೆ ಬಣ್ಣದ ಹೂವಿನ ಚಿತ್ತಾರವುಳ್ಳ ಫ್ರಾಕ್ ಅಥವಾ ಗೌನ್ ಹಾಕಿಕೊಳ್ಳುತ್ತಿದ್ದಳು. ಅವಳ ಮೊಣಕಾಲು ಮತ್ತು ಪೂರ್ತಿ ಕೈಗಳು ಕಾಣುವಂತೆ. ನನಗೆ ಇದೆಲ್ಲಾ ಹೊಸದು; ನಾನೆಂದೂ ಡೇಟಿಂಗ್ ಮಾಡಿದವನಲ್ಲ. ವಿಶ್ವಸುಂದರಿ ಸ್ಪರ್ಧೆಗೆ ಹೋದಂತಹವರ ಜತೆಯಂತೂ ಇಲ್ಲವೇ ಇಲ್ಲ. ಹಾಗಾಗಿ ಸ್ವಲ್ಪ ಸಂಕೋಚ, ಅಚ್ಚರಿ, ಮೆಚ್ಚುಗೆ ಎಲ್ಲಾ ಒಟ್ಟೊಟ್ಟಿಗೇ ಆಗತೊಡಗಿತ್ತು. ಸದ್ಯ ಅವಳು ನನ್ನ ಚಿಕ್ಕ ಚಿಕ್ಕ ಜೋಕುಗಳನ್ನು ಇಷ್ಟಪಡುತ್ತಿದ್ದಳು. ಅದನ್ನು ಬಿಟ್ಟರೆ ನನ್ನನ್ನು "ಬಹಳ ಸೀರಿಯಸ್ ಮ್ಯಾನ್, ಸೀಕ್ರೇಟಿವ್"ಎನ್ನುತ್ತಿದ್ದಳು. ಅವಳು ತಪ್ಪೇನೂ ಹೇಳಿರಲಿಲ್ಲ. ನನ್ನ ಮಿಷನ್ ಮಾತ್ರ ನನಗೆ ಮುಖ್ಯವಿತ್ತು.

ಮಧ್ಯರಾತ್ರಿಯಲ್ಲಿ ನನ್ನ ತಂಡದವರಾದ ಅಜಯ್ ಮತ್ತು ಬಾಸ್ ಅಡ್ಮಿರಲ್ ಖನ್ನಾರ ಜತೆ ಮಾತನಾಡುತ್ತಿದ್ದೆ. ಒಮ್ಮೆ ಮಾತಿನ ನಡುವೆ "ಭಾರತ ಪಾಕಿಸ್ತಾನಕ್ಕೆಲ್ಲಾ ನಮ್ಮ ರೂಪಾಯಿ ಲೋಕಲ್ ಕರೆನ್ಸಿ ಇರುವ ಚಾಕೋಲೇಟುಗಳು ಬರುತ್ತವೆ, ಸಾಮಾನ್ಯ ಕವರ್. ಆದರೆ ವಿದೇಶಕ್ಕೆ ಡಾಲರ್, ಯೂರೋ ಬೆಲೆ ಮುದ್ರಿತ ಅಲ್ಯುಮಿನಿಯಮ್ ಕವರ್ ಇರುವ ಮಾಲು ಹೋಗುತ್ತದೆ ಸರ್" ಎಂದೆ

ಅಡ್ಮಿರಲ್ ಅರೆ ನಿಮಿಷ ಮೌನವಾಗಿದ್ದು, "ನೀನು ನೋಡಿಯೂ ತಪ್ಪು ಹೇಳುತ್ತಿದ್ದೆಯಲ್ಲಾ ಅರ್ಜುನ್? ನಮ್ಮ ದೇಶಕ್ಕೇ ಇಂಪೋರ್ಟೆಡ್ ಎಂದು ಅಲ್ಯುಮಿನಿಯಮ್ ಫಾಯಿಲ್ ಸುತ್ತಿದ ರೂಪಾಯಿ ಚಾಕೋಲೇಟುಗಳು ಹೆಚ್ಚು ಅವರ

ಹಡಗಿನಲ್ಲಿ ಬರುವುದು, ಡಾಲರ್ ಬೆಲೆ ಚಾಕೋಲೇಟುಗಳು ಬಹಳ ಕಡಿಮೆ ತಲುಪುತ್ತವೆ ಎನ್ನುತ್ತಾರೆ. ಇದು ಸರಿಯಾದ ಅಧಿಕೃತ ಮಾಹಿತಿ. ಪೋರ್ಟ್ ಅಥಾರಿಟಿಯಿಂದ ಬಂದಿದ್ದು"ಎಂದು ಗದರುವ ದನಿಯಲ್ಲಿ ಹೇಳೀದರು.

ನಾನು ಅವಾಕ್ಕಾದೆ.

"ವೈಟ್ ಎ ಮಿನಿಟ್ ಸರ್. ನಾನು ಅವರ ಶಿಪ್‌ಮೆಂಟ್ಸ್ ರಸೀತಿಗಳ ಫೈಲ್ ಬಾಕ್ಸುಗಳ ಮೇಲಿದ್ದ ಸ್ಟಿಕ್ಕರ್ಸ್ ಸಹ ಪರೀಕ್ಷಿಸಿದ್ದೇನೆ. ಅಲ್ಯೂಮಿನಿಯಮ್ ಕವರ್ ಸುತ್ತಿದ ಚಾಕೋಲೇಟುಗಳು ಯೂರೋಪಿನ ಕಡೆಗೆ ಸರ್." ನನ್ನ ವಾದ ಕೇಳಿ ಬಾಸ್ ನಿಟ್ಟುಸಿರಿಟ್ಟರು,

"ದಟ್ಸ್ ದ ಪಾಯಿಂಟ್, ಅರ್ಜುನ್. ನೀನು ನಾನು ಹೇಳಿದ್ದನ್ನುನಂಬು. ನಾನು ನಾಳೆ ಕಸ್ಟಂಸ್ ಎಕ್ಸ್‌ಪರ್ಟ್ಸ್ ಬಳಿ ಮಾತಾಡಿ ನಿನಗೆ ಕಾಲ್ ಮಾಡುತ್ತೇನೆ"

ಹಾಗಾದರೆ? ಅಲ್ಯುಮಿನಿಯಮ್ ಫಾಯಿಲ್ ಸುತ್ತಿದ ಚಾಕೋಲೇಟುಗಳನ್ನು ಸೂಪರ್‌ಮಾರ್ಕೆಟ್ಟಿಗೆ ಅಥವಾ ಡ್ಯೂಟಿ ಫ್ರೀ ಎಂದು ಹೇಳಿ ಭಾರತಕ್ಕೆ ಒಳತರುತ್ತಿದ್ದಾರೆಯೆ? ಯಾಕೆ, ಸಾಮಾನ್ಯ ಕವರುಳ್ಳ ಚಾಕೋಲೇಟುಗಳನ್ನೆ ಸುಲಭವಾಗಿ ಬಿಡಬಹುದಿತ್ತಲ್ಲಾ? ಎರಡನ್ನೂ ನಮ್ಮ ಅದೇ ಕಸ್ಟಮ್ಸ್‌ನವರು ತಾನೆ ಚೆಕ್ ಮಾಡುತ್ತಾರೆ? ಇದರಲ್ಲೇನು ಒಳಗುಟ್ಟಿದೆ?

ಮುಂದಿನ ರಾತ್ರಿಯವರೆಗೂ ನಾನು ಕಣ್ಣಿಗೆ ಎಣ್ಣೆ ಬಿಟ್ಟುಕೊಂಡು ಕಾಯುತ್ತಿದ್ದೆ ಅನ್ನಬಹುದು, ಕಾತರದಿಂದ.

ಅಡ್ಮಿರಲ್ ಖನ್ನಾ ಲೈನಿನ ಮೇಲೆ ಬಂದ ಒಡನೆಯೇ ಹೇಳಿದರು, "ಅಲ್ಯುಮಿನಿಯಮ್ ಫಾಯಿಲ್‌ನಲ್ಲಿದ್ದುದು ಮತ್ತು ಆರೆಂಜ್ ಪ್ಲಾಸ್ಟಿಕ್ ಕವರಿನಲ್ಲಿರುವುದು ಸ್ಕ್ಯಾನರುಗಳಲ್ಲಿ ಡಿಟೆಕ್ಟ್ ಆಗುವುದಿಲ್ಲ. ಅದು ಯಾಂತ್ರಿಕ ಲೂಪ್-ಹೋಲ್. ಅದರಲ್ಲಿ ನಕಲಿ ಮಾಲು ಮಾದಕ ದ್ರವ್ಯ ಇದ್ದರೂ ಒಳಬರಬಹುದು.ಲಕ್ಷಾಂತರ ಐಟೆಮ್ಸ್ ಬರುವ ನಮ್ಮ ಎಲ್ಲ ಬಂದರುಗಳಲ್ಲಿ ಅದನ್ನು ವಿಶೇಷವಾಗಿ ಹಿಡಿಯಲು ಇಂಪಾಸಿಬಲ್. ನಮ್ಮ ದೇಶದ ಸಿಬ್ಬಂದಿ ಸಹ ಸಾಕಾಗುವುದಿಲ್ಲ."

ನಾನು ಅರೆಕ್ಷಣ ಸ್ತಂಭೀಭೂತನಾದೆ. ಸಾವರಿಸಿಕೊಂಡು ನುಡಿದೆ, "ನನಗೆ ಕೆಲವು ದಿನಗಳ ಸಮಯ ಕೊಡಿ ಸರ್. ಈ ಕೇಸನ್ನು ಬಿಚ್ಚಿ ನಿಮ್ಮ ಮುಂದಿಡುತ್ತೇನೆ. ಹೆಚ್ಚಿನ ಹೆಲ್ಪ್ ಬೇಕಾದಾಗ ನನ್ನ ಶಿಪ್ ಮೂಲಕ ನೇವಿ ಫೋರ್ಸಸ್ ಕರೆಸುತ್ತೇನೆ. ಡೆತ್ ರಿಸ್ಕ್ ಇರಬಹುದು ಸರ್."

"ಓಕೆ" ಎಂದ ಅಡ್ಮಿರಲ್ ಖನ್ನಾ, ನಂತರ ಸಣ್ಣ ದನಿಯಲ್ಲಿ, "ಈ ಡೆತ್ ರಿಸ್ಕ್ ಅಂದರೆ ಅವರಿಗೆ ತಾನೆ?"

ಇದರ ಬಗ್ಗೆ ಕ್ಲಾಸಿಫೈಡ್ ಆದ ಸುದ್ದಿ ತುಣುಕನ್ನು ಖನ್ನಾ ನನಗೆ ಇಮೇಲ್ ಮೂಲಕ ಕಳಿಸಿದರು. ನನ್ನ ಲ್ಯಾಪ್ಟಾಪಿನಲ್ಲಿ ಆಗಲೇ ಓದಿದೆ.

'ವಾವ್!' ಎಂದು ನಾನು ಚಿಟಿಕೆ ಹೊಡೆದೆ. ಈಗ ನನಗೆ ಅಗೋಚರವಾಗಿದ್ದ ಮಾದಕ ದ್ರವ್ಯ ಹೇಗೆ ಚಾಕೋಲೇಟ್ ಮೂಲಕ ಬಂದರಿನವರ ಕಣ್ತಪ್ಪಿಸಿ ದೇಶದೊಳಗೆ ಸಾಗಣಿಕೆಯಾಗುತ್ತಿದೆ ಎಂಬ ಸತ್ಯ ಮನದಲ್ಲೇ ಸ್ಪಷ್ಟವಾಗಹತ್ತಿತು.

ಆದರೆ ಎಲ್ಲಿ? ಅದನ್ನು ನಾನು ಹಿಡಿಯುವುದೆಂತು, ಅವರನ್ನು ಸೋಲಿಸುವುದೆಂತು?

8

ಮುಂದಿನ ನಾಲ್ಕು ದಿನಗಳಲ್ಲಿ ನನ್ನ ತನಿಖೆಯನ್ನು ಚುರುಕುಗೊಳಿಸಿದೆ.

ಮೆಲ್ಲೋ ದ್ವೀಪದಿಂದ ಭಾರತಕ್ಕೆ ಎರಡು ಹಡಗುಗಳು ಒಮ್ಮೆಲೇ ಹೊರಡುತ್ತಿದ್ದವು. ಆದರೆ ಅವರ ಗೋಡೌನಿನಿಂದ ಸ್ಕ್ಯಾನ್ ಆಗಿ ಸೇಷೆಲ್ಸ್ ಅಧಿಕಾರಿಗಳ ಸೀಲ್ ಪಡೆದ ಮಾಲು ಹೊರಡುವುದು ಮಾತ್ರ ಒಂದೇ. ಎರಡನೆಯದು ಅನ್ನುತ್ತೀರಾ? ನಾನು ಸ್ಕ್ಯೂಬಾ ಸೂಟ್ ಧರಿಸಿ ನೀರಿನಡಿ ಈಜುತ್ತಾ ಹೋದೆನಲ್ಲಾ, ಅಲ್ಲಿ ನಾನು ಕಂಡಿದ್ದೇನು? ಅವರ ಗೋಡೌನಿನ ವ್ಯಾಪ್ತಿಯಾಚೆಗೆ ನಡುಕಡಲಿನಲ್ಲಿ ಕತ್ತಲಲ್ಲಿ "ಸೀವುಲ್ಫ್" ಎಂಬ ಹಡಗು ಯಾವಾಗಲೂ ಲಂಗರು ಹಾಕಿರುತಿತ್ತು. ಅದು ಜೆಎ ಶಿಪ್ ಲೈನ್ಸಿಗೆ ಸೇರಿದ್ದು. ಅರ್ಥಾತ್ ಜೆರಾಲ್ಡ್ ಮೆಹ್ರಾ ಶಿಪ್ ಪಡೆಯಿಂದ ಮಗ ನಿಕ್ಕಿ ನಡೆಸುತ್ತಿರುವ ಜಹಜು.

ಅದರಲ್ಲಿ ಒಂದು ರಾತ್ರಿ ಇಣುಕುವ ಸಾಹಸಕ್ಕೂ ನಾನು ಕೈ ಹಾಕಿದೆ. ಆ ರಾತ್ರಿ ಅಜಯ್ ಪಾರ್ಥಸಾರಥಿಯನ್ನೂ ಅಲ್ಲಿಗೆ ನಾನೇ ಕರೆಯಿಸಿಕೊಂಡಿದ್ದೆ. ಅವನು ಸ್ಕ್ಯೂಬಾ ಸೂಟ್ ಧರಿಸಿ ತೆಪ್ಪಗೆ ನೀರಿನಲ್ಲಿ ಕಾದಿದ್ದ. ಯಾವಾಗ ಪ್ರಶ್ನೆ ಕೇಳಬಾರದು ಎಂದು ಅವನಿಗೆ ಚೆನ್ನಾಗಿ ಗೊತ್ತಿದೆ.

"ಹೋಗೋಣವೆ?" ಎಂದೆ ಅವನತ್ತ. 'ಸ್ವಲ್ಪ ಕಾದು ನೋಡಿ ಒಳಹೋಗೋಣ ಸರ್!" ಎಂದ ಪಕ್ಕದಲ್ಲಿ

ಸ್ವಲ್ಪ ಸಮಯದಲ್ಲೇ ನಾವು ಬೆಕ್ಕಿನಂತೆ ಸಪ್ಪಳವಿಲ್ಲದೆ ನುಗ್ಗಿದ್ದೆವು. ಬಹಳ ತ್ವರಿತವಾಗಿ ಅವರ ಶಿಪ್ಪಿನಲ್ಲಿ ತಪಾಸಣೆ ಮಾಡಿದೆವು. ಉಸಿರು ಬಿಡಲೂ ಭಯಪಡುವಷ್ಟು ಆತಂಕ. ಈ ಬಾರಿ ಸಿಕ್ಕಿಬಿದ್ದರೆ ನಾವು ಉಳಿಯಲಾರೆವು.

ಆದರೆ ಆ ರಾತ್ರಿ ಶಿಪ್ಪಿನಲ್ಲಿದ್ದುದು ನಾಲ್ಕೇ ಜನ ಸಿಬ್ಬಂದಿ. ಅವರು ಆ ದ್ವೀಪದ ಟ್ರೈಬಲ್ಸ್ ಮತ್ತು ಆಫ್ರಿಕನ್ಸ್ ತರಹ ಇದ್ದರು. ಕ್ರಿಯೋಲ್ ಬಾಷೆಯಲ್ಲಿ ಮಾತಾಡಿಕೊಂಡು ಚೆನ್ನಾಗಿ ಕುಡಿದು ಕೆಳಗಿನ ಡೆಕ್ಕಿನಲ್ಲಿ ಗದ್ದಲದ ಪಾರ್ಟಿ ಮಾಡುತ್ತಿದ್ದರು.

ಎಲ್ಲಾ ಕಡೆ ಅಲ್ಯುಮಿನಿಯಮ್ ಫಾಯಿಲುಗಳ ಸುತ್ತು ಸುತ್ತು ಕಂತೆಗಳು ಬಿದ್ದಿದ್ದವು. ಈ ಪಾಟಿ ಸ್ಟಾಕ್ ಇಟ್ಟಿದ್ದಾರೆ. ಆದರೆ ಇಲ್ಲೇಕೆ?

ಮಧ್ಯೆ ಮಾತ್ರ ಮೆಲ್ಲೋರವರ ಅಧಿಕೃತ ಚಾಕೋಲೇಟುಗಳಿವೆ. ಆದರ ಮಧ್ಯೆ ಕೆಲವು ಬ್ರೌನ್ ಬಾಕ್ಸುಗಳಲ್ಲಿ ಬೇರೆ ಏನೋ ಇದೆ. ನಾನು ನಾರ್ಕೋಟಿಕ್ಸ್‌ನಲ್ಲಿಯೂ

ಟ್ರೈನಿಂಗ್ ಪಡೆದಿದ್ದೇನೆ. ಆ ಹೊಸ ಬಾಕ್ಸುಗಳ ತುಂಬಾ ಅಫೀಮು ಮತ್ತೂ ಕೆಲವು ಬಾಕ್ಸುಗಳಲ್ಲಿ ನಮ್ಮ ದೇಶದಲ್ಲಿ ವ್ಯಸನಿಗಳಿಗೆ ಜನಪ್ರಿಯವಾದ ಬ್ರೌನ್ ಶುಗರ್ ಇತ್ತು ಎಂದು ಖಚಿತಪಡಿಸಿಕೊಳ್ಳಲು ಹತ್ತು ನಿಮಿಷವೂ ಹಿಡಿಯಲಿಲ್ಲ. ಅದರಲ್ಲಿದ್ದ ರಾಶಿ ರಾಶಿ ಮಾದಕದ್ರವ್ಯಗಳಿಗೆ ಕೋಟಿಗಟ್ಟಲೆ ಲಾಭವಿದೆಯೆಂದು ನನಗೂ ಅಜಯನಿಗೂ ಗೊತ್ತು. ಅದರಲ್ಲಿ ನಾವು ಪ್ಯೂರ್ ಅಫೀಮು ಇದ್ದ ಆರು ಬ್ಯಾಗುಗಳನ್ನು ವಿಶೇಷವಾಗಿ ಆರಿಸಿಕೊಂಡೆವು.

ಅಂದರೆ ನಾವು ಈ ಮಾಲನ್ನು ಕದ್ದೊಯ್ಯಬೇಕಿತ್ತು. ಅಜಯನ ಬಳಿ ಮೂರ್ಛೆ ಹೋಗಿಸಬಲ್ಲ ಗ್ಯಾಸ್ ಸ್ಪ್ರೇಗನ್ ಸಹ ಇತ್ತು. ನಾನೂ ಓಕೆ ಎಂದು ಕಣ್ಣು ಮಿಟುಗಿಸಿದೆ.

ಅವನೂ ಸದ್ದಿಲ್ಲದಂತೆ ಕತ್ತಲಲ್ಲಿ ಕರಗಿಹೋಗಿ ಕೆಳಗಿನ ಡೆಕ್ಕಿನಲ್ಲಿದ್ದ ಸಿಬ್ಬಂದಿಗೆ ಅನಿಲಪ್ರಾಶನ ಮಾಡಿಸಿದ. ನಾನು ಅವಸರವಸರದಿಂದ ಬ್ಯಾಗುಗಳನ್ನು ತುಂಬಿಸಿಕೊಂಡು ಮೇಲಿನ ಡೆಕ್ಕಿಗೆ ಏದುಸಿರು ಬಿಡುತ್ತಾ ತಲುಪುತ್ತಿದ್ದಂತೆ ಕೆಳಗಿನ ಅವರೆಲ್ಲರ ಗದ್ದಲ ನಿಂತಿತ್ತು. ಹೊರಬಂದ ಅಜಯ್ ಥಮ್ಸ್-ಅಪ್ ಮಾಡಿ ಕಿರುನಕ್ಕ. ನಾವು ಮರುಮಾತಿಲ್ಲದೆ ನಮಗಾಗಿ ಅಜಯ್ ಕರೆಸಿದ್ದ ನೇವಿ ಸ್ಪೀಡ್ ಬೋಟಿಗೆ ಆರು ಬ್ಯಾಗ್ ಎಸೆದು ಅಲ್ಲಿಂದ ಜಾರಿಕೊಂಡೆವು. ಇನ್ನು ಅದನ್ನೆಲ್ಲಾ ಐಎನ್‌ಎಸ್ ಜಲಕುಮಾರಿಗೆ ತಲಪಿಸುವ ಭಾರ ಅಜಯನದು, ಹಾಗಾಗಿ ನಾವಿಬ್ಬರೂ ನಮ್ಮ ನಮ್ಮ ದಾರಿ ಹಿಡಿದೆವು.

9

"ಇಲ್ಲ, ಇಲ್ಲ.ನೀವೂ ಈ ರೀತಿ ಸುಳ್ಳು ಹೇಳಿದರೆ ನಾನು ನಂಬುವುದಿಲ್ಲ ಆನಂದ್ ದೇಸಾಯಿ!" ಎಂದು ಕಿರುಚಿದಳು ರೀಟಾ.

ನಾನು ಆ ರಾತ್ರಿ ಅವಳ ಬೆಡ್‌ರೂಮಿನ ಬಾಗಿಲು ತಟ್ಟಿ ಬಾಯಮೇಲೆ ಬೆರಳಿಟ್ಟು ಚುಪ್ ಎಂದು ಆಕೆಯನ್ನು ಹೊರಗೆ ಕರೆದಿದ್ದೆ. ನನ್ನ ರೂಮಿನಲ್ಲಿ ನಿದ್ದೆಗಣ್ಣುಜ್ಜಿಕೊಳ್ಳುತ್ತಾ ನೈಟ್ ಗೌನ್ ಸರಿಪಡಿಸಿಕೊಳ್ಳುತ್ತ ಕುಳಿತವಳಿಗೆ ಇದುವರೆಗೂ ನಾವು ಕಂಡುಹಿಡಿದ ಅವರ ಚಾಕೋಲೇಟ್ ಮಾಲಿನ ರಹಸ್ಯವನ್ನು ವಿವರವಾಗಿ ಹೇಳಿದ್ದೆ.

"ಯಾಕೆ ರೀಟಾ? ನಿಕ್ಕಿ ಮೆಹ್ರಾ ಬಗ್ಗೆ ಅಷ್ಟು ಪ್ರೀತಿಯೆ? ಕಣ್ಣೆದುರೇ ನಡೆವ ಅನ್ಯಾಯ ಸಹಿಸಿಕೊಂಡು ಮೂಕಳಾಗಿರುವೆಯಾ?"

ರೀಟಾ ಕಿಡಿಕಾರಿದಳು, "ಶಟಪ್! ನಂಬಿಕೆದ್ರೋಹಿ.ಯಾವ ಸ್ಮಗಲರ್ ನೀನು? ನಮ್ಮ ಫ್ಯಾಕ್ಟರಿ ಮತ್ತು ನಿಕ್ಕಿಯ ಬಗ್ಗೆ ಹೇಗೆ ಹೀಗೆಲ್ಲಾ ಆರೋಪ ಮಾಡುತ್ತೀ?"

ನಾನು ಮಾತಿಲ್ಲದೆ ಎದ್ದು ನನ್ನ ಒರಿಜಿನಲ್ ಐಡಿ ಇದ್ದ ಪರ್ಸನ್ನು ಬಿಚ್ಚಿ ಆಕೆಯ ಮುಖಕ್ಕೆ ಹಿಡಿದೆ.

"ಇದು ಸಾಕೋ ಅಥವಾ ನಮ್ಮ ಮುಂಬೈಯ ನೇವಿ ಹೆಡ್ ಕ್ವಾರ್ಟರ್ಸಿಗೆ ಸ್ಯಾಟ್ ಫೋನಲ್ಲಿ ಮಾತಾಡೋಣವೋ?"

"ಕ್ಯಾಪ್ಟನ್ ಅರ್ಜುನ್ ದೇಶಪಾಂಡೆ!" ಎಂದು ಸದ್ದಿಲ್ಲದೇ ಉಸುರಿದವಳು, "ಏನೆಂದು ನೇವಿಗೆ ಮಾತಾಡಬೇಕು?" ಎಂದಳು ಗೊಂದಲದಲ್ಲಿ.

ನಾನು ಐಡಿಯನ್ನು ಕಿಸೆಯೊಳಗಿಟ್ಟು ಭುಜ ಕುಣಿಸಿದೆ,

"ಅದೇ. ವಿಶ್ವಸುಂದರಿ ಸ್ಪರ್ಧೆಗೆ ಹೋಗಿದ್ದ ಈ ಭಾರತೀಯ ಸುಂದರಿ ತನ್ನ ದ್ವೀಪದ ಫ್ಯಾಕ್ಟರಿಯಲ್ಲಿ ಡ್ರಗ್ಸ್ ಸ್ಮಗಲರ್ಸಿಗೆ ಜಾಗ ಕೊಟ್ಟು ಭಾರತಕ್ಕೆ ಅಪರಾಧ ಮಾಡುತ್ತಿದ್ದಾಳೆ, ಅಪ್ಪನ ಜತೆ ಸೇರಿ ಎಂದು."

"ನೋನೋ!ನಾನು ಮಾದಕದ್ರವ್ಯ ರ್‍ಯಾಕೆಟ್ ವಿರೋಧಿ.ಮಿಸ್ ವರ್ಲ್ಡ್ ಸಮಯದಲ್ಲಿ ಅದರ ಬಗ್ಗೆ ದೊಡ್ಡ ಕ್ಯಾಂಪೇನ್ ಮಾಡಿದ್ದೆ, ತಿಳಿದುಕೊಳ್ಳಿ ಸರ್!" ಎಂದಳು ಕೋಪ ಮತ್ತು ವ್ಯಂಗ್ಯ ಬೆರೆಸಿ. ಅದೂ ನನಗೆ ಚೆನ್ನಾಗಿಯೇ ಗೊತ್ತಿತ್ತು.

"ಈಗೇನು ಮಾಡುತ್ತೀ ರೀಟಾ? ಅಂದಹಾಗೆ, ಅಪ್ಪ ಎಲ್ಲಿ?"

"ನಿಕ್ಕಿ ಸಂಜೆ ತಾನೇ ಇಲ್ಲಿಗೆ ಬಂದಿದ್ದಾನೆ, ಅವನ ಹಡಗು ಸೀವುಲ್ಫ್‌ನ ಕಡೆಗೆ ಅಪ್ಪನನ್ನೂ ಕರೆದುಕೊಂಡು ಹೋಗಿದ್ದಾನೆ."

ಆಗ ನನಗೆ ಮಿಂಚು ಹೊಡೆದಂತೆ ಆಘಾತವಾಯಿತು. ನಾನು ನನ್ನ ತನಿಖೆಯಲ್ಲಿ ಮಗ್ನನಾಗಿ ಇಂದು ಸಂಜೆ ನಿಕ್ಕಿ ಮೆಹ್ರಾ ಇಲ್ಲಿಗೆ ಬರುತ್ತಾನೆ ಎಂದು ಹೇಳಿದ್ದರೂ ಅದನ್ನು ಮರೆತ ಫೂಲ್ ಎಂದು ಬೈದುಕೊಂಡೆ.

"ಯಾವಾಗ? ನಾನು ಸಂಜೆ ಅಲ್ಲಿಂದಲೇ ಬಂದೆ."

"ಈಗ ತಾನೇ ಅರ್ಧ ಗಂಟೆಯೂ ಆಗಿರಲಾರದು, ಹೆಲಿಕಾಪ್ಟರಿನಲ್ಲಿ, ಅಲ್ಲಿ ಪಾರ್ಟಿ ಮಾಡೋಣ ಅಂತಿದ್ರು" ರೀಟಾ ಗಾಬರಿಯಿಂದ ಬಾಯಿ ಒಣಗಿದವಳಂತೆ ತೊದಲಿದಳು.

ಮೈ ಗಾಡ್. ಆವರಿಬ್ಬರೂ ಅಲ್ಲಾಗಿರುವ ಅವಾಂತರ ನೋಡಿದರೆ...! ಪರಿಣಾಮ ಊಹಿಸಿಕೊಂಡೇ ನನ್ನ ಎದೆ ಹೊಡೆದುಕೊಂಡಿತು.

ಮುಂದಿನ ಮಾತಾಡದೆ ರೀಟಾಳ ಕೈ ಹಿಡಿದುಕೊಂಡು ಅಲ್ಲಿಂದ ಹೊರಟೆ. ಅಲ್ಲ, ಓಡಿದೆ.

"ಕ್ವಿಕ್! ಅಪ್ಪ ಆಪಾಯದಲ್ಲಿರುತ್ತಾರೆ. ಅವನು ಅಟ್ಯಾಕ್ ಮಾಡುತ್ತಾನೆ.ನಮ್ಮ ಸ್ಪೀಡ್ ಬೋಟಿನಲ್ಲಿ ನಮ್ಮ ಶಿಪ್ ತಲುಪೋಣ ಬಾ."

10

ನಾನು ರೀಟಾಳೊಡನೆ ನಮ್ಮ ಹಡಗನ್ನು ತಲುಪುತ್ತಿದ್ದಂತೆಯೇ ನಮ್ಮ ನಾಲ್ಕು ನೇವಿ ಸೈನಿಕರನ್ನೂ ಅಲರ್ಟ್ ಮಾಡಿದೆ. ಅಜಯ್ ಅವಸರದಿಂದ ಆರು ಬ್ಯಾಗ್ ಮಾಲನ್ನು ಜೋಪಾನವಾಗಿ ಕೆಳಗಿನ ಡೆಕ್ಕಿನಲ್ಲಿರಿಸಿ ಬಂದ.

ಆಗಲೇ ಜೋರಾದ ಹದಿನೈದು ನಾಟ್ಸ್ ಸ್ಪೀಡಿನಲ್ಲಿ ನಿಕ್ಕಿ ಮೆಹ್ರಾನ ಸೀವುಲ್ಫ್ ಹಡಗು ನಮ್ಮ ಬಳಿ ಸಾಗಿ ಬಂದೇಬಿಟ್ಟಿತು.

ಅವರು ಫೈರ್ ಮಾಡುತ್ತಲೇ ಬಂದಿದ್ದರಿಂದ ನಾವು ಬುಲೆಟ್ ಉತ್ತರ ಕೊಡಲೇಬೇಕಾಯಿತು. ನಮ್ಮ ಇಬ್ಬರು ಸೈನಿಕರು ಅವರ ಗುಂಡೇಟಿಗೆ ಗಾಯಗೊಂಡರು. ಪರಿಸ್ಥಿತಿ ಬಿಗಡಾಯಿಸಿದ್ದು ನೋಡಿ ನಾನೇ ಅವರಿಗೆ ಫೈರಿಂಗ್ ನಿಲ್ಲಿಸಲು ಆಜ್ಞಾಪಿಸಿದೆ "ಇದು ಭಾರತೀಯ ನೇವಿ ಹಡಗು, ಎಚ್ಚರ!" ಎಂದು ಸಾರಿ ಹೇಳಿದೆ. ಅದಾದ ಹತ್ತು ನಿಮಿಷದಲ್ಲಿ ನಾನು, ರೀಟಾ, ನಾವೆಲ್ಲಾ ನಿಂತಿರುವಾಗಲೇ ಸ್ಪೀಡ್ ಬೋಟಲ್ಲಿ ನಿಕ್ಕಿ ಮೆಹ್ರಾ ಮತ್ತು ಡಿಮೆಲ್ಲೋ ಸಾಹೇಬರ ಜತೆ ಮೂರನೆಯ ಯಾರೋ ಗಾಯಾಳೊಬ್ಬನೂ ಬಂದರು

ಆರಡಿ ಎತ್ತರದ ನೀಲಿ ಸೂಟ್ ಧರಿಸಿದ್ದ ನಿಕ್ಕಿ ಮೆಹ್ರಾನನ್ನು ಯಾರಾದರೂ ಜೆಂಟಲ್‌ಮನ್ ಎಂದು ನಂಬಬಹುದಿತ್ತು. ಆದರೆ ರೀಟಾಳನ್ನು ಬಿಟ್ಟು.

"ಯು ಚೀಟ್, ರ್‍ಯಾಸ್ಕಲ್. ನನ್ನನ್ನೂ ಅಪ್ಪನನ್ನೂ ಎಂತಹ ದೊಡ್ಡ ಅಪಾಯದಲ್ಲಿ ಸಿಲುಕಿಸಿಬಿಟ್ಟೆ ನಿನ್ನ ನಯವಾದ ಮಾತುಗಳಿಂದ" ಎಂದು ಅವನೆಡೆ ದಾಳಿಯಿಟ್ಟಳು. ನಾನು ಅವಳನ್ನು ತಡೆದೆ.

ಡಿಮೆಲ್ಲೋ ಸಾಹೇಬರನ್ನು ನಮ್ಮತ್ತ ತಳ್ಳಿ ಬೀಳಿಸಿದ ನಿಕ್ಕಿ ಮೆಹ್ರಾ ದುರಹಂಕಾರದ ದನಿಯಲ್ಲಿ ನನಗೆ ನುಡಿದ,

"ಭಲೇ ಕ್ಯಾಪ್ಟನ್, ಯಾರೂ ಕಂಡುಹಿಡಿಯದ ನನ್ನ ನಡುಗಡಲಲ್ಲಿ ಮಾಡುವ ಮಾಲು ಬದಲಿ ರಹಸ್ಯವನ್ನು ನೀನು ಭೇದಿಸಿಬಿಟ್ಟೆ. ನಾನು ಸ್ಕ್ಯಾನ್ ಆದ ಚಾಕೋಲೇಟ್ ಕವರುಗಳ ಒಳಗೆ ಸಮುದ್ರಮಧ್ಯದಲ್ಲಿ ನಿಂತ ಹಡಗಿನಲ್ಲಿ ಅಲ್ಯೂಮಿನಿಯಮ್ ಕವರುಗಳಲ್ಲಿ ಅವನ್ನು ಬಚ್ಚಿಡುತ್ತಿದ್ದೆ. ಆರೆಂಜ್ ಚಿಪ್ಸ್ ಕೂಡಾ ಸ್ಕ್ಯಾನರಿನಲ್ಲಿ ಕಾಣುವುದಿಲ್ಲ. ಇದು ಇನ್ನೂ ಯಾರಿಗೂ ತಿಳಿಯದ ಪ್ಲಾನ್ ಎಂದು ಖುಶಿಯಾಗಿದ್ದೆ. ನೀನು ನನ್ನನ್ನು ಸೋಲಿಸಿಬಿಟ್ಟೆ ಎಂದುಕೊಂಡೆ. ಆದರೆ ನಾನು ನಿಮ್ಮವರನ್ನು ಹಿಡಿದು ಕೊಂದು ನಿನ್ನ ಸುಳಿವಿನಲ್ಲೇ ಇದ್ದೆ. ಎನಿವೇ, ನನ್ನ ಮಾಲು ಕೊಟ್ಟುಬಿಡು. ಇಲ್ಲವೇ ಇಲ್ಲಿರುವ ಎಲ್ಲರನ್ನೂ ಶೂಟ್ ಮಾಡಲು ನಮ್ಮವರು ಕಾಯುತ್ತಿದಾರೆ" ಎಂದು ಅವರ ಕಡೆಯ ಧೂರ್ತರನ್ನು ತೋರಿಸಿದ. ಕನಿಷ್ಟ ಹತ್ತು ಮೆಶೀನ್‌ಗನ್ಸ್ ನಮ್ಮ ಕಡೆಗೆ ಗುರಿಯಿಟ್ಟಿತ್ತು. ನಾನು ಗನ್ ಜತೆ ವಾದಿಸುವುದಿಲ್ಲವೆಂದು ನಿಮಗೆ ಮೊದಲೇ ಹೇಳಿದ್ದೇನೆ.

ನಾನು ಆ ಮೂರನೆಯ ವ್ಯಕ್ತಿಯನ್ನು ಸುಲಭವಾಗಿ ಗುರುತಿಸಿದೆ. ಅವನೇ ನನ್ನ ಮಿಸ್ಸಿಂಗ್ ಸದಸ್ಯ! ಅವನನ್ನು ಹಿಡಿದು ಚಿತ್ರಹಿಂಸೆ ಮಾಡಿ ನನ್ನ ಹಡಗಿನ ಬಳಿ ಕರೆತಂದಿದ್ದ ನಿಕ್ಕಿ ಅದನ್ನೂ ಜಂಬದಿಂದ ಕೊಚ್ಚಿಕೊಂಡ.

"ನನ್ನ ಆರು ಬ್ಯಾಗ್ ಅಫೀಮು ಮಿಲಿಯನ್ ಡಾಲರ್ಸ್ ಬರುವ ಮಾಲಾಗುತ್ತದೆ. ಅದನ್ನು ಮಾರಿಕೊಂಡು ಫೈನಲ್ ಆಗಿ ಮರೆಯಾಗುತ್ತೇನೆ. ಯಾರಿಗೂ ಸಿಕ್ಕುವುದಿಲ್ಲ. ಕ್ಯಾಪ್ಟನ್..." ನಿಕ್ಕಿ ನನ್ನತ್ತ ತಿರುಗಿ ಕೇಳಿದ

"ನಮ್ಮನ್ನು ಕೊಲ್ಲುವುದಿಲ್ಲ ಎಂದು ಏನು ಗ್ಯಾರೆಂಟಿ?"

ಅವನು ತಲೆ ಹಿಂದೆ ಹಾಕಿ ನಕ್ಕ.

"ನಾನು ಕಳ್ಳನಿರಬಹುದು ಆದರೆ ಮೂರ್ಖನಲ್ಲ. ನೇವಿ ಹಡಗು, ಒಬ್ಬ ಪ್ರಸಿದ್ಧ ಸುಂದರಿ ಮತ್ತು ನೀವೆಲ್ಲಾ ನೇವಿಯ ಸಿಬ್ಬಂದಿ, ಎಲ್ಲವನ್ನೂ ನಾಶ ಮಾಡಿದರೆ ನನ್ನನ್ನು ಸುಮ್ಮನೆ ಬಿಡುವಿರಾ? ನನ್ನ ಜೀವನ ನರಕ ಮಾಡುವಿರಿ. ಇದು ಡೀಲ್, ಮಾಲು ವಾಪಸ್ ಕೊಟ್ಟು ಜೀವ ಉಳಿಸಿಕೊಳ್ಳಿ."

"ಬೇಡ, ಎಂದಿಗೂ ಬೇಡ. ಅವನು ಕೊಲ್ಲಲಿ ನೋಡುವಾ!" ಎಂದು ನನ್ನ ತೋಳು ಹಿಂಡಿದಳು ರೀಟಾ.

"ಲೆಟ್ ಹಿಮ್ ಡೈ" ಎಂದು ತಮ್ಮ ಪಾರ್ಟ್‌ನರನ್ನು ಶಪಿಸಿದರು ಡಿಮೆಲ್ಲೋ

"ಓಕೆ, ನೀನು ಹೇಳಿದಂತೆಯೇ ಮಾಡುವೆ ನಿಕ್ಕಿ" ಎಂದೆ ನಾನು.

"ನೋಡು ಸ್ವೀಟ್‌ಹಾರ್ಟ್, ಕ್ಯಾಪ್ಟನ್ ಬುದ್ಧಿವಂತ. ನಿಮ್ಮಂತೆ ಹೆಡ್ಡನಲ್ಲ. ಯಾವಾಗ ಸೋಲುಂಡೆ ಎಂದು ಅವನಿಗೆ ಗೊತ್ತಿದೆ!" ಎಂದು ಛೇಡಿಸಿದ ನಿಕ್ಕಿ ಮೆಹ್ರಾ.

"ಒಬ್ಬನೇ ಹೋಗಿ ನನ್ನ ಮಾಲು ತಂದುಕೊಡು. ಹೂಂ!" ಎಂದು ಗನ್ ತಿರುವಿಸಿದ ನಿಕ್ಕಿ ಮೆಹ್ರಾ.

ಕೆಳಗಿನ ಡೆಕ್ಕಿನಿಂದ ಎರಡೆರಡಾಗಿ ಆರು ಭಾರವಾದ ಬ್ಯಾಗ್ ತರುವಷ್ಟರಲ್ಲಿ ನನಗೆ ಸಾಕಷ್ಟು ಸಮಯ ಮತ್ತು ಶ್ರಮ ಆಯಿತು.

ಶಾಂತವಾಗಿ ಗಮನಿಸುತ್ತಿದ್ದವನು ವಿಜಯದ ಕೇಕೆ ಹಾಕಿದ. ತನ್ನ ಕಡೆಯವರಿಗೆ ಹೇಳಿ ಆರೂ ಬ್ಯಾಗನ್ನು ತನ್ನ ಸೀವುಲ್ಫ್ ಹಡಗಿಗೆ ಸಾಗಿಸಿದ.

ಕೊನೆಗೆ ವೇವ್ ಮಾಡಿ, "ಬದುಕಿಕೊಳ್ಳಿ.ಇನ್ನೊಮ್ಮೆ ನನ್ನನ್ನು ಸಂಧಿಸಿದರೆ ಹೀಗೇ ಬಿಟ್ಟು ಹೋಗುವುದಿಲ್ಲ"ಎಂದು ಎಚ್ಚರಿಸಿ ನಮ್ಮ ಹಡಗಿಳಿದು ಹೋದ.

ನಾನು ಮಾತ್ರ ಶಾಂತನಾಗಿ ಉತ್ತರವಿಲ್ಲದೇ ನಿಂತಿದ್ದೆ.

ನಿಕ್ಕಿ ಮೆಹ್ರಾ ಮತ್ತು ತಂಡದವರು ತಮ್ಮ ಮಾಲನ್ನೆಲ್ಲಾ ಹೊತ್ತೊಯ್ಯುತ್ತಾ ದೂರವಾಗುತ್ತಿದ್ದಂತೇ,ಅದುವರೆಗೂ ಹೇಗೋ ತನ್ನ ಕೋಪವನ್ನು ಸ್ಥೈರಿಸಿಕೊಂಡಿದ್ದ ರೀಟಾ ದಾಳಿ ಮಾಡುವಂತೆ ನನ್ನತ್ತ ತಿರುಗಿದಳು, ಅಥವಾ ಎರಗಿದಳು ಅನ್ನಿ.

"ಕ್ಯಾಪ್ಟನ್! ನಿಮ್ಮಂತಹ ಪುಕ್ಕಲು, ದೇಶದ್ರೋಹಿ ಮತ್ತು ಕರ್ತವ್ಯಭ್ರಷ್ಟರು ನಮ್ಮ ನೇವಿಯಲ್ಲಿದ್ದಾರೆ ಅಂದರೆ ನಂಬಲೂ ಆಗುತ್ತಿರಲಿಲ್ಲ. ಛೇ.. ಛೇ!" ಅವಳ ದನಿ ಒರಟಾಗಿತ್ತು. ಆ ಸಮುದ್ರದ ಅಲೆಗಳಿಗಿಂತ ಅಬ್ಬರವಿತ್ತು. ಅವಳ ಮುದ್ದು ಮುಖ ಆ ಸಂಜೆಗೆಂಪನ್ನು ಪ್ರತಿಫಲಿಸುತ್ತಾ ಧುಮಗುಟ್ಟುತಿತ್ತು.

"ಅಲ್ಲಿ ಸ್ವಲ್ಪ ನೋಡುತ್ತಿರು ರೀಟಾ!" ಎಂದು ನನ್ನ ವಯರ್ಲೆಸ್ಸ್ ಸೆಟ್ಟನ್ನು ತಿರುಗಿಸುತ್ತಾ, ದಿಗಂತದಲ್ಲಿ ಮರೆಯಾಗುತ್ತಿದ್ದ ಸೀವುಲ್ಫ್ ಹಡಗನ್ನು ಬೊಟ್ಟು ಮಾಡಿ ತೋರಿಸಿದೆ.

"ಅಲ್ಲಿ ನೋಡುವುದೇನು, ಮಣ್ಣಂಗಟ್ಟಿ? ಮಾಡೋದೆಲ್ಲಾ ಮಾಡಿಬಿಟ್ಟು..." ಎಂದು ಆಕೆ ತನ್ನ ಆರೋಪವನ್ನು ಎತ್ತರದ ದನಿಯಲ್ಲಿ ಮುಂದುವರೆಸುತ್ತಿದ್ದಳೋ ಏನೋ.

ಆದರೆ ಆ ರಾತ್ರಿಯ ಕತ್ತಲಲ್ಲಿ ಬೆಂಕಿ ಸಹಿತ ಆಸ್ಫೋಟದ ಸದ್ದು ಮತ್ತು ರಂಗು ಇದ್ದಕ್ಕಿದ್ದಂತೆ ಬೆರೆಯಿತು.ನೋಡುನೋಡುತ್ತಿದ್ದಂತೆ ನಮ್ಮ ಹಡಗಿನವರೆಗೂ ಅಪ್ಪಳಿಸಿದ ಸದ್ದಿನ ತರಂಗಗಳೊಂದಿಗೆ ಸೀವುಲ್ಫ್ ನೌಕೆ ಸ್ಫೋಟಿಸಿ ಹತ್ತಿ ಉರಿದು ನಿಧಾನವಾಗಿ ಅಲೆಗಳಡಿಯಲ್ಲಿ ಜಾರಲಾರಂಭಿಸಿತು. ಆ ತೆರೆಗಳ ಅಲ್ಲೋಲ-ಕಲ್ಲೋಲಕ್ಕೆ ನಮ್ಮ ಹಡಗೂ ಕುಲುಕಾಡಿತು.

ರೀಟಾ ಬಾಯಿ ತೆರೆದು ಅರೆಮಾತಿನಲ್ಲಿ ನಿಲ್ಲಿಸಿ ನಿಕ್ಕಿ ಮೆಹ್ರಾನ ಹಡಗಿನ ದುರಂತದ ಕ್ಷಣಗಳನ್ನು ನೋಡಹತ್ತಿದ್ದಳು! ಅಜಯ್ ನನ್ನತ್ತ ಮಾರ್ಮಿಕವಾಗಿ ನೋಡಿದ.

"ನಿಕ್ಕಿ ಮೆಹ್ರಾ ಪುಫ್!" ಎಂದೆ ಅವಳ ತೋಳು ಹಿಡಿಯುತ್ತಾ.

ಅವಳು ಆ ಸ್ಪರ್ಶಕ್ಕೆ ಬೆಚ್ಚಿಬಿದ್ದಳು, "ಏನು ಮಾಡಿಬಿಟ್ಟೆ, ಅರ್ಜುನ್?" ಈ ಬಾರಿ ಕ್ಯಾಪ್ಟನ್ ಸಂಬೋಧನೆ ಇಲ್ಲ!

"ಒಂದು ಬ್ಯಾಗಿನಲ್ಲಿ ಬ್ರೌನ್ ಶುಗರ್ ಚಾಕೋಲೇಟ್ಸ್ ಇರಲಿಲ್ಲ ಅಷ್ಟೇ. ಬೇರೇನೋ ಇತ್ತು ಅನ್ನಿಸತ್ತೆ!" ಎಂದೆ ಮಾರ್ಮಿಕವಾಗಿ. "ಥ್ಯಾಂಕ್ ಗಾಡ್!" ಎಂದರು ಡಿಮೆಲ್ಲೋ ಎಲ್ಲಾ ಹೊಳೆದಂತೆ.

"ವಾಟ್?" ರೀಟಾ ದನಿಯಲ್ಲಿ ಗೊಂದಲವಿತ್ತು.

"ನಾನು ಅವನ ಗನ್ ಪಾಯಿಂಟಿನಲ್ಲಿ ಎಲ್ಲಾ ಮಾಲು ತರುತ್ತೇನೆ, ಇಲ್ಲೇ ಇರಿ ಎಂದು ಹೇಳಿ ಒಳಗೆ ಹೋಗಿ ಬ್ಯಾಗುಗಳನ್ನು ತಂದೆನಲ್ಲವೆ?" ನಾನು ಅತ್ತ ತೋರಿಸಿದೆ.

"ಆರು ಬ್ಯಾಗು!" ಎಂದಳು ರೀಟಾ ನೆನಪಿಸಿಕೊಳ್ಳುತ್ತಾ.

"ಐದು ಬ್ಯಾಗಿನಲ್ಲಿ ಬ್ರೌನ್ ಶುಗರ್ ಚಾಕೋಲೇಟ್-ಚಿಪ್ಸ್ ಇದ್ದಿದ್ದು. ಅಜಯ್ ಮೊದಲೇ ಐ.ಇ.ಡಿ ಟೈಮ್ ಬಾಂಬ್ ಸಿದ್ಧ ಮಾಡಿ ಒಳಗಿಟ್ಟಿದ್ದ . ಆರನೇ ಬ್ಯಾಗಿನಲ್ಲಿದ್ದ ಚಾಕೋಲೇಟ್ಸ್ ಚಿಪ್ಸ್ ಕಸದ ಬುಟ್ಟಿಗೆ ಸುರಿದು ಅದರಲ್ಲಿ ಆ ಬಾಂಬ್ ಇಟ್ಟು ನಿಕ್ಕಿಗೆ ಕೊಟ್ಟೆ."

"ಮೈ ಗಾಡ್!" ಅವಳು ಕೀಚಲು ದನಿಯಲ್ಲಿ ಉದ್ಗರಿಸಿ ತನ್ನಕೈಯಿಂದ ಬಾಯಿ ಮುಚ್ಚಿಕೊಂಡಳು ಆಘಾತವಾದಂತೆ.

"ಅವರೇನಾದರೂ ಎಲ್ಲವನ್ನೂ ಚೆಕ್ ಮಾಡಿದ್ದಿದ್ದರೆ, ನಾವು ಸಿಕ್ಕಿ ಹಾಕಿಕೊಂಡಿದ್ದಿದ್ದರೆ..." ಎಂದು ಗಾಬರಿಯಿಂದ ಸ್ವಲ್ಪ ತಡೆದು ಕಣ್ಣರಳಿಸಿದಳು.

"ಅವರಿಗೆ ಮಾತ್ರ ಮಾಲು ಬದಲಿ ಮಾಡುವುದು ಬರುತ್ತದೆಯೇ, ರೀಟಾ?. ಗುರುವಿಗೆ ತಿರುಮಂತ್ರ ಆಯಿತು ಅಂದುಕೊ!"

"ನಿಜಕ್ಕೂ ಎಂತಹ ಅಪಾಯಕಾರಿ ರಿಸ್ಕ್!" ಎಂದಳು ರೀಟಾ ಮತ್ತೆ ಮತ್ತೆ ಉರಿದು ದಗ್ಧವಾಗಿ ಮುಳುಗುತ್ತಿದ್ದ ಸೀವುಲ್ಫ್ ಕಡೆ ನೋಡುತ್ತಾ.

"ಫಾರ್ಚೂನ್ ಫೇವರ್ಸ್ ದ ಬ್ರೇವ್ ಎನ್ನುತ್ತಾರಲ್ಲ, ದೇವರು ನಮ್ಮ ಕಡೆ ಇದ್ದ. ನಿನಗೆ ಮೊದಲೇ ಹೇಳಿದ್ದರೆ ಮುಖಭಾವದಲ್ಲಿ ಬಿಟ್ಟುಕೊಡುತ್ತಿದ್ದೆಯೇನೋ. ಆದರೆ ನಾನು, ಅಜಯ್ ಈ ವಿಷಯದಲ್ಲಿ ಸ್ವಲ್ಪ ಕಲ್ಲು ಹೃದಯದವರು."

ಅಜಯ್ ಈಗ ಸ್ವಲ್ಪ ಮುಗುಳ್ನಕ್ಕು ಅವಳತ್ತ ಕಣ್ಣು ಮಿಟುಕಿಸಿದ. ಅವಳಿಗಿನ್ನು ಮಾತಾಡಲು ತೋಚಲಿಲ್ಲ.

"ಅಯ್ಯೋ ದೇವರೆ! ನಿಮ್ಮನ್ನು ನಾನು ಎಷ್ಟು ತಪ್ಪು ತಿಳಿದುಬಿಟ್ಟೆ!" ಎಂದು ಆಯಾಸವಾದವಳಂತೆ ನನ್ನ ತೋಳಿಗೆ ತಲೆ ಒರಗಿಸಿದಳು ರೀಟಾ.

"ಅಹೆಂ! ನಿಮ್ಮ ಶಿಪ್ಪಿನಲ್ಲಿ ವಿಸ್ಕಿ ಏನಾದರೂ ಸಿಗುತ್ತದೆಯೇ?" ಎಂದರು ಡಿಮೆಲ್ಲೋ.

ನಾನು ನಗುತ್ತಾ ಇಬ್ಬರನ್ನೂ ಒಳಕ್ಕೆ ಕರೆದೊಯ್ದೆ.

ನಂತರ...

ಎರಡು ದಿನಗಳ ನಂತರ ಮೆಲ್ಲೋಸ್ ಬೀಚಿನ ಬಳಿ ಲಂಗರು ಹಾಕಿ ನಿಂತಿದ್ದ ಐಎನ್ಎಸ್ ಜಲಕುಮಾರಿಯ ಬಳಿ ನಾವು ಮರಳಿನಲ್ಲಿ ಹಾಗೇ ಅಡ್ಡಾಡುತ್ತಿದ್ದೆವು. ಆಗತಾನೆ ಮಳೆ ಬಂದು ನಿಂತಿತ್ತು. ಮರಳು ಒದ್ದೆಯಾಗಿತ್ತು. ಹಿಂದಿನ ದಿನ ಅಪ್ಪ ಡಿಮೆಲ್ಲೋರನ್ನು ಇನ್ ಕ್ಯಾಮೆರಾ ವಿಚಾರಣೆ ಮಾಡುವುದಾಗಿ ಮಾದಕ ದ್ರವ್ಯ ನಿರ್ದೇಶನಾಲಯ ಮತ್ತು ನೌಕಾಪಡೆಯ ವರಿಷ್ಠ ಅಧಿಕಾರಿಗಳು ತೀರ್ಮಾನಿಸಿ ಮುಂಬೈಗೆ ಬಂಧನದಲ್ಲಿ ಕರೆದೊಯ್ದಿದ್ದರು. ವಿದಾಯವಾಗುವಾಗ ರೀಟಾ ಕಣ್ಣೀರು ತುಂಬಿ 'ಐ ವಿಲ್ ಟೇಕ್ ಕೇರ್ ಅಪ್ಪಾ' ಎಂದಿದ್ದಳು. ಡಿಮೆಲ್ಲೋ ಸಾಹೇಬರು ಸುಮ್ಮನೆ ನನ್ನತ್ತ ನೋಡಿದ್ದರು.

"ನಾನು ಇನ್ನು ಇಲ್ಲಿ ಏನು ಮಾಡುವುದೋ ಗೊತ್ತಿಲ್ಲ. ಈ ಫ್ಯಾಕ್ಟರಿಗಳು, ಬೃಹತ್ ಬಂಗಲೆ ಯಾವುದನ್ನು ಸಂಭಾಳಿಸಲಿ?" ಎಂದು ಗೊಣಗಿದಳು ರೀಟಾ.

"ನಿನಗೆ ಸೀರೆ ಉಟ್ಟುಕೊಂಡು, ಕುಂಕುಮ ಇಟ್ಟುಕೊಳ್ಳಲು ಬರುತ್ತದೆಯೆ ರೀಟಾ?" ಎಂದೆ ಇದ್ದಕ್ಕಿದ್ದಂತೆ.

"ಹೂಂ. ಯಾಕೆ?" ಎಂದು ಬೆರಗಾಗಿ ಅಲ್ಲೇ ಕುಳಿತಳು. ನಾನು ಪಕ್ಕದಲ್ಲಿ ಕುಳಿತೆ.

"ಅಲ್ಲಾ, ಅಮ್ಮ ಹೇಳುತ್ತಿರುತ್ತಾರೆ. ನಮ್ಮ ಮನೆಗೆ ಸೊಸೆಯಾಗಿ ಬರುವವಳಿಗೆ ಅದೆಲ್ಲಾ ಬಂದರೆ ಚೆನ್ನ ಎಂದು, ಆದರೆ ಅವರು ಸ್ವಲ್ಪ ಹಳೇ ಕಾಲದವರು."

ಅವಳ ಮುಖ ಗುಲಾಬಿ ವರ್ಣಕ್ಕೆ ತಿರುಗಿತೋ ಅಥವಾ ನನ್ನ ಕಲ್ಪನೆಯೋ ಗೊತ್ತಿಲ್ಲ.

"ಓಹೋ. ಇನ್ನೇನು ಹೇಳುತ್ತಿರುತ್ತಾರೆ ನಿಮ್ಮಮ್ಮ?" ಸಣ್ಣನೆಯ ದನಿಯಲ್ಲಿ ಕತ್ತು ಕೊಂಕಿಸಿ ಕೇಳಿದಳು. ಅವಳ ನೋಟವನ್ನು ನಾನು ಎದುರಿಸಲಾಗಲಿಲ್ಲ

ನಾನು ಸಂಕೋಚದಿಂದ ಉಗುಳು ನುಂಗಿದೆ. "ನಮ್ಮ ಮನೆಯ ಸೊಸೆಯಾದವಳು ಯಾವ ಕೆಲಸಕ್ಕೂ ಹೋಗಬೇಕು ಎಂದೇನೂ ಇಲ್ಲ, ಮೊದಲೇ ನೀನೂ ಮನೆಯಲ್ಲಿರುವುದಿಲ್ಲ ಅಂತಹ ಹೇಳಿದಂತಿತ್ತು" ಎಂದು ಮುಂದೆ ಹೇಳಲಾಗದೆ ಅಲ್ಲೇ ನಿಲ್ಲಿಸಿದೆ.

ಅವಳು ತಲೆ ಹಿಂದೆ ಹಾಕಿ ಜೋರಾಗಿ ಕಿಲಕಿಲನೆ ನಕ್ಕಳು. ಆ ಸದ್ದಿಗೆ ಬೆಚ್ಚಿ ಕೆಲವು ಕಡಲ ಹಕ್ಕಿಗಳು ಸರ್ರನೆ ಹಾರಿಹೋದವು.

"ಯೂ ಆರ್ ಹೋಪ್‌ಲೆಸ್! ನಿಮಗೆ ಒಬ್ಬ ಹುಡುಗಿಗೆ ಪ್ರಪೋಸ್ ಮಾಡಲು ಸ್ವಲ್ಪವೂ ಬರುವುದಿಲ್ಲ" ಎಂದಳು ಕೆಂದಾವರೆಯ ಮುಖದವಳು.

"ಏಳು ಸಮುದ್ರದ ನೀರು ಕುಡಿಯಲು ಮಾತ್ರ ಬರುತ್ತದೆ ಈ ಪಾಮರನಿಗೆ, ರೀಟಾ" ಎಂದೆ ತಪ್ಪೊಪ್ಪಿಗೆಯಂತೆ

ಎರಡು ಕ್ಷಣ ಮೌನವಾಗಿದ್ದೆವು. ಅಲೆಗಳ ಮೊರೆತಕ್ಕೂ ಮನದ ಮಿಡಿತಕ್ಕೂ ಸಂಬಂಧವಿದ್ದಂತಿತ್ತು.

"ಹಾಗಾದರೆ ಮನೆಗೆ ಹೋಗೋಣವೆ?" ಎಂದು ಮರಳು ಕೊಡವಿಕೊಳ್ಳುತ್ತಾ ಎದ್ದಳು ರೀಟಾ.

"ಹೂಂ" ಎಂದು ಮೌನವಹಿಸಿ ಅವಳ ಬಂಗಲೆಯತ್ತ ತಿರುಗಿದೆ.

"ನನ್ನ ಮನೆಗಲ್ಲ. ನಿಮ್ಮ ಮನೆಗೆ, ಭಾರತಕ್ಕೆ..." ಎಂದು ನಕ್ಕಳು ರೀಟಾ, ಐಎನ್‌ಎಸ್ ಜಲಕುಮಾರಿ ಹಡಗನ್ನು ತೋರಿಸುತ್ತಾ.

ಆಗಸದಲ್ಲಿ ಸರ್ರನೆ ಕವಿದ ಮೋಡ ಇದ್ದಕ್ಕಿದ್ದಂತೆ ವರ್ಷಧಾರೆಯನ್ನು ಆರಂಭಿಸಿತು.

"ಆದರೆ ನಾನಿನ್ನೂ ಪ್ಯಾಕ್ ಮಾಡಿಕೊಂಡಿಲ್ಲ." ಎಂಬ ಅವಳ ಕೂಗು ಕಡಲ ಮೇಲಿನ ಮಳೆಗಾಳಿಯಲ್ಲಿ ತೂರಿಹೋಯಿತು.

ಸದ್ಯಕ್ಕೆ ನಾವಿಬ್ಬರೂ ಕೈ ಕೈ ಹಿಡಿದು ಸರಸರನೆ ನಮ್ಮ ಹಡಗಿನತ್ತ ಓಡಲಾರಂಭಿಸಿದ್ದೆವು.

(ಮುಗಿಯಿತು)

ಮೈನಾಕ: ಕಲ್ಲಾದೆ ಏಕೆಂದು ಬಲ್ಲೆ!

(ಇದೊಂದು ಕಾಲ್ಪನಿಕ ಫ್ಯಾಂಟೆಸಿ ಕತೆ)

ಪಾತ್ರ ಪರಿಚಯ

ಲಾ ರೋಮಾ ಮಾಫ್ಲಿಯಾ ಹಡಗು

ಡಿವಿಟೋ– ಕ್ಯಾಪ್ಟನ್

ಸೊಪ್ರಾನೊ– ರೇಡಿಯೋ ಆಪರೇಟರ್

ಪಾಲೆರ್ಮೋ– ಇಟಲಿಯ ಮುಖ್ಯ ಡಾನ್

ಬಲೆನೋ– ಡಾನ್‌ನ ಸಹಾಯಕ

ಭಾರತೀಯ ನೌಕಾಪಡೆ– ಗುಪ್ತಚರ, ಕೊಚ್ಚಿ

ಡಾ. ಪ್ರಮೋದ್ ದೇಸಾಯಿ– ಅದರ ಮುಖ್ಯಸ್ಥ

ಅವಿನಾಶ್ ನಾಯಕ್– ನಾಯಕ ಮತ್ತು ಸಮರ್ಥ ಆಫೀಸರ್

ವೀಣಾ ಪಾಟೀಲ್– ಅವಿನಾಶನ ಫಿಯಾನ್ಸಿ, ನೇವಿಯಲ್ಲಿ ಓಶನೊಗ್ರಾಫರ್, ಪುರಾಣ ತಜ್ಞೆ

ಜಿತೇಂದ್ರ, ಅನುಪಮ್ – ಅವಿನಾಶ್ ಟೀಮಿನ ಸದಸ್ಯರು

ಇಕ್ಬಾಲ್– ಮುಖ್ಯ ಪೈಲೆಟ್, ಐಎನ್‌ಎಸ್ ಪ್ರದ್ಯುಮ್ನ –ಸಬ್ಮೆರೀನ್ ನೌಕೆ

ಪೀಟರ್– ಬಾಂಬ್ ಸ್ಕ್ವಾಡ್ ಪ್ರತಿನಿಧಿ

ಲಾ ಬ್ರೂಟಸ್ ಮಾಫಿಯಾ ಹಡಗು

ರಾಬರ್ಟೋ ಮತ್ತು ತಂಡ– ನಿಧಿ ತೆಗೆಯಲು ಬಂದ ತಜ್ಞರು

ಮತ್ತು ಕೆಲವು ಚಿಕ್ಕ ಪಾತ್ರಗಳು, ವಿನೀತ್, ಕಾರ್ಲೋ, ಕಿಶೋರ್ ಇತ್ಯಾದಿ.

1

ದಕ್ಷಿಣ ಹಿಂದೂ ಮಹಾಸಾಗರದಲ್ಲಿ ಒಂದೆಡೆ.

ಇಟಲಿಯ ಫ್ಲೆರಾರೋ ಶಿಪ್ಪಿಂಗ್ ಕಂಪನಿಯ ಒಡೆತನದ 'ಲಾ ರೋಮಾ' ಹೆಸರಿನ ಆಯಿಲ್ ರಿಗ್ಗಿಂಗ್ ಹಡಗು ಎಂದಿನಂತೆ ಸಾಗರ ತಳದಲ್ಲಿ ಆಯಿಲ್ ಶೋಧನೆಯ ಕಾರ್ಯ ಮಾಡಲು ಲಂಗರು ಹಾಕಿ ನಿಂತಿದೆ.

ಅದರ ಕ್ಯಾಪ್ಟನ್ ಡಿವಿಟೋ ಅಂದು ಬೆಳಿಗ್ಗೆ ಹಾಸಿಗೆಯಿಂದ ಎದ್ದ ಕೂಡಲೆ ಅವನಿಗೆ ಸೀ ಸಿಕ್ನೆಸ್ (ಕಡಲು ವಾಕರಿಕೆ) ಕಾಡಿ ತಲೆ ಸುತ್ತಿಬಂತು.

ಹೇಳಿಕೊಳ್ಳುವಂತಿಲ್ಲ, ಬಿಡುವಂತಿಲ್ಲ.

ಹಡಗಿನ ಕ್ಯಾಪ್ಟನ್ನಿಗೇ ಸಮುದ್ರದ ಅನಾರೋಗ್ಯ ಎಂದರೆ ಸಿಬ್ಬಂದಿಯ ಮುಂದೆ ಮಾನವೇ ಹೋದೀತು. ಸರಕ್ಕನೆ ಎದ್ದು ಬಾಯಿ ತೊಳೆದು ಅನಲ್ಜೆಸಿಕ್ ಲಿಕ್ವಿಡ್ ಔಷಧಿ ಗುಟುಕರಿಸಿ ಫ್ರೆಶ್ ಆಗಿ ಹೊರಬಿದ್ದ.

ಎಂದಿನಂತೆ ಹೊರಗೆ ಅದೇ ದೃಶ್ಯ. ಎಲ್ಲೆಲ್ಲೂ ಹರಡಿದ ನೀಲಿಕಡಲು, ಅದಕ್ಕೆ ಸ್ಪರ್ಧೆ ನೀಡುವಂತಹ ನೀಲಾಕಾಶ ದಿಗಂತ. 'ಒಂದು ತಿಂಗಳಿಂದ ಇದೇ ಆಗಿಹೋಯಿತು, ಥೋ!' ಎಂದು ಗೊಣಗಿಕೊಂಡ. ಸುಮಾರು 50 ಮೈಲಿಯಾದರೂ ನಾವು ಕ್ರಮಿಸರಬಹುದು ಆದರೆ ಈ ವಿಶಾಲವಾದ ದಕ್ಷಿಣ ಹಿಂದೂ ಮಹಾಸಾಗರದಲ್ಲಿ ಅದು ಗಣನೆಗೆ ಬರುವ ಲೆಕ್ಕವಲ್ಲ, ದೃಶ್ಯವೂ ಬದಲಾಗುವುದಿಲ್ಲ.

ತನಗೆ ಆಯಿಲ್ ರಿಗ್ಗಿಂಗಿನಲ್ಲಿ "ನೀರು ಇದ್ದು, ನೆರಳಿರದ" ಈ ಜಾಗಕ್ಕೆ 'ಶಿಕ್ಷೆ' ಎಂದು ತಾನೇ ತನ್ನ ಬಾಸ್ ಡ್ಯಾನಿ ಪಾಲೆರ್ಮೋ ಇಲ್ಲಿಗೆ ಕಳಿಸಿದ್ದು!

ಇಟಲಿಯ ಮಾಫಿಯ ಕುಟುಂಬದ ಒಡೆತನದ ಸಂಸ್ಥೆ ಇವೆಲ್ಲ.

ಛೇ! ತಾನು ಎರಡು ತಿಂಗಳ ಹಿಂದೆ, ಕೆಲವು ಕಡಲುಗಳ್ಳರಿಂದ ತನ್ನ ಹಡಗಲ್ಲಿ ಸಾಗಿಸುತ್ತಿದ್ದ ಡ್ರಗ್ಸ್ ಮಾಲನ್ನು ದಕ್ಷಿಣ ಆಫ್ರಿಕಾ ಕರಾವಳಿಯಲ್ಲಿ ಬಚಾಯಿಸಲಾಗದೇ ಹೋದಾಗ, ಒಂದು ಮಿಲಿಯನ್ ಯೂರೋ ಹಣ ನಷ್ಟವಾಯಿತೆಂದು ಮಾಫಿಯಾ ಮುಖ್ಯಸ್ಥರೆಲ್ಲರೂ ತನ್ನ ಮೇಲೆ ಹಾರಿ, ಪಾಲೆರ್ಮೋಗೆ ದೂರು ಕೊಟ್ಟಿದ್ದರಲ್ಲವೆ? ತನಗೆ 'ಲಾಸ್ಟ್ ವಾರ್ನಿಂಗ್' ಎಂದೆಲ್ಲಾ ಆತ ದಬಾಯಿಸಿ ಇಲ್ಲಿಗೆ, ತೈಲ ಶೋಧಕ ಹಡಗಿಗೆ ಕಳಿಸಿದ್ದಾನೆ. ಅದೂ ಆರು ತಿಂಗಳ ಕಾಲ!

ಇಲ್ಲೋ ಡರ್ರ್ರ್ ಎಂದು ಸದಾ ಮಂದವಾಗಿ ಕೊರೆಯುವ ಡ್ರಿಲ್ಲಿಂಗ್ ಸದ್ದು. ಅದಕ್ಕೆ ಗಡಗಡ ಅದುರುತ್ತಿರುವ ಹಡಗಿನ ನೆಲ. ಇದರಿಂದಲೇ ನೌಕಾಯಾನದ ಅನುಭವಿಯಾದ ತನಗೂ ತಲೆ ಸುತ್ತುತ್ತಿದೆ ಎಂದು ಭಾವಿಸಿದ ಡಿವಿಟೋ.

"ಸರ್, ದಯವಿಟ್ಟು ಒಳಗೆ ಬನ್ನಿ. ನೀವು ನೋಡಬೇಕಾದ್ದು ಇದೆ!" ಎಂದು ಆಗಲೇ ಕ್ಯಾಬಿನ್ನಿನಿಂದ ತಲೆ ಹೊರಹಾಕಿದ ಕನ್ಸೋಲ್ ಆಪರೇಟರ್ ಆಗಿ ಎಲ್ಲಾ ರೀಡಿಂಗ್ಸ್ ನೋಡಿಕೊಳ್ಳುತ್ತಿದ್ದ ಸೊಪ್ರಾನೊ ಕೂಗಿ ಹೇಳಿದ.

"ನಿನಗೆ ಯಾರಾದರೂ ಮತ್ಸ್ಯಕನ್ಯೆ ಸಿಕ್ಕಿದ್ದರೆ ನನಗೆ ಹೇಳು. ಇಲ್ಲದಿದ್ದರೆ ಸುಮ್ಮನೆ..." ಎಂದು ಬೇಸರದಿಂದ ಗೊಣಗುತ್ತಾ ಒಳಹೋದ ಡಿವಿಟೋ. ಅವರ ಮುಂದೆ ಕಂಪ್ಯುಟರೈಸ್ಡ್ ಕಂಟ್ರೋಲ್ ಪ್ಯಾನೆಲ್ಲಿನ ಮಾನಿಟರ್ ಮತ್ತಿತರ ಎಲೆಕ್ಟ್ರಾನಿಕ್ ರೀಡರ್ಸ್ ಕಾಣುತ್ತಿವೆ.

"ಸರ್, ಇಲ್ಲಿ."ಎಂದು ಒಂದು ಸಾಗರತಳದ ಆಳವಾದ ಜಾಗವನ್ನು ಮಾನಿಟರಿನಲ್ಲಿ ಮಾರ್ಕ್ ಮಾಡಿದ ಸೊಪ್ರಾನೋ, "ನಮಗೆ ಕಲ್ಲಿನ ವೈಬ್ರೇಶನ್ ಸಿಗುತ್ತಿಲ್ಲ. ಸುಮಾರು 1.75–1.8 ಮೆಗಾ ಹರ್ಟ್ಝ್ ತರಂಗಾಂತರದ ಮೆಟಲ್ ಸಿಕ್ಕಿದಂತೆ ತರಂಗ ಬರುತ್ತಿದೆ". ಉತ್ಸಾಹದಿಂದ ಹೇಳಿದ.

"ಯಾವುದಾದರೂ ಕೋಕಾಕೋಲಾ ಮೆಟಲ್ ಕ್ಯಾನ್ ಇರಬಹುದೆ?" ಎಂದು ವ್ಯಂಗ್ಯವಾಗಿ ನಕ್ಕ ಡಿವಿಟೋ.

"ಖಂಡಿತಾ ಅಲ್ಲ ಸರ್" ಶಾಂತ ಧ್ವನಿಯಲ್ಲೇ ವಿವರಿಸಿದ ಸೊಪ್ರಾನೋ. ಏನೂ ಅರಿಯದ ಕ್ಯಾಪನ್ ಸಿಕ್ಕರೇನು ಮಾಡಲಾದೀತು ಎಂದುಕೊಂಡ.

"ಅದರ ಫ್ರೀಕ್ವೆನ್ಸಿ ಚಿನ್ನವನ್ನು ಹೋಲುತ್ತದೆ, ಸರ್!"

"ಹೋಲುತ್ತದೆ?" ಡಿವೀಟೋ ಆತಂಕದಿಂದ ಅವನತ್ತ ತಿರುಗಿದ. "ಏನು ಹೇಳುತ್ತಿದ್ದೀಯೋ ಹುಡುಗಾ? ಇಲ್ಲಿ ಯಾವುದೇ ಮೆಟಲ್ ಇಲ್ಲ ಎಂದು ನಮ್ಮ ಹಳೆಯ ಸರ್ವೆ ರೆಕಾರ್ಡ್ಸ್ ಹೇಳಿತ್ತಲ್ಲ"

"ಚಿನ್ನ ಸರ್" ಮತ್ತದೇ ಮೊಂಡು ಉತ್ತರ ಹುಡುಗನದು. ಅದನ್ನು ಕೇಳಿ, "ಬೆಟರ್ ಬೀ ಶೂರ್. ನಿಜವೇ?" ಎಂದು ಗದರಿಸಿದ ಕ್ಯಾಪ್ಟನ್.

"100% ಸರ್, ಅಲ್ಲಿ ಚಿನ್ನದ ಡೆಪಾಸಿಟ್ ಅಗಲವಾಗಿ ಹರಡಿದೆ ಸರ್!"

ಅವನತ್ತ ಕಣ್ಣು ಕೆಕ್ಕರಿಸಿ ನೋಡಿದ ಕ್ಯಾಪ್ಟನ್.

"ನೀನು ಇಲ್ಲೇ ಇರು, ನಾನು ಹೆಡ್ ಆಫೀಸ್ ಜತೆ ಮಾತಾಡಿ ಬರುತ್ತೇನೆ. ಯಾರಿಗೂ ಉಸುರಬೇಡ!"

2

ರೋಮ್, ಇಟಲಿಯ ಒಂದು ಮನೆಯಲ್ಲಿ.

55 ವರ್ಷ ವಯಸ್ಸಿನ ದಪ್ಪ ಹೊಟ್ಟೆ, ಬಕ್ಕತಲೆಯ ಡಾನ್ ಡ್ಯಾನಿ ಪಾಲೆರ್ಮೋ ತನ್ನ ಎದುರಿಗೆ ಕುಳಿತಿದ್ದ ಸೈಂಟಿಫಿಕ್ ಅಡ್ವೈಸರ್ ಕಡೆ ತಿರುಗಿ,

"ಸೋ. ಈ ಬಾರಿ ನಮ್ಮ ಪೆದ್ದ ಕ್ಯಾಪ್ಟನ್ ಡಿವಿಟೋ ನಿಜ ಹೇಳುತ್ತಿದ್ದಾನೆ ಎಂದನಿಸುತ್ತದೆಯೆ ನಿನಗೆ?" ಎಂದು ತನ್ನ ಮುಂದಿದ್ದ ಪೇಪರ್ಸ್ ಮೇಲೆ ಸಿಗಾರ್ ಬೂದಿಯನ್ನು ಉದುರಿಸಿದ ಜಂಬದಿಂದ.

ಬಲೇನೋ ಎಂಬ ಹೆಸರಿನ ಎದುರಿಗಿದ್ದ ಅಧಿಕಾರಿ ಬಾಸ್‌ನ ವರ್ತನೆ ತಿಳಿದಿದ್ದವನು; ಬೇಸರವೇನೂ ಪಡಲಿಲ್ಲ.

"ನಮ್ಮ ಕಡೆ ಇರುವ ಭಾರತೀಯ ಸಂಶೋಧಕರನ್ನು ಸಹ ರಹಸ್ಯವಾಗಿ ಈ ಬಗ್ಗೆ ಪ್ರಶ್ನಿಸಿ ಖಚಿತಪಡಿಸಿಕೊಂಡಿದ್ದೇನೆ. ಅನುಮಾನವೇ ಇಲ್ಲ. ಅವರ ಕತೆಯಲ್ಲಿ ಇರುವಂತೆ ಅಲ್ಲಿ ಚಿನ್ನ ಇರಬಹುದು . ಎಲ್ಲಾ ನಿಮ್ಮ ಮುಂದಿದೆ."

"ಹೌದೇ?" ಚಿನ್ನ ಎಂದ ಕೂಡಲೇ ಅವನ ದುರಾಸೆಯ ಕಂಗಳು ಮಿನುಗಿದವು. ಆ ಪೇಪರನ್ನು ಬೂದಿ ಒದರಿ ಎತ್ತಿಕೊಂಡು ನಿಧಾನವಾಗಿ ಓದಿ ಕೆಳಗಿಟ್ಟ.

ಗಡಸು ದನಿಯಲ್ಲಿ ಅಪ್ಪಣೆಯಿತ್ತ,

"ಹಾಗಾದರೆ ಆ ಎರಡು ಕೋಡ್ ವರ್ಡ್ಸ್ ನಮ್ಮ ಕ್ಯಾಪ್ಟನ್ನಿಗೆ ನೀವು ಮೆಸೇಜ್ ಮಾಡಿ. ನಾವು ಅಲ್ಲಿಗೆ ಬೇರೆಯೇ ಸಮುದ್ರ ತಜ್ಞರು ಮತ್ತು ಶೋಧಕರ ತಂಡ ಕಳಿಸೋಣ, ಚಿನ್ನದ ಶೋಧನೆಯನ್ನು ಅವರು ಮಾಡಲಿ. ಅದುವರೆಗೂ ಡಿವಿಟೋನ ಹಡಗು 'ಲಾ ರೋಮಾ' ಅಲ್ಲೇ ಲಂಗರು ಹಾಕಿಕೊಂಡು ಕಾದಿರಲಿ. ನಮ್ಮ ಹೊಸಬರಿಗೆ ದಾರಿ ತೋರಿಸಿ ವಾಪಸ್ ಬರಲಿ."

"ಯಾವ ಎರಡು ಕೋಡ್ ವರ್ಡ್ಸ್ ಕಳಿಸಲಿ, ಬಾಸ್?" ಎಂದ ಅವನ ಅಧಿಕಾರಿ.

"ನಿಮ್ಮ ಭಾರತೀಯ ಸ್ನೇಹಿತರು ಹೇಳಿದ್ದು –ರಾಮಾಯಣ ಮತ್ತು ಮೈನಾಕ!"

"ಡಿವಿಟೋಗಂತೂ ಕಾಲ್ ಮಾಡಿ ಎಲ್ಲಾ ಹೇಳಿಬಿಡಲೆ?" ಎನ್ನುತ್ತಾ ಎದ್ದ ಅಧಿಕಾರಿ ಬಲೇನೋ.

ಡಾನ್ ಪಾಲೆರ್ಮೋ ಯೋಚಿಸಿದ, "ಈಗಿನ ಪರಿಸ್ಥಿಯಲ್ಲಿ ಹೇಳಲೇಬೇಕಲ್ಲ. ಅವನು ನಂತರ ತರಲೆ ಮಾಡಿದರೆ ಸರಿಯಾಗಿ ಡೀಲ್ ಮಾಡುವಾ. ಈಗಂತೂ ಈ ವಿಷಯ ತಿಳಿದ ಯಾರೂ ಬದುಕಿರಬಾರದು ಎಂದು ಡಿವಿಟೋಗೆ ಹೇಳಿ. ಅವನು ಅದನ್ನಾದರೂ ನೋಡಿಕೊಳ್ಳಬಲ್ಲ!"

3

'ಲಾ ರೋಮಾ'ದ ಯುವ ಕನ್ಸೋಲ್ಸ್ ಆಪರೇಟರ್ ಸೊಪ್ರಾನೋ ಜಾಣನೂ ಹೌದು. ಇಟಲಿಯ ಈ ನೌಕೆ ಮಾಫಿಯಾದವರದು ಎಂದು ತಿಳಿದೂ ಕೆಲಸಕ್ಕೆ ವಿಧಿಯಿಲ್ಲದೆ ಸೇರಿದ್ದ.

ತಾನು ಚಿನ್ನದ ವಿಷಯ ಹೇಳಿದ ಕೂಡಲೆ ಹೇಗೆ ಕ್ಯಾಪ್ಟನ್‌ನ ಕಣ್ಣು ದುರಾಸೆಯಿಂದ ಅರಳಿತಲ್ಲ, ಇನ್ನು ಹೆಡ್ ಆಫೀಸಿಗೂ ತಿಳಿದರೆ ಚಿನ್ನ ತೆಗೆಯಲು ಬಂದೇ ಬರುವರು, ಇದನ್ನು ನಾನು ಕನಿಷ್ಠಪಕ್ಷ ಯಾರಿಗಾದರೂ ಹೇಳಿಬಿಟ್ಟರೆ ತಾನು ಸುರಕ್ಷಿತ, ಏನಾದರೂ ತನಗೆ ಮಾಡಿಬಿಟ್ಟರೆ? ಎಂಬ ಯೋಚನೆ ಸುಳಿದೊಡನೆ ಹೊಸ ಇನ್ ಕಮಿಂಗ್

ಮೆಸೇಜ್ ಆದ ಕೋಡ್ ವರ್ಡ್ ರಾಮಾಯಣ ಮತ್ತೇನದು ಮೈನಾಕ? ಆ ಮೆಸೇಜನ್ನು ಪೋಲೀಸ್ ಫ್ರೀಕ್ವೆನ್ಸಿಯಲ್ಲಿ ಮತ್ತೆ ತಾನೇ ಹರಿಯಬಿಟ್ಟ. ಅದನ್ನು ಮುಗಿಸುತ್ತಿದ್ದಂತೆ ಹಿಂದಿನ ಬಾಗಿಲಿನಿಂದ ಬಂದಿದ್ದ ಕ್ಯಾಪ್ಟನ್ ಡಿವಿಟೋ ಹರ್ಷದಿಂದ ಕೂಗಿದ,

"ಸೊಪ್ರಾನೋ, ಮೈ ಬಾಯ್!"

"ಏನು ಸರ್" ಎಂದು ಸರಕ್ಕನೆ ತಲೆ ತಿರುಗಿಸಿದ ಯುವಕ. ಆದರೆ ಕ್ಯಾಪ್ಟನ್ ಡಿವಿಟೋ ಮಹಾಕಟುಕ, ಅನುಭವಿ.

ಅರೆಕ್ಷಣದಲ್ಲಿ ಮಿಂಚಿನಂತೆ ಬಂದ ಅವನ ಒಂದು ಕೈ ತಲೆಯನ್ನು ಬಿಗಿಯಾಗಿ ಹಿಡಿದರೆ, ಇನ್ನೊಂದು ಹರಿತವಾದ ಚಾಕು ಗಂಟಲಿನ ಬಳಿ ಸುಯ್ಯೆಂದು ಅಡ್ಡ ಸುಳಿದು ಸೀಳಿ ತನ್ನ ಕೆಲಸ ಮುಗಿಸಿತ್ತು.

"ಐ ಯಾಮ್ ಸೋ ಸಾರಿ, ಮೈ ಬಾಯ್" ಎಂದು ಒಂದು ನಿಮಿಷದ ನಂತರ ಅವನ ಹೆಣವನ್ನು ಗೋಣಿಚೀಲದಲ್ಲಿ ತುಂಬಿಸತೊಡಗಿದ.

ಚೆಲ್ಲಿದ ರಕ್ತವನ್ನು ಆಮೇಲೆ ಕ್ಲೀನ್ ಮಾಡಿದರಾಯಿತು. ಸದ್ಯ ಯಾರೂ ಡೆಕ್ ಬಳಿ ಇಲ್ಲ. ಇವನ ಹೆಣ ಇನ್ನು ಮೀನು ಮೊಸಳೆಗಳ ಆಹಾರವಾಗಲಿದೆ ಎಂದು ತನ್ನ ಕಾರ್ಯಕ್ಕೆ ತಾನೇ ಮೆಚ್ಚುತ್ತಾ ಚೀಲ ಎತ್ತಿಕೊಂಡು ಹೊರನಡೆದ.

ಆದರೆ, ಆ ರೇಡಿಯೋ ಆಪರೇಟರ್‌ನ ಮಾನಿಟರಿನಲ್ಲಿ 'ಮೆಸೇಜ್ ಸೆಂಟ್' ಎಂದು ಬಂದ ಸಂದೇಶದ ಮೂಲವನ್ನು ಅವನು ಗಮನಿಸಲೇ ಇಲ್ಲ.

ಆದರೆ ಆ ಮೇಸೇಜನ್ನು ಪೋಲಿಸ್ ಫ್ರೀಕ್ವೆನ್ಸಿಯಲ್ಲಿ ಕ್ಯಾಚ್ ಮಾಡಿದ್ದ ಇಂಟರ್‌ಪೋಲ್ ವಿಚಾರಿಸಹತ್ತಿದರು.

4

ಅದಾದ ಎರಡು ದಿನಗಳ ನಂತರ.

ಕೇರಳದ ಕೊಚ್ಚಿಯ ಪೋರ್ಟ್ ಟ್ರಸ್ಟ್ ಕಾಂಪ್ಲೆಕ್ಸಿನ ನೆಲಮಾಳಿಗೆಯಲ್ಲಿರುವ ಒಂದು ರಹಸ್ಯ ಸರಕಾರಿ ಬೇಸ್ ಬಗ್ಗೆ ಯಾರಿಗೂ ಹೊರಗಿನವರಿಗೆ ಗೊತ್ತಿಲ್ಲ. ಹೊರಗಿನವರು ಹಾಗಿರಲಿ, ಅದರ ದ್ವಾರಗಳೂ ಮಿಕ್ಕ ಪೋರ್ಟ್ ಟ್ರಸ್ಟ್ ನೌಕರರಿಗೆ ತೆರೆಯುವುದಿಲ್ಲ. ಆ ಸಂಸ್ಥೆಗಾಗಿ ಪ್ರತ್ಯೇಕ ದ್ವಾರವೂ ಇದೆ.

ಅದಕ್ಕೆ ಇಂಡಿಯನ್ ಅಂಡರ್ ವಾಟರ್ ರಿಸರ್ಚ್ ಇನ್ಸ್ಟಿಟ್ಯೂಟ್ ಎಂಬ ಅನುಮಾನ ಬಾರದ ಸಾಧಾರಣ ಹೆಸರನ್ನೂ ಕೊಡಲಾಗಿತ್ತು. ಅಲ್ಲಿ ಸೇವೆ ಸಲ್ಲಿಸುವವರಲ್ಲಿ ಕೆಲವರಿಗೆ ಮಾತ್ರವೇ ಅದು ಭಾರತೀಯ ನೇವಿಯ ಗುಪ್ತಚರ ವಿಭಾಗಗಳಲ್ಲಿ ಒಂದು ಎಂದು ತಿಳಿದಿದೆ. ಹಾಗೆ ತಿಳಿದವರಲ್ಲಿ ಒಬ್ಬನಾದ ಕ್ಯಾಪ್ಟನ್ ಅವಿನಾಶ್ ನಾಯಕ್ ಆ ಬೆಳಿಗ್ಗೆ ಪ್ರತ್ಯೇಕ ನೆಲಮಾಳಿಗೆಗೆ ಲಿಫ್ಟ್ ಮೂಲಕ ಪ್ರವೇಶಿಸಿದ.

ಅವನನ್ನು ನೋಡಿ ಅಲ್ಲಿದ್ದ ಸಹೋದ್ಯೋಗಿಗಳೆಲ್ಲಾ ಮುಗುಳ್ನಗೆ ಸೂಸುತ್ತಾ "ಗುಡ್ ಮಾರ್ನಿಂಗ್, ಕ್ಯಾಪ್ಟನ್" ಎಂದು ವಿಶ್ ಮಾಡಿದರು. 32 ವರ್ಷ ವಯಸ್ಸಿನ ಆರಡಿ ಎತ್ತರದ ಕ್ರ್ಯೂ ಕಟ್ ಕ್ರಾಪ್ ಮಾಡಿಸಿದ್ದ ಈ ಕನ್ನಡಿಗ ಅಧಿಕಾರಿ ಯಾರಿಗೆ ತಾನೇ ಗೊತ್ತಿರಲಿಲ್ಲ? ಇತ್ತೀಚೆಗಷ್ಟೇ ಅರಬ್ಬಿ ಸಾಗರದಲ್ಲಿ ಒಂದು ಸಾಹಸಮಯ ಮಿಷನ್ ಮುಗಿಸಿಕೊಂಡು ಯಶಸ್ವಿಯಾಗಿ ಬಂದಿದ್ದ. ಸಹಜವಾಗಿಯೇ ಅತ್ಯಂತ ಸಾಹಸಿ ಮತ್ತು ಅಸಾಧಾರಣ ನಾಯಕತ್ವ ಹೊಂದಿದ್ದ ಅವನು ನೇವಿಯ ಸಮರ್ಥ ಅಧಿಕಾರಿಗಳ ಟಾಪ್ ಲಿಸ್ಟಿನಲ್ಲಿದ್ದ.

ಅವಿನಾಶ್ ಒಳಗೆ ಬಂದವನೇ ಉಫ್! ಎಂದು ತನ್ನ ಸೀಟಿನಲ್ಲಿ ಕುಸಿದು ಕುಳಿತು ಅಂದಿನ ಕಾರ್ಯಕ್ರಮಗಳ ಕ್ಯಾಲೆಂಡರನ್ನು ತನ್ನ ಲ್ಯಾಪ್ಟಾಪಿನಲ್ಲಿ ಗಮನಿಸಲಾರಂಭಿಸಿದ. "ಲಂಚ್ ವಿತ್ ವೀಣಾ 1.30 ಪಿ ಎಂ" ಎಂದಿದ್ದದ್ದನ್ನು ನೋಡಿ ಅವನ ಮೊಗದಲ್ಲಿ ಹರ್ಷದ ಮಂದಹಾಸ ಮೂಡಿತು

ವೀಣಾ ಪಾಟೀಲ್ ಎಂಬ ಹೆಸರಿನ ಆ ಯುವತಿ ನೇವಿಯ ಸೀನಿಯರ್ ಓಶನೋಗ್ರಾಫರ್ ಆಗಿ ಇವರ ಸಂಸ್ಥೆಗೆ ದೆಹಲಿಯಿಂದ ಡೆಪ್ಯುಟೇಶನಿನಲ್ಲಿ ಬಂದು ಒಂದು ವರ್ಷ ಆಗುತ್ತಲಿತ್ತು. 26 ವರ್ಷದ ವೀಣಾ ನೇವಿಯ ಯುವ ಮಹಿಳಾ ಸಾಧಕರಲ್ಲಿ ಒಬ್ಬಳು ಎನ್ನುವುದರಲ್ಲಿ ಸಂಶಯವಿರಲಿಲ್ಲ.

5'–8" ಎತ್ತರವಿದ್ದ ಧಾರವಾಡದ ಚುರುಕು ಕಂಗಳ ವೀಣಾ ಉತ್ತಮ ಯೋಗಾ ಪಟು ಮತ್ತು ಕರಾಟೆಯಲ್ಲಿ ಬ್ಲ್ಯಾಕ್ ಬೆಲ್ಟ್ ಪಡೆದವಳು. ಅವಳ ತಂಟೆಗೆ ಅಕಸ್ಮಾತ್ ಬಂದ ಯಾರೇ ಕಳ್ಳ ಅಥವಾ ಪೋಲಿಗಳಿಗೆ ಗ್ರಹಚಾರ ಕೆಟ್ಟಿರಬೇಕು ಅಷ್ಟೇ. ಹಾಗೆ ಬುದ್ಧಿ ಕಲಿಸಬಲ್ಲವಳಾಗಿದ್ದಳು. ಸ್ವತಃ ಸಾಗರವಿಜ್ಞಾನಿಯಾಗಿ ಉದ್ಯೋಗ ಮಾಡುತ್ತಿದ್ದಾಗ್ಯೂ ಭಾರತೀಯ ಸಂಸ್ಕೃತಿಯ ಅಧ್ಯಯನ ಮಾಡಿ ಇಂಡಿಯನ್ ಕಲ್ಚರಲ್ ಹೆರಿಟೇಜ್ ಸೆಂಟರಿನಲ್ಲಿ ಇತ್ತೀಚೆಗಷ್ಟೇ ಒಂದು ರಿಸರ್ಚ್ ಪೇಪರ್ ಸಬ್ಮಿಟ್ ಮಾಡಿ ಗೋಲ್ಡ್ ಮೆಡಲ್ ಪಡೆದ ಹೆಮ್ಮೆ ಅವಳದಾಗಿತ್ತು. ನೇವಿಯಲ್ಲಿ ಸಮುದ್ರ ತಳದ ಪರಿಶೋಧಕಳಾದರೂ ಭಾರತೀಯ ಇತಿಹಾಸ, ಪುರಾಣ ಅವಳ ಫೇವರಿಟ್ ಹಾಬಿಯಂತೆ. ಈ ಹಾಬಿ ತನಗೂ ಬಹಳ ಆಸಕ್ತಿ ತಂದಿದ್ದರಿಂದ ತಾನೇ ತಾವಿಬ್ಬರೂ ಮಾನಸಿಕವಾಗಿ ಹತ್ತಿರ ಬಂದು ಪರಸ್ಪರ ಪ್ರೇಮಾಂಕುರವಾಗಿ ಜೀವನಸಾಥಿಗಳಾಗಲು ನಿಶ್ಚಯಿಸಿದ್ದು ಎಂದು ನೆನಪಿಸಿಕೊಂಡ ಅವಿನಾಶ್.

ಆದರೆ ಆ ದಾರಿ ಸುಗಮವೇನಾಗಿರಲಿಲ್ಲ.

ಮೊದಲ ಬಾರಿಗೆ ತನ್ನ ಊರಾದ ಮಂಗಳೂರಿಗೆ ಹೋದಾಗ, ಮನೆಯಲ್ಲಿ ವೀಣಾ ಪಾಟೀಲ್‌ಳ ಹೆಸರನ್ನು ಪ್ರಸ್ತಾಪಿಸಿದಾಗ, ಅಲ್ಲೇ ಪೇಪರ್ ಓದುತ್ತಿದ್ದ ಅಪ್ಪ "ವೀಣಾ ಪಾಟೀಲ್ ಅಂದೆಯಾ? ಛೆ ಛೇ! ತುಂಬಾ ಓಲ್ಡ್ ಫ್ಯಾಶನ್ಡ್ ಹೆಸರು ಕಣೋ, ಅಡಗೂಲಜ್ಜಿಯ ತರಹ. ಈಗೆಲ್ಲಾ ಯಾವ್ಯಾವ ತರಹ

ಹೆಸರಿಟ್ಟುಕೊಳ್ಳುತ್ತಾರೆ. ಸೋನಮ್, ಕಂಗನಾ, ಅನನ್ಯಾ, ಇಶಾ."ಎಂದು ಜೋಕ್ ಮಾಡುತ್ತಾ ತಲೆಯಾಡಿಸಿದ್ದರು.

ಅಡುಗೆಮನೆಯಿಂದ ಸೌಟು ಕೈಯಲ್ಲಿ ಹಿಡಿದು ಓಡೋಡಿ ಬಂದ ಅಮ್ಮ ಕಣ್ಣರಳಿಸುತ್ತಾ, "ಅಯ್ಯೋ, ಸುಮ್ಮಿರಿ, ಹುಚ್ಚೆ ನಿಮಗೆ? ಪಾಟೀಲ್ ಅಂದರೆ ಲಿಂಗಾಯತರೇನೋ?" ಎಂದು ಆತಂಕದಿಂದ ಪ್ರಶ್ನಿಸಿದ್ದಳು.

ತಾನು ಹೌದೆನ್ನುವ ಮುನ್ನವೇ ಅಪ್ಪ ಈ ವಿಷಯದಲ್ಲಿ ಸ್ವಲ್ಪ ಮಾಡರ್ನ್! "ಅದರಲ್ಲೇನೇ ಇದೆ? ದೊಡ್ಡೋರು ಅನೇಕತೆಯಲ್ಲಿ ಏಕತೆ ಎನ್ನುವುದಿಲ್ಲವೆ, ಹಾಗೆ" ಅಂದಿದ್ದರು ಸ್ವಲ್ಪ ಸಂಪ್ರದಾಯಸ್ಥ ಪತ್ನಿಯ ಬಾಯಿ ಮುಚ್ಚಿಸಲು.

"ಏನು ಕತೆಯೋ" ಎಂದು ವಾದಿಸದೇ ಸುಮ್ಮನಾಗಿದ್ದಳು ಅಮ್ಮ. ಮಗ ಮದುವೆ ಮಾಡಿಕೊಳ್ಳುತ್ತಾನೆಂಬ ಸಂತಸ ಮನದಲ್ಲಿಲ್ಲದೇ ಹೋದೀತೆ?

ಆದರೆ ಅದೆಲ್ಲಾ ವೀಣಾ ತಮ್ಮ ಮನೆಗೆ ಒಂದು ಸಲ ಭೇಟಿ ಕೊಡುವ ಮುನ್ನ ಮಾತ್ರ!

ಮೊದಲ ಸಲ ಮನೆಗೆ ಬಂದಿದ್ದ ವೀಣಾ ತನ್ನ ಚೆಲುವು ಮತ್ತು ವರ್ತನೆಯಿಂದ ಅಪ್ಪ ಅಮ್ಮ ಬೆರಗಾಗುವಂತೆ ಮಾಡಿದ್ದರೆ ತನ್ನ ರಾಮಾಯಣ, ಮಹಾಭಾರತದ ಅಧ್ಯಯನದ ಜ್ಞಾನವನ್ನು ತೋರ್ಪಡಿಸುವ ಮೂಲಕ ಅವರ ಮನಸ್ಸನ್ನೇ ಪೂರ್ತಿ ಆವರಿಸಿದ್ದಳು.

"ಎಲ್ಲಿಂದ ಕರ್ಕೊಂಡ್ ಬಂದ್ಯೋ ಇವಳನ್ನಾ? ಮಹಾಲಕ್ಷ್ಮಿ ತರಹ ಇದ್ದಾಳೆ, ಎಲ್ಲಾ ದೃಷ್ಟಿಯಲ್ಲೂ..." ಎಂದು ಕೊನೆಗೆ ಕಣ್ತುಂಬಿ ಹೇಳಿದ್ದಳು ಅಮ್ಮ.

"ಇವಳಾ? ಸಮುದ್ರದ ಮಧ್ಯೆ ಇದ್ದಳಮ್ಮಾ, ಈ ಮತ್ಸ್ಯಕನ್ಯೆ. ಅಲ್ಲಿಂದ ಹೊತ್ತುಕೊಂಡು ಬಂದೆ" ಎಂದು ಸಾಗರವಿಜ್ಞಾನಿ ಪ್ರೇಮಿಯ ಬಗ್ಗೆ ಹೆಮ್ಮೆಯಿಂದ ಜೋಕ್ ಮಾಡಿದ್ದ ಅವಿನಾಶ್.

ತಾಯಿಯಿಲ್ಲದ ವೀಣಾಳ ತಂದೆ ಶಿವಶಂಕರ್ ಪಾಟೀಲ್ ಮತ್ತು ತನ್ನ ಅಪ್ಪ ಅಮ್ಮ ಸೇರಿ ತಮ್ಮಿಬ್ಬರಿಗೆ ಎಂಗೇಜ್‌ಮೆಂಟ್ ಅಂತಲೂ ಮಂಗಳೂರಿನಲ್ಲೇ ಆಗಲೇ ಮಾಡಿ ಇಂದಿಗೆ ಅರ್ಧ ವರ್ಷವೇ ಕಳೆದಿತ್ತು.

ಆರು ತಿಂಗಳು. ಹ್ಮ್!.

ಮದುವೆಯ ಮಹೂರ್ತ ಕೂಡಿಬರುವುದು ಹಾಗಿರಲಿ. ಪರಸ್ಪರ ಮೀಟ್ ಮಾಡುವುದು ಕೂಡಾ ವೀಕೆಂಡ್ ಮೂವೀ ಅಂತಲೋ, ಅಥವಾ ವಾರಕ್ಕೊಂದು ಲಂಚ್ ಎಂದೋ ಆಗಿಬಿಟ್ಟಿತ್ತು. ಇಬ್ಬರಿಗೂ ಕೈ ಬಿಡುವಾಗದಷ್ಟು ಭಾರತೀಯ ನೇವಿಯ ಮಿಷನ್ನುಗಳು ಒಂದಾದ ಮೇಲೊಂದು. ಹಲವು ಬಾರಿ ಬೇರೆ ಬೇರೆ ಮಿಷನ್ನು, ಬೇರೆ ಬೇರೆ ಊರುಗಳಲ್ಲಿ ಬಿಡಾರ ಸಹ.

ಇದ್ದಕ್ಕಿದ್ದಂತೆ ಅವನ ಡೆಸ್ಕ್ ಫೋನ್ ರಿಂಗಣಿಸಿ ಅವನ ನೆನಪಿನ ಸುರುಳಿ ಮುದುರಿ ದಡಕ್ಕನೆ ಈ ಲೋಕಕ್ಕೆ ಎಳೆದು ತಂದಿತು.

"ಅವಿನಾಶ್, ಕಮಿನ್ ಪ್ಲೀಸ್." ಅವನ ಬಾಸ್ ಡಾ. ಪ್ರಮೋದ್ ದೇಸಾಯರ ಭಾರವಾದ ಧ್ವನಿ ಮೊಳಗಿತ್ತು!

"ಬಂದೆ ಸರ್" ಎನ್ನುತ್ತಾ ಎದುರಿಗಿದ್ದ ಅವರ ಕ್ಯಾಬಿನ್ನಿನತ್ತ ಸಾಗಿದ್ದ.

"ಗುಡ್ ಮಾರ್ನಿಂಗ್ ಕ್ಯಾಪ್ಟನ್" ಎನ್ನುತ್ತಾ ತಮ್ಮ ಲ್ಯಾಪ್‌ಟಾಪನ್ನು ದೂರ ತಳ್ಳಿ ತಮ್ಮ ಬಿಳಿಮೀಸೆ ಗಡ್ಡದ ಮುಖದಲ್ಲೊಂದು ನಿಷ್ಕಲ್ಮಶ ಸ್ಮೈಲ್ ಮೂಡಿಸಿದರು ಬಾಸ್.60 ವರ್ಷ ವಯಸ್ಸಿನ, 30 ವರ್ಷದಿಂದ ಹಲವು ವಿಭಾಗಗಳಲ್ಲಿ ಕೀರ್ತಿ ಸಾಧಿಸಿದ್ದ ಇಂಟೆಲಿಜೆನ್ಸ್ ಎಕ್ಸ್‌ಪರ್ಟ್ ಆಗಿದ್ದ ದೇಸಾಯರಿಗೆ ತನ್ನ ಯುವ ಅಸಿಸ್ಟೆಂಟ್ ಅವಿನಾಶ್ ಎಂದರೆ ಒಂದು ರೀತಿಯ ವಿಶೇಷ ಪ್ರೀತಿ, ನಂಬಿಕೆ.

ತಾವು ಓದುತ್ತಿದ್ದ ಕೆಲವು ಪೇಪರ್ಸ್ ಅವನತ್ತ ತಳ್ಳಿದರು.

"ಏನಿದು ಸರ್? ಇಂಟರ್‌ಪೋಲ್ (ಅಂತರರಾಷ್ಟ್ರೀಯ ಪೋಲಿಸ್ ಸಂಸ್ಥೆ) ನೋಟೀಸ್, ನಮ್ಮ ರಾ (RAW) ಗುಪ್ತಚರ ಸಂಸ್ಥೆಯಿಂದ ನಮಗೆ ಫ಼ಾರ್ವರ್ಡ್ ಆಗಿದೆ" ಎಂದ ಅವಿನಾಶ್‌ಗೆ ಅವರ ಬಾಯಲ್ಲಿ ಬ್ರೀಫ್ ಮಾಡಿಸಿಕೊಂಡರೆ ಸಮಾಧಾನ.

ಈ ಸಂಸ್ಥೆಗೆ ಐದು ವರ್ಷದ ಹಿಂದಿನಿಂದ ನೇವಿಯಿಂದ ನಿವೃತ್ತಿ ಪಡೆದರೂ ಮತ್ತೆ ಸ್ಪೆಷಲ್ ಡ್ಯೂಟಿ ಎಂದು ಆಕ್ಟಿವ್ ಆಗಿ ಸೇವೆ ಸಲ್ಲಿಸುತ್ತಿದ್ದ ಡಾ. ಪ್ರಮೋದ್ ದೇಸಾಯರಿಗೆ ಗೃಹ ಸಚಿವಾಲಯ, ಭಾರತೀಯ ನೇವಿ ಹೆಡ್ ಕ್ವಾರ್ಟರ್ಸ್ ಮತ್ತು ಇಂಟರ್‌ಪೋಲ್ ಅಲರ್ಟ್‌ಗಳು ಆಗಾಗ ನಾನಾ ವಿಷಯಗಳ ಬಗ್ಗೆ ಇ–ಮೈಲಿನಲ್ಲಿ ಬರುತ್ತಿದ್ದುದು ಸರ್ವೇಸಾಮಾನ್ಯವಾಗಿತ್ತು.

'ಆಲ್ ಇನ್ ಎ ಡೇಸ್ ವರ್ಕ್' ಎಂದು ಎಲ್ಲವನ್ನೂ ದಿನವೂ ಗಮನಿಸಿ ಚಾಲನೆ ನೀಡುತ್ತಿದ್ದ ಅವರು ಇಂದೇಕೋ ತಮ್ಮ ಬಿಳಿಗಡ್ಡ ನೀವಿಕೊಂಡು ಗಂಭೀರವಾಗಿ ನುಡಿದರು. "ಇದನ್ನು ಓದಿ ನೋಡು. ನನಗೇನೂ ಅರ್ಥವಾಗಲಿಲ್ಲ, ಯಾಕೋ!"

ಅವಿನಾಶ್ ತಡಮಾಡದೆ ಅದನ್ನು ಕೈಗೆತ್ತಿಕೊಂಡು ಜೋರಾಗಿ ಓದಿದ .

"ಇದರ ಪ್ರಕಾರ:– ಇಟಲಿಯ ಮಾಫಿಯಾದವರ ಫೋನ್ ಲೈನ್ ಟ್ಯಾಪ್ ಮಾಡಿದ್ದ ಇಂಟರ್‌ಪೋಲ್ ಸಿಬ್ಬಂದಿಗೆ ಮಾಫಿಯಾದವರು ಇನ್ನೇನು ದಕ್ಷಿಣ ಹಿಂದೂ ಸಾಗರದಲ್ಲಿ ಯಾವುದೋ ದೊಡ್ಡ ಆಪರೇಷನ್ ಮಾಡಲಿದ್ದಾರೆಂದು ಗೊತ್ತಾಗಿದೆ. ಅವರಿಗೆ ಅದರ ಕೋಡ್ ವರ್ಡ್ ಅರ್ಥವಾಗಿಲ್ಲ. ಬಹಳ ಆಶ್ಚರ್ಯ. ಆ ಕೋಡ್ ವರ್ಡ್– 'ರಾಮಾಯಣ' ಎಂದು ಒಂದು ಪದ ಇತ್ತಂತೆ. ಅದೂ ಯಾವುದೋ ಇಟಲಿಯ ಹಡಗಿಗೆ ಹೋಗಿದೆ ಎಂದು. ಹ್ಮ್, ವಿವರಗಳನ್ನು ಕೊಟ್ಟಿದ್ದಾರೆ." ಇಷ್ಟು ಓದಿ ಪುನರುಚ್ಚರಿಸಿದ ಅವಿನಾಶ್. ಡಾ ದೇಸಾಯಿ ಉತ್ತರಿಸಲಿಲ್ಲ.

"ಎರಡನೇ ಕೋಡ್ವರ್ಡ್– ಮೈನಾಕ ಅಂತಿದೆ ಸರ್" ಓದಿದ ಅವಿನಾಶ್.

"ಹೌದು!" ತಲೆಯಾಡಿಸಿ ಸೀಟಿನಲ್ಲಿ ಮುಂದೆ ಜರುಗಿದರು ಡಾ. ದೇಸಾಯಿ. "ರಾಮಾಯಣ ಅನ್ನುವ ಮೊದಲ ಪದವಿದ್ದರಿಂದ ಅವರು ಭಾರತೀಯ ಗುಪ್ತಚರ ಸಂಸ್ಥೆ, ದೆಹಲಿಗೆ ಕಳಿಸಿದ್ದಾರೆ. ಹಡಗಿಗೆ ಮೆಸೇಜ್ ಇತ್ತಲ್ಲ ಎಂದು 'ರಾ' ದವರು ಮತ್ತೇನೂ ವಿಚಾರಿಸದೇ ನಮಗೆ ಇ–ಮೈಲ್ ಫಾರ್ವರ್ಡ್ ಮಾಡಿದ್ದಾರೆ. ಈಗ ಮುಂದಿನದನ್ನು ನಾವು ನೋಡಿಕೊಳ್ಳಬೇಕು." ಸ್ವಲ್ಪ ನಿರಾಸೆಯ ಎಳೆಯಿತ್ತು ಅವರ ಧ್ವನಿಯಲ್ಲಿ.

ಅವಿನಾಶ್ ತಲೆಯೆತ್ತಿದ. ಡಾ॥ ದೇಸಾಯರೇ ಮಾತಾಡಲಿ ಎಂದು ಸುಮನಿದ್ದ. ಅವರು 'ನಾವು' ಅಂದರೆ ತಾನು ಎಂಬುದು ಅವಿನಾಶ್‌ಗೆ ತಿಳಿಯದ ವಿಷಯವೇನಲ್ಲ.

"ಅವಿನಾಶ್, ಸುಳಿವುಗಳು ಹೀಗಿವೆ. ದಕ್ಷಿಣ ಹಿಂದೂ ಸಾಗರ. ರಾಮಾಯಣ, ಮೈನಾಕ. ಹಡಗು. ಮಾಫಿಯಾ. ಇದೆಲ್ಲಾ ಯಾರ ಬಳಿ ಹೇಳಿದರೆ ಉತ್ತರ ಸಿಗುವುದು, ಗೊತ್ತಲ್ಲ?" ಎಂದು ಅವನನ್ನು ಪ್ರಶ್ನಾರ್ಥಕವಾಗಿ ನೋಡಿದರು ಡಾ. ದೇಸಾಯಿ.

"ವೀಣಾ ಪಾಟೀಲ್"ಎಂದು ಒಮ್ಮೆಲೇ ಅರ್ಥವಾದವನಂತೆ ಅವಳ ಹೆಸರನ್ನು ಉಚ್ಚರಿಸಿದ ಅವಿನಾಶ್.

"ಕರೆಕ್ಟ್, ನಿನ್ನ ಫಿಯಾನ್ಸಿ!ಅವಳಿಗೆ ಈ ಪ್ರಶ್ನೆ ಕೇಳು, ಮೊದಲು ಸ್ವಲ್ಪ ಜಾಣತನದಿಂದ ಏನಾದರೂ ಕ್ಲೂ ಕೊಟ್ಟು."

ಅವಿನಾಶ್ ಪೆಚ್ಚುನಗೆ ನಕ್ಕ. "ನನಗೆ ಅವಳ ಜತೆ ಇವತ್ತು ಲಂಚ್ ಡೇಟ್ ಇರುವಾಗಲೇ ಇದೆಲ್ಲಾ ಯಾಕೆ ಬರಬೇಕಿತ್ತು ಸರ್? ಅವಳು ಇದಕ್ಕಾಗೇ ಕರೆದೆ ಎಂದು ತಪ್ಪು ತಿಳಿಯುತ್ತಾಳೆ."

ಡಾ. ದೇಸಾಯಿ "ವೆಲ್, ಅದು ನಿನ್ನ ಸಮಸ್ಯೆ, ನನ್ನದಲ್ಲ" ಎಂದು ಮುಸಿಮುಸಿ ನಕ್ಕರು.

ಅವಿನಾಶ್ ಕೂಡಾ ಕಷ್ಟಪಟ್ಟು ನಕ್ಕು ಆ ಪತ್ರಗಳನ್ನು ತೆಗೆದುಕೊಂಡು ಸೀಟಿಗೆ ನಡೆದ.ಮತ್ತೆ ಕೂರುವ ಮುನ್ನವೇ ಅವನ ತಾಯಿಯ ಕಾಲ್ ಬಂದಿತು.

"ಅವೀ, ಇವತ್ತು ಶನಿವಾರ. ಆಂಜನೇಯನ ಗುಡಿಯಲ್ಲಿ ಬೆಣ್ಣೆ ಅಲಂಕಾರ ಮಾಡಿಸಿದ್ದೇನೆ. ನಿನ್ನ, ವೀಣಾಳ ಹೆಸರು ಸೇರಿಸಿ. ನೀನೂ ಹನುಮಾನ್ ಚಾಲೀಸ ಹೇಳೀಕೋ! ಆಮೇಲೆ..."

ಆದರೆ ಅವಿನಾಶ್ ಮಿಕ್ಕ ಮಾತು ಕೇಳಿಸಿಕೊಳ್ಳಲೇ ಇಲ್ಲ.

ಅವನ ತಲೆಗೆ ಮಿಂಚು ಹೊಡೆದಂತೆ ಐಡಿಯಾ ಬಂದಿತ್ತು.

ಆಂಜನೇಯ+ರಾಮಾಯಣ+ಸಮುದ್ರ!

ಅಮ್ಮಾ, ಥ್ಯಾಂಕ್ ಯೂ!

5

'ರಾಜಧಾನಿ ಥಾಲಿ' ಎಂಬ ರೆಸ್ಟೋರೆಂಟ್ ಹೊಸದಾಗಿ ತೆರೆದಿತ್ತು, ಮೊದಲೆ ಸೀ ಸೈಡ್ ಮೂಲೆಯ ಟೇಬಲ್ ಬುಕ್ ಮಾಡಿಸಿದ್ದರಿಂದ ರಿಸರ್ವ್ ಆಗಿತ್ತು.

ಮಿಕ್ಕ ಕೆಲಸಗಳನ್ನೆಲ್ಲಾ ಬೇಗ ಬೇಗ ಮುಗಿಸಿ ಅವಿನಾಶ್ ಅಲ್ಲಿಗೆ ಬಂದಾಗ ರೆಸ್ಟೊರೆಂಟಿನ ಫ್ಲೋರ್ ಮ್ಯಾನೇಜರ್ ಮೆನನ್ ಹಲ್ಲು ಬೀರಿ ನಕ್ಕ "ವೆಲ್ಕಮ್, ಕ್ಯಾಪ್ಟನ್."

"ಅರೆ, ಅದನ್ನು ಬೇರೆ ಜೋರಾಗಿ ಹೇಳುತ್ತೀಯಲ್ಲ. ಎಲ್ಲರಿಗೂ ಗೊತ್ತಾಗಿಬಿಟ್ಟೀತು. ನಮ್ಮನ್ನೇ ನೋಡುತ್ತಾರೆ" ಎಂದು ಆಕ್ಷೇಪಿಸಿದ ಅವಿನಾಶ್.

"ಆದರೆ ನೀವು ಯೂನಿಫಾರಂ ಹಾಕಿದ್ದೀರಲ್ಲ, ಸರ್!" ಎಂದ ಪೆಚ್ಚಾದ ಮೆನನ್.

ಹೌದು! ಅವಸರದಲ್ಲಿ ಹಾಗೇ ಬಂದುಬಿಟ್ಟಿದ್ದೇನೆ, ದಿರಿಸು ಬದಲಿಸದೆ! ಛೆ! ಎಂದುಕೊಂಡ ಅವಿನಾಶ್.

ಆದರೆ, ಅಲ್ಲಿಗೆ ಆಗತಾನೆ ಒಳಬಂದ ವೀಣಾ ಪಾಟೀಲ್ ಸಮವಸ್ತ್ರವನ್ನು ಬದಲಿಸಿ ತನ್ನ ಡ್ರೆಸ್ ಧರಿಸಿದ್ದಳು. ಸರಸರನೆ ನಗುತ್ತಾ ಬಂದವಳ ಕಂಗಳಲ್ಲಿ ಎಂದಿನಂತೆ ಅದೇ ಚುರುಕಾದ ನೋಟ. ಎಷ್ಟೇ ಕೆಲಸ ಮಾಡಿದ್ದರೂ ಅವಳ ಮಾಸದ ಮುಗುಳ್ನಗೆ. ಮಾಟವಾದ ಮೈಕಟ್ಟು, ಟ್ರಿಮ್ ಆಗಿ ಕಾಣಿಸುವ ಅವಳ ಒಂದು ಕೆನ್ನೆಯಲ್ಲಿ ಗುಳಿ ಬೀಳುವಂತಹ ಮುಗುಳ್ನಗೆ. ಸಂತಸದಿಂದ ಅವಳನ್ನು ಚಿಕ್ಕದಾಗಿ ಅಪ್ಪಿಕೊಂಡು, "ಹಾಯ್" ಎಂದ ಕಿವಿಯಲ್ಲಿ ಗುನುಗಿದ.

ವೀಣಾ ನಾಚಿ ಬಿಡಿಸಿಕೊಳ್ಳುತ್ತಾ "ಬಿಡಿ, ಬಿಡಿ, ನೇವಿ ಆಫೀಸರ್ ಇದೇನು ಮಾಡುತ್ತಿದ್ದಾರೆ ಎಂದು ಎಲ್ಲರೂ ನೋಡಹತ್ತಿದ್ದಾರೆ!" ಎನ್ನುತ್ತಾ ಎದುರಿಗೆ ಕುಳಿತವಳನ್ನು ಒಮ್ಮೆ ದಿಟ್ಟಿಸಿದ ಅವಿನಾಶ್.

ಬಿಳಿ ಮತ್ತು ಹಸಿರು ವರ್ಣಮಿಶ್ರಿತ ಸಲ್ವಾರ್. ಅವಳ ಹಿಂದಿನ ಗಾಜಿನಲ್ಲಿ ಕೊಚ್ಚಿ ಸಮುದ್ರ ಬಿಸಿಲಿನಲ್ಲಿ ಚಾಚಿಕೊಂಡ ದೃಶ್ಯ!

"ನಿನ್ನ ಡ್ರೆಸ್ ಚೆನ್ನಾಗಿದೆ" ಎಂದ ಇನ್ನೇನೂ ಹೇಳಲು ತೋಚದೆ ಬಾಯಿ ಕಟ್ಟಿದವನಂತೆ.

"ಸುಳ್ಳು!" ವೀಣಾ ನಕ್ಕಳು."ಅವೀ, ಹೋದ ಸಲ ಬಂದಾಗ ಇದೇ ಡ್ರೆಸ್ಸನ್ನು ಹಾಕಿಕೊಂಡಿದ್ದಾಗ ಚೆನ್ನಾಗಿಲ್ಲ ಎಂದಿದ್ದಿ!" ಅವನನ್ನು ಮಾತಿನಲ್ಲೇ ಕಟ್ಟಿಹಾಕಿದ್ದಳು.

ಅವನು ಸುಮ್ಮನಾದ.

ವೀಣಾ ಅವನ ಮನವನ್ನು ಪುಸ್ತಕದಂತೆ ಓದಬಲ್ಲಳು. ಅವಳು ಮುಂದೆ ಜರುಗಿ,"ಓಕೆ, ಹೇಳಿಬಿಡು. ಏನೋ ಮನಸ್ಸಿನಲ್ಲಿಟ್ಟುಕೊಂಡು ಒದ್ದಾಡುತ್ತಿದ್ದೆಯಲ್ಲಾ?" ಎಂದೇಬಿಟ್ಟಳು.

ಅವಿನಾಶ್ ಸಿಕ್ಕಿಬಿದ್ದವನಂತೆ ನಕ್ಕನು.

"ನಾನು ಹೀಗೇ ಮಾಡಬೇಕೆಂದು ಪ್ಲ್ಯಾನ್ ಮಾಡಿರಲಿಲ್ಲ. ಅದೇನಾಯ್ತಪ್ಪಾ ಅಂದರೆ ಬೆಳಿಗ್ಗೆ ಡಾ. ದೇಸಾಯಿ ಅವರೇ ಕರೆದು ಒಂದು ವಿಷಯ ಹೇಳಿದರು. ವೀಣಾ ಜತೆ ಆದರೆ ಚರ್ಚೆ ಮಾಡು ಅಂತ. ಸೋ..." ಎಂದು ಎಳೆದ.

ವೀಣಾ ತಕ್ಷಣ ಸಮರ್ಥ ನೇವಿ ಆಫೀಸರ್ ಆದಳು. "ಹೌದು, ಹಾಗೇ ಆಗಿರತ್ತೆ. ಅದೇನು ಹೇಳು, ಅವೀ."

ಅವಿನಾಶ್ ಅವಳಿಗೆ ಸರಿಯಾದ ಸುಳಿವನ್ನೇ ಕೊಡಲು ಯೋಚಿಸಿಕೊಂಡು ಬಂದಿದ್ದ. "ವೀಣಾ, ಒಮ್ಮೆ ನೀನು ನನಗೆ ರಾಮಾಯಣದಲ್ಲಿ ಆಂಜನೇಯ ಸಮುದ್ರ ಹಾರಿ ಲಂಕೆಗೆ ಹೋಗುವುದನ್ನು ಹೇಳಿದ್ದೆಯಲ್ಲಾ. ಆ ಕತೆಯನ್ನು ಮತ್ತೆ ಹೇಳುತ್ತೀಯಾ?"

ಅಷ್ಟರಲ್ಲಿ ಸರ್ವರ್ಸ್ ಅವರ ಥಾಲಿ ಊಟ ಸರ್ವ್ ಮಾಡಿದರು. ಒಂದೊಂದು ದೊಡ್ಡ ತಟ್ಟೆಯಲ್ಲಿ ಸುಮಾರು 20 ವಿವಿಧ ಖಾದ್ಯಗಳು. ಅಬ್ಬಾ! ಹೇಗೆ ಮುಗಿಸುವುದು ಅನ್ನುವಷ್ಟು!

ಊಟ ಶುರು ಮಾಡುತ್ತಾ ವೀಣಾ ಹೇಳುತ್ತಾ ಹೋದಳು.

"ಅದಕ್ಕೆ ರಾಮಾಯಣದಲ್ಲಿ ಸುಂದರಕಾಂಡ ಎಂದು ಹೆಸರು, ಅದು ಬಹಳ ಪವಿತ್ರವಾದದ್ದು ಎಂಬ ನಂಬಿಕೆಯಿದೆ. ಹನುಮಂತ ಅಂದರೆ ಅಂಜನೀ ಪುತ್ರ ಆಂಜನೇಯ. ಅವನ ತಂದೆ ವಾಯುದೇವರು. ಅವನು ರಾಮಾಜ್ಞೆಯಂತೆ ಸೀತಾ ಮಾತೆಯನ್ನು ಹುಡುಕಲು ರಾವಣನಿದ್ದ ಲಂಕೆಗೆ ಭಾರತದ ಮಹೇಂದ್ರ ಪರ್ವತದ ಮೇಲೇರಿ ಆಗಸದೆತ್ತರಕ್ಕೆ ತನ್ನ ದೇಹವನ್ನು ಹಿಗ್ಗಿಸಿದ. ಅವನ ಬೆಳವಣಿಗೆಗೆ ಸುತಲಿದ್ದ ವನಸಂಪತ್ತು ಚೆಲ್ಲಾಪಿಲ್ಲಿಯಾಗಿ, ಪ್ರಾಣಿಪಕ್ಷಿಗಳು ಭಯಗೊಂಡು ದಿಕ್ಕಾಪಾಲಾಗಿ ಚದುರಿದವು. ಅಲ್ಲಿದ್ದ ಋಷಿಮುನಿಗಳು ತಪೋಶಕ್ತಿಯಿಂದ ಆಕಾಶಮಾರ್ಗಕ್ಕೆ ಹಾರಿ ಹೋಗಿ ನಿಂತು ಅವನ ದೈತ್ಯಾಕಾರವನ್ನು ದೇಹವನ್ನು ನೋಡಿ ಅಚ್ಚರಿ ಪಟ್ಟರಂತೆ. ಅವನ ಕಾರ್ಯಕ್ಕೆ ಜಯವಾಗಲಿ ಎಂದು ಹರಸಿದರಂತೆ."

"ವಾಹ್, ವಾಹ್. ಎಷ್ಟು ಚೆನ್ನಾದ ಕನ್ನಡದಲ್ಲಿ ಹರಿಕತೆ ದಾಸರಂತೆ ಹೇಳುತ್ತೀಯಲ್ಲೆ!" ಅವಿನಾಶ್ ಊಟದಿಂದ ತಲೆಯೆತ್ತಿ ಹುಬ್ಬೇರಿಸಿದ.

"ಈಗ ನೋಡು ಅವೀ, ವಾಲ್ಮೀಕಿಯ ಪ್ರಕಾರ ಆಗ ಲಂಕಾನಗರಿ ನಮ್ಮ ನೆಲದಿಂದ 100 ಯೋಜನ ದೂರವಿತ್ತಂತೆ. ಮಧ್ಯೆ ಈಗ ನಾವು ಹಿಂದೂ ಮಹಾಸಾಗರ ಎಂದು ಕರೆಯುವ ಕಡಲು. ಒಂದು ಯೋಜನ ಅಂದರೆ ಸುಮಾರು 10 ಮೈಲಿ ಆಗುತ್ತದೆ ಅಂದಾಜಿನಲ್ಲಿ. ಅಂದರೆ 16 ಕಿಮೀ ಆಗುತ್ತದೆ ಇವತ್ತಿನ ಲೆಕ್ಕದಲ್ಲಿ."

"ಒಟ್ಟು, ಹಾಗಾದರೆ 100*16 = 1600 ಕಿಮೀ ಆಗುತ್ತದೆ ಅಂತಿಟ್ಟುಕೊಳ್ಳೋಣ" ಲೆಕ್ಕ ಹಾಕಿದ ಅವಿನಾಶ್.

ವೀಣಾ ಹೇಳುತ್ತಾ ಹೋದಳು,

" ಹೌದು, ಆದರೆ ಈಗ ನಕ್ಷೆಯಲ್ಲಿ ನೋಡಿದರೆ ಭಾರತದಿಂದ ಶ್ರೀಲಂಕಾ ತೀರದ ತಲೈ ಮನ್ನಾರ್ ಕೇವಲ 50 ಕಿಮೀ ದೂರದಲ್ಲಿ ಸಿಕ್ಕೇಬಿಡುತ್ತದೆ. 1600 ಕಿಮೀ ಎಲ್ಲಿ? ಹಾಗಾಗಿ ನಾನಾ ಥಿಯರಿಗಳು ಹುಟ್ಟಿಕೊಂಡಿವೆ. ವಾಲ್ಮೀಕಿಯೇ ಲಂಕೆಯ ದೂರದ ಲೆಕ್ಕ ತಪ್ಪು ಹೇಳಿದ್ದಾರೆ ಅಂದರು ಕೆಲವರು."

"ಆದರೆ ನಾನು ನಂಬುವ ಒಂದು ಸಿದ್ಧಾಂತದಲ್ಲಿ ಹೀಗೆ ಹೇಳಿದೆ. ರಾಮಾಯಣದ ಕಾಲದಲ್ಲಿ, ಅಂದರೆ ತ್ರೇತಾಯುಗದಲ್ಲಿ, ಇದು ನಿಜವಾದ ಲಂಕೆ ಆಗಿರಲೇ ಇಲ್ಲ. ಇದರ ಹೆಸರು ಬರೀ ಸಿಂಹಳ ದ್ವೀಪ ಎಂದಿತ್ತು. ಆಗ ಲಂಕಾನಗರಿ ಬಹಳ ದೂರದಲ್ಲಿತ್ತು. ಆ ಯುಗ ಉರುಳಿ, ಯುಗ ಮರಳಿದಾಗ ಸಾಗರದ ಮಟ್ಟ ಏರಿ ದೊಡ್ಡ ಲಂಕೆಯು ಭಾಗಶಃ ಮುಳುಗಿ ಅದರ ಒಂದು ಭಾಗ ಮಾತ್ರ ಕಾಂಟಿನೆಂಟಲ್ ಡ್ರಿಫ್ಟ್ (ಭೂಖಂಡ ಸರಿತ) ಆಗಿ ಈ ದ್ವೀಪ ಈಗ ಇಲ್ಲಿ ಬಂದು ನಿಂತಿದೆ ಎಂದು ಹೇಳುವವರಿದ್ದಾರೆ. (ಉದಾಹರಣೆಗೆ ಇನ್ನೂ ಪ್ರಾಯಶಃ ಆಗಿನ ಲಂಕೆಯ ಬಳಿಯಿದ್ದ ಈಗಿನ ಇಂಡೋನೇಷ್ಯಾದ ಬಾಲಿ ಜನರು ರಾಮಾಯಣ ಆಡುತ್ತಾರೆ, ತಮ್ಮ ಹೆಸರುಗಳು ಇಂದ್ರ, ಲಕ್ಸ್ಮನ (ಲಕ್ಷ್ಮಣ), ರಾಮದಾನಿ, ಸೂರ್ಯ, ಮೈನಾಕ, ದೇವಿ, ಸೀತಾ ಎಂದೆಲ್ಲಾ ಇಟ್ಟುಕೊಳ್ಳುತ್ತಾರೆ ಎಂದು ಹೇಳುತ್ತಾರೆ). ಹಾಗಾಗಿ ಹಿಂದಿನದೆಲ್ಲಾ ನಿಜವೋ ಸುಳ್ಳೋ, ಬರೆದವರ ಭ್ರಮೆಯೋ, ಉತ್ಪ್ರೇಕ್ಷೆಯೋ? ಈಗ ಹೇಳುವವರ್ಯಾರು ಖಚಿತವಾಗಿ?" ಒಂದು ಅಲ್ಪವಿರಾಮ ಕೊಟ್ಟಳು ವೀಣಾ.

"ಹೂಂ. ಹೇಳು. ಆಂಜನೇಯ ಸಮುದ್ರ ಹಾರಬೇಕು." ಅವಸರಪಡಿಸಿದ ಅವಿನಾಶ್.

"ರೈಟ್. ಆಂಜನೇಯ ಮಹೇಂದ್ರ ಪರ್ವತ ಎಂಬ ಭಾರತದ ತೀರವನ್ನು ದಾಟಿ ನೆಗೆದವನು ವಾಯುಮಾರ್ಗದಲ್ಲಿ ವಿಮಾನದಂತೆ ಸಂಚರಿಸುತ್ತಾ ಹೊರಟನಂತೆ. ಕಲ್ಪಿಸಿಕೋ ಅದನ್ನು ಅವೀ. ಇವೆಲ್ಲಾ ಕಲ್ಪನೆಯ ಮೇಲೇ ನಿಂತಿದೆ."

"ಅಬ್ಬಾ. ಆಂಜನೇಯನಿಗೆ ಈಗಿನ ಏರೋನಾಟಿಕ್ಸ್‌ಗಿಂತ ಹೆಚ್ಚಿನ ಜ್ಞಾನವಿತ್ತು!" ಅವಿನಾಶನ ಉಪಮೆ ಕೇಳಿ ಗೊಳ್ಳನೆ ನಕ್ಕಳು ವೀಣಾ. ಭೋಜನ ಇಬ್ಬರದೂ ಅರ್ಧ ಮುಗಿದಿತ್ತು.

"ಅದಕ್ಕಿಂತ ಹೆಚ್ಚು. ಅವನಿಗೆ ವಾಯುಪುತ್ರನಾಗಿ ವಿಶೇಷ ಶಕ್ತಿಯಿತ್ತಂತೆ. ಅವನು ಸತತ ರಾಮನಾಮ ನುಡಿಯುತ್ತಾ ಗಾಳಿಗಿಂತ ವೇಗವಾಗಿ ಹಾರುತ್ತಿದ್ದದ್ದರಿಂದ ಆಕಾಶಮಾರ್ಗದಲ್ಲಿಯೂ ವ್ಯತ್ಯಯವೇ ಆಯಿತಂತೆ. ಪಕ್ಷಿಗಳು ಕಂಗೆಟ್ಟು ಬೆದರಿ ಪಕ್ಕಕ್ಕೆ ಸರಿದವು. ಅಷ್ಟ ದಿಗ್ದೇವತೆಗಳೇ ಚಕಿತರಾದರಂತೆ. ಸದಾ ಭೂಮ್ಯಾಕಾಶದಲ್ಲೇ ಸಂಚರಿಸುವ ವಿದ್ಯಾಧರರು, ಯಕ್ಷ, ಗಂಧರ್ವ, ಕಿನ್ನರರಾದಿಯಾಗಿ ಭಯಬಿದ್ದು ದಾರಿ ಕೊಟ್ಟರಂತೆ."

ಅವಿನಾಶ್ ಕೈಯೆತ್ತಿದ, "ಈ ಗಂಧರ್ವ, ಯಕ್ಷ, ಕಿನ್ನರರು ಎಂದರೆ ಯಾರಿರಬಹುದು, ಮೇಡಮ್?"

ವೀಣಾ ಕತ್ತು ಕೊಂಕಿಸಿ ನೋಡಿದಳು, "ಅವರೆಲ್ಲಾ ಭೂಮಿಯಿಂದ ದೂರದಲ್ಲಿದ್ದ ಬೇರೆಬೇರೆ ಲೋಕವಾಸಿಗಳು. ಅಕಸ್ಮಾತ್ತಾಗಿ ಆಕಾಶಮಾರ್ಗದಲ್ಲಿ ಭೂಮಿಗೆ ಪ್ರವೇಶಿಸಿದವರು ಎಂದು ಸ್ಪಷ್ಟವಾಗಿ ನೂರು ಕಡೆ ಹೇಳಿದ್ದಾರೆ ಆಗಿನವರು. ಅಂದರೆ ಈಗ ಏನೆನ್ನಬಹುದು ಅವರನ್ನು, ಅವೀ?" ಮರುಪ್ರಶ್ನೆ ಹಾಕಿದ್ದಳು ಪ್ರವಚನಕಾರ್ತಿ.

"ಏಲಿಯನ್ಸ್. ಅಂದರೆ ನಾವೀಗ ಕರೆಯುವ ಅನ್ಯಗ್ರಹಜೀವಿಗಳು" ಅವಿನಾಶ್ ಬೆರಗಾಗಿ ನುಡಿದ.

"ಅಲ್ಲವೇ? ಅದಕ್ಕೇ ಈ ಗಂಧರ್ವ, ಯಕ್ಷ, ಕಿನ್ನರರು, ಅಪ್ಸರೆಯರು ಸ್ವಯಂ ಹಾರುತ್ತಿದ್ದರು, ರೂಪ ಬದಲಿಸುತ್ತಿದ್ದರು, ಅವರಿಗೆ ವಿಮಾನಗಳಿತ್ತು. ಶಾಪಮುಕ್ತರಾದರೆ ಮಾಯವಾಗಿ ಎಲ್ಲಿಗೋ ತಮ್ಮ ಗ್ರಹಗಳಿಗೆ, ಲೋಕಗಳಿಗೆ ಹೋಗಿಬಿಡುವರು. ಏಲಿಯನ್ಸ್ ಬಗ್ಗೆ ಇದೇ ರೀತಿಯ ಕತೆಗಳಿವೆ ಅಲ್ಲವೆ, ಅವೀ?"

"ಸರಿ, ಆದರೆ ನನಗೆ ಆ ಕತೆ ಬೇಡ. ಆಂಜನೇಯ ಮುಂದೆ ಏನು ಮಾಡಿದ ಎಂದು ಹೇಳು."ಅವಿನಾಶ್ ಬಲವಂತ ಮಾಡಿದ.

ಅವನಿಗೆ ಹಾಗೆ ಕೇಳಲು ಸಕಾರಣವಿದೆ, ಇರಲಿ ನೋಡೋಣ ಎಂದುಕೊಂಡು ವೀಣಾ ಮುಂದುವರೆಸಿದಳು,

"ನೂರು ಯೋಜನ ದಾರಿ ಹಾರುವುದು ಆಂಜನೇಯನಿಗೂ ಸಾಮಾನ್ಯವಲ್ಲ, ಅವನಿಗೆ ಆಹಾರ ಮತ್ತು ವಿರಾಮ ಕೊಟ್ಟು ಕಳುಹಿಸೋಣ, ಅವನು ರಾಮದೂತ, ಹಾಗಾಗಿ ಇಕ್ಷ್ವಾಕು ವಂಶಸ್ಥರ ದಾಸ, ಹಾಗೂ ನಮ್ಮ ಅತಿಥಿಯೇ ಆದ ಎಂದೆಲ್ಲ ಸಮುದ್ರವನ್ನು ಆಳುವ ಸಾಗರರಾಜ ಆಗ ಯೋಚಿಸಿದನಂತೆ. ಅವನು ತನ್ನಲ್ಲಿ ಅಡಗಿ ಕುಳಿತಿದ್ದ ಒಂದು ಪರ್ವತಕ್ಕೆ ಹೀಗೆ ಹೇಳಿದನಂತೆ."

"ಸ್ವಲ್ಪ ತಾಳು, ತಾಳು!" ಅವಿನಾಶ್ ತಡೆದ. "ಇದ್ಯಾವ ಪರ್ವತ ಆ ಸಾಗರದಲ್ಲಿ ಮುಳುಗಿ ಕುಳಿತಿತ್ತು? ಅದನ್ನು ಹೇಳಲಿಲ್ಲ?"

"ಓಹೋ, ಅದನ್ನು ಹೇಳಬೇಕೋ? ಯಾಕೆ? ಇರಲಿ, ಇರಲಿ!ಆದರೆ ನೀನು ನನಗೆ ನಿನ್ನ ಪ್ಲೇಟಿನ ಪೇಡಾ ಕೊಡಬೇಕು, ಆಗ ಆ ಕತೆ ಹೇಳುತ್ತೇನೆ." ವೀಣಾ ಷರತ್ತು ಹಾಕಿದಳು.

"ತಗೋ."

"ಅವೀ, ನಿನಗೆ ಪಾರ್ವತಿಯ ತಂದೆ ಪರ್ವತರಾಜ ಗೊತ್ತಲ್ಲ?" ಎಂದು ಅವಳು ಪೀಠಿಕೆ ಹಾಕಿದರೆ ಅವನು,

"ಓಹೋ ಚೆನ್ನಾಗಿ ಗೊತ್ತು! ಮೊನ್ನೆಮೊನ್ನೆಯವರೆಗೂ ನಮ್ಮ ಪಕ್ಕದಮನೆಯಲ್ಲಿ ಬಾಡಿಗೆಗೆ ಇದ್ದರು"ಎಂದು ಜೋಕ್ ಕಟ್ ಮಾಡಿದ.

"ಶಿವನ ಹೆಣ್ಣು ಕೊಟ್ಟ ಮಾವ ಪರ್ವತರಾಜ!" ತಾಳ್ಮೆಯಿಂದ ಹೇಳಿದಳು ವೀಣಾ. "ಪಾರ್ವತಿಗೆ ನೂರು ಸಹೋದರರು. ಅವರೆಲ್ಲರೂ ಪರ್ವತಗಳೇ. ಅವರಲ್ಲಿ ದೊಡ್ಡ ಅಣ್ಣ ಮೈನಾಕ ಎಂಬ ಹೆಸರಿನವನು. ಅವನಿಗೆ ಮಾತ್ರ ಬಂಗಾರದ ಶಿಖರಗಳಿದ್ದವಂತೆ."

"ಮೈನಾಕ?" ಈಗ ಅವಿನಾಶನ ಕಿವಿ ನಿಮುರಿತು. ಆ ಇಟಲಿ ಪತ್ರದಲ್ಲಿದ್ದ ಎರಡನೇ ಕೋಡ್ವರ್ಡ್.

"ಮೊದಲು ಕೃತಯುಗದಲ್ಲಿ ಎಲ್ಲಾ ಪರ್ವತಗಳಿಗೂ ರೆಕ್ಕೆಗಳಿದ್ದವಂತೆ. ಅವೆಲ್ಲವೂ ತಾವೇ ಹಾರುತ್ತಿದ್ದವಂತೆ, ದೈತ್ಯಾಕಾರದ ಪಕ್ಷಿಗಳಂತೆ. ಎಲ್ಲೆಂದರಲ್ಲಿ ಕುಳಿತು ಬಿಡುತ್ತಿದ್ದವಂತೆ. ."

"ವಾಟ್!?" ಅವಿನಾಶ್‌ನ ಕೈಯಿಂದ ಗಾಬರಿಯಲ್ಲಿ ಅನ್ನದ ತುತ್ತು ಜಾರಿತ್ತು. ಎಂತೆಂತಹ ಪೌರಾಣಿಕ ಕತೆಗಳನ್ನು ಅಮ್ಮ ಹೇಳಿದ್ದರು. ಹಾರುವ ಬೆಟ್ಟಗಳು, ಹಕ್ಕಿಗಳಂತೆ. ಇದು ಮಾತ್ರ ಹೊಸದು!

"ಹೌದು. ಅವು ಹೀಗೆ ಜಂಬದಿಂದ ಹಾರುತ್ತಾ ಬಂದು ಎಲ್ಲೆಂದರಲ್ಲಿ ಜನರ ಮೇಲೆ, ಹಳ್ಳಿಗಳ ಮೇಲೆ ಇಳಿದುಬಿಟ್ಟಾಗ ಕೆಳಗಿದ್ದವರೆಲ್ಲಾ ಅಪ್ಪಚ್ಚಿಯಾಗಿ ಸತ್ತುಹೋಗುತ್ತಿದ್ದರಂತೆ. ಹೀಗಾಗಿ ಅವಕ್ಕೆ ಬಹಳ ಸೊಕ್ಕು ಬಂದಿತ್ತಂತೆ. ಬ್ರಾಹ್ಮಣರು ನೀಡುವ ಹವಿಸ್ಸು ಯಜ್ಞರೂಪದಲ್ಲಿ ದೇವತೆಗಳಿಗೆ ತಲುಪಲೂ ಆಗದಷ್ಟು ಆಶ್ರಮಗಳು ನಾಶವಾದವು. ಆಗ ದೇವತೆಗಳು ತಮ್ಮ ರಾಜ ಇಂದ್ರನ ಮೊರೆಹೋದರಂತೆ. ಇಂದ್ರನಿಗೆ ಬೆಟ್ಟಗಳ ದುರ್ವರ್ತನೆ ಸ್ವಲ್ಪವೂ ಸರಿಬೀಳಲಿಲ್ಲ. ಅವನು ವಜ್ರಾಯುಧದ ಸಮೇತ ಭೂಮಿಗೆ ಬಂದವನೇ ಬೆಟ್ಟಗಳ ಎಲ್ಲ ರೆಕ್ಕೆಗಳನ್ನು ಮಿಂಚಿನ ಆಯುಧದಿಂದ ಕತ್ತರಿಸಿಬಿಟ್ಟನಂತೆ. ಆಗ ರೆಕ್ಕೆ ಕಳೆದುಕೊಂಡ ಬೆಟ್ಟಗಳು ನೆಲದಮೇಲೇ ಉಳಿದುಬಿಟ್ಟವಂತೆ, ಮತ್ತೆಂದೂ ಹಾರಲೇ ಇಲ್ಲ. ಈಗ ನಮಗೆ ಕಾಣುವ ಬೆಟ್ಟಗಳೆಲ್ಲಾ ಅಲ್ಲಲ್ಲೇ ಇವೆ, ನಕ್ಷೆಯಲ್ಲಿ ಎನ್ನಬಹುದು. ಆದರೆ ಒಂದು ಪರ್ವತ ಮಾತ್ರ ತಪ್ಪಿಸಿಕೊಂಡಿತಂತೆ."

ಅವಿನಾಶ್ ಈಗ ಕತೆಯಲ್ಲಿ ತಲ್ಲೀನನಾಗಿ ಊಟ ನಿಲ್ಲಿಸಿದ್ದ."ಅವನೇ ದೊಡ್ಡಣ್ಣ ಮೈನಾಕ. ಅವನನ್ನು ವಾಯುದೇವನು ಹಾರಿಸಿಕೊಂಡು ಹೋಗಿ ದಕ್ಷಿಣದ ಸಾಗರದ ನಡುವಿನಲ್ಲಿ ಮುಳುಗಿಸಿದ್ದರಿಂದ ಅವನು ಅವಿತುಕೊಂಡು ಈ ದೇವೇಂದ್ರನ ಹೊಡೆತದಿಂದ ಪಾರಾಗಿಬಿಟ್ಟ. ಮತ್ತೆ ಇಂದ್ರನು ತನ್ನನ್ನು ಕೊಲ್ಲುವ ಭಯದಿಂದ ಸಾಗರದಿಂದ ಹೊರಗೇ ಇಣುಕಿರಲಿಲ್ಲ."

"ಮತ್ತೆ ಇತ್ತ ಆಂಜನೇಯ?"ಮುಖ್ಯಕತೆಯನ್ನು ನೆನಪಿಸಿದ ಅವಿನಾಶ್.

"ಸಾಗರರಾಜ ಈ ಮೈನಾಕನನ್ನು ಕುರಿತು 'ಓ ಪರ್ವತರಾಜನ ಪುತ್ರನೇ, ಬಂಗಾರ ಶಿಖರದ ಮೈನಾಕನೇ, ಕೇಳು. ನಿನಗೆ ರಾಮಕಾರ್ಯದಲ್ಲಿ ಸಹಕರಿಸುವ ಭಾಗ್ಯ ಕೂಡಿಬಂದಿದೆ. ಈಗ ಹನುಮಾನ್ ನಮ್ಮ ಸಾಗರವನ್ನು ಆಕಾಶಮಾರ್ಗದಲ್ಲಿ ಕ್ರಮಿಸುತ್ತಾ ಲಂಕಾನಗರಿಯತ್ತ ಹೊರಟಿದ್ದಾನೆ. ನಿನ್ನ ಬಳಿ ಚಿನ್ನದ ಶಿಖರಗಳು, ಮಂಟಪಗಳು ಇವೆ. ರುಚಿರುಚಿಯಾದ ಫಲ ಬಿಡುವ ಹಣ್ಣುಗಳ ಮರಗಳಿವೆ. ನಮ್ಮ ಆಂಜನೇಯನಿಗೆ ಫಲಾಹಾರ ಕೊಟ್ಟು ಸ್ವಲ್ಪ ಕಾಲ ವಿಶ್ರಾಂತಿ ಕೊಡಲೆಂದು ನೀನು ಇವತ್ತು ಸಾಗರದಿಂದ ಹೊರಗೆ ಬಾ, ಅವನಿಗೆ ಎದುರಾಗಿ ಹಾರಿ ನಿಲ್ಲು. ಅವನು ನಿನ್ನ ಮೇಲೆ ಕುಳಿತು ತಿಂದುಂಡು ಆಯಾಸ ಪರಿಹಾರ ಮಾಡಿಕೊಳ್ಳಲಿ' ಎಂದು ವಿನಂತಿಸಿಕೊಳ್ಳಲು ತನಗೆ ಇದುವರೆಗೂ ವಸತಿ ಕೊಟ್ಟಿದ್ದ ಸಾಗರನ ಮಾತಿಗೆ ಸಮ್ಮತಿಸಿ 'ಜಯ ಜಯ ರಘುರಾಮ' ಎನ್ನುತ್ತಾ ಸಮುದ್ರದ ಹೊರಗೆ ಬಂದನಂತೆ.

"ಸೂಪರ್ ಕಣೇ. ಯಾವ ಪ್ರವಚನಕಾರರ ಬಳಿ ಟ್ರೈನಿಂಗ್ ತಗೊಂಡಿದ್ದೆ? ಎಂತಹ ವರ್ಣನೆ ನಿನ್ನದು!"

"ಹಾಗೆಲ್ಲಾ ಸೂಪರ್ ಅನ್ನಬಾರದಂತೆ. ಫೇಸ್ಬುಕ್ಕಿನಲ್ಲಿ ಕೆಲವರು ಕೋಪಿಸಿಕೊಳ್ಳುತ್ತಿದ್ದಾರೆ ಅದನ್ನು ಕನ್ನಡದಲ್ಲಿ ಬಳಸಿದರೆ" ಎಂದಳು ವೀಣಾ.

"ಸರಿ, ಸರಿ. ಅದ್ಭುತ. ಆಮೇಲೆ?"

"ಆಗ ಬಂಗಾರದ ಶಿಖರಧಾರಿ ಮೈನಾಕ ಪರ್ವತನು ಬಿಸಿಲಿನಲ್ಲಿ ನಿಗಿ ನಿಗಿ ಎಂದು ಎರಡನೇ ಸೂರ್ಯನಂತೆ ಕಣ್ಣು ಕೋರೈಸುವಂತೆ ಬೆಳಗುತ್ತಾ ರೆಕ್ಕೆಗಳ ಸಮೇತ ಹಾರಿ ಬರಲು ಆ ಚಿನ್ನದ ಶಿಖರಗಳು, ಫಲಧಾರಿ ಮರಗಳು ಆಂಜನೇಯನ ದಾರಿಗೆ ಅಡ್ಡವಾಗಿ ಗಾಳಿಯಲ್ಲಿ ದಿಢೀರನೆ ಬಂದಾಗ, 'ತನ್ನ ಮಾರ್ಗದಲ್ಲಿ ಅಡಚಣೆಯೇ?' ಎಂದು ಅವನು ಕುಪಿತನಾಗಿ, ತನ್ನ ಎದೆಯಿಂದ ಆ ಬೆಟ್ಟವನ್ನು ಒಮ್ಮೆ ಜಾಡಿಸಿದನಂತೆ. ಆ ಮೈನಾಕ ಪರ್ವತೇ ಅಲುಗಾಡಿಹೋಯ್ತಂತೆ ಆ ಪ್ರಹಾರಕ್ಕೆ.

ಇಮ್ಯಾಜಿನ್ ದಟ್, ಕ್ಯಾಪ್ಟನ್!" ಎನ್ನುತ್ತಾ ಅವನ ತಿಂದಿಲ್ಲದ ಫ್ರೂಟ್ ಸಲಾಡನ್ನೂ ತನ್ನತ್ತ ಎಳೆದುಕೊಂಡಳು ವೀಣಾ.

"ಮಹಾ ಶಕ್ತಿವಾನ್ ಆಂಜನೇಯ!"

"ಆಮೇಲೆ ಆ ಮೈನಾಕ ಪರ್ವತರಾಯನು ಆಂಜನೇಯನ ಮುಂದೆ ತನ್ನ ಹಳೆಯ ಕತೆಯನ್ನು ಸ್ಮರಿಸಿಕೊಂಡನಂತೆ. ಅವನ ತಂದೆ ವಾಯು ತನ್ನನ್ನು ಹಿಂದೆ ಹಾರಿಸಿಕೊಂಡು ಬಂದು ಸಾಗರದಲ್ಲಿ ಬಚ್ಚಿಟ್ಟಿದ್ದ ಉಪಕಾರವನ್ನು ಹೇಳಿಕೊಂಡನಂತೆ. ಅವನ ಮಾತುಗಳನ್ನು ಕೇಳಿ ಶಾಂತನಾದ ಆಂಜನೇಯನು 'ನಾನು ಸೀತೆಯನ್ನು ಹುಡುಕುವ ಮುನ್ನ ಎಲ್ಲಿಯೂ ಇಳಿಯುವುದಿಲ್ಲ, ತಿನ್ನುವುದೂ ಇಲ್ಲ. ಶಪಥ ತೊಟ್ಟಿದ್ದೇನೆ. ನಿನಗೆ ಧನ್ಯವಾದಗಳು' ಎನ್ನುತ್ತಾ ಆ ಬೆಟ್ಟವನ್ನು ಕೈಯಿಂದ ಮುಟ್ಟಿ ನಮಸ್ಕರಿಸಿ ನಿಲ್ಲದೇ ಹಾರುತ್ತಲೇ ಮುಂದೆ ಲಂಕೆಯತ್ತ ಮತ್ತೆ ಬಿರುಗಾಳಿಯಂತೆ ಹೊರಟುಹೋದನಂತೆ.

"ನಾನ್ ಸ್ಟಾಪ್ ಫ್ಲೈಟ್!" ಅವಿನಾಶ್ ಕಣ್ಣರಳಿಸಿದ.

"ಮನೋಜವಂ, ಮಾರುತ ತುಲ್ಯ ವೇಗಮ್ ಎನ್ನುವುದು ಸುಮ್ಮನೆಯೆ?" ವೀಣಾ ಸೇರಿಸಿದಳು.

"ಮತ್ತೆ ಆ ಬಂಗಾರದ ಪರ್ವತ ಏನು ಮಾಡಿತು? ಬೇಗ ಹೇಳು?" ಎನ್ನುತ್ತಾ ಅವಿನಾಶ್ ಈಗ ತನ್ನ ಐಸ್ಕ್ರೀಮನ್ನು ಮಾತ್ರ ಅವಳಿಗೆ ಬಿಡದೇ ತಿಂದುಬಿಟ್ಟ!

"ಅವೀ, ಹೀಗೆ ಕಾಲಾನುಕಾಲದಲ್ಲಿ, ಯುಗಗಳು ಉರುಳಿದಾಗ ಈ ರೀತಿ ಮಾತಾಡುವ, ಹಾರುವ ದೈವೀಕ ರೂಪ ಮತ್ತು ಶಕ್ತಿಯನ್ನು ಕಳೆದುಕೊಂಡು ಬೆಟ್ಟಗಳು ಕಲಿಯುಗಕ್ಕೆ ತಕ್ಕಂತೆ ಬರೇ ನಿರ್ಜೀವ ಕಲ್ಲಾದವಂತೆ. ಹಾಗೆ ಮೈನಾಕ ಕೂಡಾ ಮತ್ತೆ ಸಾಗರಮಧ್ಯೆ ಅಲ್ಲಿಯೇ ಮುಳುಗಿಹೋಗಿಬಿಟ್ಟ. ಮತ್ತೆ ಹೊರಗೆ ಕಾಣಿಸಲೇ ಇಲ್ಲ."

ಅವಿನಾಶ್ ಕೈಬೆರಳಿನಿಂದ ಅಚ್ಚರಿಯಿಂದ ಚಿಟಿಕೆ ಹಾಕಿ ಎದ್ದುಬಿಟ್ಟ.

ವೀಣಾ ಊಟ ಮುಗಿಸಿ ಕೈತೊಳೆದಿದ್ದಳು ಅದರೊಂದಿಗೆ.

"ಯೆಸ್! ದಟ್ಸ್ ಇಟ್! ಅದೇ ಸರಿಯಾದ ಉತ್ತರ ವೀಣಾ" ಎಂದು ಉತ್ಸಾಹದಿಂದ ಉದ್ಗರಿಸಿದ ಅವಿನಾಶ್,"ಕಮಾನ್, ನಾವಿಬ್ಬರೂ ಮತ್ತೆ ಆಫೀಸಿಗೆ ಹೋಗಲೇಬೇಕು" ಎಂದು ಅವಸರಸರವಾಗಿ ಬಿಲ್ ದುಡ್ಡಬ್ಬಯ ಟೇಬಲ್ ಮೇಲಿಟ್ಟು ದುಡುದುಡು ಹೊರಟಿದ್ದ.

ವೀಣಾ ಅವನ ಹಿಂದೆ ಓಡೋಡಿ ಬಂದವಳು, "ಇದೇನು?. ನನಗೆ ಮಾತ್ರ ಏನೂ ವಿಷಯ ಹೇಳಲೇ ಇಲ್ಲ. ಯಾಕೆ ಓಡುತ್ತಿದೀಯಲ್ಲಾ? ಎಂದಳು.

ತನ್ನ ಮಾರುತೀ ಡಿಜೈರ್ ಕಾರಿನ ರಿಮೋಟ್ ಕೀಯಿಂದ 'ಬೀಪ್-ಬೀಪ್'ಎಂದು ಬಾಗಿಲು ತೆರೆಸಿದ ಅವಿನಾಶ್, "ನೀನಿಲ್ಲಿಗೆ ಟ್ಯಾಕ್ಸಿಯಲ್ಲಿ ಬಂದೆಯಲ್ಲಾ? ಈಗ ನನ್ನ

ಜತೆಗೆ ಕಾರಲ್ಲಿ ಆಫೀಸಿಗೆ ಬಾ. ನಿನಗೆ ಎಲ್ಲಾ ಉತ್ತರ ಸಿಕ್ಕರೆ ಅಲ್ಲೇ ಸಿಗಬೇಕು." ಎನ್ನಲು ಇಬ್ಬರೂ ಬೇಗನೆ ಕಾರ್ ಏರಿದ್ದರು.

6

ಎರಡು ನಿಮಿಷದಲ್ಲಿ ಚಿನ್ನದ ದೊಡ್ಡ ಡೆಪಾಸಿಟ್ ದಕ್ಷಿಣ ಸಾಗರದಲ್ಲಿ ಇಟಲಿಯವರಿಗೆ ಸಿಕ್ಕಿರುವ ಸುದ್ದಿಯನ್ನು ಅವಳಿಗೆ ಹೇಳುತ್ತಾ ಡ್ರೈವ್ ಮಾಡಿದ ಅವಿನಾಶ್.ವೀಣಾ ಸಹ ನಿಬ್ಬೆರಗಾಗಿ ಕೇಳಿಸಿಕೊಂಡು ಯೋಚಿಸುತ್ತಾ ಕುಳಿತಳು.

ಅವಿನಾಶ್ ಯೋಚಿಸುತ್ತಿದ್ದಾನೆ–

'ಬೆಟ್ಟಗಳು ದೇವತೆಗಳಂತಿದ್ದವು; ಕಲ್ಲಾದವಂತೆ' ಎಂದಳು ವೀಣಾ. ಹಾಗಾಗಿಯೇ ನಮ್ಮವರು ಬೆಟ್ಟಗಳನ್ನೂ ಪೂಜಿಸಿ ಅದರ ಮೇಲೆಯೇ ದೇವಸ್ಥಾನಗಳನ್ನು ಕಟ್ಟಿದ್ದರೇನೋ.'

ಒಂದು ಬೆಟ್ಟವನ್ನು ಮಾತ್ರ ಬಿಟ್ಟು. ಸಾಗರದಡಿಯಲ್ಲಿ ಮುಳುಗಿಹೋದ ಚಿನ್ನದ ಬೆಟ್ಟ ಮೈನಾಕ!ಪುರಾಣ ಸತ್ಯವಾಗಬಯಸುವ ಅಪೂರ್ವ ಸಂಧಿಕಾಲವೆ ಇದು? ಗೊತ್ತಿಲ್ಲ. ಪರೀಕ್ಷಿಸಬಹುದು!

"ವೀಣಾ, ನಿನ್ನ ಆಫೀಸಿನಲ್ಲಿ ದಕ್ಷಿಣ ಹಿಂದೂ ಮಹಾಸಾಗರದ ಸ್ಕೇಲ್ ಮಾಡಿದ ಮ್ಯಾಪ್ ಇದೆಯೆ, ಓಶನೋಗ್ರಫಿಯದು?" ಪ್ರಶ್ನಿಸಿದ್ದ ಆಫೀಸಿನ ಕಾರ್ ಪಾರ್ಕಿಂಗ್ ಹತ್ತಿರವಾದಾಗ.

"ಅಫ್ ಕೋರ್ಸ್!" ಇದೇನು, ನನ್ನ ಬಳಿ ಅದು ಇರಲೇಬೇಕಾದ ಮಾಹಿತಿ ಎಂಬಂತೆ ಧೈರ್ಯವಾಗಿ ಉತ್ತರಿಸಿದಳು ಸಾಗರತಜ್ಞೆ!

"ನೀನು ಇಳಿದ ತಕ್ಷಣ ಅದನ್ನು ನನ್ನ ಕಾನ್ಫರೆನ್ಸ್ ರೂಮಿಗೆ ತಾ!" ಅವಿನಾಶ್ ಈಗ ಸಮರ್ಥ ಅಧಿಕಾರವಾಣಿಯಲ್ಲಿ ನುಡಿದಿದ್ದ "ನಿನ್ನ ಟೀಂ ಮತ್ತು ನನ್ನ ಟೀಮಿನ ಅರ್ಜೆಂಟ್ ಮೀಟಿಂಗ್ ನಾವು ಸೇರಿದ ತಕ್ಷಣ."

ಹದಿನೈದು ನಿಮಿಷದ ನಂತರ ಅವನ ಕಾನ್ಫರೆನ್ಸ್ ಕೊಠಡಿಯಲ್ಲಿ ಎಲ್ಲರೂ ಸೇರಿದ್ದರು. ಎರಡೂ ಟೀಮಿನ ನಾಲ್ಕು ನಾಲ್ಕು ಅಧಿಕಾರಿಗಳು.

ದೊಡ್ಡ ಮೇಜಿನ ಮೇಲೆ ಹಿಂದೂ ಮಹಾಸಾಗರದ ನಕ್ಷೆಯನ್ನು ಹರಡಿದ್ದಾಳೆ ವೀಣಾ. ಅದರ ಸಾಫ್ಟ್ ಕಾಪಿಯನ್ನು ಎಲ್ಲರಿಗೂ ಕಾಣುವಂತೆ ಮೈನ್ ಸರ್ವರಿನಿಂದ ಸೆಳೆದು ಗೋಡೆಯ ತೆರೆಯಮೇಲೆ ಪ್ರೊಜೆಕ್ಟ್ ಮಾಡಿಯೂ ಇದ್ದಾಳೆ ಜಾಣೆ.ಭಾರತದ ಡೆಕ್ಕನ್ ಪ್ರಸ್ಥಭೂಮಿಯಿಂದ ಹಿಡಿದು ದಕ್ಷಿಣ ಧ್ರುವದವರೆಗೂ ಉತ್ತರ–ದಕ್ಷಿಣ ದಿಕ್ಕಿನಲ್ಲಿಯೂ, ಭಾರತದಿಂದ ಫಿಲಿಪ್ಪೀನ್ಸ್‌ವರೆಗೂ ಪೂರ್ವ–ಪಶ್ಚಿಮದಲ್ಲಿಯೂ ಹರಡಿದ್ದ ಭೂಪಟ ಅದು.

ವೀಣಾ ಆಗಲೇ ಮಿಕ್ಕವರೆಲ್ಲರಿಗೂ ಮೈನಾಕನ ಕತೆಯನ್ನು ಒಮ್ಮೆ ಹೇಳಿದ್ದಳು.

"ಇದು ಆಂಜನೇಯ ನೂರು ಯೋಜನ ಅಂದರೆ 1600 ಕಿಮೀ ಹಾರಿದ ದಾರಿ. ಇಲ್ಲಿ" ವೀಣಾ ನಕ್ಷೆ ತೋರಿಸಿ ಹೇಳುತ್ತಿದ್ದಳು. ಮಿಕ್ಕವರು ಗಮನಿಸಿದಂತೆ ಅದು ಸರಿಯಾಗಿ ನೋಡಿದರೆ ಅವನು ದಕ್ಷಿಣಕ್ಕೆ ನೇರವಾಗಿ ಸಾಗುತ್ತಿದ್ದನು ಎನ್ನಬಹುದು. ಈಗಿನ ಶ್ರೀಲಂಕಾದ ಪಕ್ಕದಲ್ಲಿ ಇನ್ನೂ ದಕ್ಷಿಣಕ್ಕೆ ಸಾಗಿರಲೇಬೇಕು.

"ಈಗಿನ ಒಲಿಂಪಿಕ್ಸ್‌ನಲ್ಲಿ ಆಂಜನೇಯ ಇದ್ದಿದ್ದರೆ ಸ್ಟೇಡಿಯಮ್ ದಾಟಿ ಹೊರಕ್ಕೆ ಲಾಂಗ್ ಜಂಪ್ ಮಾಡಿರುತ್ತಿದ್ದ"ಎಂದು ಅವಳ ಅಸಿಸ್ಟೆಂಟ್ ವಿನೀತ್ ರೈ ನಗಾಡಿದ.

"ಜೋಕ್ ಆಮೇಲೆ." ಎಂದು ವೀಣಾ ಒಮ್ಮೆ ಮೊನಚು ನೋಟ ಬೀರಿದಳು ಅವನತ್ತ. "ಇಲ್ಲಿ ಯಾವುದು ಸಂಬಂಧಿಸಿದೆಯೋ ಅದನ್ನು ಮಾತ್ರ ಮಾತಾಡಿ. ಹೀಗೆ ಆಂಜನೇಯ 1600 ಕಿಮೀ ದೂರಕ್ಕೆ ಗಗನಮಾರ್ಗದಲ್ಲಿ ಹಾರುತ್ತಿರುವಾಗ ಸಾಗರರಾಜನ ವಿನಂತಿ ಕೇಳಿ ಅವನಿಗೆ ಆಶ್ರಯ ಮತ್ತು ವಿರಾಮ ನೀಡಲು ಮೈನಾಕ ಪರ್ವತ ಅರ್ಧದಾರಿಯಲ್ಲಿ ಎದುರಾಗಿ ನಿಲ್ಲುತ್ತಾನೆ."

"ಅಂದರೆ 800 ಕಿಮೀ ಭಾರತದ ತೀರದಿಂದ. ಅಂದರೆ ಇಲ್ಲಿ ಎಲ್ಲೋ ಬರತ್ತೆ" ಅವಳ ಇನ್ನೊಬ್ಬ ಅಸಿಸ್ಟೆಂಟ್ ಮರಿಯಾ ಗೊನ್ಸಾಲ್ವೆಸ್ ಎಂಬ ಯುವತಿ ನಕ್ಷೆಯಲ್ಲಿ ಒಂದು ವೃತ್ತದಂತೆ ಮಾರ್ಕ್ ಮಾಡಿದಳು ಎಲ್ಲರಿಗೂ ಕಾಣುವಂತೆ.

ಮಾಲ್ಡೀವ್ಸ್ ದ್ವೀಪ ಸಮೂಹದ ಪಕ್ಕದಲ್ಲಿ ನಿರ್ಜನ ಸಾಗರದಲ್ಲಿ ಬೀಳುತ್ತದೆ ಆ ಸ್ಪಾಟ್.

"ಅಲ್ಲಿಗೆ ಇಂಟರ್‌ಪೋಲ್ ಹೇಳಿಕೆಯ ಪ್ರಕಾರ ರಾಮಾಯಣ, ಮೈನಾಕ ಎಂಬ ಎರಡು ಕೋಡ್ ವರ್ಡ್ಸ್ ಇದ್ದ ರೇಡಿಯೋ ಸಿಗ್ನಲ್ ಹೋಗಿದೆ. ಬೇರೆ ಮಾಹಿತಿ ದೊರೆತಿಲ್ಲ. ಈಗ ಯಾರು ಎಂಬ ಪ್ರಶ್ನೆ" ವೀಣಾ ಟೀಮಿನತ್ತ ನೋಡಿದಳು.

"ಅದು ನಿರ್ಜನ ಸಾಗರದ ಪ್ರದೇಶ. ಅಲ್ಲಿ ಈಗ ಯಾರು ಹಡಗು ಪ್ರಯಾಣ ಮಾಡುತ್ತಿದ್ದಾರೆ ಎಂದು ನಾವು ನೇವಿಯ ಅಂತರರಾಷ್ಟ್ರೀಯ ಮಾಹಿತಿ ಮೂಲಗಳಿಂದ ಬೇಕಾದರೆ ಕಂಡುಹಿಡಿಯಬಹುದು"ಎಂದ ಜಿತೇಂದ್ರ ಜಾಗಿರ್ದಾರ್, ಅವಿನಾಶನ ನೇವಿ ಸಹೋದ್ಯೋಗಿ.

"ಅಲ್ಲಿ ಈಗ ಆಯಿಲ್ ಎಕ್ಸ್‌ಪ್ಲೋರೇಷನ್, ಅಂದರೆ ತೈಲಮೂಲ ಶೋಧನೆಗಾಗಿ ಕೆಲವು ಕಾಂಟ್ರ್ಯಾಕ್ಟ್ ಪಡೆದ ಕಂಪನಿಗಳು ಕಾರ್ಯಗತವಾಗಿವೆ ಎಂದು ಕೇಳಿದ್ದೆ. ನಾನು ಕಂಡುಹಿಡಿಯಬಹುದು" ಎಂದ ಇನ್ನೊಬ್ಬ ಟೀಮ್-ಮೇಟ್ ಅನುಪಮ್ ಖನ್ನಾ.

"ಹಾಗಾದರೆ ಕಂಡುಹಿಡಿ!" ಅವಿನಾಶ್ ಹೇಳಿದ. "ಕಂಡುಹಿಡಿದ ತಕ್ಷಣ ಇಲ್ಲಿಗೆ ವಾಪಸ್ ಬಾ."

ಅನುಪಮ್ ತಕ್ಷಣವೇ ಅಲ್ಲಿಂದ ಓಡಿದ.

"ನಿಮಗನಿಸುವಂತೆ ಮೈನಾಕ ಪರ್ವತ ಅಲ್ಲಿದೆ, ಪುರಾಣದ ಪ್ರಕಾರ ಎಂದುಕೊಳ್ಳೋಣ, ವೀಣಾ ಮೇಡಮ್. ಆದರೆ ಚಿನ್ನದ ಶಿಖರ ಎಲ್ಲಾ ಇತ್ತು ಎಂಬುದು ಅಷ್ಟು ಸುಂದರವಾಗಿ ಹೊಳೆಯುತಿತ್ತು ಎನ್ನುವುದಕ್ಕೆ ವಾಲ್ಮೀಕಿ ಕವಿಗಳ ಉಪಮೆಯಿರಬಹುದು. ಅದು ನಿಜಕ್ಕೂ ಚಿನ್ನವೇ ಇರಲಾರದು ಅಲ್ಲವೆ?" ಎಂದು ಅನುಮಾನಿಸುವವನಂತೆ ಕೇಳಿದ, ಓಶನೋಗ್ರಾಫರ್ ಟ್ರೈನೀ ಆಗಿದ್ದ ವಿನೀತ್ ರೈ.

"ಅದು ಚಿನ್ನ ಎಂದು ಅವರು ಹೇಳಿದ್ದಕ್ಕೆ ವಾಲ್ಮೀಕಿ ರಾಮಾಯಣವೇ ದಾಖಲೆಯಾಗಿದೆ, ವಿನೀತ್. ಹಾಗೆ ಇರಲಿಲ್ಲ ಎಂಬುದಕ್ಕೆ ನಿನ್ನ ಬಳಿ ಏನಾದ್ರೂ ಪ್ರೂಫ್ ಇದೆಯೇನಪ್ಪ?" ಎಂದಳು ತಣ್ಣನೆಯ ಸ್ವರದಲ್ಲಿ ವೀಣಾ.

" ಹೆಹೆಹ್ಹೆ" ಎಂದು ಪೆಚ್ಚಾಗಿ ತಲೆಯಾಡಿಸಿದ ವಿನೀತ್.

"ಬೇಥಿಮೆಟ್ರಿಕ್ ಮ್ಯಾಪಿನಲ್ಲಿ ಅಂಡರ್ ವಾಟರ್ ಟೆರ್ರೈನ್ ಹೇಗಿದೆ, ಸಮುದ್ರದ ತಳ ಏನಿದೆ ಎಂದು ನೋಡಿ ಮೇಡಮ್" ಎಂದು ಇನ್ನೊಬ್ಬ ಸಹಾಯಕ ರಾಹುಲ್ ಪಿಳ್ಳೆ ಸಲಹೆ ಕೊಟ್ಟ.

"ಹೌದು, ಅನುಮಾನವೇ ಬೇಡ" ಎನ್ನುತ್ತಾ ವೀಣಾ ಸರ್ವರಿನಲ್ಲಿ ಹುಡುಕಿ ಬೇಥಿಮೆಟ್ರಿಕ್ ನಕ್ಷೆಯನ್ನು ತೆರೆಯ ಮೇಲೆ ಪ್ರದರ್ಶಿಸಿದಳು.

ಎಲ್ಲರೂ ಅದನ್ನು ನೋಡಿ ಅಚ್ಚರಿಯಿಂದ ಉಫ್ ಎಂದು ಧೀರ್ಘ ಉಸಿರು ಬಿಟ್ಟರು. ಅಲ್ಲಿ ಸಮುದ್ರದ ನೆಲ ಇದ್ದಕ್ಕಿದ್ದಂತೆ ಬೆಟ್ಟದ ವರ್ತುಲದಂತೆ ಮೇಲಕ್ಕೆ ಉಬ್ಬಿದ್ದು ಕಾಣುತಿತ್ತು. ಅಲ್ಲಿ ನೆಲ ಬಹಳ ಆಳವಾಗಿದ್ದರಿಂದ ಮ್ಯಾಪಿನಲ್ಲಿ ಸ್ಪಷ್ಟ ರೀಡಿಂಗ್ ಸಿಕ್ಕಲಿಲ್ಲ.

"ಅದೊಂದು ಬೆಟ್ಟದಂತಿದೆ" ವೀಣಾ ಉದ್ಗರಿಸಿದಳು.

"ಹಾಗೇ ಕಾಣುತ್ತದೆ ವೀಣಾ" ಅವಿನಾಶ್ ಎಲ್ಲರ ಪರವಾಗಿ ಉತ್ತರವಿತ್ತ. "ಇನ್ನೂ ಸ್ಪಷ್ಟವಾಗಿ ರೀಡಿಂಗ್ ಬೇಕೆಂದರೆ ನಾವು ಇಸ್ರೋಯಿಂದ ಸ್ಯಾಟೆಲೈಟ್ ಮ್ಯಾಪ್ ಮಾಹಿತಿ ಕೇಳಿ ಪಡೆಯಬಹುದು. "

ವೀಣಾ ಸಮ್ಮತಿಸಿ ತಲೆಯಾಡಿಸುತ್ತಿರುವಂತೆಯೇ ಹೊರಗೆ ಹೋಗಿದ್ದ ಅನುಪಮ್ ಮತ್ತೆ ಅವಸರದಿಂದ ಒಳಬಂದು ನುಡಿದ,

"ಸರ್, ಅಲ್ಲಿ ಇಟಾಲಿಯನ್ ರಿಗ್ಗಿಂಗ್ ಸಂಸ್ಥೆಗೆ ಸೇರಿದ 'ಲಾ ರೋಮಾ' ಎಂಬ ಹಡಗು ತೈಲಶೋಧಕ್ಕಾಗಿ ಸಾಗರದ ನೆಲವನ್ನು ಪರೀಕ್ಷಿಸುತ್ತಿದೆ. ಅವರಿಗೆ ಅಂತರರಾಷ್ಟ್ರೀಯ ಮಾರಿಟೈಮ್ ಆರ್ಗನೈಜೇಷನ್ ಕಾಂಟ್ರ್ಯಾಕ್ಟ್ ಇದೆ. ಅದು ಇಟಲಿಯ ಮಾಫಿಯಾ ಕುಟುಂಬಕ್ಕೆ ಸೇರಿತ್ತೆಂದು ಇಂಟರ್‌ಪೋಲ್ ಒಂದು ಕಣ್ಣಿಟ್ಟರಂತೆ,

ಅವರು ಕಳುಹಿಸಿದ ಸಿಗ್ನಲ್ಲುಗಳನ್ನು ಟ್ಯಾಪ್ ಮಾಡುತ್ತಿದ್ದ ಇಂಟರ್‌ಪೋಲ್ ಅಂತರ್ಜಾಲ ವಿಭಾಗದವರು ಹೇಳುವ ಪ್ರಕಾರ ಆ ಹಡಗಿನವರು ತೈಲದ ಬದಲು

ಯಾವುದೋ ಲೋಹವನ್ನು ಪತ್ತೆಹಚ್ಚಿ ಇಟಲಿಗೆ ತಿಳಿಸಿದ್ದಾರೆ. ನಂತರ ಆ ಎರಡು ಕೋಡ್ ವರ್ಡ್ಸ್ ಜತೆ ಉತ್ತರವೂ ಬಂದಿದೆ. ಆನಂತರ ಆ ಹಡಗು ಮತ್ತೆ ಯಾವ ಸಂದೇಶವನ್ನೂ ಕಳುಹಿಸದೆ ಅಲ್ಲೇ ಇದೆ."

"ಹ್ಮ್ಮ್!" ಅವಿನಾಶ್ ಕಾತರದ ಮುಖ ಮಾಡಿದ, "ಅದು ಯಾವ ಮೆಟಲ್ ಸಿಕ್ಕಿತೆಂದು ತಿಳಿಯಿತೆ, ಚೆಕ್ ಮಾಡಬಹುದೆ, ಅನುಪಮ್?"

ಅನುಪಮ್ ಥಮ್ಸ್ ಅಪ್ ಮಾಡಿದ, "ಯೆಸ್, ಅದನ್ನು ಮಾಡಿಬಿಟ್ಟೆ ಸರ್. ಅದರ ವೈಬ್ರೇಶನ್ ತರಂಗಾಂತರ ಓಒಖ 1.75 MHz ಮತ್ತು ಕೆಮಿಕಲ್ ನೇಮ್ "Au" ಅಂದರೆ ಆರಮ್ ಎಂದು ಬರುತ್ತದೆ. ಅಂದರೆ ಚಿನ್ನ."

ಎಲ್ಲರೂ ಅರೆಕ್ಷಣ ಸ್ತಂಭೀಭೂತರಾದವರಂತೆ ಕುಳಿತರು.

"ಯೂ ನೋ ವಾಟ್?" ಅವಿನಾಶ್ ಎದ್ದು ಎಲ್ಲರನ್ನೂ ಸಂಭೋಧಿಸಿದ, "ವಾಲ್ಮೀಕಿ ಮಹರ್ಷಿ ಸುಳ್ಳೂ ಬರೆಯಲಿಲ್ಲ, ಉತ್ಪ್ರೇಕ್ಷೆಯನ್ನೂ ಮಾಡಲಿಲ್ಲ. ತಪ್ಪು ಲೆಕ್ಕವನ್ನೂ ಹಾಕಲಿಲ್ಲ. ಇದ್ದದ್ದು ಇದ್ದ ಹಾಗೆ ಸತ್ಯವನ್ನೇ ರಾಮಾಯಣದ ಸುಂದರಕಾಂಡದಲ್ಲಿ ವರ್ಣಿಸಿದ್ದಾರೆ ಅಂತನಿಸುತ್ತಿದೆ. ಅಂದರೆ ಮೈನಾಕ ಪರ್ವತ ಮತ್ತು ಚಿನ್ನದ ಶಿಖರಗಳು ಇನ್ನೂ ಅಲ್ಲಿಯೇ ಮುಳುಗಿ ಕುಳಿತಿವೆ."

"1600 ಕಿಮೀ (ಸ್ವಲ್ಪ ಸೌತ್-ವೆಸ್ಟ್) ದಲ್ಲಿದ್ದ ಆಗಿನ ಲಂಕೆಗೆ ಹೋಗುವಾಗ ಆಂಜನೇಯನಿಗೆ 800 ಕಿಮೀ ನಲ್ಲಿ, ಅಂದರೆ ಅರ್ಧದಾರಿಯಲ್ಲಿ ಸಿಕ್ಕ ಮೈನಾಕ ಎಂದುದು ಸರಿ ಹೋಗುತ್ತೆ ಸರ್!" ಪೂರ್ತಿ ನಕ್ಷೆಯಲ್ಲಿ ಮೊದಲು ಗುರುತು ಹಾಕಿದ್ದ ಹಾದಿಯನ್ನು ತೋರಿಸಿ ಖಚಿತಪಡಿಸಿದಳು ಮರಿಯಾ.

"ಅಂದರೆಈ ವಿಚಾರ ನಾವು ಕೇಂದ್ರ ಸರಕಾರಕ್ಕೆ ತಿಳಿಸದೆ ಇರುವಂತಿಲ್ಲ, ಕಾನ್ಫಿಡೆನ್ಷಿಯಲ್ ಆಗುತ್ತದೆ" ವೀಣಾ ನಿಶ್ಚಯಿಸಿದವಳಂತೆ ಹೇಳಿದಳು.

"ಮೊದಲು ನಮ್ಮ ಬಾಸಿಗೆ ಹೇಳಿ, ಅವರ ಮೂಲಕ ಮೇಲಕ್ಕೆ ಹೋಗಲಿ. ಬಾ, ವೀಣಾ ನನ್ನ ಜತೆ!" ಎಂದು ಅವಳನ್ನು ಡಾ. ದೇಸಾಯರ ಬಳಿ ಕರೆದೊಯ್ದ.

7

ಡಾ. ದೇಸಾಯರ ಆಫೀಸು, ಕೊಚ್ಚಿ.

"ಇದೊಂದು ರಹಸ್ಯ ಆಪರೇಷನ್ ಎಂದು ಕವರ್ ಮಾಡಬೇಕಾಗತ್ತೆ ಅನ್ನುತ್ತಿದ್ದಾರೆ, ಅವಿನಾಶ್. ಈ ಬಾರಿ ವೀಣಾ ನಿನ್ನ ಜತೆ ಟೀಮಿನಲ್ಲಿರಲಿ"ಡಾ. ಪ್ರಮೋದ್ ದೇಸಾಯಿ ತಮ್ಮ ಹಾಟ್‌ಲೈನ್ ಫೋನ್ ಕೆಳಗಿಡುತ್ತಾ ಹೇಳಿದರು.

ಅವರು ಇದುವರೆಗೂ ಸತತವಾಗಿ ನೇವಿ ಹೆಡ್ ಕ್ವಾರ್ಟರ್ಸ್ ನಂತರ ಕೇಂದ್ರ ಗೃಹ ಸಚಿವ ಮತ್ತು ವಿದೇಶಾಂಗ ಸಚಿವಾಲಯದ ವರಿಷ್ಠರ ಜತೆ ಮಾತುಕತೆಯಲ್ಲಿದ್ದರು.

ಅವಿನಾಶ್ ಮತ್ತು ವೀಣಾ ಅವರ ಕ್ಯಾಬಿನ್ನಿಗೆ ಬಂದು ತಮ್ಮ ವರದಿ ಒಪ್ಪಿಸಿ ಎರಡು ಗಂಟೆಗಳೇ ಕಳೆದಿದ್ದವು.

ಅವಿನಾಶ್ ಅವಾಕ್ಕಾದವನಂತೆ ಅವರನ್ನು ನೋಡಿ, "ವೀಣಾ ಯಾಕೆ ಸರ್, ಅವಳು ಆ ಆಕ್ಟೀವ್ ಡ್ಯೂಟಿಗೆ ಬೇಡ. ಇಲ್ಲೇ ಇರಲಿ" ಎಂದ.

ಡಾ. ದೇಸಾಯಿ ಅವನತ್ತ ನೋಡಿ ಮುಗುಳ್ನಕ್ಕರು, "ವೆಲ್. ವೀಣಾ ಪಾಟೀಲ್ ಈಸ್ ಎ ಬ್ರೈಟ್ ಗರ್ಲ್. ಅವಳೂ ಜತೆಯಲ್ಲಿರಲಿ ಎಂದು ಕೇಂದ್ರ ಗೃಹ ಸಚಿವ ಶಿವಶಂಕರ್ ಪ್ರಸಾದ್ ಸ್ವತಃ ಹೇಳಿದರು. ಇನ್ನು ಫಾರಿನ್ ಮಿನಿಸ್ಟರ್ ನೀರಜಾ ರಾಜಾರಾಮನ್ ಅಂತೂ ವೀಣಾಗೆ ಬ್ಯಾಕ್‌ಗ್ರೌಂಡ್ ಚೆನ್ನಾಗಿ ಗೊತ್ತಿದೆ. ಒಬ್ಬ ಫೀಮೇಲ್ ಫೇಸ್ ಟೀಮಿನಲ್ಲಿದ್ದರೆ ಚೆನ್ನ ಅಂದರು."

ಆಗ ವೀಣಾ ಅವಿನಾಶ್ ಕಡೆಗೆ ತಿರುಗಿ "ಯಾಕೆ, ಹಿತ್ತಲ ಗಿಡ ಮದ್ದಲ್ಲ ಅಂತಲಾ? ಬರೇ ಹರಿಕತೆ ಅಲ್ಲ, ನಂಗೆ ನೇವಿ ಮಿಷನ್ ಕೆಲಸ ಮಾಡಕ್ಕೂ ಬರತ್ತೆ ಕ್ಯಾಪ್ಟನ್!" ಎನ್ನುವುದೆ!

ಡಾ. ದೇಸಾಯಿ ಬೇಕಂತಲೇ ಈ ವಾಗ್ವಾದವನ್ನು ಅವರವರೇ ಪರಿಹರಿಸಿಕೊಳ್ಳಲಿ ಎಂದು ನಗುತ್ತಾ ಸುಮ್ಮನಿದ್ದರು.

"ಹಾಗಲ್ಲ ಸರ್. ದುಷ್ಟರ ಜತೆ ಅಪಾಯದ ಕೆಲಸ, ರಿಸ್ಕ್ ಯಾಕೆ ಅಂತ" ಎಂದು ಫಿಯಾನ್ಸಿಯ ಬಗ್ಗೆ ಚಿಂತಿತನಾದವನಂತೆ ಹೇಳಿದ ಅವಿನಾಶ್.

"ಓಹೋ, ನಿಮಗೆ ಪ್ರಾಣಾಪಾಯ ಆದರೆ ನಾನು ಜೀವಕ್ಕೆ ಜೀವ ಕೊಟ್ಟು ಕಾಪಾಡುತ್ತೇನಪ್ಪಾ!" ಎಂದಳು ಹಳೆಯ ಸಿನೆಮಾ ನಾಯಕಿಯರ ಡೈಲಾಗಿನಂತೆ ನಾಟಕೀಯ ಧಾಟಿಯಲ್ಲಿ.

ಮೂವರೂ ಜೋರಾಗಿ ನಕ್ಕರು ಅವಳ ಹಾಸ್ಯಕ್ಕೆ.

"ಆದರೆ, ಅವಿನಾಶ್, ನೀನೇ ಲೀಡರ್. ನೀನು ಹೇಳಿದ ಹಾಗೆ ಎಲ್ಲರೂ ಕೇಳಬೇಕು, ಆಯಿತೆ?" ಎಂದು ವೀಣಾಳ ಕಡೆ ತಿರುಗಿದರು. ಅವಳು ಬಹಳ ಜೋರಾಗಿ ಓ ಎಂದು ತಲೆಯಾಡಿಸಿದಳು.

"ಅವಿನಾಶ್, ವಿವರಗಳನ್ನು ಕೇಳು." ಡಾ. ದೇಸಾಯಿ ಮುಂದುವರೆಸಿದರು,"ಆ ಸ್ಥಳದಲ್ಲಿ ನಮಗೆ ಸಹಾಯ ಮಾಡಲು ಬ್ರಿಟಿಷ್ ನೇವಿ ಸಿದ್ಧವಿರುತ್ತದೆ. ನಿನಗೆ ಎಲ್ಲಾ ಇನ್ಫ್ರಾಸ್ಟ್ರಕ್ಚರ್ ಮತ್ತು ಕಮ್ಯುನಿಕೇಶನ್ ಸಹಾಯಕ್ಕೆ. ಅಲ್ಲದೇ ಸ್ವಲ್ಪ ದೂರವೇ ಆದರೂ, ಆಸ್ಟ್ರೇಲಿಯನ್ ನೇವಿ ಸಹ ಧುಮುಕಲು ಸಿದ್ಧರಾಗಿದ್ದಾರೆ. ಇದೆಲ್ಲಾ ಕೇಂದ್ರ ಸರಕಾರ ಆಯಾ ರಾಷ್ಟ್ರಗಳ ಜತೆ ಹೊಂದಿರುವ ಈಗಿನ ಪರಸ್ಪರ ಬಾಂಧವ್ಯದ ಫಲ. ಸರಿ, ನೀನು ನಿನ್ನ ಟೀಂ ಆರಿಸಿಕೋ."

ಅವಿನಾಶ್ ತಟಕ್ಕನೆ ಜವಾಬ್ದಾರಿಯುತ ಅಧಿಕಾರಿಯಾದ. "ಸರ್, ಮೊದಲು ನನಗೆ ಕೊಡುವ ಫೈಲಿನಲ್ಲಿ ರಾ ಮತ್ತು ಇಂಟರ್‌ಪೋಲ್ ಅಧಿಕಾರಿಗಳ ನಂಬರ್ಸ್

ಮತ್ತು ಇಮೈಲ್ಸ್ ಕೊಡಿ. ನಮ್ಮ ರೇಡಿಯೋ ಫ್ರೀಕ್ವೆನ್ಸಿ ಆಪರೇಶನ್‌ಗೋಸ್ಕರ ಔಟ್‌ಗೋಯಿಂಗ್ ಮತ್ತು ಇನ್‌ಕಮಿಂಗ್ ಎನ್ಕ್ರಿಪ್ಟೆಡ್ ಆಗಿರಬೇಕು. ನೆಕ್ಸ್ಟ್, ಆರ್ಮರಿಗೆ ವರದಿ ಕೊಟ್ಟು ಅಂಡರ್‌ವಾಟರ್ ಮೆಶೀನ್ ಗನ್ಸ್, ಲೇಸರ್, ಮತ್ತಿತರ ಫೈರ್ ಆರ್ಮ್ಸ್ ನಾಲ್ಕು ಜನಕ್ಕಾಗುವಷ್ಟು ಮತ್ತು ಆರ್ಮ್ಡ್ ಸಬ್ ಮೇರೀನ್ ವೆಸ್ಸೆಲ್ 'ಐಎನ್‌ಎಸ್ ಪ್ರದ್ಯುಮ್ನ' ಎಲ್ಲಾ ಸಿದ್ಧ ಮಾಡಿಸಿ ಸರ್. ಅದು 24 ಗಂಟೆಯೊಳಗೆ ಪೂರ್ತಿ ಇಂಧನ ತುಂಬಿಸಿಕೊಂಡು ನಮ್ಮ ನೇವಲ್ ಬೇಸಿನಿಂದ ರೆಡಿಯಿರಬೇಕು. ಇನ್ನೊಂದು ಮುಖ್ಯ ವಿಷಯ. ಇಟಾಲಿಯನ್ ಮಾಫಿಯಾಗೆ ರಾಮಾಯಣದ ಬಗ್ಗೆ ಈ ಕ್ಲೂ ಕೊಟ್ಟು ಹೇಳಿದವರ್ಯಾರು, ಅವರನ್ನು ಪತ್ತೆ ಹಚ್ಚಿ ನಮ್ಮ ಗೂಢಚಾರಿ ಏಜೆಂಟ್ಸ್ ತಕ್ಷಣ ಅಲ್ಲೇ ಮುಗಿಸಬೇಕು, ಇನ್ನೂ ಹೆಚ್ಚು ಮಾಹಿತಿ ಹೋಗಿ ಪಾಲೆರ್ಮೋ ಕಡೆಯವರು ಅಲರ್ಟ್ ಆಗುವ ಮುನ್ನ."

ಡಾ. ದೇಸಾಯಿ ತಮ್ಮ ಸಮರ್ಥ ಅಧಿಕಾರಿಯತ್ತ ಅಚ್ಚರಿಯ ನೋಟ ಬೀರಿದರು, "ಏನು, ಎಲ್ಲಾ ಮನೆಯಿಂದ ಉರು ಹೊಡೆದುಕೊಂಡು ಬಂದಿರುತ್ತೀಯೋ ಹೇಗೆ?"

"ಏನೋ ನಮ್ಮ ಬಾಸ್ ಕಲಿಸಿಕೊಟ್ಟ ವಿದ್ಯೆ, ಸರ್" ಎಂದು ಅವಿನಾಶ್ ನಗುತ್ತಾ ಅವರ ಕಡೆಗೇ ತಿರುಗಿಸಿದ. "ಆಮೇಲೆ ನಾನು ನಿಮಗೆ ಐದು ನಿಮಿಷದಲ್ಲಿ ಪೂರ್ತಿ ಟೀಮಿನ ಲಿಸ್ಟ್ ಕೊಡುತ್ತೇನೆ. ಎಲ್ಲರ ಲೀವ್ ಕ್ಯಾನ್ಸೆಲ್ ಮಾಡಿಸಿ, ಆಲ್ ಆರ್ ಆನ್ ಡ್ಯೂಟೀ. 24*7. ಈ ಮಿಷನ್ ಮುಗಿಯುವವರೆಗೂ ಯಾರೂ ಮನೆಗೆ ಹೋಗುವಂತಿಲ್ಲ, ನಮ್ಮ ಜತೆಯಲ್ಲೇ ಇರಬೇಕು. !"

"ಕೊನೆಯ ಪಾಯಿಂಟ್ ನನಗೆ ತುಂಬಾ ಇಷ್ಟವಾಯಿತು!" ಎಂದು ವೀಣಾ ಅವನತ್ತ ತುಂಟ ನೋಟ ಬೀರಿದಳು.

ಮುಂದೆ ಅವನು ಆರು ಜನರ ಆಯ್ದ ನುರಿತ ನೇವಿ ಮತ್ತು ಓಶನೋಗ್ರಾಫರ್ಸ್ ಟೀಮ್, ಮತ್ತು ಒಬ್ಬ ವೈದ್ಯರ ಹೆಸರನ್ನು ಘೋಷಿಸಿ ಅವರನ್ನು ಡಾ. ದೇಸಾಯಿ ಮುಂದೆ ಹಾಜರು ಪಡಿಸಿದನು, ಅವರಿಗೆಲ್ಲಾ ಬ್ರೀಫ್ ಮಾಡಿದನು.

"ಯಾವ ಟೀಮ್ ಯಾವ್ಯಾವ ರೋಲ್ಸ್ ಮಾಡಬೇಕು, ಯಾರ ಆರ್ಡರ್ಸ್ ಫಾಲೋ ಮಾಡುವರು ಎಂದೆಲ್ಲಾ ನಾವು ಸಂಜೆ 7ಕ್ಕೆ ಮೀಟಿಂಗ್ ಮಾಡಿ ನಿರ್ಧರಿಸಬೇಕು.

ಆರ್ಮ್ಸ್ ಟ್ರೈನಿಂಗ್ ಇರುವವರು ನಿಮ್ಮಲ್ಲಿ, ಒಂದು ಟಫ್ ಗನ್ ಬ್ಯಾಟಲ್‌ಗೆ ಸಿದ್ಧರಾಗಬೇಕು, ನಮ್ಮ ಎದುರಾಳಿ ಅನುಭವೀ ಮಾಫಿಯಾ ಗನ್‌ಮೆನ್ ಜತೆ ಕಾದಾಡಬೇಕು. ವಿ ನೀಡ್ ಟು ವಿನ್ ಎಟ್ ಎನಿ ಕಾಸ್ಟ್!" ಅವಿನಾಶ್ ಫ್ಲುಲ್ ಫ್ಲೋನಲ್ಲಿ ಹೇಳುತ್ತಾ ಹೋಗುತ್ತಿದ್ದಾನೆ.

"ವೀಣಾ, ನೀನು ಸೇರಿರುವುದರಿಂದ ನಮ್ಮ ವೆಸ್ಸೆಲ್ ನೌಕೆಯ ರನ್ನಿಂಗ್, ಸಿಸ್ಟಮ್ಸ್ ಮತ್ತು ಕಂಟ್ರೋಲ್ ಕೆಲಸವಹಿಸಿಕೋ. ಶಿ ಕಂಟ್ರೋಲ್ಸ್ ಎವೆರಿಥಿಂಗ್ ಆನ್

ದ ಶಿಪ್. ಆ ತರಹ ನೀನು ನಮ್ಮನ್ನು ನಿರ್ದೇಶಿಸಿ, ನಿರ್ವಹಿಸಬೇಕು. ಆಗುತ್ತಲ್ಲ?" ವೀಣಾ ಜತೆ ಎಲ್ಲರೂ ತಲೆಯಾಡಿಸಿದರು. ಅವಳಿಗಿಂತ ಸಮರ್ಥರು ಅವಳಿಗೆ ಹೊಳೆಯಲೂ ಸಾಧ್ಯವಿರಲಿಲ್ಲ

"ನನ್ನ ಮಾತನ್ನು ನೀವು ಕೇಳುವುದಾದರೆ ಸಕ್ಸಸ್ ನಮ್ಮದು ಅಂತೀನಿ ನಾನು" ಎಂದಳು ವಿಶ್ವಾಸದಿಂದ

"ನಾನು ಮೈನ್ ಹಿಟ್-ಮ್ಯಾನ್, ಗ್ರೂಪಿನ ನಾಯಕ. ನನ್ನ ಜತೆ ನಾಲ್ಕು ಜನ ಸ್ಕ್ಯೂಬಾ ಸೂಟ್ ಧಾರಿಗಳು ಅಂಡರ್‌ವಾಟರ್ ಅಟ್ಯಾಕ್ ಮತ್ತು ಬಂಧನ ಮಾಡುವ ಕಾರ್ಯಕ್ಕೆ ರೆಡಿ ಆಗಿ" ಅವಿನಾಶ್ ಗಂಟಲು ಸರಿಪಡಿಸಿಕೊಂಡನು. "24 ಗಂಟೆಗಳ ಒಳಗೆ ಯಾವುದೇ ಟ್ರೈನಿಂಗ್ ಆದರೂ ಮಾಡಿಕೊಳ್ಳಿ!" ಅವಿನಾಶನ ಅವಸರದ ಆರ್ಡರ್ಸ್ ಅರ್ಥ ಮಾಡಿಕೊಳ್ಳದವರಾರೂ ಅಲ್ಲಿರಲಿಲ್ಲ.

"ಈ ಆಪರೇಷನ್ನಿಗೆ ಹೆಸರೊಂದನ್ನು ಇಡಬೇಕು" ಎಂದು ತಮ್ಮ ಲ್ಯಾಪ್ಟಾಪನ್ನು ತಮ್ಮತ್ತ ತಿರುಗಿಸಿಕೊಂಡರು ಡಾ. ದೇಸಾಯಿ, "ಏನೆಂದು?"

ಅವಿನಾಶ್‌ಗೂ ಮುಂಚೆ ವೀಣಾ ಕಣ್ಮುಚ್ಚಿ ಉತ್ತರಿಸಿದಳು, "ಆಪರೇಷನ್ ಸುವರ್ಣಗಿರಿ!" ಅವಳ ಕಣ್ಮುಂದೆ ಮೈನಾಕ ಪರ್ವತವೇ ಕುಣಿಯಹತ್ತಿತ್ತು.

ಅಲ್ಲಿಗೆ ಮೀಟಿಂಗ್ ಮುಗಿಯುತ್ತಾ ಬಂದಿತ್ತು.

"ಹಾಗಾದರೆ ಹೊರಡಿ, ನಿಮ್ಮ ನಿಮ್ಮ ತಯಾರಿ ಮಾಡಿಕೊಳ್ಳಿ" ಎಂದು ಅವಿನಾಶ್ ಡಾ ದೇಸಾಯಿಗೆ ನಮಸ್ಕರಿಸಿ ಎದ್ದುನಿಂತನು.

ಹೊರಗೆ ಹೋಗುವಾಗ ಹಿಂಬಾಲಿಸಿ ಬಂದ ವೀಣಾ, "ಅದಕ್ಕೇ ದಿ 'ಬಿಗ್ಗೆಸ್ಟ್ ಬಾಸ್' ಎಂದು ಎಲ್ಲರೂ ನಿಮ್ಮನ್ನು ಕರೆಯುವುದು ಬೆನ್ನ ಹಿಂದೆ. ಡಾ, ದೇಸಾಯಿಗಿಂತ ಟಫ್ ಅಂತೆ" ಎಂದಳು ಮೆಚ್ಚುಗೆಯ ನೋಟ ಬೀರುತ್ತಾ.

ಅವಿನಾಶ್ ಆಶ್ಚರ್ಯವಾದವನಂತೆ ನಟಿಸುತ್ತಾ, "ಹೋ, ಹಾಗಂದುಕೊಳ್ಳುತ್ತಾರೆಯೋ?" ಎಂದು ನಕ್ಕು ಕೇಳಿದನು, "ಅದು ಸರಿ ವೀಣಾ, ನಿನ್ನ ಬಗ್ಗೆ ಈ ಇಬ್ಬರು ಸೆಂಟ್ರಲ್ ಮಿನಿಸ್ಟರ್ಸ್ ರೆಕೆಮೆಂಡ್ ಮಾಡುವುದೆಂದರೇನು, ಅರ್ಥವಾಗಲಿಲ್ಲಪ್ಪ."

ವೀಣಾ, ಹಾಹಾ ಎಂದು ನಕ್ಕು, "ಶ್ರೀ ಶಿವಶಂಕರ್ ಪ್ರಸಾದ್ ನನ್ನ ಸಂಸ್ಕೃತಿ ಮತ್ತು ಪುರಾಣ ಥೀಸಿಸ್‌ಗೆ ಜೂರಿ (ತೀರ್ಪುಗಾರರು) ಆಗಿ ಬಂದು ಬಹಳ ಪ್ರಶ್ನೆಗಳನ್ನು ಕೇಳಿದ್ದರು. ಚೆನ್ನಾಗಿ ಮಾರ್ಕ್ಸ್ ಕೊಟ್ಟರು. ಇನ್ನು ನೀರಜಾ ರಾಜಾರಾಮನ್ ಅವರೇ ನನ್ನ ಕಾನ್ವೋಕೇಶನ್ನಿನಲ್ಲಿ ಗೋಲ್ಡ್ ಮೆಡಲ್ ಕೊಟ್ಟು ಹೊಗಳಿದ್ದರು. ಸೋ..." ಎನ್ನುತ್ತ 'ಹೇಗಿದೆ?' ಎನ್ನುವಂತೆ ಹುಬ್ಬೇರಿಸಿದಳು.

"ಹ್ಮ್ಮ್. ಆದರೆ ಸಮುದ್ರ ಮಧ್ಯದಲ್ಲಿ, ನೀರಿನಡಿಯಲ್ಲಿ ಯಾರೂ ನಿನ್ನ ಸಹಾಯ ಮಾಡಲಾರರು, ಇನ್ನೊಮ್ಮೆ ಯೋಚಿಸಿಕೋ" ಎಂದನು ಅವಿನಾಶ್.

"ನೀನಿರುತ್ತೀಯಲ್ಲ, ಸಾಕು!" ಎನ್ನುತ್ತಾ ಅವನು ಉತ್ತರ ಕೊಡುವ ಮೊದಲೇ ವೀಣಾ ತನ್ನ ಕ್ಯಾಬಿನ್ನೊಳಗೆ ಮಾಯವಾದಳು.

8

ಇತ್ತ, ನಡುಸಾಗರದಲ್ಲಿ.

ಆಸ್ಟ್ರೇಲಿಯಾ ತೀರದಿಂದ ಪೂರ್ವಕ್ಕೆ, ದಕ್ಷಿಣ ಹಿಂದೂ ಮಹಾಸಾಗರದಲ್ಲಿ ಪ್ರಯಾಣ ಮಾಡುತ್ತಿದ್ದ ಇಟಾಲಿಯನ್ ನೌಕೆ 'ಲಾ ಬ್ರೂಟಸ್' ಎಂಬ ಮಾಫಿಯಾ ಕಂಪನಿಯೊಂದಕ್ಕೆ ಸೇರಿದ್ದ ನೌಕೆಯ ಕ್ಯಾಪ್ಟನ್ ರಾಬರ್ಟೋ ತನ್ನ ಎದುರಿಗೆ ಕಾತರದಿಂದ ಕಾಯುತ್ತಿದ್ದ ಆರು ಜನ ನಾವಿಕ ಯೋಧರಿಗೆ ಹೇಳಿದ, "ನೋಡಿ, ಈಗಿಂದೀಗಲೇ ನಮ್ಮ ಹಡಗನ್ನು ಅಲ್ಲಿಗೆ ಡೈವರ್ಟ್ ಮಾಡುತ್ತಿದ್ದೇನೆ. ಇಟಲಿಯಿಂದ ಬಾಸ್ ಹೇಳಿಯಾಗಿದೆ. ಅಲ್ಲಿ ನಾವು ಅಂಡರ್‌ವಾಟರಿನಲ್ಲಿ ಹೋಗಿ ಚಿನ್ನ ಇದ್ದ ಕಡೆ ಕಣ್ಣಾರೆ ನೋಡಿ ಬೋರ್ ಮಾಡಿ, ಎಷ್ಟಿದೆ ಎಂದು ಅದರ ಅಂಕಿ-ಅಂಶಗಳನ್ನು ತಿಳಿಸಿದಾಗ, ಅವರು ಪರಿಶೀಲಿಸಿ ಅಪ್ಪಣೆ ಕೊಡುತ್ತಾರಂತೆ."

ಅವನ ಸಹಾಯಕ ಕಾರ್ಲೋ, "ಎಷ್ಟು ಹೆಚ್ಚು ಗಣಿಗಾರಿಕೆ ಮಾಡಲು ಸಾಧ್ಯವೋ ಅಷ್ಟು ತೆಗೆಯಲು ಮಾತ್ರ ತಾನೇ ನಮಗೆ ಸಾಧ್ಯ?" ಎಂದ ಸ್ವಲ್ಪ ವ್ಯಂಗ್ಯವಾಗಿ.

"ನಾವು ನಾವೇ ಚಿನ್ನವನ್ನೆಲ್ಲಾ ಬಾಚಿ ಹಂಚಿಕೊಂಡರೆ ಎಷ್ಟು ಚೆನ್ನ" ಎಂದು ಅಲ್ಪಮತಿಯಾದ ಅವನಿಗೆ ಅನಿಸತೊಡಗಿತ್ತು.

"ಕಾರ್ಲೋ, ತಾಳಿದವ ಬಾಳಿಯಾನು. ಸ್ವಲ್ಪ ತಾಳು!" ಎಂದ ಅವನ ಕ್ಯಾಪ್ಟನ್ ಆತನ ದುರಾಸೆಯನ್ನು ಅರಿತವನಂತೆ. "ಇನ್ನು ಹನ್ನೆರಡು ಗಂಟೆಗಳಲ್ಲಿ ನಾವು ಆ ಸ್ಪಾಟಿಗೆ ತಲುಪಬಹುದು. ಫುಲ್ ಸ್ಪೀಡ್ ಅಹೆಡ್. ನೋ ಸ್ಟಾಪ್, 'ಲಾ ರೋಮಾ' ಹಡಗಿನ ಪಕ್ಕ ಲಂಗರು ಹಾಕುವವರೆಗೂ!" ಎಂದು ವೇಗವಾಗಿ ಚಲಿಸಲು ಆಜ್ಞೆಯಿತ್ತ

ಎಲ್ಲಾ ನಾವಿಕರೂ ತ್ವರಿತವಾಗಿ ಅಲ್ಲಿಂದ ತಮ್ಮ ಸ್ಥಾನಗಳಿಗೆ ತೆರಳಿದರು. ಧೀರ್ಘ ಸಾಗರಯಾನದಲ್ಲಿ ಬೇಸತ್ತಿದ್ದ ಅವರಲ್ಲಿ ಯಾವುದೋ ಹೊಸ ಉತ್ಸಾಹ ಚಿಮ್ಮಿತ್ತು.

9

ಕೊಚ್ಚಿ ನೇವಲ್ ಹಾರ್ಬರ್, ಭಾರತ.

"ಆಲ್ ವೆಪನ್ಸ್ ಲೋಡೆಡ್?" ಕೇಳಿದ ಅವಿನಾಶ್

"ಏಯ್, ಏಯ್, ಕ್ಯಾಪ್ಟನ್" (Aye, Aye ಎನ್ನುವುದನ್ನು"ಹೌದು" ಎನ್ನಲು ಬಳಸುತ್ತಾರೆ) ಎಂದು ಉತ್ತರಿಸಿದನು ಜಿತೇಂದ್ರ ಪಕ್ಕದ ಕ್ಯಾಬಿನ್ನಿಂದ

"ಕ್ರ್ಯೂ ಆನ್ ಬೋರ್ಡ್?" (ಎಲ್ಲರೂ ಹತ್ತಿ ಆಯಿತೆ?)

"ಏಯ್, ಏಯ್, ಕ್ಯಾಪ್ಟನ್" ಎಂದಳು ವೀಣಾ ಪಕ್ಕದಲ್ಲೇ ಕುಳಿತಿದ್ದವಳು.

ಎಲ್ಲಾ ಚೆಕ್ಸ್ ಮಾಡಿ ಮುಗಿಸಿ, "ಲೆಟ್ಸ್ ಗೋ"! ಎಂದನು ಅವಿನಾಶ್. ಚಿಕ್ಕ ಅದುರುವಿಕೆಯ ಅನುಭವದಿಂದ 'ಪ್ರದ್ಯುಮ್ನ' ಪ್ರಯಾಣ ಆರಂಭಿಸಿತು

"ಹಡಗಿನ ಚಾಲಕರನ್ನು ಬಿಟ್ಟು ಮಿಕ್ಕವರೆಲ್ಲಾ 2–3 ಗಂಟೆ ಕಾಲ ವಿರಾಮ ಮಾಡಲು ನಿಮ್ಮ ನಿಮ್ಮ ಬಂಕರುಗಳಿಗೆ ಹೊರಡಬಹುದು!" ಎನ್ನುತ್ತ ತನ್ನ ತಲೆಯಿಂದ ಹೆಡ್ ಫೋನನ್ನು ತಾತ್ಕಾಲಿಕವಾಗಿ ತೆಗೆದನು ಅವಿನಾಶ್.

ಅವನ ಟೀಮಿನವರಿಗೆ ಅದರ ಅವಶ್ಯಕತೆಯೂ ಇತ್ತು. ಸಕಲ ಸಿದ್ಧತೆಗಳನ್ನೂ ಎಡೆಬಿಡದೆ ಮಾಡಿ ಮುಗಿಸಿ ಕೊಚ್ಚಿಯ ಭಾರತೀಯ ನೌಕಾನೆಲೆಯಿಂದ 20 ಗಂಟೆಗಳ ತಯಾರಿಯ ನಂತರ ಆಗತಾನೇ ಹೊರಟಿದ್ದರು. ಅವಿನಾಶ್ ಹೇಳಿದ್ದ 24 ಗಂಟೆ ಗಡುವಿಗಿಂತ ಮುಂಚೆಯೇ ಮುಗಿಸಿದ್ದು ಆ ಟೀಮಿನ ಸಾಮರ್ಥ್ಯಕ್ಕೆ ಸಾಕ್ಷಿಯಾಗಿತ್ತು.

ಐಎನ್ಎಸ್ ಪ್ರದ್ಯುಮ್ನ ಎಂಬ ಆ ಸಬ್‌ಮೆರೀನ್ ವೆಸೆಲ್ – ಇಂಡಿಯನ್ ನೇವಿಯ ಶ್ರೇಷ್ಠಾತಿಶ್ರೇಷ್ಠ ನೌಕೆಗಳಲ್ಲಿ ಒಂದಾಗಿತ್ತು. ಅದು ಆಗಲೇ ಹಿಂದೆ ಎರಡು ಬಾರಿ ಅವಿನಾಶ್‌ನ ನೇತೃತ್ವದಲ್ಲಿ ಎರಡು ಮಿಷನ್‌ಗಳನ್ನು ಯಶಸ್ವಿಯಾಗಿ ಮುಗಿಸಿತ್ತು. ಹಾಗಾಗಿ ಇಡೀ ಟೀಮಿಗೆ ಅದರ ಮೇಲೆ ವಿಶ್ವಾಸ ಹೆಚ್ಚಿತ್ತು.

"ಮತ್ತೆ ನೀನು, ಮಲಗುವುದಿಲ್ಲವೇ?" ಎಂದಳು ಕಳಕಳಿಯಿಂದ ವೀಣಾ.

"ಇಲ್ಲ, ನನಗೆ ನಿದ್ದೆ ಹತ್ತುವುದೂ ಇಲ್ಲ."

"ಹಾಗಾದರೆ..." ವೀಣಾ ಎದ್ದಳು, "ನಾನು ಈಗಲೇ ಮಲಗಲು ಹೋಗುವುದಿಲ್ಲ. ನನ್ನ ಸೀಟಿನಲ್ಲಿ ನಕ್ಷೆಗಳ ಸ್ಟಡಿ ಮತ್ತು ಆನ್ ಲೈನ್ ಬರುತ್ತಿರುವ ಸಾಗರತಳದ ಚಿತ್ರಪರೀಕ್ಷೆ ಮಾಡುತ್ತಿರುತ್ತೇನೆ. ಬೇಕಾದರೆ ಕಾಲ್ ಮಾಡು!"

"ಆಗಬಹುದು!" ಅವಿನಾಶ್ ಮುಗುಳ್ನಕ್ಕು ತನ್ನ ಗಮನವನ್ನು ಬದಲಿಸಿ, ಇದೀಗ ನೀರಡಿಗಿಳಿಯುತ್ತಿದ್ದ ತನ್ನ ಜಲಾಂತರ್ಗಾಮಿ ನೌಕೆಯ ಕಿಟಕಿಗಳಿಂದ ಮಂದವಾಗುತ್ತಿದ್ದ ಬೆಳಕಿನಲ್ಲಿ ಮಿನುಗುವ ನೀರನ್ನು ನೋಡುತ್ತಿದನು. ಗೋಲ್ಡ್ ಫಿಶ್‌ನ ಹಿಂಡೊಂದು ಫಳಕ್ಕನೆ ಅವರ ನೌಕೆಯ ಮುಂದೆ ಈಜುತ್ತಾ ಹಾದುಹೋಯಿತು. ಇನ್ನು ಕೆಲವು ನಿಮಿಷಗಳಲ್ಲಿ ಆಳಕ್ಕೆ ಇಳಿದಂತೆಲ್ಲಾ ಸಬ್‌ಮೆರೀನಿನ ಶಕ್ತಿಯುತ ಹೆಡ್ ಲೈಟ್ಸ್ ಪ್ರಭೆಯಲ್ಲೇ ನೋಡಬೇಕಾಗುತ್ತದೆ ಎಂದು ಅವನು ಅರಿತಿದ್ದ.

ಅವಿನಾಶ್‌ಗೆ ಅರ್ಧಗಂಟೆಯ ನಂತರ ಟ್ರಾನ್ಸ್ಮಿಟರ್‌ನಲ್ಲಿ ಬಂದಿದ್ದ ಸಂದೇಶವನ್ನು ತಂದಿತ್ತನು ಆಪರೇಟರ್ ಜಗದೀಶನ್.

ಅದರಲ್ಲಿ "ಇಟಲಿಯ ಮಾಫಿಯಾ ನಂಟಿರುವ ಲಾ ಬ್ರೂಟಸ್ ಎಂಬ ಆರ್ಮ್ಡ್ ನೌಕೆ ಇದೀಗ ಲಾ ರೋಮಾ ಎಂಬ ಚಿನ್ನದ ಸುಳಿವು ಕಂಡುಹಿಡಿದ ನೌಕೆಯತ್ತ ತನ್ನ ದಿಕ್ಕು ತಿರುಗಿಸಿ ವೇಗವಾಗಿ ಸಾಗುತ್ತಿದೆ. ಆಸ್ಟ್ರೇಲಿಯಾ ನೇವಿ ಅದನ್ನು ಖಚಿತ

ಪಡಿಸಿದ್ದಾರೆ. ನೀವು ಫುಲ್ ಸ್ಪೀಡಿನಲ್ಲಿ ಸಾಗಿದರೆ ಅವರು ಸ್ಪಾಟ್ ತಲುಪಿದ ನಂತರ ಆರು ಗಂಟೆಯೊಳಗೆ ನೀವೂ ಅಲ್ಲಿಗೆ ತಲುಪಬಹುದು. ಗುಡ್ ಲಕ್– ಡಿಡಿ" (ಡಿ.ಡಿ– ಡಾ. ದೇಸಾಯಿ ತಮಗೆ ತಾವೇ ಇಟ್ಟುಕೊಂಡ ಸಿಗ್ನೇಚರ್.).

ಕೆಳಗೆ ಆಸ್ಟ್ರೇಲಿಯಾದವರು ಅಂದಾಜು ಮಾಡಿದ್ದ ಶತ್ರುನೌಕೆಯಲ್ಲಿದ್ದ ಶಸ್ತ್ರ ಸಂಗ್ರಹದ ಲೆಕ್ಕವಿತ್ತು. ಗನ್ಸ್ ಮತ್ತು ಬುಲೆಟ್ಸ್, ಲೇಸರ್ಸ್, ಅಂಡರ್‌ವಾಟರ್ ಫ್ಲೇರ್ಸ್ ಮತ್ತು ಡೈನಮೈಟಿನಂಯಹಸ್ಫೋಟಕಗಳು!

ಅವಿನಾಶ್‌ನ ಮುಖ ಬಿಗಿಯಿತು. ಇದರ ಪ್ರಕಾರ ಅದೃಷ್ಟವಿದ್ದರೆ ತಮ್ಮ ಬಳಿಯಿದ್ದ ಶಸ್ತ್ರಗಳು ಅವರ ಜತೆ ಮುಖಾಮುಖಿಯಲ್ಲಿ ಕೇವಲ ಸರಿಸಾಟಿಯಾಗಬಹುದು, ಹೆಚ್ಚಂತೂ ಅಲ್ಲ. ಅಂದರೆ ಜಸ್ಟ್ ಎನಫ್. ಆದರೆ ಅವಿನಾಶ್‌ಗೆ ಚಿಂತೆಗೀಡುಮಾಡಿದ್ದು ಎರಡು ವಿಷಯಗಳು:–

1. ಮೈನಾಕ ಪರ್ವತದ ಚಿನ್ನದ ನಿಕ್ಷೇಪದ ಅಳಿದುಳಿದ ಭಾಗಗಳಷ್ಟೇ ಅವರಿಗೆ ಸುಳಿವು ಸಿಕ್ಕಿರಲು ಸಾಧ್ಯ.
2. ಕೇವಲ ಚಿನ್ನದ ಪದರ/ಲೇಪನ ಹೊಂದಿದ ಅ ಹಳೆಯ ಬೆಟ್ಟದ ಮುಳುಗಿದ್ದ ಕಲ್ಲುಬಂಡೆಗಳಿಗೆ ಸ್ಫೋಟಕವೇಕೆ? ಮೈನಿಂಗ್ ಆಯುಧಗಳಿಂದ ತೆಗೆಯಬಹುದಲ್ಲ. ಈ ಸ್ಫೋಟಕ ಡೈನಮೈಟುಗಳೇಕೆ?

ವೀಣಾ ಸುಂದರಕಾಂಡದ ಕತೆಯಲ್ಲಿ ಹೇಳಿದ್ದೇನು ಮತ್ತೆ. ಚಿನ್ನದ ಪದರವಿದ್ದ ಪರ್ವತ ಮೈನಾಕ ಎಂದಲ್ಲವೆ?

ಹ್ಮ್!. ಅವಳನ್ನು ಕೇಳಲೇಬೇಕು ಈಗ ಒಮ್ಮೆ.

"ವೀಣಾ, ಕೆನ್ ಯು ಕಮಿನ್, ಪ್ಲೀಸ್?"

"ಯೆಸ್, ಶೂರ್, ಮೈ ಡಿಯರ್ ಕ್ಯಾಪ್ಟನ್" ಎಂದು ಮಧುರವಾಗಿ ನುಡಿದು ಒಳಬಂದಳು ಪುರಾಣ ಮತ್ತು ಸಾಗರ ತಜ್ಞೆ!

"ವೀಣಾ, ಮೈನಾಕ ಪರ್ವತದಲ್ಲಿ ಎಷ್ಟು ದಪ್ಪ ಪದರ ಚಿನ್ನ ಹಾಕಿದ್ದರು? ಅದನ್ನು ಕಲ್ಲಿನ ಮೇಲಿಂದ ಎಬ್ಬಬಹುದು ಅಲ್ಲವೆ?" ಎಂದ ಅವಿನಾಶ್ ಅವಳತ್ತ ತಿರುಗುತ್ತಾ.

ವೀಣಾ ಕತ್ತು ಕೊಂಕಿಸಿ ಅವನತ್ತ ನೋಡಿದಳು. ಅವಳು ಆ ರೀತಿ ನೋಡಿದಳೆಂದರೆ ತಾನೇನೋ ತಪ್ಪು ಹೇಳಿ ಸಿಕ್ಕಿ ಹಾಕಿಕೊಂಡೆ ಎಂದು ಅವಿನಾಶ್ ಹೆದರಿ ಅವನೆದೆ ಡವಗುಟ್ಟಿತು.

"ಪದರಾನಾ?" ಎಂದಳು ಅವಳು ಗಂಭೀರವಾಗಿ "ಕಲ್ಲಿಂದ ಎಬ್ಬಬಹುದಾ? ನಾನು ಹೇಳಿದ್ದು ನೀನು ಏನು ಅರ್ಥ ಮಾಡಿಕೊಂಡೆ, ಅವಿನಾಶ್?"

"ಮತ್ತೆ, ಶತ್ರುಗಳು ಸ್ಫೋಟಕ ಬಾಂಬ್ ಕೊಂಡೊಯ್ಯುತ್ತಿದ್ದಾರೆ, ಯಾಕೆ?"

"ಯಾಕೆಂದರೆ ಅವರು ಬಹಳ ಸ್ಮಾರ್ಟ್ ಆಗಿ ಯೋಚಿಸಿದ್ದಾರೆ." ಮಂಜಿನಂತಹ ತಣ್ಣನೆಯ ದನಿಯಲ್ಲಿ ಉತ್ತರಿಸಿದಳು ವೀಣಾ, "ಮೈನಾಕದಲ್ಲಿರುವುದು ಚಿನ್ನದ ಪದರವಲ್ಲ, ಅವಿನಾಶ್ ಸಾಹೇಬರೆ. ಅದು ಅಷ್ಟಕ್ಕಷ್ಟೂ ಸಾಲಿಡ್ ಬಂಗಾರ."

"ಈಸ್ ಇಟ್?" ಎಂದು ಮುಖ ಕೆಂಪಾಗಿ ತೊದಲಿದ್ದ ಅವಿನಾಶ್. ತನ್ನ ಬ್ಲಂಡರ್!

"ಬಂಗಾರದ ಶಿಖರಗಳು ಮಾತ್ರ, ಐ ಮೀನ್. ಪೂರ್ತಿ ಸಾಲಿಡ್ ಗೋಲ್ಡ್. ಅದರ ಗಾತ್ರ, ಎಷ್ಟು ತೂಕ, ಈಗ ಎಷ್ಟು ಕ್ಯಾರೆಟ್, ಎಷ್ಟು ದಶಕೋಟಿ ಬೆಲೆಯದ್ದು ಯಾರಿಗೂ ಹೇಳಲಾಗದು!" ವೀಣಾ ಅದರ ಬೆಲೆ ಮಾತ್ರ ತನಗೆ ತಿಳಿಯದು ಎಂಬಂತೆ ನಿಟ್ಟುಸಿರಿಟ್ಟಳು.

ಎರಡು ಕ್ಷಣ ಅಲ್ಲಿ ಚಾಕುವಿನಿಂದ ಕೊಯ್ಯಬಹುದಾದಂತಹ ಘನ ಮೌನ ಆವರಿಸಿತ್ತು!

ಬಂಗಾರದ ಶಿಖರಗಳು, ಮಿಕ್ಕ ಕಡೆ ಕೆಳಗೆಲ್ಲ ಫಲ ಬಿಡುವ ಮರಗಳು; ಹಾಗೇ ಆಂಜನೇಯ ನೋಡಿದ್ದು ಅಂದಿದ್ದಳು. ತಾನೇ ತಪ್ಪು ಅರ್ಥ ಮಾಡಿಕೊಂಡೆ!

"ಮತ್ತೆ ನೀನು ನಿನ್ನೆ ನನಗೆ ಸರಿಯಾಗಿ ಹೇಳಲೇ ಇಲ್ಲ ಈ ಪಾಯಿಂಟ್!" ಅವಿನಾಶ್ ಹತಾಶನಂತೆ ಅವಳನ್ನು ದೂರಿದ.

"ಉಫ್! ನೀನು ಸರಿಯಾಗಿ ಕೇಳಿಸಿಕೊಂಡಿಲ್ಲ ಅನಿಸತ್ತೆ. ನಾನು ಮೈನಾಕ ಎಂಬ ಚಿನ್ನದ ಬೆಟ್ಟವೇ ಸಮುದ್ರದಿಂದ ಆಂಜನೇಯನ ಮುಂದೆ ಹಾರಿಬಂದಿತು ಎಂದಿದ್ದೆ. ನೀನು ದಡಬಡನೆ ಅಲ್ಲಿಂದ ನನ್ನನ್ನೂ ಎಳೆದುಕೊಂಡು ಊಟದ ಬಿಲ್ ಕೊಟ್ಟು ಓಡಿಬಿಟ್ಟೆ. ನಿನಗರ್ಥವಾಗಿಯೇ ಹಾಗೆ ಉದ್ರಿಕ್ತನಾದೆ ಎಂದು ನಾನು ತಿಳಿದುಕೊಂಡೆ" ಎಂದಳು ಅವಳು ಶಾಂತದನಿಯಿಂದ.

"ಹಾ?" ಎಂದ ಅವಿನಾಶನ ಗಂಭೀರ ಮುಖ ನೋಡಿ ಅವಳೂ ಆತಂಕದಿಂದ ಮರುಪ್ರಶ್ನೆ ಹಾಕಿದಳು, "ಏನಾಯಿತೀಗ, ಅಲ್ಲಿಗೆ ಅವರಾಗಲೀ, ನಾವಾಗಲಿ ತಲುಪಿಲ್ಲವಲ್ಲ?"

"ನನ್ನ ತಪ್ಪು ವೀಣಾ. ಜಿತೇಂದ್ರನು ಹೆಚ್ಚುವರಿ ಹೆವಿ ಶಸ್ತ್ರಗಳನ್ನು ಇಟ್ಟುಕೊಳ್ಳುವಾಗ ನಾನು ಹೇಳಿ ಕಡಿಮೆ ಮಾಡಿಸಿದೆ. ಭಾರ ಅನವಶ್ಯಕವಾಗಿ ಬೇಡ, ಸ್ಪೀಡ್ ಕಡಿಮೆಯಾದೀತು ಎಂದು. ಅಲ್ಲದೆ ಅಂಡರ್‌ವಾಟರ್ ಪೂರ್ಣ ಪ್ರಮಾಣದ ಯುದ್ಧ ನಮ್ಮ ದೇಶಕ್ಕೂ ಇಟಲಿಯ ಮಾಫಿಯಾ ಆರ್ಮಿ ಜತೆಗೂ ಅಲ್ಲಿ ಮಾಡುವಂತಿಲ್ಲ ಎಂದುಕೊಂಡೆ. ಅಂತರರಾಷ್ಟ್ರೀಯ ಜಲಮಿತಿಯಲ್ಲಿದೆ, ಬೇರೆ. ಬೇರೆ ರಾಷ್ಟ್ರದವರೂ ಒಪ್ಪಲಾರರು ಎಂದು" ಎನ್ನುವಷ್ಟರಲ್ಲಿ ವೀಣಾ ಅವಸರಿಸಿದಳು,

"ಅವರ ಬಳಿ ಬಾಂಬ್ ಇದ್ದರೆ ನಾವು ತಡೆಯಲು ಹೋದಾಗ ಅವರು ಬಳಸಿಬಿಟ್ಟರೆ ಹೇಗೆ? ನಮಗೆ ಪ್ರಾಣಾಪಾಯವೆಂದೇ ನೀನು ಹೇಳುತ್ತಿರುವುದು?"

"ನೋ. ನೀನು ತಪ್ಪಾಗಿ ಅರ್ಥ ಮಾಡಿಕೊಂಡೆ ಈಗ" ಎಂದ ಅವಿನಾಶ್, "ಅವರು ನಮ್ಮ ಮೇಲಲ್ಲವಲ್ಲ ಬಾಂಬ್ಸ್ ಉಪಯೋಗಿಸುವುದು!"

"ಮೈನಾಕ ಬೆಟ್ಟವನ್ನೇ ಉಡಾಯಿಸಲು"ಎಂದರು ಇಬ್ಬರೂ ಒಕ್ಕೊರಳಿನಲ್ಲಿ ಒಟ್ಟಿಗೆ ಅರ್ಥ ಮಾಡಿಕೊಳ್ಳುತ್ತಾ!

10

ಅವಿನಾಶ್ ಡಾ. ದೇಸಾಯರಿಗೆ ಶಾಂತವಾಗಿ ಈ ಬಗ್ಗೆ ಉತ್ತರ ಕಳಿಸಿದನು. "ಆದದ್ದು ಆಗಲಿ ಸರ್. ವೀರ ಹಾಗೂ ಸಮರ್ಥ ನಾವಿಕರು, ನೇವಿ ತಜ್ಞರು ಜತೆಗಿದ್ದೇವೆ. ಹೊರಟಿದ್ದಾಯಿತು. ಅವರ ಕೈ ಮೇಲಾಗುತ್ತೋ, ನಮ್ಮದೋ ನೋಡೇಬಿಡೋಣ" ಎಂದಿದ್ದ ಆ ಸಂದೇಶದಲ್ಲಿ.

ಡಾ. ದೇಸಾಯರ ಅಂತಿಮ ನಿರ್ಣಯವೆಂಬಂತೆ ಈ ಸಂದೇಶ ಕೆಲನಿಮಿಷಗಳಲ್ಲೇ ಬಂದಿತು,"ಅವಿನಾಶ್, ವೀಣಾ, ನಮ್ಮ ಸರಕಾರಕ್ಕೆ ಆ ಚಿನ್ನ ಬೇಕಿಲ್ಲ.ಈಗ ವಾಪಸ್ ಪಡೆಯಲು ಅದು ಎಂದೂ ನಮ್ಮದು ಆಗಿರಲೇ ಇಲ್ಲ. ಅಲ್ಲದೆ, ಈ ಸ್ಥಳ ಭಾರತದ ಜಲಮಿತಿಯ ಹೊರಗಿದೆ. ಹಾಗಾಗಿ ನಮ್ಮ ಹಕ್ಕಿಲ್ಲ. ಆದರೆ ಬ್ರಿಟನ್, ಆಸ್ಟ್ರೇಲಿಯಾ, ಇಟಲಿ ಸೇರಿದಂತೆ ಎಲ್ಲ ಮಿತ್ರ ರಾಷ್ಟ್ರಗಳು (ವಿಶ್ವಸಂಸ್ಥೆಗೂ ಕೂಡಾ ರಹಸ್ಯ ಸಂದೇಶ ಹೋಗಿದೆ) ಭಾವಿಸುವುದೆಂದರೆ- ಏನೇ ಆಗಲಿ, ಇಟಲಿಯ ಈ ಮಾಫಿಯಾ ಕೈಗೆ ಇಷ್ಟು ದೊಡ್ಡ ಬಂಗಾರದ ನಿಧಿ ಸಿಗಬಾರದು. ಅವರು ಆಮೇಲೆ ಆ ಸಂಪತ್ತಿನ ಬಲದ ಮೇಲೆ ನಿಯಂತ್ರಿಸಲು ಸಾಧ್ಯವಿಲ್ಲದಷ್ಟು ಅಪರಾಧಗಳನ್ನು ಮಾಡಿಯಾರು. ಅವರು ಹಿಂಸಾಚಾರಕ್ಕೆ ತಿರುಗಿದರೆ, ಅವರನ್ನು ಮುಗಿಸಿಬಿಡಲು ನಿಮಗೆ ಅಧಿಕಾರವಿದೆ. ಶೂಟ್ ಟು ಕಿಲ್! ಎಲ್ಲರೂ ಸುರಕ್ಷಿತವಾಗಿ ಹಿಂತಿರುಗಿ ಬನ್ನಿ, ಬೆಸ್ಟ್ ಆಫ್ ಲಕ್- ಡಿಡಿ"

ಅವಿನಾಶ್ ಗೆ ಅರ್ಥ ಸಮಾಧಾನವಾಯಿತು, ಸದ್ಯ, ಹೋರಾಟವಾದಲ್ಲಿ ಸರಕಾರಿ ಅಪ್ಪಣೆಗಳು ನಮ್ಮನ್ನು ನಿರ್ಬಂಧಿಸುವುದಿಲ್ಲವಲ್ಲ ಎಂದು.

ಅವಿನಾಶ್ ಅದನ್ನು ಪಿ.ಎ. ಧ್ವನಿವರ್ಧಕದಲ್ಲಿ ತನ್ನ ಎಲ್ಲ ಸಿಬ್ಬಂದಿಗಳಿಗೂ ಘೋಷಿಸಿದ.

ವೀಣಾ "ನಾನು ಅರ್ಧ ಗಂಟೆ ಬ್ರೇಕ್ ತೆಗೆದುಕೊಂಡು ಬರುತ್ತೇನೆ. ಆಗ ನನ್ನ ಮೇಲೆ ನಂಬಿಕೆಯಿದ್ದರೆ ಈ ನೌಕೆಯನ್ನು ನನ್ನ ಮೇಲೆ ಬಿಟ್ಟು ನೀನೂ ಸ್ವಲ್ಪ ರೆಸ್ಟ್ ತೆಗೆದುಕೊಳ್ಳಬಹುದು"ಎಂದು ಅವನ ಭುಜ ತಟ್ಟಿ ಎದ್ದಳು. ಅವಿನಾಶ್ ಅಪ್ರಯತ್ನವಾಗಿ ಅವಳನ್ನು ತೋಳಲ್ಲಿ ಬಳಸಿದ.

"ನಾಟ್ ನೌ, ನಾಟ್ ಹಿಯರ್, ಕ್ಯಾಪ್ಟನ್" ಎಂದು ನಗುತ್ತಾ ಬಿಡಿಸಿಕೊಂಡು ಹೊರಟಳು ವೀಣಾ.

ಇಬ್ಬರೂ ಹಿಂದಿನ ದಿನದಿಂದ ಹಾಸಿಗೆಯನ್ನೇ ನೋಡಿಲ್ಲ, ಅಷ್ಟು ವ್ಯಸ್ಥರಾಗಿದ್ದರು. ಸ್ವಲ್ಪ ರೆಸ್ಟ್ ತೆಗೆದುಕೊಂಡರೆ ಮುಂದಿನ ಹೋರಾಟವೇನಿದೆಯೋ ಅದಕ್ಕೆ ಹುರುಪು ಇರುತ್ತದೆ ಎಂಬುದು ಅವಿನಾಶ್‌ಗೂ ಗೊತ್ತು.

ಈಗ ಅವರು ಸಾಗುತ್ತಿರುವ ಆಳದಲ್ಲಿ ಹೊರಗೆ ಮಂದವಾದ ನೈಟ್ ಲ್ಯಾಂಪಿನಂತಹ ಬೆಳಕಿದೆಯಾದರೂ ಅಲ್ಲಿನ ಲೋಕಲ್ ಟೈಮ್ ಮಧ್ಯಾಹ್ನ 12 ಗಂಟೆ ಸಮಯ ಆಷ್ಟೇ. ಸುತ್ತಲೂ ಪ್ರಶಾಂತ ಸಾಗರ ಮತ್ತು ಹಿಂಡು ಹಿಂಡು ವಿವಿಧ ಬಗೆಯ ಮೀನುಗಳು, ನೀರುಕುದುರೆ ಮತ್ತು ಆಕ್ಟೋಪಸ್ಸುಗಳು ಇವರ ನೌಕೆಯತ್ತ ಅಚ್ಚರಿಯ ಕಣ್ಣು ಬೀರಿ ಸರಿದು ಮರೆಯಾಗುತ್ತಿವೆ.

"ಕ್ಯಾಪ್ಟನ್, ನಾವೀಗ ಅಂತರರಾಷ್ಟ್ರೀಯ ಜಲಮಿತಿಯಲ್ಲಿದ್ದೇವೆ, ಅದರ ಮಾರಿಟೈಮ್ ಕಾನೂನಿಗೆ ಒಳಪಡುತ್ತೇವೆ ಇನ್ನು ಮೇಲೆ" ಎಂದು ಮುಖ್ಯ ಚಾಲಕ (ಪೈಲೆಟ್) ತಿಳಿಸಿದ. ಇಬ್ಬರು ಚಾಲಕರಿಗೆ ಇಬ್ಬರು ಬ್ಯಾಕ್ ಅಪ್, ಮಧ್ಯೆ ರೆಸ್ಟ್ ತೆಗೆದುಕೊಳ್ಳಲಿ ಎಂದು ಕರೆದುಕೊಂಡು ಬಂದಿದ್ದಾನೆ ಅವಿನಾಶ್.

"ಲಾಗ್ ಆಫ್, ಕಿಶೋರ್. ಆಮೇಲೆ ಬಾ!" ಎಂದ ಅವನನ್ನು ಹೆಸರಿನಿಂದ ಗುರುತಿಸುತ್ತಾ ಅವನನ್ನು ವಿರಾಮಕ್ಕೆ ಕಳಿಸಿದ.

"ಇಕ್ಬಾಲ್ ಪೈಲೆಟಿಂಗ್, ಸರ್" ಎಂದ ಅವನ ಬದಲಿ ಪೈಲೆಟ್.

"ಇಕ್ಬಾಲ್, ನಮ್ಮ ಸ್ಪಾಟಿಗೆ ಫುಲ್ ಸ್ಪೀಡ್ ಮಾಡು. ಎಷ್ಟು ಹೊತ್ತಿಗೆ ತಲುಪಬಹುದು?" ಎಂದ ಅವಿನಾಶ್.

"ಫುಲ್ ಸ್ಪೀಡಲ್ಲೇ ಇದೆ ಸರ್" ಎಂದು ಚಿಕ್ಕದಾಗಿ ನಕ್ಕ ಇಕ್ಬಾಲ್. "ಮೂರು ಗಂಟೆ ಲೋಕಲ್ ಟೈಂಗೆ ನಮ್ಮ ರಾನ್ದೆವೂ (rendezvous = ಸಂಧಿಸ್ಥಳ)"

"ಓಕೆ" ಎನ್ನುತ್ತಾ ಹಾಗೆಯೇ ಸೀಟ್ ಹಿಂದಕ್ಕೆ ಮಾಡಿ ಉರಿಯುತ್ತಿರುವ ಕಂಗಳಿಗೆ ರೆಸ್ಟ್ ಕೊಡಲು ಮುಚ್ಚಿದ.

20 ನಿಮಿಷದ ನಂತರ, "ಅವಿನಾಶ್. ನಿನ್ನ ಬಂಕರಿಗೆ ಹೋಗಿ ಮಲಗಿಕೋ, ನಾನು ಬಂದಿದ್ದೇನೆ" ಎಂದು ಮೆಲ್ಲಗೆ ಪಕ್ಕದಲ್ಲಿ ವೀಣಾ ಕರೆದಾಗಲೇ ಅವನಿಗೆ ಜೋಂಪಿನಿಂದ ಎಚ್ಚರವಾಗಿದ್ದು.

"ಹೆಹೆ, ಇಲ್ಲ ಇಲ್ಲ. ಮುಖ ತೊಳೆದು, ಬಟ್ಟೆ ಬದಲಿಸಿ ಫ್ರೆಶ್ ಆಗಿ ಬರುವೆ" ಎಂದು ಎದ್ದ .

"ಎರಡು ಕಪ್ ಕಾಫಿಗೆ ಗ್ಯಾಲಿಗೆ ಹೇಳುತ್ತೇನೆ" (ಗ್ಯಾಲಿ= ಚಿಕ್ಕ ಕಾಫಿಮನೆ)

"ಓಕೆ."

11

ಲಾ ರೋಮಾ ಬಳಿ.

ಲೋಕಲ್ ಟೈಮ್ ಮಧ್ಯಾಹ್ನ 1 ಗಂಟೆ

ಲಾ ಬ್ರೂಟಸ್ ಎಂಬ ಶಸ್ತ್ರಸನ್ನದ್ಧ ಮಾಫಿಯಾ ಹಡಗು ಸಮೀಪಿಸಿದ್ದನ್ನು ಮೊದಲು ದಿಗಂತದಲ್ಲಿ ಗುರುತಿಸಿದವನೇ ಲಾರೋಮಾದ ಕ್ಯಾಪ್ಟನ್ ಡಿವಿಟೋ.

"ಕಮಿನ್, ಲಾ ಬ್ರೂಟಸ್, ಐ ಸೀ ಯು" ಎಂದ ಆಪರೇಟರನ್ನು ಕೊಂದ ನಂತರ ತಾನೇ ರೇಡಿಯೋ ಟ್ರಾನ್ಸ್ಮಿಟರ್ ಉಪಯೋಗಿಸುತ್ತಿದ್ದವ.

"ಓಕೆ. ರಾಬರ್ಟೋ ಹಿಯರ್. ನಮಗೆ ಚಿನ್ನ ಸಿಕ್ಕಿದ ಕೋಆರ್ಡಿನೇಟ್ಸ್ ಕೊಟ್ಟು ನೀನು ಹೊರಡಬಹುದು" ಎಂದ ಒರಟು ಸ್ವಭಾವದ ಲಾ ಬ್ರೂಟಸ್‌ನ ಕ್ಯಾಪ್ಟನ್.

ಡಿವಿಟೋಗೆ ಈ ಮಾತು ಕೇಳಿ ಪಿಚ್ಚೆನಿಸಿತು. ಏನು ಮಾಡುತ್ತಾರೋ ಮಾಡಿಕೊಳ್ಳಲಿ, ನಾನು ಜತೆಗಿದ್ದರೆ ಇವರಪ್ಪನ ಆಸ್ತಿ ಹೋಗುತ್ತಿತ್ತೆ? ಎಂದು ಸಿಟ್ಟಾದ. ಆದರೆ ಮಾಫಿಯಾ ಆರ್ಡರ್ಸ್ ವಿರೋಧಿಸಿ ಕೆಟ್ಟವನಾಗಬಯಸದೆ ಸುಮ್ಮನಾದ.

ಹದಿನೈದು ನಿಮಿಷಗಳಲ್ಲಿ ಲಾ ಬ್ರೂಟಸ್ ಮತ್ತು ಅದರ ಹತ್ತು ಜನರಿದ್ದ ನೌಕೆ ಅಲ್ಲಿ ಲಂಗರು ಹಾಕಿ ನಿಂತಿತು. ಎಲ್ಲಾ ವಿವರಗಳನ್ನು ರಾಬರ್ಟೋಗೆ ಕೊಟ್ಟ ನಂತರ ಆತ ಇವನಿಗೆ "ಆಯಿತು, ವಿ ವಿಲ್ ಟೇಕ್ ಕೇರ್. ನೀನು ಇಟಲಿಗೆ ಹೊರಡು, ಎಲ್ಲಿಯೂ ನಿಲ್ಲಬೇಡ, ಬಾಸ್ ಆರ್ಡರ್ಸ್" ಎಂದ.

ನಿರಾಸೆಯಿಂದ ತನ್ನ ಹಡಗನ್ನು ಹೊರಡಿಸಿದ ಡಿವಿಟೋ.

ಹಾಗೇ ಅವನ ಮನದಲ್ಲಿ ದುರಾಸೆಯೊಂದು ಮೊಳಕೆಯೊಡೆಯಿತು. 'ತಾನು ಬಹಳ ದೂರವೇನೂ ಹೋಗಬೇಕಿಲ್ಲ, ಸ್ವಲ್ಪ ಇವರಿಗೆ ಕಾಣದಷ್ಟು ದೂರದಲ್ಲಿ ಸಿಗ್ನಲ್ಸ್ ಆಫ್ ಮಾಡಿಕೊಂಡು ಹೊಂಚು ಹಾಕಿ ಕಾಯುತ್ತೇನೆ. ತನ್ನ ಬಳಿಯೂ ಇನ್ನು ನಾಲ್ಕು ಜನ ನಾವಿಕರಿದ್ದಾರೆ. ಇವರೇ ಚಿನ್ನ ತೆಗೆದುಕೊಂಡು ಹೋಗುವಾಗ ಎದುರಿಗೆ ಸಿಕ್ಕರೆ ತನಗೂ ಕೊಟ್ಟೇ ಕೊಡುತ್ತಾರೆ. ಇಲ್ಲದಿದ್ದರೆ ಹೊಡೆದಾಡುವೆ' ಹೀಗೆಂದು ಆ ಒರಟ ರಾಬರ್ಟೋ ಬಗ್ಗೆ ಪ್ರತೀಕಾರ ಮನೋಭಾವ ಮೂಡಿದ ಡಿವಿಟೋ ಕುಹಕನಗೆ ನಕ್ಕ.

ಅವನಿಗಾಗಲಿ, ರಾಬರ್ಟೋಗಾಗಲಿ ಶಸ್ತಸನ್ನದ್ಧವಾಗಿ ತಮ್ಮತ್ತ ಬರುತ್ತಿರುವ ಭಾರತೀಯ ಸಬ್‌ಮೆರೀನ್ ಪ್ರದ್ಯುಮ್ನದ ಬಗ್ಗೆ, ಅವಿನಾಶನ ಯೋಧರ ತಂಡದ ಬಗ್ಗೆ ತಿಳಿದೇ ಇರಲಿಲ್ಲ.

ಆದರೆ ಭವಿಷ್ಯವನ್ನು ಕಂಡವರಾರು?

ರಾಬರ್ಟೋ ಕಡೆ ಪಳಗಿದ ನಾಲ್ವರು ಅಂತರ್ಜಲ ಪರಿಣತರೂ, ಸಾಹಸಿಗಳೂ ಇದ್ದರು. ಅವರು ತಮಗೆ ಬೇಕಿದ್ದ ಪರೀಕ್ಷಕ ಸಲಕರಣೆ, ಯಂತ್ರಗಳನ್ನು ತೆಗೆದುಕೊಂಡು

ನೀರಿಗಿಳಿದರು. ಅರ್ಧಗಂಟೆಯ ಸ್ಥಳ ಪರಿಶೀಲನೆ ಮಾಡಿ ರಾಬರ್ಟೋಗೆ ವರದಿ ಮಾಡಿದಾಗ ಅವನು ದಂಗಾಗಿ ಹೋದ,

"ಏನು? ಬೆಟ್ಟದಷ್ಟು ವಿಶಾಲ ಡೆಪಾಸಿಟ್? ನಿಮಗೇನು ಹುಚ್ಚೆ?. ಅದೂ ಕಲ್ಲಿನಂತೆ ಸಾಲಿಡ್ ಗೋಲ್ಡ್ ಅನ್ನುತ್ತಿದ್ದೀರಲ್ಲ?"

"ಹೌದು ಸರ್. ದೊಡ್ಡ ಬಂಡೆಗಳಂತೆ. ನಮಗೂ ನಂಬಲಾಗಿಲ್ಲ. ಅದರ ವಿಸ್ತೀರ್ಣವೇ ಅರ್ಧ ಕಿಮೀ ಗಿಂತ ದೊಡ್ಡದಿದೆ. ನೋಡಿ ಇಲ್ಲಿ ನಿಮಗಾಗಿ ಅಂಡರವಾಟರ್ ಇಮೇಜಸ್ ತಂದಿದ್ದೇವೆ" ಎನ್ನುತ್ತಾ ತಮ್ಮ ಕ್ಯಾಮೆರಾದಲ್ಲಿ ತೆಗೆದ ಚಿತ್ರಗಳನ್ನು ತೋರಿಸಿದ ಅವರಲ್ಲೊಬ್ಬ.

"ಇದನ್ನು ನಾವು ಕಂಟ್ರೋಲ್ಡ್ ಬ್ಲಾಸ್ಟ್ ಮಾಡಬಹುದು. ಇದಕ್ಕೆ ಬೇಕಾದ ವಿಶೇಷ ಬಗೆಯ ಸ್ಫೋಟಕ ಡೈನಮೈಟ್ ನಮ್ಮ ಬಳಿ ಇದೆ" ರಾಬರ್ಟೋ ಯೋಚಿಸಿ ಅಭಿಪ್ರಾಯವಿತ್ತ.

"ಯೆಸ್, ಶೂರ್. ನಮ್ಮ ಶಿಪ್ ಇಲ್ಲಿಂದ ಸುಮಾರು 1 ಕಿಮೀ ದೂರ ನಿಂತರೂ ಸಾಕು. ನಾವು ಅದನ್ನು ಒಯ್ಯಲು ಚಿಕ್ಕ ಚಿಕ್ಕ ಪೀಸುಗಳನ್ನಾಗಿ ಮಾಡಲು ಕನಿಷ್ಠ ಒಂದು ವಾರವೇ ಬೇಕಾದೀತು. ನಮ್ಮ ಹಡಗಿನ ಮೊದಲ ಟ್ರಿಪ್ಪಿನಲ್ಲಿ ಸಾಧ್ಯವಾದಷ್ಟು ಒಯ್ಯುವಾ. ಹೇಗೂ ನಮ್ಮ ಸ್ಮಗಲಿಂಗ್ ರೂಟ್ಸ್ ಇದೆಯಲ್ಲಾ,ಅದರಲ್ಲಿ ತೆಗೆದುಕೊಂಡು ಹೋದರಾಯಿತು" ಎಂದ ಅವರಲ್ಲಿ ಇನ್ನೊಬ್ಬ.

"ಆಮೇಲೆ ಯಾವಾಗ ಬೇಕಾದರೂ ವಾಪಸ್ ಬರಬಹುದು. ಇದು ನಿರ್ಜನ ಸಾಗರ. ಯಾರೂ ವಾಚ್ ಮಾಡಿರುವುದಿಲ್ಲ" ಎಂದ ಕೊನೆಗೆ ನೆಮ್ಮದಿಯ ನಿಟ್ಟುಸಿರು ಬಿಡುತ್ತಾ ರಾಬರ್ಟೋ.

12

ಐಎನ್ಎಸ್ ಪ್ರದ್ಯುಮ್ನ ಮೈನಾಕವಿದೆಯೆನ್ನಲಾದ ಸ್ಥಳಕ್ಕೆ ಕೋಆರ್ಡಿನೇಟ್ಸ್ ಹಾಕಿಕೊಂಡು ಶೀಘ್ರವೇ ತಲುಪಿತು, ಅದರಲ್ಲಿ ಓಶನೋಗ್ರಾಫರ್ ವೀಣಾ ನೇತೃತ್ವದ ಇಬ್ಬರ ಟೀಮು ಪ್ರಮುಖ ಪಾತ್ರ ವಹಿಸಿತ್ತು.

ಆದರೆ ಅವರು ಅಲ್ಲಿಗೆ ಬರುವಲ್ಲಿ 3 ಗಂಟೆಗಳೇ ಸವೆದಿದ್ದರಿಂದ ರಾಬರ್ಟೋ ಟೀಮಿನ ಬಾಂಬ್ ಎಕ್ಸ್‌ಪರ್ಟ್ಸ್ ಕಾರ್ಯಗತವಾಗಿ ಎರಡು ಡೈನಮೈಟುಗಳನ್ನು ಕಟ್ಟಿ ಮೂರನೆಯದರ ತಯಾರಿಯಲ್ಲಿದ್ದರು.

ತಮ್ಮ ಜಲಾಂತರ್ಗಾಮಿ ನೌಕೆಯಿಂದಲೇ ಈಗ ಮೊದಲ ಬಾರಿಗೆ ಸುವರ್ಣಗಿರಿ ಮೈನಾಕ ಸ್ಪಷ್ಟವಾಗಿ ಕಂಡುಬಿಟ್ಟಿತ್ತು. ಕಲಿಯುಗದಲ್ಲೇ ಮೊದಲ ಬಾರಿಗೆ ಭಾರತೀಯರು ವೀಕ್ಷಿಸಿದ ಅಪೂರ್ವ ಗಳಿಗೆ!

"ವಾಹ್, ವಾಹ್!"

"ಓಹ್ ಮೈ ಗಾಡ್!"

"ಇದು ನಿಜವೇ?" ಮುಂತಾದ ಉದ್ಗಾರಗಳು ಕಿಟಕಿಗಳ ಮೂಲಕ ಮೈನಾಕದ ನೀರಿನಡಿಯಲ್ಲಿಯೂ ನಿಗಿನಿಗಿ ಹೊಳೆಯುವ ಬೃಹದಾಕಾರವನ್ನು ಕಂಡು ಎಲ್ಲಾ ನಾವಿಕರ ಬಾಯಲ್ಲಿ ಹೊರಟಿತ್ತು.

"ಈ ಬೆಟ್ಟ ಸೊಟ್ಟಕ್ಕೆ ಮಲಗಿದೆ, ವೀಣಾ. ಅಂದರೆ ಕಲಿಯುಗಕ್ಕೆ ಮುನ್ನ ಪುರಾಣದ ಪ್ರಕಾರವೇ ತೆಗೆದುಕೊಂಡರೂ ಅದು ಕುಸಿದಿರಬೇಕು. ಅದಕ್ಕೇ ಪೂರ್ವಕ್ಕೆ ಶಿಖರಗಳನ್ನು ಚಾಚಿ ಮಲಗಿದೆ. ನಾಲ್ಕು ಶಿಖರಗಳು ಹಾಗೆ ಕಾಣುತ್ತಿವೆ."ಎಂದು ಅಚ್ಚರಿಯಿಂದ ವಿಮರ್ಶೆ ಮಾಡುತ್ತಿದ್ದ ಅವಿನಾಶನನ್ನು ತಡೆದಳು ವೀಣಾ.

"ಜಸ್ಟ್ ವೈಟ್! ನಾನು ಸೀಸ್ಮಾಲಜಿ ನಕ್ಷೆ ನೋಡಿ ಬರುತ್ತೇನೆ. ನಾವೊಂದು ವಿಷಯ ಚೆಕ್ ಮಾಡಿಲ್ಲದಂತಿದೆ" ಎಂದು ಸರಕ್ಕನೆ ತನ್ನ ಕ್ಯಾಬಿನ್ನಿಗೆ ಓಡಿದಳು ವೀಣಾ.

"ಸೀಸ್ಮಾಲಜಿ ಮ್ಯಾಪ್? ಅಂದರೆ ಈ ಸ್ಥಳದ ಭೂಕಂಪ ನಕ್ಷೆ ಅಲ್ಲವೆ ಸರ್?" ಅನುಪಮ್ ಖನ್ನ ಗಾಬರಿಯಿಂದ ಕೇಳಿದ.

ಆದರೆ ವೀಣಾ ಓಡೋಡಿ ಬಂದಾಗಲೇ ಅವರಿಗೆ ಉತ್ತರ ದೊರಕಿದ್ದು.

"ಯೆಸ್. ಈ ಸ್ಥಳದಲ್ಲಿ ಭೂಕಂಪದ ಫ಼ಾಲ್ಟ್ ಲೈನಿನ (ಒಡಕು ಗೆರೆ) ಕೇಂದ್ರವಿದೆ, ಕ್ಯಾಪ್ಟನ್" ಗಂಭೀರವಾಗಿ ಫ಼ಾರ್ಮಲ್ಲಾಗಿ ಎಲ್ಲರ ಮುಂದೆ ನುಡಿದಳು ವೀಣಾ, "ಇದರ ಹಿಸ್ಟರಿ ನೋಡಿದರೆ ಹಿಂದೊಮ್ಮೆ ಸಹಸ್ರಾರು ವರ್ಷಗಳ ಹಿಂದೆ ಇಲ್ಲಿ ಭೂಕಂಪವಾಗಿ ಈ ಪರ್ವತ ಕುಸಿದಿದೆ. ಆಗ ಸೊಟ್ಟ ಸೊಟ್ಟಕ್ಕೂ ನೀರಿನಡಿ ಮುಳುಗಿರಬಹುದು. ಅಂದರೆ ಪೌರಾಣಿಕವಾಗಿಯೂ ಕಲಿಯುಗಧ ಆರಂಭಕ್ಕೆ ಮುನ್ನ ನಡೆದಿರುವ ಸಂಗತಿ. ಹಾಗಾಗಿ ಇದು ಖಚಿತ"ಎನ್ನುತ್ತಿರುವಾಗ,

"ಇಲ್ಲಿ ಶಿಖರಗಳ ಸುತ್ತಲೂ ಇವರು ಡೈನಮೈಟ್ ಇಟ್ಟು ಬ್ಲಾಸ್ಟ್ ಮಾಡುವ ಸನ್ನಾಹ ನಡೆದಂತಿದೆ ಸರ್. ನಾವು ಅರ್ಜೆಂಟಾಗಿ ತಡೆಯಬೇಕು" ಎಂದು ಮೇಲಿನ ಕಂಟ್ರೋಲ್ ರೂಮಿನ ಮಾನೀಟರ್ ಕ್ಯಾಮೆರಾದಿಂದ ನೋಡಿದ ಹೊರಗಿನ ಚಿತ್ರವನ್ನು ಗಾಬರಿಯಿಂದ ಓಡುತ್ತಾ ಬಂದು ಹೇಳಿದ ಜಿತೇಂದ್ರ.

"ಇಂತಹ ಕಡೆ ಬ್ಲಾಸ್ಟ್ ಏನಾದರೂ ಆದರೆ..." ವೀಣಾ ಮುಂದಿನ ಚಿತ್ರ ಊಹಿಸಲಾಗದೆ ಭಯದಿಂದ ಕಣ್ಣು ಮುಚ್ಚಿದಳು.

"ಆ ಸ್ಫೋಟದಿಂದ ಒಂದು ಸುನಾಮಿ ಶುರುವಾಗಿ ದೂರ ದೂರಕ್ಕೆ ಅಪ್ಪಳಿಸುತ್ತದೆ" ಅವಿನಾಶ್ ಮೆಲ್ಲಗೆ ಆ ವಾಕ್ಯವನ್ನು ಸಂಪೂರ್ಣಗೊಳಿಸಿದ.

ಅಂತಹ ಅನಾಹುತ ನಡೆದರೆ ಈಗ ಜಾಗತಿಕವಾಗಿ ಅರ್ಧ ಭೂಮಿಯನ್ನೇ ರಕ್ಕಸ ಅಲೆಗಳು ಅಲ್ಲಾಡಿಸಿಬಿಡಬಹುದು. ಕೆಲವು ದೇಶದ ತೀರಗಳಿಗೆ ನಾಶದ ಮುನ್ಸೂಚನೆ ಅದು.

"ಒಮ್ಮೆಯಾದರೂ ನಾನು ಅವರಿಗೆ ಕಾನೂನಿನ ಪ್ರಕಾರ ವಾರ್ನಿಂಗ್ ಕೊಡಲೇಬೇಕು" ಎನ್ನುತ್ತಾ ರೇಡಿಯೋ ಟ್ರಾನ್ಸಿಸ್ಟರ್ ಬಳಿ ಓಡಿದ ಅವಿನಾಶ್.

"ಐಎನ್‌ಎಸ್ ಪ್ರದ್ಯುಮ್ನ ಹಿಯರ್. ವಾರ್ನಿಂಗ್ ಇಷ್ಯೂಡ್!"ಎಂದು ಇಂಗ್ಲೀಶಿನಲ್ಲಿ ಆರಂಭಿಸಿದ ಅವಿನಾಶ್ ಎದುರಿಗೆ ಅನತಿ ದೂರದಲ್ಲಿದ್ದ ರಾಬರ್ಟೋನ ಇಟಲಿಯ ಹಡಗು ಲಾ ಬ್ರೂಟಸ್ ಅನ್ನು ಸಂಪರ್ಕ ಮಾಡಿ.

"ಹೂ ದ ಹೆಲ್. ರಾಬರ್ಟೋ ಹಿಯರ್!" ಆ ಕಡೆಯಿಂದ ಅಸಹನೆಯಿಂದ ನುಡಿದ ರಾಬರ್ಟೋ, ಕೊನೆಗಳಿಗೆಯಲ್ಲಿ ಬಂದ ಈ ಪೀಡೆ ಯಾರು ಎಂಬಂತೆ.

"ಲಾ ಬ್ರೂಟಸ್, ಇಲ್ಲಿ ಕೇಳು. ಮೊದಲಿಗೆ ನೀವು ಮಾಡುತ್ತಿರುವುದು ಚಿನ್ನದ ಚೌರ್ಯ. ಇದನ್ನು ನೀವು ಸರಕಾರಕ್ಕೆ ವರದಿ ಮಾಡಿ ಒಪ್ಪಿಸಬೇಕಾಗಿತ್ತು. ಅದಿಲ್ಲದೇ ಕದಿಯುತ್ತಿದ್ದೀರಿ.

ಎರಡನೆಯದು ಅದಕ್ಕಿಂತ ಭಯಂಕರವಾದ ಕ್ರೈಮ್. ಇಲ್ಲಿ ಸೀಸ್ಮಿಕ್ ಫಾಲ್ಟ್ ಮೊದಲಿಂದಲೂ ಇದೆ. ಇಲ್ಲಿ ಬ್ಲಾಸ್ಟ್ ಮಾಡಿದರೆ ಭೂಕಂಪವಾಗುತ್ತೆ, ಆಗ ಸಾಗರದಲ್ಲಿ ಹುಟ್ಟಿದ ಸುನಾಮಿ ದೇಶ ವಿದೇಶಗಳಿಗೆ ಹರಡಿ ಊಹಿಸಲಾಗದ ನಷ್ಟವಾಗುವುದು. ಇನ್ನು ನಮ್ಮ ನಿಮ್ಮ ಜೀವ ಹೋಗುವುದಂತೂ ಖಚಿತ. ಅಂಡರ್‌ಸ್ಟ್ಯಾಂಡ್?" ಅವಿನಾಶ್ ಜೋರು ಧ್ವನಿಯಲ್ಲಿ ಎಚ್ಚರಿಕೆ ನೀಡಿದ.

"ಐ ಅಂಡರ್‌ಸ್ಟಾಂಡ್" ಎಂದ ರಾಬರ್ಟೋ ಅತ್ತಕಡೆಯಿಂದ ವಿಕಟವಾಗಿ ನಕ್ಕ. "ನೀವು ನಮ್ಮನ್ನು ಭಯ ಬೀಳಿಸಿ, ಓಡಿಸಿಬಿಟ್ಟು ಚಿನ್ನ ಕದ್ದೊಯ್ಯಲು ನಿಮ್ಮ ಸರ್ಕಾರ ಕಳಿಸಿರುವ ಮೋಸಗಾರರು ಎಂದು ಅರ್ಥವಾಯಿತು. ನಾವು ಇದಕ್ಕೆಲ್ಲಾ ಬಗ್ಗುವವರಲ್ಲ. ಗೆಟ್ ದ ಹೆಲ್ ಔಟ್. ಇಲ್ಲದಿದ್ದರೆ ಮೊದಲು ನಿಮ್ಮನ್ನು ಶೂಟ್ ಮಾಡಿ ಕೊಂದು ನಾವು ಚಿನ್ನ ತೆಗೆದೊಯ್ಯುತ್ತೇವೆ."

"ಬೇಡ, ರಾಬರ್ಟೋ! ನೀನು ಮೂರ್ಖನೇನೋ ಹೌದು, ಆದರೆ ಪಾಪಿಯಾಗಬೇಡ. ನಮ್ಮ ಫೋರ್ಸ್ ಎಂಥದೆಂದು ಪರೀಕ್ಷಿಸಬೇಡ, ತಿಳಿಗೇಡಿ! ನಿಲ್ಲಿಸಿ ನಿಮ್ಮವರನ್ನು ಈಗಲೇ ವಾಪಸ್ ಕರೆಸು. ಡೈನಮೈಟ್ ತೆಗೆಸಿಬಿಡು. ಇಲ್ಲವಾದರೆ ನಾನು, ನನ್ನ ಟೀಮ್ ನೀರಿಗಿಳಿಯುತ್ತೇವೆ. ನಾವು ಸತ್ತರೂ ಬಿಡದಂತಹ ಜನ" ಅವಿನಾಶ್ ಕುಪಿತನಾಗಿ ಕಿರುಚಿದ್ದ

"ಹಿಯರ್ ಇಟ್ ಕಮ್ಸ್, ಯುವರ್ ಡೆತ್!" ಎಂದು ಫೈರಿಂಗ್ ಆರ್ಡರ್ಸ್ ನೀಡಿದ್ದ ತನ್ನವರಿಗೆ ಅತ್ತ ರಾಬರ್ಟೋ.

ಚಟ ಚಟನೆಂಬ ಸದ್ದಿನಿಂದ ಐಎನ್‌ಎಸ್ ಪ್ರದ್ಯುಮ್ನದ ಹೊರಕವಚವನ್ನು ಹಲವು ಅಂಡರ್‌ವಾಟರ್ ಬುಲೆಟ್ಸ್ ಚಚ್ಚಿದವು. ಆದರೆ ಅದಕ್ಕೆ ಯಾವುದೇ ಜಖಂ ಆಗಲಿಲ್ಲ.

ಈಗ ಇವರು ಸುಮ್ಮನಿರಲೂ ಆಗಲಿಲ್ಲ.

"ಕಮಾನ್, ನಮ್ಮವರೂ ಶೂಟ್ ಮಾಡೋಣ. ನೀರಿಂದ ಗಾಳಿಗೆ ಹಾರುವ ಮಿಸ್ಸೈಲ್ ತರಹದನ್ನು ಬಳಿಸಿ. ನಾನೀಗಲೇ ಹೊರಡಬೇಕು. ಕಮಾನ್!" ಎಂದ ತಂಡದವರಿಗೆ; ಆ ಕ್ಷಣವೇ ಹೊರದ್ವಾರದತ್ತ ಓಡಿದ್ದ. ಗುಂಡುಗಳು, ಪ್ರತಿದಾಳಿಯ ಸದ್ದಿನ ಮತು ನೌಕೆಯ ಕಂಪನದ ಮಧ್ಯೆ ಅವನ ಹಿಂದೆ ಓಡುತ್ತಾ ಬಂದು ಕೂಗಿದಳು ವೀಣಾ, "ಎಲ್ಲಿಗೆ ಹೊರಟೆ? ಪ್ರತಿಸಲ ಹೀಗೆ ಹೇಳದೇ ಓಡಿಬಿಡುತ್ತೀಯಾ?"

"ಇನ್ನೆಲ್ಲಿ?"ಸ್ಕೂಬಾ ಈಜುಡುಪು, ಆಕ್ಸಿಜೆನ್ ಸಿಲಿಂಡರ್ ಧರಿಸಿ, ಕೈಯಲ್ಲಿ ರಷ್ಯಾದಿಂದ ತರಿಸಿದ್ದ ಎಪಿಎಸ್ ಅಂಡರ್‌ವಾಟರ್ ಗನ್ ತೆಗೆದುಕೊಂಡ ಅವಿನಾಶ್ "ಮೈನಾಕದ ಬಳಿ ಹೋಗ್ತೀನಿ ವೀಣಾ. ಅವರನ್ನು ಕೊಂದು ಡೈನಮೈಟ್ ತೆಗೆದುಹಾಕಿ ಬರುತ್ತೇನೆ."

ಜಿತೇಂದ್ರ, ಅನುಪಮ್ ಮತ್ತು ಬಾಂಬ್ ಸ್ಕ್ವಾಡ್ ಪ್ರತಿನಿಧಿ ಪೀಟರ್ ಸಹ ಮಾತಿಲ್ಲದೆ ಅದೇ ರೀತಿಯಲ್ಲಿ ಶಸ್ತ್ರಸನ್ನದ್ಧರಾಗಿ ಸರಸರನೆ ಸಿದ್ಧರಾದರು. ಅವರಿಗೆಲ್ಲಾ ಮೊದಲೇ ಈ ಡ್ರಿಲ್ ಮಾಡಿಸಿದ್ದ.

ವೀಣಾ ಜತೆ ಪರಿಣಿತ ಪೈಲೆಟ್ ಇಕ್ಬಾಲ್ ಸಹ ಅಲ್ಲಿಗೆ ಓಡೋಡಿ ಬಂದ.

"ಟೇಕ್ ಕೇರ್. ನಾನು ಕಾಯುತ್ತಿರುತ್ತೇನೆ, ಮನೆಯಲ್ಲಿ ಅಪ್ಪ ಅಮ್ಮ" ಎಂದಳು ಬಿಕ್ಕಿದರೂ ಕಾಣದಂತೆ, ಕಣ್ಣಾಲಿಗಳಲ್ಲಿ ನೀರು ಬಂದರೂ ಮುಚ್ಚಿಟ್ಟುಕೊಂಡಳು ಧೈರ್ಯಸ್ಥೆ, ಅನುಭವಸ್ಥೆ!

"ನಾನಿಲ್ಲದಾಗ, ಎಲ್ಲರೂ ವೀಣಾಳನ್ನು ಈ ನೌಕೆಯ ಕ್ಯಾಪ್ಟನ್ ಎಂದು ತಿಳಿದುಕೊಳ್ಳಿ. ಇಕ್ಬಾಲ್, ನೀನು ವೀಣಾ ಜತೆ ಕಂಟ್ರೋಲ್ ಕ್ಯಾಬಿನಿನಲ್ಲಿರು, ಹೆಲ್ಪ್ ಮಾಡು" ಎಂದು ಅಲ್ಲಿ ನೆರೆದಿದ್ದ ಆತಂಕದಿಂದ ನೋಡುತ್ತಿದ್ದ ಮಿಕ್ಕ ಸಹೋದ್ಯೋಗಿಗಳನ್ನು ಉದ್ದೇಶಿಸಿ, "ನನ್ನ ಪ್ರಕಾರ. ನೀವು ನೌಕೆಯಲ್ಲಿ ಎಲ್ಲಾ ದೂರ ದೂರಕ್ಕೆ ಹೊರಟುಬಿಡಿ. ನಮ್ಮನ್ನು ಕಾಯಬೇಡಿ. ಬಟ್, ವೀಣಾ ನೀನು ಫೈನಲ್ ಡಿಸಿಶನ್ ತಗೋ!" ಎಂದ. ಅವರು ನಾಲ್ವರು ಆಗಲೇ ನೀರಿಗೆ ತೆರೆದುಕೊಳ್ಳುವ ಹ್ಯಾಚ್ ಚೇಂಬರ್ ಬಳಿ ಓಡಿದ್ದರು.

ಮೇಲೆ ಮಿಸ್ಸೈಲಿನ ಮೇಲೆ ಮಿಸ್ಸೈಲನ್ನು ಎರಡೂ ಕಡೆಯವರು ಬಳಸುತ್ತಿದ್ದರಿಂದ ಹ್ಯಾಚ್ ಬಾಗಿಲನ್ನು ಅವರು ಹೊರಟ ಕ್ಷಣವೇ ದಢಕ್ಕನೆ ಮುಚ್ಚಿದರು.

ನಾಲ್ವರು ಭಾರತೀಯರೂ ಅನುಭವದಿಂದ ತಕ್ಷಣ ಸಮುದ್ರದ ವಾತಾವರಣಕ್ಕೆ ಹೊಂದಿಕೊಳ್ಳುತ್ತಾ ತಮ್ಮೆದುಗಿರಿದ್ದ ಚಿನ್ನದ ಪರ್ವತ ಮತ್ತು ಶತ್ರುಗಳತ್ತ ವೇಗವಾಗಿ ಈಜುತ್ತಾ ಸಾಗಿದರು.

"ಅಲ್ಲಿದ್ದಾರೆ, ಇಬ್ಬರು ಡೈನಮೈಟ್ ಸುತ್ತುತ್ತಾ ಇದ್ದಾರೆ. ಅವರನ್ನು ಮೊದಲು ಹಿಡಿಯೋಣ" ಎಂದು ತನ್ನ ಕ್ಯಾಸಿಯೋ ಸ್ಪೀಕರ್ ಡಿವೈಸಿನಲ್ಲಿ ಮಿಕ್ಕ ಮೂವರಿಗೂ ಕೇಳುವಂತೆ ಹೇಳಿದ ಅವಿನಾಶ್.

"ಲೆಟ್ಸ್ ಗೋ!" ಎಂದವರೇ ಜಿತೇಂದ್ರ ಮತ್ತು ಪೀಟರ್ ಆ ಇಬ್ಬರ ಬಳಿ ಈಜಿ ಹೋದರೆ, ಅವಿನಾಶ್ ಮತ್ತು ಅನುಪಮ್ ಮಿಕ್ಕವರ್ಯಾರು ಎಂದು ಅರಸುತ್ತಾ ಪರ್ವತದ ಹಿಂಬಾಗದಲ್ಲಿ ಹುಡುಕುತ್ತಾ ಹೋದರು.

ಅವಿನಾಶ್ ಮತ್ತು ಅನುಪಮ್ ಇನ್ನಿಬ್ಬರನ್ನು ಕಂಡರು. ಅವರು ಹಿಂದೆ ಎರಡು ಡೈನಮೈಟ್ ಸ್ಫೋಟಕವನ್ನು ಕಲ್ಲಿಗೆ ಬಿಗಿಯುತ್ತಾ ಅದರ ಕೌಂಟರ್ ಆನ್ ಮಾಡುತ್ತಿದ್ದರು.

ಅವಿನಾಶ್ ತನ್ನ ಗನ್ ಹಿಡಿದು ಒಬ್ಬನಿಗೆ ಕೈಯೆತ್ತು ಎಂದು ಸಂಜ್ಞೆ ಮಾಡಿದ ಆದರೆ ಪಟ್ಟು ಬಿಡದ ಇಟಲಿಯ ಮಾಫಿಯಾ ಧೂರ್ತರು ಇವರ ಮೇಲೆ ಚಿಮ್ಮಿ ಮುಗಿಬಿದ್ದರು.ಅವಿನಾಶ್ ವಿಧಿಯಿಲ್ಲದೇ ಅವನನ್ನು ಶೂಟ್ ಮಾಡಿ ಡೈನಮೈಟ್ ಕಟ್ಟಿದ್ದರ ಬಳಿಗೆ ಸರಿದ.

ಅದೇ ನಿಮಿಷದಲ್ಲಿ ಜಿತೇಂದ್ರನ ಮೇಲೆ ಕೆಳಗೆ ಈಜಿದ್ದ ಎರಡನೆಯವ ಬಿಚ್ಚಿದ ಚಾಕುವಿನಿಂದ ಪ್ರಹಾರ ಮಾಡಿದ.

ಸ್ವಯಂ ಸ್ಫೂರ್ತಿಯಿಂದ ಪಕ್ಕಕ್ಕೆ ಸರಿದ ಜಿತೇಂದ್ರನ ಪಕ್ಕೆಗೆ ಅದು ಕೊನೆಗೂ ಚಿಕ್ಕದಾಗಿ ತಿವಿದು ರಕ್ತಸ್ರಾವವಾಯಿತು. ಗೆರಿಲ್ಲ ಮತ್ತು ಕಮಾಂಡೋ ಟ್ರೈನಿಂಗ್ ಮಾಡಿದ್ದ ಜಿತೇಂದ್ರ ತನ್ನ ಎಪಿಎಸ್‌ನಿಂದ ಶೂಟ್ ಮಾಡಿಯೇಬಿಟ್ಟ. ಅವಿನಾಶ್ ಮತ್ತು ಜಿತೇಂದ್ರರ ಮೇಲೆ ಎರಗಿದ್ದ ಆ ಇಬ್ಬರು ಸತ್ತು ಬೆಟ್ಟದ ಬುಡಕ್ಕೆ ಬೀಳುತ್ತಾ ಹೋದರು. ಆದರೆ ಅವಿನಾಶ್ ಮತ್ತು ಜಿತೇಂದ್ರರಿಗೆ ಅದನ್ನು ನೋಡುತ್ತಾ ಕಾಯಲು ಆಸ್ಪದವಿರಲಿಲ್ಲ.

* * *

ಇತ್ತ ಐಎನ್‌ಎಸ್ ಪ್ರದ್ಯುಮ್ನದಲ್ಲಿ.

ವೀಣಾ ಆತಂಕದಿಂದ ಒಣಗಿದ ಬಾಯಿಂದ ಇಕ್ಬಾಲ್‌ನತ್ತ ತಿರುಗಿದಳು, "ಈಗ ನಾವು ನಮ್ಮ ಮಿಕ್ಕವರನ್ನು ರಕ್ಷಿಸಲು ದೂರ ಹೋಗಲೇಬೇಕಲ್ಲವೆ, ಪೈಲೆಟ್?".

ಸಮಯ ಕ್ಷಣಕ್ಷಣಕ್ಕೂ ಜಾರುತ್ತಿದ್ದರೂ ಅವಿನಾಶ್ ಮತ್ತು ಮಿಕ್ಕವರು ವಾಪಸ್ ಬರಲಿ ಎಂಬ ಚಿಕ್ಕ ಆಸೆಯು ಅವನಿಗೂ ಇತ್ತೋ ಏನೋ?

"ಇರಲಿ ಮೇಡಂ, ಇನ್ನು ಐದು ನಿಮಿಷ ಕಾಯೋಣ. ಅವರದು ಅಲ್ಲಿ ಕಂಟ್ರೋಲ್ ಮಾಡಿದ್ದ ಸ್ಫೋಟವಾದರೆ, ನಮ್ಮದು ಡಬಲ್ ಉಕ್ಕಿನ ಕವಚವಿರುವ ಬಾಡಿ ಮತ್ತು ಹಲ್. ನಾವು ಉಳಿಯಲು ಇನ್ನು ಸ್ವಲ್ಪ ಆಸ್ಪದವಿದೆ. ಸ್ಫೋಟವಾದರೆ ಈ ನೌಕೆ ಅಲೆಗಳಿಗೆ ಸಿಕ್ಕು ದೂರ ಚಿಮ್ಮಿಹೋಗಬಹುದು ಆದರೆ ನಿಮ್ಮ ನಾವಿಕತ್ವದಲ್ಲಿ ನಾವು ಮತ್ತೆ ದಾರಿ ಕಂಡುಕೊಳ್ಳಬಹುದು. ಅಷ್ಟರಲ್ಲಿ ಅವಿನಾಶ್ ಟೀಮ್ ಬರಲಿ!" ಎಂದ ಧೀರ ಪೈಲೆಟ್ ಇಕ್ಬಾಲ್.

ಸಾವಿಗೆ ಸಮಯದ ಸವಾಲು ಹಾಕುತ್ತಾ, ಅವನು ತೋರಿದ್ದ ಸಮಯಪ್ರಜ್ಞೆಗೆ ತುಸು ಸ್ವಾರ್ಥದಿಂದಲೇ 'ಭಲೇ ಇಕ್ಬಾಲ್' ಎಂದು ಪಿಸುಗುಟ್ಟಿದಳು ವೀಣಾ.

ಅವರ ದೃಷ್ಟಿ ಮಾತ್ರ ಎದುರಿನ ಕಿಟಕಿಯ ಹೊರಗೆ ನಡೆಯುತ್ತಿರಬಹುದಾದ ವಿದ್ಯಮಾನಗಳನ್ನು ಕಾಣಲು ಬಯಸುತಿತ್ತು. ಆದರೆ ಅವರು ಅದೆಲ್ಲಾ ಗೋಚರಿಸುವಷ್ಟು ಸನಿಹವಿರಲಿಲ್ಲ.

* * *

ಇತ್ತ ಮೈನಾಕ ಬೆಟ್ಟದ ಬಳಿ.

ಅನುಪಮ್ ಚಾಕುವಿನಿಂದ ಕೈಗೆ ಚುಚ್ಚಿದ ಎದುರಿಗಿದ್ದ ಧೂರ್ತನಿಗೆ ಅನಿವಾರ್ಯವಾಗಿ ದಿಢೀರನೆ ಶೂಟ್ ಮಾಡಲೇಬೇಕಾಯಿತು. ಅವನು ಕೈಗಳನ್ನು ಚೆಲ್ಲುತ್ತಾ ಆಳಕ್ಕೆ ಬೀಳುತ್ತಾ ಹೋದ. ಆಗ ಅನುಪಮ್ ಮುಂದೆ ಧಾವಿಸಿ ತನ್ನ ಎದುರಿಗೆ ಚಿನ್ನದ ಗೋಡೆಗೆ ಕಟ್ಟಿದ್ದ ಡೈನಮೈಟಿನ ಸರಿಯಾದ ವಯರನ್ನು ಕ್ಷಣಮಾತ್ರದಲ್ಲಿ ಕಟ್ ಮಾಡಿ ನಿಷ್ಕ್ರಿಯಗಿಳಿಸಿದ. ಒಟ್ಟು ನಾಲ್ಕರಲ್ಲಿ ಮೂರು ಈಗ ನಿಷ್ಕ್ರಿಯವಾಗಿತ್ತು

ಆದರೆ,

ಪೀಟರ್ ಒಬ್ಬನಿಗೆ ಶೂಟ್ ಮಾಡಿ ಅವನು ಸತ್ತನೇ ಎಂದು ಖಚಿತ ಪಡಿಸಿಕೊಳ್ಳುವ ಮುನ್ನವೇ ತಾನು ನಿಷ್ಕ್ರಿಯಗೊಳಿಸಬೇಕಾಗಿದ್ದ ನಾಲ್ಕನೆ ಡೈನಮೈಟ್ ಬಳಿ ಈಜಿದ್ದ. ಅದೇ ಅವನಿಗೆ ಮುಳುವಾಯಿತು! ಆ ನಾಲ್ಕನೇ ಧೂರ್ತ ಗಾಯಗೊಂಡಿದ್ದರೂ ಫೈನಲ್ ಅಸಾಲ್ಟ್ ಮಾಡಿಯೇಬಿಟ್ಟಿದ್ದ. ಚಿಮ್ಮಿದವನು ಪೀಟರ್‌ನ ಬೆನ್ನಿನ ಮಧ್ಯೆ ತನ್ನ ಚಾಕು ಇರಿದೇಬಿಟ್ಟ. ಹಾಗಾಗಿ ಪೀಟರ್ ಆ ಕೊನೆಯ ಡೈನಮೈಟನ್ನು ಸರಿಯಾಗಿ ಆಫ್ ಮಾಡುವ ಮುನ್ನವೇ ಅದು ಕೈ ಜಾರಿ ನೀರಲ್ಲಿ ಕೆಳಕ್ಕೆ ಮುಳುಗಿತ್ತು. ಅತ್ತ ಮಾಫಿಯಾ ಕೊಲೆಗಾರ ತಾನು ಸತ್ತು ಕೆಳಕ್ಕೆ ಬೀಳುತ್ತಾ ಹೋದ. ಅನುಪಮ್ ಅವನತ್ತ ನೋಡಿ ಗಾಬರಿಯಿಂದ ಪೀಟರ್‌ನ ನೆರವಿಗೆ ಹೋಗಬೇಕೆನ್ನುವಷ್ಟರಲ್ಲಿಪೀಟರ್ ಪ್ರಾಣಾಪಾಯಕ್ಕೂ ಹೆದರದೆ ಕೈಜಾರಿದ್ದ ಡೈನಮೈಟನ್ನು ಹೇಗಾದರೂ ಹಿಡಿದು ಆಫ್ ಮಾಡಿ ಸ್ಫೋಟ ತಪ್ಪಿಸಲೇಬೇಕೆಂದು ಅದರ ಹಿಂದೆ ಹುಡುಕುತ್ತಾ ನೀರಲ್ಲಿ ಕುಸಿದ.

ಅವಿನಾಶ್ ಮತ್ತು ಜಿತೇಂದ್ರ ಅಲ್ಲಿಗೆ ಧಾವಿಸುವ ಮುನ್ನವೇ ಪೀಟರ್ ಆಳಕ್ಕೆ ಬಿದ್ದು ಕಣ್ಮರೆಯಾಗಿದ್ದ. ಆ ಕ್ಷಣವೇ ಆ ಕೊನೆಯ ಡೈನಮೈಟ್ ಕಾಣದ ಆಳದಲ್ಲೆಲ್ಲೋ ಸ್ಫೋಟಿಸಿಯೇಬಿಟ್ಟಿತ್ತು.

ಅದರೊಂದಿಗೆ ಪೀಟರನ ರಕ್ತತರ್ಪಣ ನಡೆದೇಹೋಗಿತ್ತು!

ಒಮ್ಮೆಲೆ ಆ ನೀರಿನಡಿಯ ಸ್ಫೋಟದಿಂದ ರವ್ವನೆ ಹೊರಟ ಅದುರು ತರಂಗಗಳು ಜಲಶಕ್ತಿಯನ್ನು ಪಡೆದು ಮಿಕ್ಕ ಮೂವರನ್ನು ದೂರಕ್ಕೆ ಬಿಸಾಡಿತ್ತು.

* * *

ಇತ್ತ ಇಟಲಿಯ ಹಡಗು 'ಲಾ ಬ್ರೂಟಸ್'ನಲ್ಲಿ ತರಂಗಾಂತರ ಮತ್ತು ಸಾಗರತಳವನ್ನು ಗಮನಿಸುತ್ತಿದ್ದ ರಾಬರ್ಟೋ ತಕ್ಷಣ ರಕ್ಕಸ ಅಲೆಗಳು ಶಾಂತ ಸಾಗರದ ಮೇಲ್ಮೈಯನ್ನು ತೂರಿ ಅಲ್ಲೋಲ ಕಲ್ಲೋಲ ಮಾಡುತ್ತಾ ತಮ್ಮೆಡೆಗೆ ಬಂದಿದ್ದನ್ನು ಕಂಡು ದಿಗ್ಭ್ರಾಂತನಾದನು. ಆದರೆ ಕಾಲ ಮಿಂಚಿತ್ತು. ಸಾವನ್ನು ಆಹ್ವಾನಿಸಿದವರನ್ನೇ ಮೃತ್ಯುದೇವತೆ ಮೊದಲು ಆಹುತಿ ತೆಗೆದುಕೊಂಡಿದ್ದಳು. ಮೂರು ಸೆಕೆಂಡುಗಳಲ್ಲಿ 'ಲಾ ಬ್ರೂಟಸ್' ಎಂಬ ಹಡಗೊಂದಿತ್ತು ಎಂಬುದನ್ನೇ ಹುಟ್ಟಡಿಗಿಸುವಂತಹ ಭಯಂಕರ ಅಲೆಗಳ ನಡುವೆ ಒಡೆದು ಅದು ಇಬ್ಭಾಗವಾಗಿ ಅದರ ಬಿರುಸಿಗೆ ಚಿಂದಿಯಾಗಿ ಹೋಗಿದ್ದರು ರಾಬರ್ಟೋ ಮತ್ತು ಅವನ ಸಂಗಡಿಗರು.

* * *

ಅಲ್ಲಿಂದ ಸ್ವಲ್ಪ ದೂರದಲ್ಲಿ ಹೊಂಚುಹಾಕಿ ಕಾಯುತ್ತಿದ್ದ 'ಲಾ ರೋಮಾ' ಹಡಗಿನ ಕ್ಯಾಪ್ಟನ್ ಡಿವಿಟೋ ಕತೆ ಸಹ ಇದಕ್ಕಿಂತ ಬೇರೆಯಾಗಿರಲಿಲ್ಲ. ತನ್ನ ಮತ್ತು ಹಡಗಿನಲ್ಲಿ ಉಳಿದವರ ಪ್ರಾಣವನ್ನೂ ಅತ್ಯಾಸೆಗೆ ನಿರರ್ಥಕವಾಗಿ ಬಲಿಕೊಟ್ಟಿದ್ದ. ಆ ದೊಡ್ಡ ಅಲೆಗಳು ಆ ಹಡಗನ್ನೂ ನುಂಗಿದ್ದವು.

* * *

ಅವಿನಾಶ್, ಅನುಪಮ್ ಮತ್ತು ಜಿತೇಂದ್ರರಿಗೆ ತಮ್ಮ ಅಂತ್ಯ ಬಂದಿತೆಂದು ಆ ರಕ್ಕಸ ಸುನಾಮಿ ಅಲೆಗಳೇ ಸ್ವಯಂ ಘೋಷಿಸಿದ್ದವು. ಆದರೆ ಅದೃಷ್ಟವಶಾತ್, ಅದು ಚಿಕ್ಕ ಕಂಟ್ರೋಲ್ಡ್ ಬ್ಲಾಸ್ಟ್ ಆಗಿದ್ದರಿಂದ ಮಿನಿ ಸುನಾಮಿ ಮಾತ್ರವೇ ಲೋಕಲ್ ಆಗಿ ಆರ್ಭಟಿಸಿತ್ತು.

ಆದರೂ...

ಅವರು ಮೂವರೂ ಅದರ ರಭಸಕ್ಕೆ ಸಿಲುಕಿ ನೀರಲ್ಲೇ ಅರ್ಧ ಫರ್ಲಾಂಗು ಮೈನಾಕದಿಂದ ದೂರಕ್ಕೆ ಎಸೆಯಲ್ಪಟ್ಟರು. ಇನ್ನೂ ಅದೃಷ್ಟವಶಾತ್, ಜಿತೇಂದ್ರ ಮತ್ತು ಅನುಪಮ್ ಇಬ್ಬರೂ ಸಬ್ಮೆರೀನಿನ ಬಾಗಿಲಿಗೆ ಹೋಗಿ ಅಪ್ಪಳಿಸಿದರೆ, ಅವಿನಾಶ್ ಮಾತ್ರ ಅದರ ಡಬಲ್ ಉಕ್ಕಿನ ಹಲ್‌ಗೆ ತನ್ನ ತಲೆ ಜೋರಾಗಿ ಬಡಿಸಿಕೊಂಡಿದ್ದ.

ಕ್ಷಣಮಾತ್ರದಲ್ಲಿ ಹಲ್ ಪಕ್ಕದಲ್ಲಿದ್ದ ಟ್ರ್ಯಾಫ್ ಡೋರ್ ತೆರೆದು ಅಸಾಧ್ಯ ಸಮಯಪ್ರಜ್ಞೆಯಿಂದ ತನ್ನವನನ್ನು ಉಳಿಸಿಕೊಂಡಳು ವೀಣಾ.! ಅವನನ್ನು ಸರಕ್ಕನೆ ನೌಕೆಯ ಒಳಕ್ಕೆ ಸೆಳೆದುಕೊಂಡಳು. ತಲೆಯ ತೀವ್ರ ಗಾಯದಿಂದ ಅವಿನಾಶನ ರಕ್ತ ಸೋರುತಿತ್ತು.

ಸಬ್ಮೆರೀನಿನ ಬಾಗಿಲ ಬಳಿ ಬಿದ್ದ ಅನುಪಮ್ ಮತ್ತು ಜಿತೇಂದ್ರ ಇನ್ನು ಹೆಚ್ಚಿನ ಗಂಡಾಂತರವಾಗದೆ ಮಿಕ್ಕ ಸಿಬ್ಬಂದಿಯಿಂದ ಸುರಕ್ಷಿತವಾಗಿ ಒಳಗೆ ಸೆಳೆಯಲ್ಪಟ್ಟರು.

* * *

ಆದರೆ ಮೈನಾಕ?

ಅಲ್ಲಿ ವೀಣಾ ಊಹಿಸಿದ್ದಂತೆ ಸ್ಫೋಟಕ್ಕೆ ಪ್ರತಿಯಾಗಿ ಸಾಗರದಡಿಯೇ ಬಿರುಕು ಬಿಟ್ಟು ದೊಡ್ಡದಾಗಿ ಬಾಯ್ದೆರೆಯಿತು.

ಅದರ ತೆರವಿನಲ್ಲಿ ಮೈನಾಕ ಪರ್ವತದ ಚಿನ್ನದ ಶಿಖರಗಳು ನಿಧಾನವಾಗಿ ಸರಿಯುತ್ತಾ ಭೂಮಿಯಡಿ ಮರೆಯಾಗಹತ್ತಿದವು. ಕೆಲವೇ ನಿಮಿಷಗಳಲ್ಲಿ ಆ ದೈತ್ಯಾಕಾರದ ಪೌರಾಣಿಕ ಬೆಟ್ಟ ತನ್ನ ಕೊನೆಯ ನಿಲ್ದಾಣವೆಂಬಂತೆ ಭೂತಾಯಿಯ ಗರ್ಭಕ್ಕೆ ತಲುಪಿಬಿಟ್ಟಿತು.

ಪೂರ್ತಿ ಮುಳುಗಿಹೋದ ನಂತರ ಆ ಭೂಮಿಯ ಬಾಯಿ ನಿಧಾನವಾಗಿ ಮುಚ್ಚಿಕೊಳ್ಳುತ್ತಾ ಹೋಯಿತು. ಇದೆಲ್ಲಾ ಸಹಜ ನೈಸರ್ಗಿಕ ಕ್ರಿಯೆಯೋ, ಕಲಿಯುಗದ ಲೋಭಿ ಜನರಿಗೆ ವಿಧಿ ಮಾಡಿದ ಅಣಕವೋ, ಹೇಳುವವರ್ಯಾರು?

ಪವಾಡಸದೃಶವಾಗಿ ಕಣ್ಮರೆಯಾದ ಮೈನಾಕ ಪರ್ವತ ಅಡಗಿದ್ದ ಆ ಸಾಗರದಡಿಯ ಮೇಲೆ, ಬೆದರಿ ತಾತ್ಕಾಲಿಕವಾಗಿ ಚೆಲ್ಲಾಪಿಲ್ಲಿಯಾಗಿದ್ದ ಮೀನು ಮತ್ತು ಜಲಚರಗಳು ಹಿಂತಿರುಗಿ ಮತ್ತೊಮ್ಮೆ ಈಜಲಾರಂಭಿಸಿದ್ದವು. ಎಲ್ಲಾ ಮುಗಿದೇಹೋಗಿತ್ತು ಆ ಸ್ಥಳದಲ್ಲಿ.

ಕೊನೆಗೆ ಮೈನಾಕವನ್ನು ಮುಟ್ಟಿ ಬದುಕಿದ ಮೂವರೇ ಮಾನವರು– ಅವಿನಾಶ್, ಜಿತೇಂದ್ರ ಮತ್ತು ಅನುಪಮ್ ಆಗಿದ್ದರು!

* * *

ಇತ್ತ ಐಎನ್ಎಸ್ ಪ್ರದ್ಯುಮ್ನದಲ್ಲಿ.

ಅಲ್ಲುಂಟಾದ ದೈತ್ಯ ಅಲೆಗಳ ಪ್ರಭಾವಕ್ಕೆ ಸಿಲುಕಿ ದಿಕ್ಕುತಪ್ಪಿ ಕೊಚ್ಚಿಹೋದ ಐಎನ್ಎಸ್ ಪ್ರದ್ಯುಮ್ನವನ್ನು ಬಹಳವೇ ಸಮಯಸ್ಫೂರ್ತಿ, ಧಾರ್ಷ್ಟ್ಯ ಮತ್ತು ಚಾಣಾಕ್ಷತನದಿಂದ ವೀಣಾ ಮತ್ತು ಇಕ್ಬಾಲ್ ನಿಯಂತ್ರಿಸಲು ಹರಸಾಹಸ ಪಡುತ್ತಿದ್ದರು.ತಲೆಗೆ ಪೆಟ್ಟುಬಿದ್ದಿದ್ದ ಅವಿನಾಶ್‌ಗೆ ಇನ್ನೂ ಜ್ಞಾನ ಬಂದಿರಲಿಲ್ಲ. ತಲೆಯ ರಕ್ತಸ್ರಾವ ಮತ್ತು ಊತಕ್ಕೆ ಶಿಪ್ಪಿನಲ್ಲಿದ್ದ ವೈದ್ಯರು ತಮಗೆ ಸಾಧ್ಯವಿದ್ದ ಚಿಕಿತ್ಸೆಯೆಲ್ಲಾ ಮಾಡಿ ಅವನ ಜೀವ ಉಳಿಸಿದ್ದರು. ಆದರೆ ಹೆಚ್ಚಿನ ಚಿಕಿತ್ಸೆ ಅವನಿಗೂ, ಕೈ ಕಾಲು ಮೂಳೆ ಮುರಿತ ಮತ್ತು ಚಾಕು ಇರಿತದ ಗಾಯಗಳಾಗಿದ್ದ ಜಿತೇಂದ್ರ ಮತ್ತು ಅನುಪಮ್‌ರಿಗೂ ಭಾರತ ತಲುಪಿ ಆಸ್ಪತ್ರೆ ಸೇರಿದ ನಂತರವೇ ಸಾಧ್ಯವಾಗುವುದಿತ್ತು.

"50 ಕಿಮೀ ದೂರಕ್ಕೆ ನಾವು ಎಸೆಯಲ್ಪಟ್ಟಿದ್ದೇವೆ ಇಕ್ಬಾಲ್. ನೀನು ಇಂತಿಂತಹ ಕೋಆರ್ಡಿನೇಟ್ಸ್ ಹಾಕಿ ಜೋಪಾನವಾಗಿ, ಆದರೆ ಫುಲ್ ಸ್ಪೀಡಿನಲ್ಲಿ ನಡೆಸು. ಇನ್ನು ಹದಿನೈದು ನಿಮಿಷದ ನಂತರ ನಾವು ಶಾಂತವಾದ ನೀರಿಗೆ ಪ್ರವೇಶಿಸುವೆವು, ನಿಧಾನವಾಗಿ ಇದರ ಪ್ರಭಾವ ಕ್ಷೀಣಿಸಲಿದೆ" ಎಂದಳು ತನ್ನ ಲೆಕ್ಕಾಚಾರ ಮುಗಿಸಿ, ಬರೆದ ಪೇಪರ್ ಕೈಗಿತ್ತು ನುಡಿದಳು ವೀಣಾ.

ಈಗ ಇಕ್ಬಾಲ್ ಮತ್ತು ಇನ್ನೊಬ್ಬ ಪೈಲೆಟ್ ಸೇರಿ ಜಾಗರೂಕತೆಯಿಂದ ದಿಕ್ಕಿನ ಲೆಕ್ಕ ಮಾಡಿ ಚುಕ್ಕಾಣಿ ಹಿಡಿದು ನಡೆಸುತ್ತಿದ್ದರು. ಎಂತಹದೇ ಯಂತ್ರಗಳಿದ್ದರೂ ಕೊನೆಯಲ್ಲಿ ಮನುಷ್ಯನ ಕಾರ್ಯಕ್ಷಮತೆ ಮತ್ತು ಪರಿಣತಿಯಷ್ಟೇ ಸಹಾಯಕ್ಕೆ ಬರುವುದು ಎಂದು ಎಲ್ಲರಿಗೂ ಈ ಅಪಾಯಕರ ಸಾಗರದ ಜಲದಡಿ ಸ್ಪಷ್ಟವಾಗಿ ವಿದಿತವಾಗಿತ್ತು.

"ಯಾವುದೇ ಅನ್ಯದೇಶಗಳಿಗೆ ಅಪಾಯವಿಲ್ಲವೆ? ಅವರಿಗೆ ನಾವು ಅಲರ್ಟ್ ಮಾಡಬೇಕಲ್ಲವೇ ಮೇಡಮ್?" ಸಮರ್ಥ ಪೈಲೆಟ್ ಇಕ್ಬಾಲನ ಸಮಯೋಚಿತ ಪ್ರಶ್ನೆ.

"ಮಾಲ್ಡೀವ್ಸ್ ದ್ವೀಪಸಮೂಹ ಮತ್ತು ಇಲ್ಲಿ ಚಲಿಸುತ್ತಿರುವ ಇತರ ನೌಕೆಗಳಿಗೆ ಅಗಲೇ ಅಂತರರಾಷ್ಟ್ರೀಯ ಮಾರಿಟೈಮ್‌ನವರಿಗೆ ಎಚ್ಚರಿಕೆ ಗಂಟೆಯೇ ಹೋಗಿದೆ. ಮಾಲ್ಡೀವ್ಸ್‌ಗೆ ಅಲ್ಪ ಸ್ವಲ್ಪ ಘಾಸಿಯಾಗಬಹುದು. ಅದು ಅವರ ಅನಾಹುತ ತಯಾರಿಯ ಮೇಲೆ ಅವಲಂಬಿತ. ಇನ್ನು ಶ್ರೀಲಂಕಾ ಮತ್ತು ಭಾರತದ ಕರಾವಳಿ ಪ್ರದೇಶಗಳಿಗೆ ಯಾವುದೇ ಅಪಾಯವಿಲ್ಲ. ರಫ್ ಸೀ ಬಿಟ್ಟು, ಮೀನುಗಾರರಿಗೆ ಎಚ್ಚರ ಕೊಟ್ಟಿದೆ, ಸಾಧಾರಣ ಸೈಕ್ಲೋನ್ ವಾರ್ನಿಂಗ್!"

"ಅಬ್ಬಾ, ನಿಮ್ಮ ರಾಮಾಯಣದ ಕತೆಯಂತೆಯೇ, ಲೆಕ್ಕಾಚಾರದಂತೆಯೇ ಎಲ್ಲಾ ಜರುಗಿತಲ್ಲಾ ಮೇಡಮ್, ನಿಮಗೆ ನಮ್ಮೆಲ್ಲರ ಧನ್ಯವಾದಗಳು" ಎಂದ ನಿಶ್ಚಿಂತೆಯಿಂದ ನಗುತ್ತಾ ಇಕ್ಬಾಲ್.

"ಕೊನೆಗೂ ಅದು ಲಂಕೆಯೋ, ಶ್ರೀಲಂಕೆಯೋ, ಒಟ್ಟಿನಲ್ಲಿ ರಾವಣನ ನಂತರ ವಿಭೀಷಣ ಆಳಿದ ದೇಶ ಅಂದುಕೊಂಡರೂ ಆಯಿತು. ಅದು ಮಾತ್ರ ಸುರಕ್ಷಿತವಾಯಿತು. ಶ್ರೀ ರಾಮರಕ್ಷ!" ಎಂದಳು ತಾನೂ ಆತಂಕಮುಕ್ತಳಾಗುತ್ತಾ ವೀಣಾ.

* * *

ಮಂಗಳೂರಿನ ನೇವಲ್ ಬೇಸಿನಲ್ಲಿ ಎಲ್ಲಾ ಆಸ್ಪತ್ರೆ ಸೌಲಭ್ಯವಿರಬಹುದು ಎಂದು ಐಎನ್‌ಎಸ್ ಪ್ರದ್ಯುಮ್ನ ಅಲ್ಲಿಗೆ ಡಾ. ದೇಸಾಯರ ಸಲಹೆಯಂತೆ ಬಂದು ಲಂಗರು ಹಾಕಿತು.

ಆಸ್ಪತ್ರೆಗೆ ಎಲ್ಲರ ಕುಟುಂಬದವರೂ ಆತಂಕದಿಂದ ಬಂದು ನೋಡಿಕೊಂಡು ನೆಮ್ಮದಿಯಿಂದ ಹೋದರು. ಅವಿನಾಶನ ತಾಯಿಯಂತೂ "ನನ್ನ ಮಗನನ್ನು ಆಂಜನೆಯನೇ ಕಾಪಾಡಿದ. ನೀನು ಮದುವೆಯಾದರೆ ಅವನನ್ನು ಉಳಿಸಿದ ನಿನಗೆ ಮಾಂಗಲ್ಯಭಾಗ್ಯ ಗಟ್ಟಿ ಕಣಮ್ಮ" ಎಂದರು ಮನಸಾರೆ ಹರಸುತ್ತಾ. ಅಲ್ಲಿದ್ದ ನೇವಲ್ ಆಸ್ಪತ್ರೆಯ ಮುಖ್ಯ ವೈದ್ಯರು ಮಾತ್ರ ಆಕೆ ಅವರನ್ನು ವಂದಿಸಿದಾಗ "ನಮಗೆ ಕರ್ತವ್ಯವೇ ದೇವರಮ್ಮಾ, ಬೇರೆ ದೇವರನ್ನು ನಾವು ಕಾಣೆವು" ಎಂದರು. "ಇದೆಲ್ಲಾ ಅವರವರ ವೈಯಕ್ತಿಕ ನಂಬಿಕೆಗಳ ಮೇಲೆ ನಿಂತಿದ್ದು" ಎಂದರು ಡಾ.ದೇಸಾಯಿ.

* * *

ಅವಿನಾಶನಿಗೆ ಎಚ್ಚರವಾಗಿದ್ದೇ ಎರಡು ದಿನಗಳ ನಂತರ. ಅಕ್ಕಪಕ್ಕದಲ್ಲಿ ವೀಣಾ ಮತ್ತು ಡಾ. ದೇಸಾಯಿ ನಿಂತಿದ್ದಾಗ ಅವನು ಎಚ್ಚರವಾದ.

ಅವಿನಾಶ್ ಪೆಚ್ಚಾಗಿ ನಕ್ಕು ಬ್ಯಾಂಡೇಜ್ ಕಟ್ಟಿದ್ದ ತಲೆಯನ್ನು ಒತ್ತಿ ಹಿಡಿದುಕೊಂಡು, "ಕೊನೆಗೂ ನಮ್ಮ ದೇಶಕ್ಕೆ ಯಾವ ಚಿನ್ನವನ್ನೂ ತರಲಿಲ್ಲ ಸರ್" ಎಂದ.

ಡಾ. ದೇಸಾಯಿ ಆಶ್ವಾಸನೆ ಕೊಡುವಂತೆ ನಕ್ಕರು. "ಬೇರೆ ಯಾರಿಗೋ ಸಿಗದಂತೆ ಮಾಡಿದೆವಲ್ಲಾ ಅವಿನಾಶ್. ನಮ್ಮ ಗುರಿ ಮತ್ತು ಮಿಷನ್ ಸುವರ್ಣಗಿರಿ ಅದು ತಾನೇ ಆಗಿತ್ತು. ಅದನ್ನು ನಮ್ಮದಾಗಿಸಿಕೊಳ್ಳಲು ನಮಗೇನೂ ಹಕ್ಕು ಇರಲಿಲ್ಲ. 'ಸಿಕ್ಕವರಿಗೆ ಸೀರುಂಡೆ' ಎನ್ನುವ ಕಾಲವಲ್ಲ ಈಗಿನ ಪ್ರಪಂಚದಲ್ಲಿ. ಸೋ, ಚಿಂತಿಸಬೇಡ. ನಮ್ಮ ಮಿಷನ್ ಸಕ್ಸಸ್."

"ಮಾರಲ್ ವಿಕ್ಟರಿ ಸರ್"ಎಂದಳು ವೀಣಾ.

ಡಾ. ದೇಸಾಯಿ ಸಹ ಗಂಭೀರವಾಗಿ ಯೊಚಿಸುತ್ತಾ ಹೇಳಿದರು,

"ಹೌದು. ಮಾರಲ್ (ನೈತಿಕವಾಗಿ) ಆಗಿ ನೋಡಿದರೂ, ನೀವು ಹೇಳುವಂತೆ ಈ ಕಲಿಯುಗದವರಿಗೆ ಮೊದಲೇ ಮುಳುಗಿದ್ದ ಆಸ್ತಿ, ಸಂಪತ್ತಿನ ಮೇಲೆ ಯಾವ ಖಾಸಗಿ ಹಕ್ಕು ಇಲ್ಲ ಅಲ್ಲವೆ? ನಮಗೆ ಸಿಕ್ಕಿದ್ದರೆ ಅಥವಾ ಯಾವುದೇ ದೇಶಕ್ಕೆ ಸಿಕ್ಕಿದ್ದರೆ, ಇನ್ನಷ್ಟು ದುರಾಸೆಯಿಂದ ಏನೇನು ಆಗಿ ಯಾವ್ಯಾವ ಅನಾಹುತ ಜರುಗುತಿತ್ತೋ? ಯಾವ್ಯಾವ ದೇಶಗಳ ನಡುವೆ ಅದರ ಶೇರಿಗಾಗಿ ಪೈಪೋಟಿಯಾಗಿ ಫೈಟ್ ನಡೆಯುತ್ತಿತ್ತೋ. ಅದು ಬೇರೆ ಅಂತರರಾಷ್ಟ್ರೀಯ ಜಲಮಿತಿಯಲ್ಲಿತ್ತು. ನಮ್ಮ ದೇಶದ ವ್ಯಾಪ್ತಿಯ ಹೊರಗೆ. ಉಫ್. ಎಂತಹ ಕ್ಲಿಷ್ಟ ರಾಜಕೀಯ ಸಂಕಟವಾಗುತ್ತಿತ್ತು ಸರಕಾರಗಳಿಗೆ! ಸದ್ಯ! ಭೂಮಿಯಾಳಕ್ಕೆ ಹೋಗಿ ಕಲ್ಲಲ್ಲಿ ಕಲ್ಲಾಗಿ ಹೋಯಿತಲ್ಲ, ನಮಗೆಲ್ಲಾ ಒಂದೇ ನಿಶ್ಚಿಂತೆ!"

"ಸರ್, ಮತ್ತೆ ಇಟಲಿಯ ಪಾಲೆರ್ಮೋ?"

ಈ ಬಾರಿ ನಿರಾಶವದನರಾದರು ಡಾ. ದೇಸಾಯಿ. "ಅವನಿಗೆ ಸುಳಿವು ಸಿಕ್ಕ ಕೂಡಲೆ ತನ್ನ ದೇಶದಿಂದ ಕಣ್ಮರೆಯಾಗಿದ್ದಾನೆ. ದಕ್ಷಿಣ ಅಮೇರಿಕದ ಬಳಿ ಯಾವುದೋ ದ್ವೀಪದಲ್ಲಿ ತಲೆಮರೆಸಿಕೊಂಡಿದ್ದಾನಂತೆ. ಇಟಲಿಯಲ್ಲಿ ಅವನಿಗೆ ಗೂಢಚಾರರು ವಿಪರೀತ ಇದ್ದರು. ಹುಡುಕುತ್ತಿದ್ದೇವೆ, ಸಮಯ ಕೊಡಿ ಎಂದಿದೆ ಅಲ್ಲಿನ ಸರಕಾರ. ಇದೆಲ್ಲಾ ನಾನು ಹೇಳಬೇಕೆ ನಿನಗೆ, ಒಳತಂತ್ರಗಳು?"

ಡಾ.ದೇಸಾಯಿ ಅಲ್ಲಿಂದ ಹೋದ ನಂತರ ವೀಣಾ ಮಾತ್ರ ಪಕ್ಕದಲ್ಲಿ ಕೈಹಿಡಿದು ಕುಳಿತಿದ್ದಳು.

ಎದುರಿಗಿದ್ದ ಕ್ಯಾಲೆಂಡರ್ ನೋಡಿ ದಿನಾಂಕ ಗಮನಿಸಿ ಏನೋ ನೆನಪಾಯಿತೆನಿಸಿತು ಅವನಿಗೆ.

"ಸ್ವಲ್ಪ ಎಫ್‌ಎಂ ರೇಡಿಯೋ ಹಾಕ್ತೀಯಾ, ವೀಣಾ? ಇವತ್ತು ಡಾ. ರಾಜ್‌ಕುಮಾರ್ ಜನ್ಮದಿನ." ಎನ್ನುವಷ್ಟರಲ್ಲಿ ವೀಣಾ ಕನ್ನಡ ಸ್ಟೇಷನ್ ಆರಿಸಿ ಮೊಬೈಲ್ ಕೈಗಿತ್ತಳು.

ಅದರಿಂದ ಪಿ.ಬಿ. ಶ್ರೀನಿವಾಸ್ ಕಂಠದಲ್ಲಿ ಹಳೆಯ ರಾಜ್‌ಕುಮಾರ್ ಚಿತ್ರಗೀತೆ ಉಲಿಯಿತು, "ಕಲ್ಲಾದೆ ಏಕೆಂದು ಬಲ್ಲೆ. ಆ ಗುಟ್ಟನ್ನು ಹೇಳಲೇನು ಇಲ್ಲೇ?"

"ಬೇಡ, ಅಣ್ಣಾವ್ರೆ, ಆ ಗುಟ್ಟೂ ನನಗೆ ಅರ್ಥವಾಗಿಹೋಯಿತು!" ಎನ್ನುತ್ತಾ ನಕ್ಕು ನಿದ್ರಿಸಲು ಕಣ್ಮುಚ್ಚಿ ಹಾಗೇ ದಿಂಬಿಗೆ ಒರಗಿದ ಅವಿನಾಶ್.

(ಮುಗಿಯಿತು)

ಲೇಖಕರ ಬಗ್ಗೆ

ನನ್ನ ಹೆಸರು ನಾಗೇಶ್ ಕುಮಾರ್ ಸಿ ಎಸ್ ಎಂದು. ಬೆಂಗಳೂರಿನವನಾಗಿ, ಸಿವಿಲ್ ಎಂಜಿನಿಯರಿಂಗ್ ಸ್ನಾತಕೋತ್ತರ ಪದವೀಧರ. ಈಗ ಚೆನ್ನೈ ನಗರದಲ್ಲಿ ಬಹುರಾಷ್ಟ್ರೀಯ ಸಂಸ್ಥೆಯೊಂದರಲ್ಲಿ ಮ್ಯಾನೇಜರ್ ಕೆಲಸದಿಂದ ನಿವೃತ್ತನಾಗಿದ್ದೇನೆ, ಕುಟುಂಬ ಸಮೇತ ತಮಿಳು ನಾಡಿನ ಕನ್ನಡ ಪರ ಸಂಸ್ಥೆಗಳ ಚಟುವಟಿಕೆಗಳಲ್ಲಿ ತೊಡಗಿಸಿಕೊಂಡಿದ್ದೇನೆ.

ನಾನು ಹವ್ಯಾಸಿ ಬರಹಗಾರ. ನನ್ನ ನಾಲ್ಕು ಕಾದಂಬರಿಗಳು, ಕಥಾ ಸಂಕಲನ, ವೈಜ್ಞಾನಿಕ ಕತೆ ಮತ್ತು ಲೇಖನಗಳು ಆನ್ ಲೈನ್ ಮತ್ತು ಮುದ್ರಿತ ಪುಸ್ತಕಗಳಾಗಿ ಪ್ರಕಟವಾಗಿವೆ. ಹಲವು ಕತೆ ಕಾದಂಬರಿಗಳು ಸುಧಾ ತರಂಗ ಉತ್ಥಾನ, ತುಷಾರ ಮುಂತಾದ ಪತ್ರಿಕಗಳಲ್ಲಿ ಬೆಳಕು ಕಂಡಿವೆ.

nageshkumarcs@gmail.com

ಈ ಲೇಖಕರ ಇತರ ಕೃತಿಗಳು

ಕರಾಳ ಗರ್ಭ

ಸುವರ್ಣ ಕರಾವಳಿ

ಮುಳುಗುವ ಕೊಳ

ನಾಳೆಯನ್ನು ಗೆದ್ದವನು

ರಕ್ತಚಂದನ

ಅಬಲೆಯ ಬಲೆ

ಕೊನೆಗಾಣದ ರಾತ್ರಿ

ಭೂಮಿಗೆ ಬಂದ ಅನ್ಯಗ್ರಹ ಜೀವಿಗಳು

ಹಿಮಜಾಲ

Time Renewed

ಮತ್ತು ಹಲವು ಆನ್ ಲೈನ್ ಕತೆ

ಮತ್ತು ವೈಜ್ಞಾನಿಕ ಲೇಖನಗಳು ಪ್ರತಿಲಿಪಿ.ಕಾಂ ನಲ್ಲಿ ಲಭ್ಯವಿದೆ.

Made in the USA
Monee, IL
20 August 2025

23885855R00100